Khám Phá Sách Rô-ma

Một Nghiên Cứu Tổng Quan Về Thần Học

Tác giả: **Douglas J. Moo**

Bản dịch tiếng Việt: **Văn Phẩm Hạt Giống**

Copyright © 2002, 2014 by Douglas J. Moo

Originally published in English under the title *Encountering the Book of Romans* by Baker Academic, a division of Baker Publishing Group, Grand Rapids, Michigan, 49516, U.S.A

All rights reserved.

Vietnamese edition © 2021 by reSource Leadership International for Theological Education.

Phiên bản tiếng Việt: Khám Phá Sách Rô-ma: một nghiên cứu tổng quan về thần học

Tác giả: Douglas J. Moo

Chuyển ngữ: Lê Tuấn

Hiệu đính: Thanh Phương

Thiết kế bìa: Nguyễn Hiền Thư

ISBN: 978-1-988990-34-7

eISBN: 978-1-988990-35-4

Bản dịch bản quyền © 2021 reSource Leadership International for Theological Education. Mọi tác quyền đều được bảo hộ. Không được sao chép, lưu trữ trong hệ thống truy xuất, hoặc chuyển tải bất kỳ phần nào của sách này dưới bất kỳ hình thức nào hoặc bởi bất kỳ phương tiện nào - chẳng hạn: phiên bản điện tử, bản sao chép, ghi âm - mà không có sự cho phép trước bằng văn bản của nhà xuất bản. Trường hợp ngoại lệ duy nhất là các trích dẫn ngắn trong những bài viết bình phẩm sách ở dạng in ấn.

Phần Kinh thánh được trích dẫn từ bản Truyền Thống Hiệu Đính (TTHĐ), trừ những phần có ghi chú bản dịch cụ thể. Bản quyền © 2010 bởi Liên hiệp Thánh kinh hội. Đã được phép sử dụng. Bản quyền được bảo lưu.

Quyển sách này dành tặng cho rất nhiều sinh viên ở khắp nơi trên thế giới, những người đã giúp tôi hiểu sách Rô-ma thực sự nói về điều gì.

Mục lục

Hướng Dẫn Dành Cho Người Đọc vii
Lời Giới Thiệu Của Tác Giả ix
Quy ước viết tắt xi

I Khám Phá Một Bức Thư Cổ: Rô-ma 1:1–17; 15:14–16:27 1

1 Định Hướng Tổng Quan: Sách Rô-ma thực sự nói về điều gì? 3
2 Phao-lô và Người Rô-ma 17
3 Tin Lành Của Đức Chúa Trời (Rô-ma 1:1–17) 25

II Khám Phá Tình Thế Nan Giải Của Con Người: Rô-ma 1:18–3:20 45

4 Cơn Thịnh Nộ Của Đức Chúa Trời Đối Với Tội Nhân (Rô-ma 1:18–32) 47
5 Người Do Thái "Không Thể Tự Bào Chữa" (Rô-ma 2:1–29) 57
6 Quyền Lực Phổ Quát Của Tội Lỗi (Rô-ma 3:1–20) 69

III Khám Phá Sự Cung Ứng Của Đức Chúa Trời Trong Đấng Christ: Rô-ma 3:21–4:25 79

7 Sự Công Chính Của Đức Chúa Trời Trong Đấng Christ (Rô-ma 3:21–31) 81
8 Đức Tin Của Áp-ra-ham (Rô-ma 4:1–25) 93

IV Khám Phá Sự Sống và Hy Vọng Trong Đấng Christ: Rô-ma 5:1–8:39 — 105

9 Vui Mừng Trong Sự Sống Và Niềm Hy Vọng (Rô-ma 5:1–21) 107

10 Tự Do Khỏi Quyền Lực Của Tội Lỗi (Rô-ma 6:1–23) 123

11 Tự Do Khỏi Luật Pháp (Rô-ma 7:1–25) 137

12 Sự Sống Và Hy Vọng Bởi Đức Thánh Linh (Rô-ma 8:1–39) 153

V Khám Phá Mối Liên Hệ Giữa Y-sơ-ra-ên và Tin Lành: Rô-ma 9:1–11:36 — 173

13 Y-sơ-ra-ên và Chương Trình của Đức Chúa Trời (Rô-ma 9:1–29) . . 175

14 Y-sơ-ra-ên, Dân Ngoại, Và Sự Công Chính Của Đức Chúa Trời (Rô-ma 9:30–10:21) 191

15 Tương Lai Của Y-sơ-ra-ên (Rô-ma 11:1–36) 203

VI Khám Phá Quyền Năng Biến Đổi Của Tin Lành: Rô-ma 12:1–15:13 — 219

16 Tư Duy Cơ Đốc (Rô-ma 12:1–21) 221

17 Công Dân Thế Gian và Công Dân Thiên Đàng (Rô-ma 13:1–14) . . 233

18 Lời Kêu Gọi Cho Sự Hiệp Một Trong Hội Thánh (Rô-ma 14:1–15:13) 243

VII Khám Phá Phần Kết Bức Thư: Rô-ma 15:14–16:27 — 259

19 Những Nhận Xét Bổ Sung về Nội Dung Kết Luận (Rô-ma 15:14–16:27) 261

Bảng Chú Giải Thuật Ngữ 271

Tài Liệu Tham Khảo Chọn Lọc Có Chú Thích 275

Phụ lục theo Câu Kinh Thánh 281

Phụ lục theo Chủ Đề 293

Hướng Dẫn Dành Cho Người Đọc

Lần đầu tiên khám phá sách Rô-ma theo một phương cách có hệ thống là một trải nghiệm thú vị. Nó cũng có thể là quá nhiều bởi vì có quá nhiều điều để học. Bạn không chỉ cần phải học về nội dung của bức tư tạo nên quyển sách này nhưng cũng phải học những thông tin quan trọng về bối cảnh của thế giới mà tác giả bức thư sinh sống.

Mục đích của giáo trình này là giúp bạn đọc ít bị nản chí trong việc khám phá. Để đạt được mục đích này, một lượng lớn công cụ hỗ trợ đã được hợp nhất vào trong sách. Chúng tôi đề nghị bạn đọc làm quen với giáo trình này bằng việc đọc nội dung giới thiệu sau đây. Nội dung đó giải thích những công cụ hỗ trợ cho việc học đã được đưa ra trong sách này là gì.

Bài viết trong khung

Bài viết trong khung tách biệt những vấn đề đang được quan tâm hiện nay và bày tỏ xem sách Rô-ma nói gì về những vấn đề luân lý và thần học cấp bách đó.

Dàn ý theo chương

Ngay tại phần mở đầu mỗi chương là một dàn ý sơ lược về nội dung của chương.

Bạn đọc nên: trước khi đọc chương nào, dành một vài phút để đọc dàn ý. Hãy nghĩ về nó như là một bản đồ dẫn đường và nhớ rằng nếu chúng ta biết mình đang đi đâu thì chúng ta sẽ đến đích dễ dàng hơn.

Mục tiêu theo chương

Bắt đầu mỗi chương là một bảng liệt kê sơ lược những mục tiêu. Những mục tiêu đó trình bày yêu cầu mà sau khi đọc xong mỗi chương, bạn có phải nên thực hiện được nó.

Bạn đọc nên: Đọc những mục tiêu một cách kỹ lưỡng trước khi bắt đầu đọc nội dung của chương. Khi bạn đọc nội dung, hãy nghĩ về những mục tiêu đó và lưu tâm đến chúng để giúp bạn nhớ những gì bạn đã đọc. Sau khi đọc xong một chương, quay trở lại với những mục tiêu và xem thử bạn có thể thực hiện được yêu cầu đó hay không.

Những thuật ngữ chính và Bảng chú giải thuật ngữ

Những thuật ngữ chính đã được xác định xuyên suốt trong sách bằng việc dùng chữ in đậm. Điều này giúp bạn nhận ra những từ hay cụm từ quan trọng mà có thể bạn chưa quen thuộc. Bảng chú giải thuật ngữ cuối sách trình bày theo thứ tự bảng chữ cái nêu ra định nghĩa cho những từ đó.

Bạn đọc nên: khi gặp một thuật ngữ chính trong sách, hãy ngừng lại và đọc định nghĩa của nó trước khi tiếp tục đọc nội dung còn lại của chương.

Câu hỏi suy gẫm

Cuối mỗi chương đều có một vài câu hỏi thảo luận và những câu hỏi đó có thể được dùng ôn lại để làm những bài kiểm tra.

Bạn đọc nên: Viết xuống câu trả lời phù hợp cho các câu hỏi suy gẫm để chuẩn bị cho những bài kiểm tra.

Đọc thêm

Tài liệu tham khảo có giá trị cho việc đọc thêm được trình bày ở phần cuối sách này.

Bạn đọc nên: Sử dụng danh mục này để khám phá những lĩnh vực mà bạn đặc biệt quan tâm.

Giáo cụ

Giáo trình này bao gồm một loạt minh hoạ. Mỗi minh hoạ đều được cẩn thận lựa chọn và mỗi một minh hoạ đều có chủ đích là làm cho sách không chỉ đẹp hơn về mặt thẩm mỹ và còn được lĩnh hội dễ dàng hơn.

Ước ao cuộc hạnh ngộ của bạn đọc với sách Rô-ma sẽ là một cuộc phiêu lưu đầy thú vị!

Tham khảo link: www.bakeracademic.com/professors để truy cập vào những giáo cụ và tài liệu hướng dẫn dành cho giáo trình này.

Lời Giới Thiệu Của Tác Giả

Tác giả sách Truyền đạo đã lưu ý, "Sách vở viết ra nhiều vô cùng, không bao giờ dứt" (12:12). Và có lẽ cũng như vậy, việc Moo viết ra nhiều sách vở về thư tín Rô-ma cũng không bao giờ dứt. Một vài độc giả của tác phẩm này biết rằng tôi đã viết hai sách giải kinh về thư Rô-ma: tuyển tập the New International Commentary (do Eerdmans xuất bản) và the NIV Application Commentary (do Zondervan xuất bản). Tại sao Moo lại viết một quyển sách khác về Rô-ma? Tôi hy vọng và tin rằng đây không phải là việc kiêu ngạo quá mức. Tới một mức mà bất kỳ người nào trong chúng ta đều có thể biết rõ về tấm lòng của mình, tôi chân thành tin tưởng rằng tôi đang viết không phải để đưa tên của tôi xuất hiện trên một quyển sách khác. Tôi viết sách này bởi vì tôi nghĩ rằng những quan điểm của tôi đối với sách Rô-ma xứng đáng để được lắng nghe. Hay nói một cách chính xác hơn, tôi nghĩ rằng những quan điểm của nhiều học giả, diễn giả Cơ Đốc đi trước tôi, những quan điểm mà tôi dựa theo và tiếp nhận, họ xứng đáng được lắng nghe. Thế giới hàn lâm đương đại xoáy vào những ý tưởng mới về Phao-lô và sách Rô-ma. Chắc chắn một vài trong số đó là những suy nghĩ tốt. Và Đức Chúa Trời biết chúng ta luôn cần phải có cái nhìn tươi mới vào những quan điểm thần học cũ, thử nghiệm chúng trước cách giải thích Kinh Thánh phù hợp nhất mà chúng ta có thể trình bày. Nhưng theo quan điểm của tôi, không phải tất cả mọi ý tưởng mới đều là những ý tưởng đúng. Một vài trong số chúng là những ý tưởng không phù hợp và ít nhất một số là đáng ngờ. Tôi xem quyển sách này như là một cơ hội để xét lại và trình bày lại một vài ý tưởng cũ trong sự tương phản với nền tảng của một số ý tưởng mới. Đặc tính của tuyển tập Encountering Biblical Studies cho tôi cơ hội để truyền đạt những ý tưởng đó theo một cách khác so với những gì tôi đã làm trong những sách giải kinh trước đây của tôi và với những độc giả khác.

Thật khó để có thể kể hết được ra đây tất cả những người đã giúp định hình suy nghĩ của tôi về sách Rô-ma. Và trong rất nhiều cơ hội mà tôi có khi dạy về sách Rô-ma, trong môi trường giáo dục hàn lâm tại Trinity Evangelical Divinity School và Wheaton Graduate School, trong những lớp trường Chúa nhật, trong những lớp học mở rộng, những buổi hội thảo cho các mục sư, thậm chí là trong giờ học Kinh Thánh cho học sinh phổ thông, tôi đã được ảnh hưởng một cách sâu sắc và nhờ đó giúp tôi suy nghĩ xuyên suốt thư tín này. Tuyển tập này dành tặng cho rất nhiều sinh viên mà những câu hỏi, bài tập, và nhận định của họ trong lớp đã rèn đúc nên suy nghĩ của riêng tôi đối với sách Rô-ma.

Quy Ước Viết Tắt

ND   Người dịch (chú thích của người dịch)

Bản Kinh Thánh
Tiếng Anh
CEB   Common English Bible
ESV   English Standard Version
HCSB   Holman Christian Standard Bible
KJV   King James Version
NASB   New American Standard Bible
NET   New English Translation
NIV   New International Version
NJB   New Jerusalem Bible
NRSV   New Revised Standard Version
REB   Revised English Bible
RSV   Revised Standard Version

Tiếng Việt
BTT   Bản Kinh Thánh Truyền Thống 1925
TTHĐ   Bản Kinh Thánh Truyền Thống Hiệu Đính 2010
BDM   Bản Dịch Mới
BHĐ   Bản Hiện Đại
GKPV   Bản Giờ Kinh Phụng Vụ

Cựu Ước
Sáng   Sáng Thế Ký
Xuất   Xuất Ê-díp-tô Ký
Lê   Lê-vi Ký
Dân   Dân Số Ký
Phục   Phục Truyền Luật Lệ Ký
Giôs   Giô-suê
Quan   Các Quan Xét

Ru	Ru-tơ
1, 2 Sa	1, 2 Sa-mu-ên
1, 2 Vua	1, 2 Các Vua
1, 2 Sử	1, 2 Sử Ký
Era	E-xơ-ra
Nê	Nê-hê-mi
Êtê	Ê-xơ-tê
Góp	Góp
Thi	Thi Thiên
Châm	Châm Ngôn
Truyền	Truyền Đạo
Nhã	Nhã Ca
Ê-sai	Ê-sai
Giê	Giê-rê-mi
Ca	Ca Thương
Êxê	Ê-xê-chi-ên
Đa	Đa-ni-ên
Ô-sê	Ô-sê
Giô-ên	Giô-ên
A-mốt	A-mốt
Áp-đia	Áp-đia
Giô-na	Giô-na
Mi	Mi-chê
Na	Na-hum
Ha	Ha-ba-cúc
Sô	Sô-phô-ni
A-ghê	A-ghê
Xa	Xa-cha-ri
Mal	Ma-la-chi

Tân Ước

Mat	Ma-thi-ơ
Mác	Mác
Lu	Lu-ca
Gi	Giăng
Công	Công Vụ Các Sứ Đồ
Rô	Rô-ma
1, 2 Cô	1, 2 Cô-rinh-tô
Ga	Ga-la-ti
Êph	Ê-phê-sô
Phil	Phi-líp
Côl	Cô-lô-se

1, 2 Tê	1, 2 Tê-sa-lô-ni-ca
1, 2 Ti	1, 2 Ti-mô-thê
Tít	Tít
Phlm	Phi-lê-môn
Hê	Hê-bơ-rơ
Gia	Gia-cơ
1, 2 Phi	1, 2 Phi-e-rơ
1, 2, 3 Gi	1, 2, 3 Giăng
Giu	Giu-đe

Phần I

Khám Phá Một Bức Thư Cổ:
Rô-ma 1:1–17; 15:14–16:27

Chương 1

Định Hướng Tổng Quan: Sách Rô-ma thực sự nói về điều gì?

Dàn ý:

- Thư tín cổ và độc giả hiện đại
- Tranh luận hiện nay về thư Rô-ma
- Thâm nhập bối cảnh và tâm thế đọc thư Rô-ma
- "Đón nhận và đọc"

Mục tiêu:

Sau khi đọc chương này, độc giả có thể:
1. Hiểu được vì sao chúng ta cần có định hướng trước khi tiến hành nghiên cứu một thư tín cổ như sách Rô-ma.
2. Hiểu rõ những phương cách quan trọng nhất cho việc đọc và hiểu sách Rô-ma hiện nay.
3. Xác định được phương cách phù hợp để đọc sách Rô-ma.

Cơ Đốc nhân luôn tin quyết rằng Đức Chúa Trời phán với dân sự Ngài qua những trang sách của Thánh Kinh. Niềm tin này thật hợp lý. Kinh Thánh là tuyển tập những quyển sách được Đức Chúa Trời soi dẫn để truyền thông, dạy dỗ, và gây dựng đức tin chúng ta. Tuy nhiên, làm thế nào để chúng ta hiểu được điều mà Đức Chúa Trời đang cố gắng truyền thông cho chúng ta qua những trang sách trong Thánh Kinh? Bởi vì tự Đức Chúa Trời không hề trực tiếp viết nên một lời nào trong Kinh Thánh. Kinh Thánh cũng không phải là một quyển sách rơi xuống từ thiên đàng. Không những thế, Kinh Thánh là một tập hợp của nhiều quyển sách khác nhau được viết bởi những con người khác nhau trong khoảng hai thiên niên kỷ. Do đó, để hiểu Lời Chúa một cách đúng đắn, chúng ta phải học biết về khía cạnh *con người* của Kinh Thánh. Đặc biệt, khi nghiên cứu sách Rô-ma, chúng ta cần luôn tự nhắc mình về tính chất tuỳ thuộc bối cảnh (*"contextualized nature"*) của Kinh Thánh. Nhiều Cơ Đốc nhân nghĩ rằng sách Rô-ma giống như một bản tóm tắt thần học, vì thế họ thường ít quan tâm đến nguồn gốc thực sự của sách. Thế nhưng, dù đậm chất thần học, sách Rô-ma không phải là một sách giáo khoa dạy về giáo lý. Nó là một *bức thư* được viết bởi một con người cụ thể, gửi đến một nhóm người cụ thể, trong một khoảng thời gian và tại địa điểm cụ thể. Khi lưu ý đến những chi tiết này, chúng ta sẽ hiểu rõ hơn những gì Chúa muốn dạy chúng ta qua sách Rô-ma. Trong chương 2 và 3, chúng ta sẽ nghiên cứu các chi tiết cụ thể, lần lượt từ tác giả đến độc giả, và chủ đề của thư tín. Nhưng trong chương này, chúng ta sẽ bắt đầu với một nền móng rộng hơn. Cụ thể là, chúng ta gợi ý một giải đáp cho câu hỏi: "Sách Rô-ma *thực sự* viết về điều gì?"

Thư tín cổ và độc giả hiện đại

Có vẻ như câu hỏi mà chúng ta vừa nêu ra ở trên là sản phẩm của những suy nghĩ hàn lâm quá mức. Chẳng phải tự bản thân quyển sách đã cho chúng ta biết đầy đủ về nội dung của nó hay sao? Tại sao lại tạo nên sự tranh luận không cần thiết cho những điều vốn dĩ rất rõ ràng. Xin đừng vội! Nội dung sách Rô-ma có thực sự rõ ràng? Đó chính là câu hỏi. Vấn đề nằm ở chỗ chúng ta tự đưa những hiểu biết của mình vào khi đọc một thư tín như sách Rô-ma. Chắc hẳn là chúng ta đến với sách Rô-ma với những hiểu biết từ chính văn hoá của mình. Chúng ta giải thích những từ vựng và câu văn như thể quyển sách này được viết bởi một Cơ Đốc nhân ở thế kỷ XXI. Nhưng tất nhiên là không. Sách Rô-ma được viết bởi một người Do Thái ở thế kỷ thứ nhất, tên là Sau-lơ quê ở Tạt-sơ. Do đó, ngôn từ của sách Rô-ma phải được hiểu trong bối cảnh của Sau-lơ trước khi chúng ta biến chúng thành những ngôn từ phù hợp của mình. Ludwig Wittgenstein, một triết gia ngôn ngữ học nổi tiếng đã đưa ra khái niệm "language game" để giải thích vấn đề này bằng từ ngữ dễ hiểu. Ông lập luận rằng về cơ bản, chúng ta cần phải biết rõ "qui tắc" mình đang tham gia nếu chúng ta muốn hiểu ngôn ngữ một cách chính xác. Có thể minh hoạ đơn giản như thế này: cụm từ "Hail Mary" trong bối cảnh một giờ hành lễ trong nhà thờ Công giáo La Mã hoàn toàn khác xa với cụm từ trên khi được thốt lên trong bối cảnh "qui tắc" là một chương trình phát thanh bóng đá.

Như vậy, chúng ta có thể đặt lại câu hỏi chính mà chúng ta đã nêu ở trên như sau: Phao-lô đang "tham gia qui tắc ngôn ngữ" nào khi ông viết thư tín Rô-ma? Nhà cải chánh Martin Luther đã góp phần đưa ra một câu trả lời kinh điển cho câu hỏi này vào thế kỷ XVI. Qui tắc ngôn ngữ của thư Rô-ma là Phao-lô đang viết về cách mà một tội nhân có thể bước vào mối liên hệ đúng đắn với một Đức Chúa

Trời công bình và toàn hảo. Tại sao Luther lại cho rằng đó là nội dung của sách Rô-ma? Chắc chắn Luther sẽ trả lời dứt khoát rằng, "Bởi vì đó là ý nghĩa rõ ràng của bản văn." Rất có thể câu trả lời của Luther là đúng. Nhưng chúng ta phải biết rằng cách giải nghĩa của Luther cũng bị ảnh hưởng bởi bối cảnh đương thời của ông. Luther cũng đọc sách Rô-ma theo những hoàn cảnh cụ thể của cá nhân mình. Là một tu sĩ Công giáo, Luther cố gắng làm vui lòng Chúa thông qua các nghi thức tôn giáo. Nhưng rõ ràng là Luther cũng đã nhận thấy mình không thành công. Khi nhìn vào sâu thẳm trong chính tấm lòng mình, Luther thấy ở đó đầy dẫy sự ích kỷ, kiêu ngạo, nổi loạn mà chính ông cũng không thể hình dung được làm thế nào để lấp đầy khoảng cách giữa chính ông với Chúa. Từ đó, Luther đi đến một nhận thức lớn lao. Điều mà chính ông không bao giờ làm được thì Đức Chúa Trời đã làm thành rồi. Khi để cho Con Một của Ngài bị đóng đinh trên thập hình La Mã, Đức Chúa Trời đã cung cấp một giải pháp để mọi tội lỗi của nhân loại đều có thể được tha thứ. Và đặc biệt trong sách Rô-ma, Luther đã nhận ra chính sứ điệp giải phóng bởi ân điển này. Với những kiến thức đã được học trước đây, Luther sử dụng cụm từ *"sự công chính của Đức Chúa Trời"* (Rô-ma 1:7) để chỉ về sự công bình của chính Chúa, sự công bình không hề thiên vị. Nhưng mà làm thế nào mà sự mặc khải về sự công bình đó lại là "tin lành" (Rô-ma 1:16)? Chắc hẳn rằng, việc biết Chúa là Đấng công bình và không thiên vị, rằng Ngài sẽ trừng phạt mọi tội lỗi và đoán xét mọi tội nhân, là tin dữ chứ không phải là tin lành. Nhưng sau đó, Luther đã hiểu ra rằng "sự công chính của Đức Chúa Trời" mà Sứ đồ Phao-lô nói đến không phải chỉ về sự công bình của Đức Chúa Trời mà là ân huệ của Ngài. Tin lành mà Phao-lô rao giảng là Đức Chúa Trời đã mở ra cho thế gian cơ hội có được sự công chính *từ* Chúa, một sự chấp nhận và địa vị đúng đắn trước mặt Chúa dành cho tội nhân. Món quà này đơn giản là sự đáp ứng với đức tin. Không cần phải có những nghi lễ tôn giáo hay việc lành mới đạt được sự chấp nhận của Chúa. Điều mà Chúa muốn đó là chúng ta phải quay lưng với tội lỗi và chạy đến với Chúa với một đức tin chân thật.

Thật tự do và vui sướng biết bao khi Luther lần đầu hiểu được "sự công chính của Đức Chúa Trời" trong những thuật ngữ này! Thật vậy, trong suốt quãng đời còn lại của mình, Luther đã có những trải nghiệm tuyệt vời khi đọc Kinh Thánh trong ánh sáng của lẽ thật đó. "Xưng công chính bởi đức tin" chính là tâm điểm của phúc âm, là tâm điểm của sách Rô-ma, và là tâm điểm của Kinh Thánh. Cũng chính bởi lý do này mà Luther được biết đến là không đồng ý với thư Gia-cơ vì ông cho rằng thư tín này dạy dỗ chưa đủ về lẽ thật của sự xưng công chính bởi đức tin. Tuy các nhà Cải chánh Tin Lành theo Luther không đặt để sự xưng công chính bởi đức tin làm tâm điểm như Luther đã làm, tất cả họ đều học theo cách của Luther trong việc đọc hiểu sách Rô-ma. Họ xem sách này như thể viết về một cá nhân và cách làm thế nào mà mỗi cá nhân từ địa vị tội nhân chống nghịch Chúa trở nên một thánh nhân vâng lời Ngài. Do vậy, họ tập trung quan tâm đến bốn chương đầu của sách Rô-ma khi chúng giải thích một cách rõ ràng về những vấn đề nghiêm trọng của tội lỗi và phương cách cứu chuộc của Đức Chúa Trời trong Đấng Christ. Dần

Nhà Cải chánh Martin Luther (1483 - 1546)

dần, khi những tranh đấu chung quanh công cuộc Cải chánh bắt đầu hạ nhiệt, rất nhiều học giả Công giáo La Mã cũng bắt đầu giải thích sách Rô-ma tương tự như những nhà Cải chánh. Vì vậy, đến giữa thế kỷ XX, người ta có thể tìm thấy sự đồng thuận lớn khi nói về sứ điệp cơ bản của sách Rô-ma. Chúng ta có thể tóm tắt sự đồng thuận này trong hai điểm chính như sau:

1. Sách Rô-ma tập trung vào mỗi cá nhân riêng lẻ.
2. Sách Rô-ma nhấn mạnh vào sự xưng công chính bởi đức tin bởi vì người Do Thái được dạy về sự xưng công chính bởi việc làm.

Người giảng Lời Chúa, người dạy trường Chúa nhật, người chia sẻ tin lành, tất cả đều dạy chúng ta đọc sách Rô-ma theo cái nhìn trên. Chúng ta có thể gọi điều này như là "qui tắc ngôn ngữ" về sự cứu rỗi cá nhân.

Tranh luận hiện nay về sách Rô-ma

Các học giả lại xem sự nhất trí là một thách thức. Bản chất của phương pháp tiếp cận hàn lâm đối với câu hỏi điều gì được cho là đúng nhất đòi hỏi một cái nhìn nghiêm khắc, thấu đáo vào những quan điểm hiện hành. Điều đó không phải là tiêu cực. Chúng ta thường dễ bị in trí bởi một vài cách giải nghĩa cụ thể khi đọc Kinh Thánh mà chẳng bao giờ ngừng lại để nghĩ xem liệu cách tiếp cận của chúng ta có đúng hay không. Nếu Kinh Thánh thật sự là thẩm quyền cho mọi phương diện của cuộc sống, chúng ta phải liên tục thẩm tra lại cách mà chúng ta đọc sứ điệp của Kinh Thánh. Thật ra, những thiếu sót của chúng ta khi không hiểu được sứ điệp thật sự của Kinh Thánh thường rơi vào những giả định về cách chúng ta đọc Kinh Thánh mà thậm chí chính chúng ta cũng không nhận thức được rằng mình đang giữ những giả định đó.

Và do đó, trong vòng năm mươi năm trở lại đây, những học giả đã đưa ra một số câu hỏi quan trọng về sự nhất trí hiện hành đối với những giải thích về sách Rô-ma. Cụ thể, hai câu hỏi hàng đầu làm tiền đề cho cuộc tranh luận hiện nay về bản chất của sách Rô-ma cũng phù hợp với hai điểm chính như đề cập ở trên về cách giải nghĩa sự cứu rỗi cá nhân.

Câu hỏi đầu tiên là liệu rằng sách Rô-ma có thực sự tập trung vào cá nhân hay không. Một số học giả như Krister Stendahl cho rằng cách giải nghĩa của chúng ta về cá nhân trong sách Rô-ma (cũng như trong các thư tín khác của Phao-lô) khởi xuất từ thời trung cổ, đặc biệt là dưới sự ảnh hưởng của Luther. Vấn đề của Luther là làm thế nào mà ông với tư cách một cá nhân có thể tìm thấy sự yên nghỉ cho lương tâm đang hỗn loạn của mình. Nhưng đó *không phải* là vấn đề mà Phao-lô đang tranh chiến. Thật vậy, Stendahl cho rằng mối quan tâm về điều mà ông gọi là "lương tâm nội tại" (*introspective conscience*) bắt nguồn từ thế giới hiện đại Tây phương. Những người sống trong thời cổ xưa không suy nghĩ theo hướng đó. Chúng ta đã mắc lỗi khi đem những mối bận tâm của chính mình vào cách chúng ta đọc hiểu sách Rô-ma.

Thế thì, mối quan tâm thực sự của sứ đồ Phao-lô trong sách Rô-ma là gì? Đó là vấn đề về "dân tộc": công tác ân điển của Đức Chúa Trời trong Đấng Christ có ý nghĩa gì đối với hai nhóm người trong thời của Phao-lô, dân Do Thái và dân ngoại? Sách Rô-ma không chỉ đơn giản nói về cách mà một cá nhân được trở nên xứng đáng với Chúa; nhưng nó nói về cách mà những dân ngoại được thêm vào hàng ngũ dân sự của Đức Chúa Trời nhưng không tước đi quyền lợi của dân Do Thái, là tuyển dân từ ban đầu của Chúa. Đây là một câu hỏi lớn mà vị sứ đồ người Do Thái như Phao-lô phải đối diện trong thế kỷ đầu tiên khi cố gắng giải thích và bảo vệ phúc âm. Những thế hệ người Do Thái đọc lời hứa của Đức Chúa Trời trong Cựu ước về Đấng Mê-si-a và sự cứu rỗi Đấng ấy mang đến sẽ suy nghĩ một cách tự nhiên rằng những lời hứa đó sẽ đem lại một phước hạnh to lớn cho dân tộc Do Thái. Nhưng tại thời điểm Phao-lô viết thư Rô-ma, những điều xa lạ, không mong đợi đã diễn ra. Chỉ một số ít tương đối người Do Thái đáp ứng với phúc âm trong khi rất đông dân ngoại đã chạy đến với Đấng Christ. Bảng giới thiệu thành phần của Hội Thánh giờ đây hoàn toàn nghiêng về dân ngoại. Tuy nhiên, nếu việc rao giảng tin lành chỉ để đem đến sự cứu rỗi cho dân ngoại trong khi bỏ mặc phần lớn người Do Thái cứng lòng trong tội lỗi của họ thì làm thế nào tin lành này thật sự là "tin lành của Đức Chúa Trời" (Rô 1:1)? Chẳng phải cùng một Đức Chúa Trời là Đấng đã sai Con Ngài chịu chết trên thập giá và khiến cho Con ấy từ kẻ chết sống lại để mở ra thời kỳ thành toàn lời hứa rằng Ngài sẽ ban phước cho Y-sơ-ra-ên? Chúng ta thấy Phao-lô đã tìm cách giải quyết câu hỏi hóc búa này trong chương 9–11 của sách Rô-ma. Đối với Stendahl cũng như nhiều học giả khác, chính những chương trên chứ không phải chương 1–4 mới là trọng tâm của sách Rô-ma. Vấn đề về dân tộc chính là vấn đề mà sách Rô-ma thực sự nói đến. Sách Rô-ma không nói quá nhiều về lịch sử của cá nhân cũng như về lịch sử của sự cứu chuộc.

Một vấn đề nữa đã công kích nguyên tắc thứ hai trong nền tảng của công cuộc Cải Chánh. Niềm tin quyết của Luther rằng Đức Chúa Trời ban ân điển cứu rỗi vô điều kiện cho bất kỳ ai tin nhận đã được hun đúc qua những cuộc tranh luận nóng cháy. Là một tu sĩ, Luther cố gắng hiểu xem tại sao những tập quán tôn giáo của mình, dù rất nhiều cũng không thể nào giúp ông xứng đáng trình diện trước một Đức Chúa Trời toàn hảo và thánh khiết. Là một nhà cải chánh, Luther chiến đấu cho khải tượng về tin lành của mình trước Giáo hội Công giáo La Mã vốn luôn khăng khăng cho rằng việc làm là điều kiện cần để đạt được sự công chính thật trước mặt Chúa. Thế thì, chúng ta không nên ngạc nhiên khi biết rằng Luther có xu hướng đọc sách Rô-ma như sự đối chiếu giữa câu chuyện thời xưa với kinh nghiệm hiện tại của chính mình. Sứ đồ Phao-lô giờ đây đang mang lấy vai trò của nhà cải chánh Luther còn những người Do Thái khi xưa chính là Giáo hội Công Giáo La Mã duy kinh luật. Do đó, đối với Luther và những người giải nghĩa Kinh Thánh theo cách của Luther thì Phao-lô đang nhấn mạnh sự xưng công chính bởi đức tin nhằm chống lại quan điểm của người Do Thái về sự xưng công chính bởi việc làm. Với truyền thống đức tin của mình, người Do Thái có xu hướng đặt sự xứng đáng của một người đối với Đức Chúa Trời dựa trên chất lượng việc lành mà người đó đạt được. Ngược lại với quan điểm trên, Phao-lô công bố rằng một người được xứng đáng trước mặt Đức Chúa Trời chỉ dựa trên duy nhất hành động của một đức tin khiêm nhu. Một lần nữa, tôi đoán rằng rất nhiều người trong chúng ta sẽ dễ dàng nhận ra đó là cách giải nghĩa mà chúng ta đã được dạy. Thật vậy, rất nhiều người trong chúng ta có lẽ cho rằng cách giải nghĩa như trên về Phao-lô, về người Do Thái là đương nhiên và không có gì bàn cãi.

Tuy nhiên, giả sử những người Do Thái trong thời của Phao-lô không hề dạy về sự xưng công chính bởi việc làm thì sao? Đây chính là câu hỏi mà các học giả đã nêu ra vào cuối thế kỷ XX. Người phôi thai vấn đề này là E. P. Sanders. Năm 1977, ông đã viết một tác phẩm lập luận một cách rất hệ thống để ủng hộ một quan điểm rất khác biệt về đức tin của người Do Thái khi xưa so với những gì thường được biết giữa vòng giới học giả lẫn giới bình dân. Về cơ bản, Sanders cho rằng những người Do Thái trong thời Phao-lô không hề tin rằng họ sẽ được cứu chỉ bởi vâng giữ luật pháp hay làm việc lành. Họ tin rằng Đức Chúa Trời đã thiết lập một **giao ước** với dân tộc Do Thái và họ sẽ được cứu bởi vì họ thuộc về giao ước đó với tư cách là người Do Thái. Do đó, sự cứu rỗi tùy thuộc vào sự lựa chọn của Đức Chúa Trời theo giao ước của Ngài. Để cho chắc chắn, người Do Thái đã xem trọng việc tuân giữ luật pháp. Tuy nhiên, họ vâng giữ luật pháp không phải để "được sự cứu rỗi" nhưng là để "ở trong sự cứu rỗi", không phải để bước vào trong giao ước nhưng để đứng vững trong giao ước. Sanders đặt tên cho cách giải nghĩa này của Do Thái giáo trong thế kỷ I là "sự vâng giữ luật pháp để làm trọn giao ước" ("*covenantal nomism*") (Chữ "*nomism*" xuất phát từ chữ Hy Lạp "*nomos*" có nghĩa là "luật pháp". "*Nomism*" thể hiện sự tương phản có chủ đích so với từ "*legalism*" – chủ nghĩa duy luật pháp). Mặc dầu Sanders không phải là người đầu tiên chứng minh cách giải nghĩa trên về Do Thái giáo, tác phẩm của ông xuất hiện vào đúng thời điểm và tạo nên một bước thay đổi quan trọng trong sự nhất trí giữa giới hàn lâm.

Hiện nay, có nhiều học giả đồng ý rằng thuyết "sự vâng giữ luật pháp để làm trọn giao ước" của Sanders mô tả chính xác Do Thái giáo ở thế kỷ I. Vậy thì, chúng ta phải đọc sách Rô-ma như thế nào? Phao-lô có ý gì khi cho rằng, "Chẳng có một người nào bởi việc làm theo luật pháp mà được kể là công chính trước mặt Ngài" (Rô 3:20)? Nếu người Do Thái không hề cho rằng một người phải vâng giữ luật pháp để được xưng công chính trước mặt Đức Chúa Trời thì tại sao Phao-lô lại nói như vậy? Các học giả đã đưa ra nhiều câu trả lời khác nhau cho những câu hỏi trên. Câu trả lời thuyết phục nhất là của James D. G. Dunn. Dựa vào điểm đầu tiên như đã trình bày ở trên về mối quan tâm của sứ đồ Phao-lô đối với vấn đề "dân tộc", Dunn lập luận rằng vấn đề của Phao-lô với "công việc của luật pháp" là nó loại bỏ dân ngoại ra khỏi sự cứu chuộc của Đức Chúa Trời trong Đấng Christ. Sự thành tâm của người Do Thái trong việc vâng giữ luật pháp bao phủ lên giao ước mà Đức Chúa Trời đã thiết lập với Y-sơ-ra-ên. Nhưng giao ước đó được thiết lập với *Y-sơ-ra-ên* chứ không phải với dân tộc nào khác trên thế giới. Vậy nên khi Đấng Christ đến để ban sự cứu rỗi cho nhân loại, việc vâng giữ luật pháp không còn là trọng tâm của dân sự Đức Chúa Trời. Dunn cho rằng người Do Thái đã mắc phải sai lầm tại điểm này. Trong quan điểm của Phao-lô, vấn đề của người Do Thái không phải nằm ở chỗ họ cứ khăng khăng đòi vâng giữ luật pháp để được cứu (Sanders đã chỉ ra đây không phải là vấn đề). Vấn đề thực sự nằm ở chỗ họ cố gắng giữ lấy sự cứu rỗi cho chính họ bằng việc bám víu vào luật pháp và xem đó như là lệnh bài của đặc quyền dân tộc. Thế thì vấn đề của Phao-lô với "công việc của luật pháp" không tập trung nhiều vào "phần công việc" như là "phần luật pháp". Phao-lô lập luận trong những câu Kinh Thánh như Rô-ma 3:20 rằng sự đến của Đấng Chirst làm cho việc được xưng công chính bởi Đức Chúa Trời không còn tùy thuộc vào giao ước với người Do Thái nhưng nó dành cho tất cả mọi người.

Phương pháp giải kinh của Dunn đã được chấp nhận rộng rãi giữa vòng các học giả. Đáng chú ý trong số đó có N. T. Wright. Thực ra, Wright đã đi trước Dunn trong việc đưa ra một khuôn khổ cơ bản về "cái nhìn mới" khi đọc thư tín Phao-lô.[1] Và rồi nhiều người khác cũng đã đi theo và chấp nhận quan điểm của hai học giả

---

[1] N. T. Wright, "The Paul of History and the Apostle of Faith," *Tyndale Bulletin* 29 (1978): 61–88. Wright cũng mô tả phương pháp tiếp cận theo "cái nhìn mới" của chính mình trong tác phẩm *What Saint Paul Really Said* (Grand Rapids: Eerdmans, 1997) và *Paul in Fresh Perspective* (Minneapolis: Fortress, 2005).

nổi tiếng trên. Thật vậy, quan điểm này bắt đầu được chấp nhận một cách rộng rãi khi nó đề ra sự thay đổi cốt yếu trong việc nghiên cứu thư tín Phao-lô. Phương pháp tiếp cận mới trong việc đọc thư tín Phao-lô được gọi là "cái nhìn mới" (**new perspective**). Tại sao lại phải quan tâm đến cái nhìn mới? Bởi vì nó đề xuất một phương cách khác để tiếp cận và đọc sách Rô-ma. Chúng ta sẽ thay đổi cách giải nghĩa của mình đối với nhiều câu và phân đoạn Kinh Thánh riêng lẻ trong sách này nếu chúng ta nghiên cứu qua lăng kính của cái nhìn mới.

Vậy, giờ đây chúng ta có hai phương pháp nghiên cứu sách Rô-ma: (1) Phương pháp Cải Chánh (*Reformation approach*) tập trung vào sự cứu rỗi cá nhân và sự giả định về chủ nghĩa kinh luật của người Do Thái; (2) Cái nhìn mới (*new perspective*) tập trung vào dân sự của Chúa và quan điểm về sự vâng giữ luật pháp để làm trọn giao ước (*covenantal nomistic view*) của Do Thái giáo. Chúng ta nên chọn phương pháp nào? Hay là chúng ta nên cân nhắc những phương án khác? Chúng ta nên đọc và hiểu sách Rô-ma ra sao?

Thâm nhập bối cảnh và tâm thế đọc thư Rô-ma

Để đọc thư Rô-ma, chúng ta cần làm hai điều quan trọng sơ bộ. Thứ nhất, nghiên cứu tổng quan các cách giải nghĩa có thể đem lại cảm tưởng rằng phương pháp tiếp cận "cái nhìn mới" đã thay thế phương pháp Cải Chánh trong việc đọc hiểu sách Rô-ma. Thật ra, rất nhiều học giả đương đại vẫn tin rằng cách đọc theo quan điểm Cảnh Chánh mới chính xác hơn so với "cái nhìn mới". Ngoài ra, như đã ghi chú ở trên, một số phương pháp tiếp cận khác cũng đã xuất hiện, dầu không phổ biến như phương pháp "cái nhìn mới" nhưng nó cũng đề xuất một số phương án khác trong việc đọc hiểu thư tín Phao-lô. Thứ hai, chúng ta phải công nhận rằng các học giả cũng đang xem xét những quan điểm khác nhau để xem đâu là phương cách tốt nhất cho việc đọc hiểu sách Rô-ma. Một quan điểm đã xuất hiện khoảng bốn thập kỷ qua có lẽ không còn có thể gọi là "mới" nữa. Chắc chắn rằng trong giai đoạn này cũng có những phương thức khác để đọc hiểu thư tín Phao-lô và sách Rô-ma. Nổi bật nhất có lẽ là phương thức mà một số người gọi là "cái nhìn mới triệt để" (*radical new perspective*). Những học giả khởi xướng phương thức này cho rằng phương thức "cái nhìn mới" chưa đạt. Lý do là các học giả theo phương thức "cái nhìn mới" đồng quan điểm với phương thức Cải Chánh rằng Phao-lô phê phán Do Thái giáo trong thời đó. Họ chỉ đặt sự phê bình này ở một chỗ khác. Nhưng hiện nay, một số học giả cho rằng thật ra Phao-lô không hề lên án Do Thái giáo nhưng chỉ phê phán xu hướng của một số người Do Thái cố tình loại bỏ dân ngoại ra khỏi cơ hội được dự phần trong sự cứu rỗi như họ. Phao-lô dạy rằng người Do Thái phải tiếp tục vâng giữ luật pháp và tìm kiếm sự cứu rỗi thông qua những phương cách truyền thống về sự chuộc tội mà Đức Chúa Trời đã ban cho dân Y-sơ-ra-ên. Chúng ta sẽ thảo luận nhiều hơn về quan điểm này ở phần sau và tương tác với nó ở những phân đoạn Kinh Thánh phù hợp. Nhưng thật công bằng khi cho rằng phương thức "cái nhìn mới triệt để" này không (hoặc chưa) thể vượt lên phương thức "cái nhìn mới" để trở thành sự lựa chọn chính yếu thay thế cho phương thức Cải Chánh. Do đó, trong phần thảo luận ban đầu này, chúng ta sẽ tập trung vào hai sự lựa chọn thay thế chính, đó là phương pháp Cải Chánh và phương pháp cái nhìn mới.

Sau cùng, mỗi độc giả sách Rô-ma phải xác định cho mình phương pháp tiếp cận "phù hợp" nhất với sự dạy dỗ thực sự của thư tín. Tôi khích lệ quý độc giả đang đọc tuyển tập này hãy làm điều đó trong suốt quá trình theo dõi những lập luận trong thư tín này. Nhằm hỗ trợ cho tiến trình này, tôi sẽ thường xuyên chỉ ra một cách vắn tắt làm thế nào hai quan điểm đối lập này, và cả những quan điểm khác, có thể giải thích những phân đoạn Kinh Thánh then chốt. Tôi cũng sẽ đề xướng một phương pháp cụ thể để đọc thư tín này mà tôi cho rằng giải thích rõ nhất sự dạy dỗ của Phao-lô trong bối cảnh thế kỷ thứ nhất.

Vậy thì, chúng ta nên đọc sách Rô-ma như thế nào? Tôi đề xuất phương pháp tiếp cận Cải Chánh điều chỉnh (*modified Reformation approach*). Cần nhớ rằng những nhà phê bình cách giải nghĩa chung của những nhà Cải Chánh đã nêu ra hai điểm chính về vấn đề cứu rỗi cá nhân. Họ phê bình những nhà Cải Chánh (1) đã phớt lờ yếu tố "dân tộc" vốn là ưu tư hàng đầu của Phao-lô; (2) đã sai lầm khi cho rằng Do Thái giáo ở thế kỷ I là một tôn giáo duy luật pháp. Cả hai điểm phê bình trên đều khá hợp lý.

Hầu hết những độc giả Rô-ma hiện nay không đồng ý và có lẽ gặp không ít khó khăn để hình dung ra hoàn cảnh mà Phao-lô và những Cơ Đốc nhân đầu tiên phải đối diện. Đấng Mê-si-a được hứa ban theo Cựu Ước mà những người Do Thái đang mong chờ cuối cùng đã xuất hiện. Nhưng Ngài đã đến theo một cách hoàn toàn không thể ngờ đến. Thay vì dẫn dắt Y-sơ-ra-ên hồi sinh trở thành một quốc gia hùng mạnh, Chúa Giê-xu đã chết cách nhục nhã trên thập hình La Mã. Phong trào mà Ngài thành lập từ cội rễ Do Thái đã nhanh chóng lan rộng, gồm cả người Sa-ma-ri (Công 1:8) và sau đó là những dân ngoại (Công 10). Được chọn và sai phái để đem tin lành đến với cả người Do Thái và người Hy Lạp (Công 9:15), Phao-lô đã lao vào những hành trình truyền giáo khắp nơi, kết quả là nhiều hội thánh được thành lập với phần lớn tín đồ là dân ngoại. Nếu ý tưởng về một Đấng Mê-si-a bị đóng đinh trở thành một "cớ vấp phạm" rất khó chấp nhận đối với người Do Thái (ví dụ như 1 Cô 1:23), thì ý tưởng về một cộng đồng tin theo Đấng Mê-si-a mà trong đó phần lớn là dân ngoại cũng khó có thể chấp nhận tương tự. Chẳng phải Đức Chúa Trời đã hứa ban sự cứu rỗi cho Y-sơ-ra-ên, cho người Do Thái sao? Làm thế nào mà một hội thánh với phần lớn tín đồ là dân ngoại lại có thể thật sự thành toàn những lời hứa trên? Và làm thế nào mà những dân ngoại lại được thêm vào nhóm dân sự mới này của Đức Chúa Trời? Họ có cần phải vâng giữ luật pháp mà Đức Chúa Trời đã ban cho Y-sơ-ra-ên? Những người Do Thái khi trở thành Cơ Đốc nhân có cần phải tiếp tục vâng giữ luật pháp? Những câu hỏi trên đã được nêu lên một cách cấp thiết trong thời của Phao-lô và đã để lại những dấu ấn xuyên suốt cả Tân Ước (ví dụ như công đồng các sứ đồ trong Công 15; sách Ga-la-ti; 2 Cô 3; Êph

2:11–3:13; Phil 3:7–11; Côl 2:16–23; sách Hê-bơ-rơ). Chúng cũng để lại những dấu ấn trong sách Rô-ma. Rô-ma 9–11 là một luận cứ dài và phức tạp về việc làm thế nào một hội thánh với phần lớn dân ngoại lại có thể thành toàn lời hứa của Đức Chúa Trời trong Cựu Ước. Mối liên hệ giữa dân Do Thái và dân ngoại là chủ đề nhất quán xuyên suốt sách Rô-ma, bắt đầu từ lời tuyên bố chủ đề rằng tin lành là "quyền năng của Đức Chúa Trời để cứu mọi người tin, trước là người Do Thái, sau là người Hi Lạp (dân ngoại)" (1:16), cho đến đỉnh điểm là lời kêu gọi của Phao-lô rằng hãy "tiếp nhận nhau, cũng như Đấng Christ đã tiếp nhận anh em" (15:7).

Vấn đề về mối liên hệ giữa người Do Thái và người ngoại được quan tâm rộng rãi trong hội thánh đầu tiên. Do đó, thật hợp lý nếu Cơ Đốc nhân tại Rô-ma cũng đặc biệt quan tâm đến vấn đề này. Chứng cứ rõ ràng nhất mà chúng ta có cho thấy hội thánh ở tại Rô-ma do người Do Thái thành lập và chiếm số đông trong hai thập kỷ đầu tiên. Nhưng tình thế đó đã thay đổi cách đột ngột và đáng kể vào năm 49 SC. Vào năm đó, hoàng đế La Mã Claudius trục xuất tất cả người Do Thái ra khỏi Rô-ma (xem Công 18:2). Một sử gia La Mã cho biết rằng hoàng đế làm như vậy là bởi vì người Do Thái tranh đấu với nhau vì một người tên "Chrestos" (chắc hẳn đây là chữ viết sai của tên *Christos* tức là Đấng Christ). Do đó, đồng loạt tất cả những người Do Thái trong cộng đồng Cơ Đốc tại Rô-ma cũng bị đuổi ra khỏi thành phố. Chỉ còn lại dân ngoại nên đương nhiên họ phải nắm giữ những vị trí lãnh đạo của hội thánh. Vào thời điểm Phao-lô viết thư Rô-ma, có lẽ là năm 57 SC, những nhà cầm quyền tại Rô-ma đã âm thầm cho phép người Do Thái quay lại thành phố. Nhưng khi những Cơ Đốc nhân Do Thái quay lại thì hội thánh tại Rô-ma đã trở thành một tổ chức với hầu hết thành viên là dân ngoại sau những năm tháng không có sự hiện diện của người Do Thái. Đó cũng là tình thế chín muồi cho sự căng thẳng xã hội. Chúng ta có thể hình dung những người thuộc về dân ngoại đang chiếm ưu thế càng lúc càng rời xa khỏi một nhóm người mà họ cho là những người khờ dại còn sót lại của Do Thái giáo luôn nói về quy tắc với những đồ ăn và ngày lễ. Trong khi đó, những Cơ Đốc nhân Do Thái trở lại vốn đang khá nhạy cảm với địa vị thiểu số của mình lại cứ khăng khăng trung thành càng lúc càng mạnh với những tục lệ tổ tiên. Đó chính xác là tình huống mà Phao-lô phải đưa ra những cảnh báo về người yếu và người mạnh được bao hàm trong Rô-ma 14–15. Thế thì, ý chính ở đây là hoàn cảnh của hội thánh tại Rô-ma chính là một mô hình thu nhỏ của những căng thẳng xã hội và thần học đã tồn tại khắp hội thánh đầu tiên. Vì Phao-lô đang đối diện với sự tranh chấp như vậy nên không có gì ngạc nhiên khi ông dành phần lớn bức thư để đề cập đến sự xung đột giữa người Do Thái và dân ngoại. Nhưng liệu chúng ta có thể kết luận vấn đề "dân tộc" là tâm điểm của bức thư như những người khởi xướng phương pháp "cái nhìn mới" tuyên bố? Tôi không cho là như vậy. Trong sách Rô-ma, sự tập trung của Phao-lô là tin lành. Như chúng ta đã thấy, từ "tin lành" xuất hiện dày đặc trong tuyên bố của Phao-lô về chủ đề bức thư (1:16) và sau đó tiếp tục xuất hiện ở những chỗ quan trọng cả trong phần giới thiệu lẫn kết luận (1:1, 2, 9,15; 15:16, 19). Nhưng tin lành cơ bản chỉ về sự phục hồi trong mối liên hệ của cá nhân tội nhân đối với Đức Chúa Trời như đã trình bày rõ ràng trong Rô-ma 1:16–17. Tin lành mang đến sự cứu rỗi cho mọi người tin. Đúng là Phao-lô ngay lập tức giới thiệu về vấn đề "dân tộc" vì "mọi người" thì bao gồm cả người Do Thái lẫn dân ngoại. Nhưng ý của Phao-lô ở đây đơn giản là: phương diện chiều ngang về vấn đề người Do Thái chống nghịch với người ngoại chỉ là thứ yếu so với phương diện chiều đứng về vấn đề nhân loại chống nghịch với Đức Chúa Trời. Phần sau mới là chính còn phần trước chỉ là phụ. Những ý này được gói gọn trong tổng thể bức thư. Phao-lô tập trung vào phương cách mà tin lành của Đức Chúa Giê-xu Christ có thể biến đổi mỗi cá nhân từ tội nhân trở nên thánh nhân. Tuy nhiên, vì Phao-lô đang giải thích tin lành này trong bối cảnh cụ thể của Hội thánh tại Rô-ma, nên ông không ngừng nhấn mạnh ý nghĩa của quyền năng biến đổi của tin lành đối với sự chia rẽ giữa người Do Thái và người ngoại. Do vậy, sách Rô-ma nói về sự cứu rỗi cá nhân *và* cũng nói về dân sự mới của Đức Chúa Trời. Hai chủ đề trên không loại trừ lẫn nhau. Những nhà Cải Chánh có xu hướng phớt lờ vế sau, và những học giả đương đại cũng khá hợp lý khi chỉ ra xu hướng này. Tuy nhiên, những học giả đương đại lại đi quá xa, quá tập trung vào vấn đề "dân tộc" làm cho phương diện chiều đứng của tin lành không được hiểu một cách trọn vẹn.

Nhưng chúng ta vẫn phải quan tâm đến điểm phê bình thứ hai dành cho phương pháp tiếp cận của những nhà Cải Chánh đối với sách Rô-ma. Đó là, họ không công bằng khi cho rằng Do Thái giáo thế kỷ thứ I là một tôn giáo duy luật pháp. Một lần nữa, chúng ta cần quân bình ở đây. Những học giả hiện đại có lý khi tuyên bố rằng những người giải nghĩa thư tín Phao-lô thường châm biếm đức tin Do Thái. Người Do Thái trong thế kỷ đầu tiên tin vào ân điển của Đức Chúa Trời (cho đến ngày nay họ vẫn tin như vậy). Họ ca ngợi giao ước của Đức Chúa Trời với Y-sơ-ra-ên vì đó là nền tảng cho hy vọng cứu rỗi của họ. Họ vâng giữ luật pháp để bày tỏ lòng biết ơn đối với Đức Chúa Trời về món quà được làm tuyển dân. Tuy nhiên, người Do Thái có xu hướng quá nhấn mạnh vào luật pháp khiến cho ân điển và sự lựa chọn của Chúa chỉ còn là hậu cảnh. Hơn nữa, trong cái nhìn của người Do Thái, sự cứu rỗi chỉ được ban cho khi cuộc đời kết thúc, nên việc vâng giữ luật pháp trở thành một điều kiện cần thiết cho sự cứu rỗi. Chỉ có những người Do Thái hành xử theo đặc ân của giao ước bằng việc tuân giữ những yêu cầu của luật pháp thì cuối cùng mới có thể được cứu. Thế thì, luật pháp chính là vấn đề không chỉ bởi vì nó phân biệt dân Do Thái và dân ngoại như những người đề xướng phương pháp "cái nhìn mới" thường đề cập, mà còn là vì người Do Thái quá tập chú vào đó, xem nó như là nền tảng cho sự cứu rỗi.

Luật pháp và kinh Tô-ra trong sách Rô-ma

Để hiểu sách Rô-ma, chúng ta phải đọc theo đúng bối cảnh mà sách được viết và giải nghĩa câu chữ theo cách mà những độc giả đầu tiên đã làm. Chỉ khi hết

> sức làm được như vậy, chúng ta mới có thể áp dụng chính xác thư tín này cho bối cảnh của chúng ta. Chẳng hạn như khi nghiên cứu từ "luật pháp", chúng ta có thể liên hệ từ này với nhiều điều khác nhau: luật pháp của nhà nước, quy luật tự nhiên, luật pháp Kinh Thánh. Ngay cả khi chúng ta dùng từ này theo ý nghĩa "luật pháp Kinh Thánh" như sứ đồ Phao-lô dùng trong sách Rô-ma, chúng ta vẫn có thể không nắm được hết những sắc thái của nó bởi vì chúng ta thường sử dụng từ "luật pháp" cho bất kỳ mạng lệnh nào ở bất kỳ chỗ nào trong Kinh Thánh. Cách dùng này được Luther sử dụng rất nhiều và ông cũng nêu ra sự phân biệt căn bản giữa "luật pháp" (tức là điều Chúa đòi hỏi) và "tin lành" (tức là điều Chúa ban cho). Cả hai đều được thể hiện xuyên suốt Kinh Thánh. Nhưng chúng ta sẽ mắc lỗi nghiêm trọng khi đọc sách Rô-ma nếu hiểu từ "luật pháp" theo ý nghĩa ở trên. Phao-lô sử dụng từ "luật pháp" (nomos) xuất phát từ bối cảnh và kinh nghiệm Do Thái của ông. Trong bối cảnh đó, "luật pháp" có nghĩa là luật pháp Môi-se, tức là tổng thể các mạng lệnh mà Chúa truyền cho Y-sơ-ra-ên trên núi Si-na-i qua Môi-se. Đó là lý do vì sao Phao-lô có thể nói với người Do Thái một cách đơn giản rằng họ là người "có luật pháp" còn dân ngoại là những người "không có luật pháp" (Rô 2:12–16). Phao-lô nói về thời kỳ giữa A-đam và Môi-se là thời kỳ chưa có luật pháp (Rô 5:13–14). Ga-la-ti 3:17 nói rõ hơn rằng luật pháp đến sau giao ước của Đức Chúa Trời với Áp-ra-ham "430 năm".
>
> Để biết luật pháp nào đang được nhắc đến trong sách Rô-ma, chúng ta nên sử dụng từ phiên âm tiếng Hê-bơ-rơ tô-ra (torah) thay vì từ "luật pháp" chung chung mơ hồ. Tôi sẽ thường xuyên sử dụng như vậy trong suốt sách này, đặc biệt là ở những chỗ mà ý nghĩa luật pháp (nomos) không được thể hiện rõ ràng.

Cuối cùng, bất kỳ sự giải thích nào về bối cảnh viết thư của Phao-lô phải phù hợp với điều mà Phao-lô và các tác giả Tân Ước thực sự dạy dỗ. Tân Ước đã bày tỏ cách rõ ràng và đầy đủ rằng chủ nghĩa luật pháp chính là vấn đề của Do Thái giáo ở thế kỷ đầu tiên. Chắc chắn đây không phải là chủ nghĩa luật pháp "cứng nhắc" mà một số người đã sai lầm khi gán cho niềm tin của những người Do Thái rằng họ phải làm nhiều điều tốt hơn những điều xấu họ phạm để được hưởng nước Thiên Đàng. Thật ra, chúng ta có thể gọi đó là chủ nghĩa luật pháp "ôn hoà", tức là nương dựa nơi sự vâng giữ luật pháp và xem đó là cách để ân điển của Chúa có thể vận hành trên đời sống họ. Thế thì, những người ủng hộ "cái nhìn mới" đã đúng khi cho rằng những nhà Cải Chánh và những người kế thừa họ chưa quan tâm đủ đến thế giới quan đặc trưng của người Do Thái đằng sau trọng tâm về vấn đề luật pháp trong Tân Ước. Nhưng tôi cho rằng bản thân Tân Ước đã bênh vực quan điểm của những nhà Cải Chánh khi khẳng định rằng suy cho cùng vấn đề về luật pháp không phải là vấn đề của *người Do Thái* nhưng là vấn đề của *nhân loại*. "Công việc của luật pháp" trong cách dùng của Phao-lô chỉ về những điều được thực thi trong sự vâng giữ kinh tô-ra Do Thái. Nhưng những nhà Cải Chánh cũng đúng khi sử dụng ngôn ngữ đó để bao hàm bất kỳ "việc lành" nào được thực hiện nhờ vâng giữ bất kỳ luật lệ nào. Người ta vẫn đang tiếp tục tranh cãi đâu mới là hình thức chính xác của Do Thái giáo vào thế kỷ I. Ban đầu, quan điểm Do Thái giáo trong theo cách tiếp cận "cái nhìn mới" có vẻ chiếm ưu thế. Tuy nhiên, những chi tiết cụ thể trong quan điểm đó cũng như tổng quan về quan điểm bắt đầu gặp phải những thách thức. Trong tuyển tập này, cá nhân tôi có lập trường phê bình ôn hoà đối với phương pháp tiếp cận "cái nhìn mới".

Đón Nhận và Đọc

"Hãy đón nhận và đọc! Hãy đón nhận và đọc" - Những lời hát vang từ một đứa trẻ gần nhà đã thôi thúc vị giáo phụ danh tiếng Augustine mở thư Rô-ma ra và đọc lấy. Và chân lý của phúc âm đã bắt phục Augustine. Lời của đứa bé cũng dành cho mỗi chúng ta. Chúa muốn chúng ta đến nhận và đọc bức thư kỳ diệu này trong Lời của Ngài dành cho chúng ta. Khi đọc với sự nhẫn nại, cẩn thận, mở lòng, chúng ta sẽ được Chúa dạy điều Ngài muốn chúng ta biết thông qua Lời Ngài trong thư Rô-ma. Tuy nhiên, chúng ta không thể tách rời khỏi bối cảnh. Chúa hướng dẫn Phao-lô viết bức thư này trong bối cảnh cụ thể, và chúng ta đọc bức thư này cũng trong bối cảnh cụ thể. Mục đích của chương mở đầu này là định hướng độc giả đến với một khía cạnh quan trọng của bối cảnh đó. Chúng ta có thể hiểu sai thư tín của Phao-lô khi đưa những giả định của chính mình về "những gì mà sách Rô-ma dạy" mà không để những mối quan tâm của chính Phao-lô dẫn dắt chúng ta.

Những Thuật Ngữ chính

Giao ước (covenant)

Cái nhìn mới (new perspective)

Kinh Tô-ra (torah)

Câu Hỏi Suy Gẫm

1. Tôi đã chia sẻ rằng chúng ta có thể hiểu sai ý nghĩa câu chữ khi chúng ta không biết bối cảnh mà những câu chữ đó được nói hay viết ra. Hãy nhớ lại những thời điểm mà bạn đã hiểu sai ý của người khác bởi vì bạn không nhận ra bối cảnh câu chuyện.

2. Hãy đọc Rô-ma 3:20. Nếu theo phương pháp tiếp cận "cái nhìn mới" thì câu Kinh Thánh này có nghĩa gì? Còn nếu theo phương pháp tiếp cận Cải Chánh thì câu Kinh Thánh này có nghĩa gì?
3. Quan điểm quân bình về đức tin Do Thái tác động đến chúng ta như thế nào trong cách chúng ta chia sẻ phúc âm cho người Do Thái trong thời đại hiện nay?

Chương 2

Phao-lô và Người Rô-ma

Dàn ý:

- Sứ đồ Phao-lô
- Cơ Đốc nhân tại Rô-ma

Mục tiêu:

Sau khi đọc chương này, độc giả có thể:

1. Hiểu được lý do vì sao chúng ta phải định vị sách Rô-ma đúng theo bối cảnh ở thế kỷ đầu tiên trước khi chúng ta có thể đọc hiểu đúng sách.
2. Học biết về hoàn cảnh của Phao-lô khi viết thư Rô-ma.
3. Học biết đôi điều về những Cơ Đốc nhân tại Rô-ma khi họ nhận bức thư.

Về bản chất, giao tiếp mang tính hai chiều và tùy thuộc hoàn cảnh. Chúng ta giao tiếp với ai đó trong một bối cảnh cụ thể và với một lý do cụ thể. Bối cảnh đó có thể rất rộng, như là một sử gia viết về những chiến dịch của Sê-sa; hoặc nó cũng có thể rất hẹp như là một sinh viên viết thư về nhà để xin thêm tiền. Nhưng dù có thế nào đi nữa thì vẫn luôn có bối cảnh. Dĩ nhiên cũng luôn có hai bên trong một cuộc đối thoại. Một sử gia không phải viết chỉ để viết. Họ luôn có những độc giả trong tâm trí, ví dụ như đồng nghiệp, sinh viên đại học, hay công chúng. Và nếu như muốn sách mình bán chạy, họ phải viết dựa theo nhu cầu, sở thích, khả năng của độc giả mà họ hướng đến. Tương tự như vậy, khi một sinh viên muốn xin thêm tiền từ cha mẹ, chắc chắn sinh viên ấy sẽ lựa lời làm sao cho cha mẹ mình dễ dàng đồng tình nhất.

Thư Rô-ma được viết ra với một lý do đặc biệt. Bức thư này cũng là sự truyền thông giữa hai phía: Sứ đồ Phao-lô và những tín hữu tại Rô-ma. Học biết về hai đối tượng trên cũng như những hoàn cảnh xung quanh họ sẽ giúp ích cho chúng ta trong việc đọc hiểu thư tín Rô-ma.

Sứ đồ Phao-lô

Chi tiết về những yếu tố được thảo luận ở trên đặc biệt xuất hiện ở phần mở đầu và phần kết thúc của bức thư. Phao-lô làm theo quy tắc mà những người viết thư khi xưa thường dùng: mở đầu với một lời giới thiệu về chính mình (1:1–6); nhắc đến độc giả (1:7a); và một lời chào thăm (1:7b). Ngoài những yếu tố quy chuẩn trên, Phao-lô cũng thêm vào lời cảm ơn (được thể hiện trong hầu hết các thư tín của Phao-lô) kết hợp với lời tường thuật vắn tắt về hoàn cảnh của mình (1:8–15). Sau nội dung chính của sách là phần kết luận bức thư (15:14–16:27). Ở phần này, Phao-lô đề cập đến những nội dung đặc thù thường thấy ở phần kết trong những bức thư của mình: những kế hoạch di chuyển (15:14–29), lời kêu gọi cầu thay (15:30–32), lời chúc bình an (15:33), ghi nhận những người cộng tác với mình trong chức vụ (16:1–2; 21–23), chào thăm (16:3–15; 16b), cái "hôn thánh" (16:16a), kết luận với lời cầu xin ân điển (16:20), và lời chúc tạ (16:25–27). Điều đặc biệt của Rô-ma so với những thư tín khác của Phao-lô là thời lượng mà Phao-lô dành cho những vấn đề nêu trên. Và ông có lý do thích đáng để làm điều ấy. Cần lưu ý là Phao-lô không hề thành lập hội thánh tại Rô-ma và cũng chưa từng tới thăm nơi đó bao giờ. Ông biết một số tín hữu tại Rô-ma trong những hành trình truyền giáo của mình (xem 16:3–15) nhưng ông cũng chưa hề gặp nhiều người trong số đó. Vì thế, Phao-lô cần phải dành nhiều thời gian hơn mức bình thường để giới thiệu bản thân và giải thích lý do tại sao ông viết thư gửi cho hội thánh tại Rô-ma mà một số người có thể cho rằng Phao-lô không hề có thẩm quyền gì tại đó.

Phao-lô thiết lập vị thế của mình ngay trong phần đầu của bức thư (1:1). Với tư cách là "đầy tớ" của Đấng Christ Giê-xu, Phao-lô ngụ ý rằng ông có địa vị ngang bằng với những đầy tớ nổi tiếng của Chúa trong Cựu Ước như Môi-se (xem Giôs 14:7) và Đa-vít. Hơn thế nữa, Phao-lô là "sứ đồ", là một trong những người được chính Chúa Giê-xu chọn lựa để trở thành "nền" của hội thánh (Êph 2:20). Chức vụ sứ đồ của Phao-lô được kêu gọi đặc biệt để phục vụ cho dân ngoại (1:5). Như ngụ ý của Phao-lô trong 1:6 (và những phần tiếp theo), vì tín hữu Rô-ma thuộc về các hội thánh dân ngoại nên họ ở dưới thẩm quyền sứ đồ của ông. Trong 1:13–15, Phao-lô cũng nêu lên điều tương tự mặc dù ông mở rộng phạm vi chức vụ của mình bao gồm cả người Do Thái lẫn người ngoại. Vào phần cuối của bức thư, Phao-lô quay trở lại chủ đề này. Trong 15:14–16, Phao-lô xác nhận rằng ông có lý khi dùng những lời nói hơi mạnh đối với tín hữu Rô-ma bởi vì Đức Chúa Trời đã ban ân điển cho ông để trở nên "đầy tớ của Đấng Christ Giê-xu giữa các dân ngoại". Phao-lô theo đuổi sự kêu gọi cho chức vụ của mình bằng sự nhiệt thành và chăm chỉ để dâng những Cơ Đốc nhân thuộc về dân ngoại lên cho Chúa như một của lễ đẹp lòng Ngài. Như điều mà Phao-lô chia sẻ trong 1:5, ông muốn đem những tín hữu dân ngoại đến "sự vâng phục do đức tin" (tôi sẽ thảo luận về cụm từ này trong chương 3).

> ### Hoàn Cảnh Phao-lô Trong Thư Rô-ma (Rô 15:14–33)
>
> Nhìn lại:
>
> "Tôi đã công bố rộng rãi tin lành của Đấng Christ khắp nơi, từ Giê-ru-sa-lem và miền phụ cận cho đến xứ I-ly-ri" (15:19)
>
> Nhìn tới:
>
> "Bây giờ, tôi đi Giê-ru-sa-lem để phục vụ các thánh đồ" (15:25)
>
> "Đã nhiều năm nay, tôi rất ước ao đến thăm anh em. Tôi hy vọng sẽ ghé thăm anh em trên đường đi Tây Ban Nha" (15:23–24).

Do đó, Phao-lô giải thích cho người Rô-ma tại sao ông dạn dĩ viết thư khích lệ họ: vì họ ở trong phạm vi mà ông được kêu gọi để đem dân ngoại đến với Đức Chúa Giê-xu Christ. Nhưng tại sao Phao-lô phải viết bức thư vào lúc này? Điều gì khiến cho Phao-lô phải đặt bút viết và gửi thư đến một hội thánh mà ông chưa bao giờ ghé thăm? Phao-lô không nói cho chúng ta biết rõ ràng tại sao ông viết thư. Các học giả cũng tranh luận về mục đích của thư Rô-ma trong suốt nhiều năm qua. Chúng ta sẽ tìm kiếm câu trả lời thông qua việc tìm hiểu thêm về hoàn cảnh của Phao-lô trong phần giới thiệu và kết luận của bức thư. Trong phần giới thiệu, ngoài việc bày tỏ sự tiếc nuối vì bị ngăn trở, không thể đến thăm hội thánh tại Rô-ma trước đó (1:10, 13, đối chiếu với 15:22), Phao-lô không nói thêm điều gì khác về chủ đề này. Nhưng chúng ta có thể thấy rõ hơn trong 15:14–29 khi Phao-lô nói về những kế hoạch di chuyển tiếp theo của mình.

Thứ nhất, Phao-lô tỏ ý kết lại bức thư bằng cách chia sẻ về một giai đoạn quan trọng trong chức vụ của ông: "Tôi đã công bố rộng rãi tin lành của Đấng Christ khắp nơi, từ Giê-ru-sa-lem và miền phụ cận cho đến xứ I-ly-ri" (15:19). I-ly-ri là một tỉnh thuộc đế quốc La Mã, một vùng đất hiện nay thuộc An-ba-ni và một phần còn sót lại của Nam Tư cổ. Trong sách Công Vụ Các Sứ Đồ, Lu-ca cũng không hề đề cập là Phao-lô đã từng đến đây. Tuy nhiên, trong Công 20:2 có nhắc đến vùng đất này cách mập mờ ở chung quanh xứ Ma-xê-đoan mà rất có thể là Phao-lô đã từng ghé thăm. Dù nhận định trên có đáng tin hay không, Rô 15:19 cho thấy Phao-lô đã làm thành công việc truyền giáo cơ bản tại những khu vực trên trong suốt ba hành trình truyền giáo của mình, theo sự ký thuật của sách Công Vụ Các Sứ Đồ. Sứ đồ Phao-lô, người mở mang hội thánh, giờ đây được tự do quan tâm đến những cánh đồng khác, những cánh đồng mới "đã vàng, sẵn cho mùa gặt". Và sự chú ý của Phao-lô đã hướng đến phía bờ bên kia Địa Trung Hải.

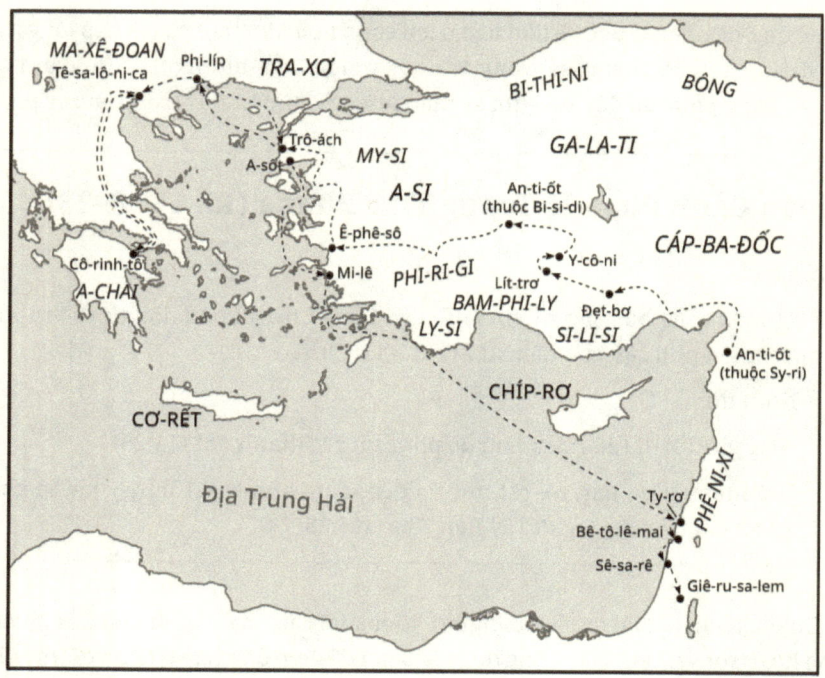

Bản đồ hành trình truyền giáo thứ ba của Phao-lô 53–57 S.C. (nguồn: NordNordWest / CC BY-SA 3.0 DE)

Thứ hai, những kế hoạch sau cùng của Phao-lô là muốn tham gia mở hội thánh mới ở Tây Ban Nha (15:24). Chúng ta không biết tại sao Phao-lô lại chọn Tây Ban Nha và chúng ta cũng không rõ liệu Phao-lô đã từng đến đó hay chưa. Một vị giáo phụ đã viết rằng Phao-lô từng đến giảng cho "những vùng biên giới Phương Tây" và rất có thể chỉ về Tây Ban Nha. Nhưng những cụm từ trên cũng có thể chỉ về Rô-ma. Thực ra, chức vụ của Phao-lô ở phía đông Địa Trung Hải được thể hiện trong những thư tín mục vụ không ủng hộ giả thuyết Phao-lô đã từng đến Tây Ban Nha. Nhưng điểm quan trọng mà chúng ta muốn đề cập ở đây đó là Phao-lô có ý định truyền giảng tại Tây Ban Nha khi ông viết thư Rô-ma.

Thứ ba, Phao-lô không thể di chuyển đến phương Tây ngay tức thì, như ông giải thích, "nhưng bây giờ, tôi đi Giê-ru-sa-lem để phục vụ các thánh đồ" (15:25). Những câu tiếp theo cho biết công tác của Phao-lô trong chuyến đi lần này là để đem phẩm vật mà các hội thánh dân ngoại đã quyên góp để giúp đỡ cho tín đồ tại Giê-ru-sa-lem. Đối với Phao-lô, công tác này rất quan trọng đến nỗi ông luôn đề cập đến nó trong tất cả các bức thư mình viết trong hành trình truyền giáo thứ ba (có thể xem 1 Cô 16:1–4; 2 Cô 8–9). Phao-lô xem phẩm vật quyên góp này không chỉ là một công việc từ thiện. Vì trong công tác này, Phao-lô nhìn thấy một phương cách hữu hiệu để đem các tín hữu dân ngoại và Do Thái lại với nhau. Nếu Phao-lô có thể kêu gọi các tín hữu dân ngoại dâng hiến giúp đỡ cho các tín hữu Do Thái, và có thể kêu gọi các tín hữu Do Thái chấp nhận sự giúp đỡ này, thì đó chính là một bước tiến quan trọng cho sự hiệp một của hội thánh. Do đó, Phao-lô hết sức quan tâm đến việc quyên góp này và ông đã kêu gọi cầu thay cho công tác đó (15:30–32).

Thứ tư và cũng là điều cuối cùng, Phao-lô dự định sẽ ghé thăm Rô-ma trên đường từ Giê-ru-sa-lem đi Tây Ban Nha (15:28). Như vậy, chúng ta có thể biết lịch trình hoàn chỉnh của Phao-lô như sau: đến Giê-ru-sa-lem để phân phát các phẩm vật; ghé thăm Rô-ma; và sau đó đến Tây Ban Nha để mở mang mục vụ.

Nguồn Gốc Hội Thánh Tại Rô-ma

Chúng ta không có dữ liệu rõ ràng về hoàn cảnh hạt giống tin lành được gieo trồng tại thủ phủ của đế quốc La Mã. Giáo hội Công giáo La Mã tuyên bố rằng Phi-e-rơ chính là người sáng lập hội thánh tại đây. Với tư cách là "giám mục" đầu tiên của hội thánh tại Rô-ma, Phi-e-rơ đã thiết lập thẩm quyền chức vụ mà chính Đấng Christ ban cho, tức là "hòn đá" mà Chúa dùng để xây dựng hội thánh của Ngài (xem Mat 16:18). Đây chính là cách mà Giáo hội Công giáo La Mã hợp thức hoá chế độ giáo hoàng và xem đó như chức vụ do chính Chúa ban. Tuy nhiên, sự công bố đầu tiên về việc Phi-e-rơ thành lập hội thánh tại Rô-ma xuất hiện khá trễ, mãi đến năm 354 sau công nguyên (trong *Catalogus Liberianus*). Một quan điểm xuất hiện trước đó kết hợp cả Phi-e-rơ và Phao-lô và cho rằng họ chính là những người thành lập hội thánh tại Rô-ma (Irenaeus, *Against Heresies* 3.1.2; 3.3.1). Cả hai giả thuyết trên đều không có nhiều cơ sở thực tế. Phao-lô trình bày rõ ràng trong sách Rô-ma là ông chưa bao giờ đến đó trước đây (1:10). Và nếu như Phi-e-rơ là người thành lập hội thánh Rô-ma thì tại sao Phao-lô lại không hề đề cập đến ông khi viết thư tín Rô-ma (xem Rô 15:20).

Tân Ước ký thuật rằng Phi-e-rơ đã có những hoạt động truyền giáo quan trọng tại Pa-lét-tin cho đến khi ông bị bắt bớ và buộc phải rời đi, có lẽ là vào khoảng năm 44 sau công nguyên (xem Công 12:1–19). Lu-ca cho biết Phi-e-rơ lúc đó đã đến "một nơi khác" (Công 12:17) nhưng không ai biết rõ đó là nơi nào. Chúng ta biết là Phi-e-rơ đã trở lại Giê-ru-sa-lem để họp giáo hội nghị vào năm 48–49 sau công nguyên (Công 15). Phi-e-rơ cũng từng giảng dạy tại Cô-rinh-tô (1 Cô 1:12; 9:5). Ông cũng có thời gian hầu việc Chúa với các hội thánh phía bắc vùng Tiểu Á cho đến cuối đời (đối chiếu 1 Phi-e-rơ). Theo cách giải nghĩa có lẽ là thích đáng nhất về "Ba-by-lôn" trong 1 Phi-e-rơ 5:13 thì vào thời điểm này Phi-e-rơ cùng với Mác đang ở tại Rô-ma. Mác là người đã viết nên sách Tin Lành Mác dựa trên những giảng dạy của Phi-e-rơ. Tất cả những điều trên cho thấy rằng Phi-e-rơ thậm chí chưa từng đến Rô-ma cho đến sau khi Phao-lô viết bức thư này.

Vậy thì, làm thế nào hội thánh ở Rô-ma được thành lập? Giả thuyết phù hợp nhất đến từ giáo phụ Ambrosiaster ở thế kỷ IV. Ông viết rằng, "người Rô-ma tiếp nhận đức tin nơi Đấng Christ thông qua những nghi lễ của người Do Thái mà không hề nhìn thấy bất cứ dấu kỳ phép lạ, cũng như không hề gặp bất kỳ vị sứ đồ nào".b Dù chỉ là suy đoán nhưng cũng có cơ sở để tin rằng những người Do Thái tin nhận Chúa Giê-xu là Đấng Mê-si-a trong ngày lễ Ngũ Tuần đã đem đức tin mới theo họ trở lại Rô-ma và thành lập hội thánh tại đó. Chúng ta đã đọc rất nhiều trong sách Công Vụ Các Sứ Đồ về vai trò đặc biệt của những vị sứ đồ trong việc thành lập các hội thánh khắp miền Địa Trung Hải. Nhưng chúng ta cũng không nên bỏ qua vai trò của những tín hữu bình thường. Họ chính là những người mang sứ điệp phúc âm đến tận cùng trái đất.

(a) xem O. Cullmann, *Peter: Disciple, Apostle, Martyr* (Philadelphia: Westminster, 1962), 72–157.

(b) Chúng ta có thể đọc nguyên văn tài liệu trên trong *Patrologia Latina 17*, col. 46

Những chi tiết trên giúp chúng ta có thể xác định một cách khá chính xác về nơi ở cũng như thời điểm sứ đồ Phao-lô viết thư Rô-ma. Tất cả điều trên chỉ về khoảng thời gian Phao-lô ở tại Cô-rinh-tô cho đến hết hành trình truyền giáo thứ ba của mình (xem Công 20:2–3), có lẽ là vào năm 57 SC. Lời khen ngợi của Phao-lô dành cho Phê-bê, một nữ chấp sự đến từ Sen-cơ-rê, nằm ngay sát Cô-rinh-tô, cũng đã nói lên điều này (Rô 16:1–2). Tuy nhiên, nếu chúng ta có thể biết "ở đâu" và "khi nào", thì chúng ta vẫn chưa biết nhiều "tại sao". Tại sao Phao-lô lại ghé thăm Rô-ma? Và tại sao ông phải viết thư gửi cho họ? Câu trả lời cho câu hỏi đầu tiên được gợi ý trong 15:24. Phao-lô bày tỏ niềm hy vọng của mình rằng những tín hữu Rô-ma sẽ giúp ông đi Tây Ban Nha. Động từ "nhờ" trong câu này nguyên ngữ tiếng Hy Lạp là *propempo*. Trong suốt Tân Ước, động từ này được dùng để chỉ về sự giúp đỡ cho công tác truyền giáo.[1] Như vậy, Phao-lô có ý muốn các tín hữu tại Rô-ma giúp đỡ mình trong công tác truyền giáo sắp tới ở Tây Ban Nha. Hội thánh quê nhà của Phao-lô là An-ti-ốt cách khá xa Tây Ban Nha. Phao-lô biết rằng mình có thể tìm kiếm sự giúp đỡ từ những tín hữu ở gần với cánh đồng truyền giáo mới. Như vậy, ý của Phao-lô thực ra là muốn hỏi liệu ông có thể đến Rô-ma, giới thiệu công tác truyền giáo và kêu gọi dâng hiến cho hành trình truyền giáo của ông hay không.

Thế thì, tại sao phải viết một bức thư? Tại sao phải đề cập rất nhiều chi tiết chỉ để giới thiệu bản thân với những tín hữu tại Rô-ma? Chúng ta cần xem xét một vài câu trả lời phù hợp chỉ sau khi chúng ta đã có cái nhìn sơ lược về những vấn đề khác. Phần còn lại trong chương này, chúng ta sẽ học về thành phần còn lại của cuộc giao tiếp, tức là những Cơ Đốc nhân tại Rô-ma.

[1] Xem Công 15:3; 20:38; 21:5; 1 Cô 16:6, 11; 2 Cô 1:16, Tít 3:13, 3 Gi 6

Cơ Đốc nhân tại Rô-ma

Mặc dù Phao-lô cho chúng ta biết khá nhiều về hoàn cảnh của ông trong phần mở đầu và kết thúc bức thư, chúng ta lại không có nhiều thông tin về những tín hữu Rô-ma. Cũng không nên quá nhạc nhiên, vì sau tất cả thì người Rô-ma vẫn biết mình là ai! Nhưng có ba thực tế quan trọng về những Cơ Đốc nhân tại Rô-ma trong những phần Kinh Thánh đó.

Thứ nhất, Phao-lô định gửi cho tất cả Cơ Đốc nhân ở tại Rô-ma: "Tôi kính gửi đến tất cả những người yêu dấu của Đức Chúa Trời tại thành Rô-ma, là những người được gọi làm thánh đồ" (1:7). Lưu ý rằng, Phao-lô không gửi cho "hội thánh" tại thành Rô-ma theo cách thường thấy trong những thư tín khác của ông (ví dụ như 1 Cô 1:2; 1 Tê 1:1). Điều này có lẽ ám chỉ rằng ở tại thành Rô-ma có thể có nhiều hơn một hội thánh địa phương. Chúng ta biết những người Do Thái sống tại Rô-ma đã thành lập nhiều nhà hội. Và có vẻ như Cơ Đốc nhân tại Rô-ma cũng học theo cách đó, thờ phượng Chúa thành nhiều cộng đoàn nhỏ khác nhau. Bằng chứng cho sự nhận định trên được thể hiện qua những lời chào thăm của Phao-lô trong 16:3–16. Trong câu 5, Phao-lô gửi lời chào thăm đến hội thánh nhóm tại nhà của Pê-rít-sin và A-qui-la. Việc nhắc đến "các anh chị em ở với họ" trong câu 14 và "tất cả thánh đồ ở với họ" trong câu 15 có lẽ đang nói về những hội thánh nhóm tại nhà riêng. Việc Cơ Đốc nhân tại Rô-ma phân tán ra thành những hội thánh nhỏ nhóm tại nhà riêng có thể giải thích lý do vì sao sự chia rẽ giữa "người mạnh" và "kẻ yếu" ngày càng gia tăng (xem 14:1 - 15:13) Chúng ta có thể kết luận rằng những hội thánh tách biệt nhau tại Rô-ma có thể sẽ có những cách hiểu khác nhau đối với những vấn đề Phao-lô đưa ra trong các câu Kinh Thánh trên.

Thứ hai, Phao-lô xem những Cơ Đốc nhân tại Rô-ma là nhóm người nằm trong thẩm quyền chức vụ của ông cho dân ngoại. Lưu ý 1:13, "Thưa anh em, tôi muốn anh em biết rằng đã nhiều lần tôi định đến thăm anh em để gặt hái ít nhiều bông trái trong anh em, cũng như trong các dân ngoại khác; nhưng cho đến nay vẫn còn bị ngăn trở". Khi nhắc đến "những dân ngoại *khác*", Phao-lô rõ ràng đang xem tín hữu tại Rô-ma là dân ngoại. Ý trên cũng có thể rút ra khi giải thích 1:5–6: "Nhờ Ngài, chúng tôi đã nhận ân điển và chức vụ sứ đồ, để vì danh Ngài đem mọi dân tộc đến sự vâng phục do đức tin. Anh em cũng ở trong số những người được kêu gọi để thuộc về Đức Chúa Giê-xu Christ". Phao-lô nhắc cho những tín hữu Rô-ma rằng họ ở trong số những dân ngoại mà Chúa đã biệt riêng Phao-lô để hầu việc Ngài.

Thứ ba, Phao-lô bày tỏ rằng ông cũng viết thư này cho những Cơ Đốc nhân Do Thái. Bằng chứng rõ ràng nhất là ở trong phần chào thăm, Phao-lô có kể tên một vài tín hữu Do Thái như Pê-rít-sin và A-qui-la (16:3), An-trô-ni-cơ và Giu-ni-a (16:7) và Hê-rô-đi-ôn (16:11). Sự hiện diện của những tín hữu Do Thái trong số những người nhận thư cũng được thể hiện trong 4:1 khi Phao-lô gọi Áp-ra-ham là "tổ phụ về phần xác của chúng ta" và ở trong 7:1 khi Phac-lô gọi họ là "những người biết luật pháp". Kết luận tương tự cũng có thể suy ra từ hướng ngược lại trong 11:13–

32 khi Phao-lô nói về những tín hữu dân ngoại. Việc Phao-lô tách riêng ra những tín hữu dân ngoại trong bức thư cho thấy rằng trong số những độc giả của ông có những người không thuộc về thành phần dân ngoại.

Nếu chỉ nghe sơ qua thì những điểm trong hai đoạn trên đây có vẻ mâu thuẫn với nhau: Phao-lô xem hội thánh tại Rô-ma thuộc thành phần dân ngoại, nhưng ông cũng đề cập đến những tín hữu Do Thái tại đó. Các học giả đôi khi chọn theo quan điểm này, nhưng có lúc lại chọn quan điểm kia. Người ta cũng tranh luận xem cộng đồng Cơ Đốc tại Rô-ma mà Phao-lô gửi thư cho là một cộng đồng dân ngoại hoàn toàn hay là một cộng đồng Do Thái hoàn toàn. Nhưng chúng ta cần một phương pháp tiếp cận đa diện hơn để có cái nhìn công bằng vào tất cả những luận chứng đã nêu. Có lẽ cách tốt nhất để dung hoà những điểm trên là khi chúng ta kết luận rằng số lượng tín hữu dân ngoại tại Rô-ma ngày càng gia tăng và trở nên đa số trong cộng đồng Cơ Đốc đến nỗi người ta xem nó như là một cộng đồng dân ngoại dù ở đó vẫn có những người Do Thái thiểu số. Hãy nhớ lại hoàn cảnh tổng quan mà chúng ta đã nêu lên trước đó. Những người Do Thái tin theo Đấng Mê-si-a trong ngày lễ Ngũ Tuần trở về đã thành lập nên những cộng đoàn Cơ Đốc tại Rô-ma. Và khi những hội thánh đó phát triển, một số người thuộc dân ngoại, đặc biệt là những người kính sợ Chúa vốn quan tâm đến đức tin Do Thái, đã gia nhập cộng đồng này. Khi hoàng đế Claurius buộc những tín hữu Do Thái phải rời Rô-ma, những tín hữu dân ngoại đương nhiên nắm giữ hội thánh. Vào thời của Phao-lô, một số Cơ Đốc nhân Do Thái âm thầm quay trở lại hội thánh tại Rô-ma, nhưng trong quá trình họ đi khỏi, hội thánh ở tại đây đã trở thành một cộng đồng Cơ Đốc của dân ngoại.

Câu Hỏi Suy Gẫm

1. Việc Phao-lô bày tỏ ước vọng "không muốn xây trên nền của người khác" trong 15:20 nói lên điều gì về nguồn gốc của cộng đồng Cơ Đốc tại Rô-ma?
2. Cân nhắc những ngụ ý của các hội thánh tư gia trong cộng đồng Cơ Đốc Rô-ma đối với mối liên hệ Cơ Đốc, qua đó thử hình dung hội thánh của bạn sẽ ra sao nếu nó được chia thành những hội thánh tư gia nhỏ bao gồm không quá hai mươi người?
3. Tại sao Phao-lô muốn nhấn mạnh rằng cộng đồng Cơ Đốc tại Rô-ma bản chất là một cộng đồng dân ngoại?

Chương 3

Tin Lành Của Đức Chúa Trời (Rô-ma 1:1–17)

> **Dàn ý:**
>
> - Chủ đề sách Rô-ma: Sách Rô-ma nói về điều gì?
>   - Tin Lành về Con Đức Chúa Trời (1:1–5)
>   - Tin lành và sự công chính của Đức Chúa Trời (1:16–17)
>   * Không hổ thẹn về Tin Lành
>   * Quyền năng của Đức Chúa Trời để cứu mọi người tin
>   * Sự công chính của Đức Chúa Trời
> - Mục đích của sách Rô-ma: Tại sao lại viết sách Rô-ma?
>   - **Quan điểm tập trung vào hoàn cảnh của Phao-lô**
>   - Quan điểm tập trung vào hội thánh tại Rô-ma
> - Bố cục sách Rô-ma: Sách Rô-ma được chia ra như thế nào?
>
> **Mục tiêu:**
>
> Sau khi đọc xong chương này, độc giả có thể:
>
> 1. Nắm được một vài quan điểm về chủ đề của sách Rô-ma và chỉ ra những bằng chứng được đề cập trong sách ủng hộ cho từng quan điểm.
> 2. Học biết về ý nghĩa cụm từ "sự công chính của Đức Chúa Trời" trong cách nhìn của Phao-lô và cách Phao-lô sử dụng cụm từ này khi trình bày sứ điệp tin lành trong sách Rô-ma.

> 3. Hiểu được cách thức tổng thể thư Rô-ma gắn kết với nhau như là một bài giảng về tin lành.
> 4. Cảm kích mục đích mà Phao-lô viết thư cho những Cơ Đốc nhân tại Rô-ma ở thế kỷ đầu tiên.
> 5. Áp dụng những bài học từ bốn điểm trên khi đọc sách Rô-ma để hiểu rõ hơn về ý muốn của Chúa dành cho chúng ta.

Trong hai chương đầu, chúng ta đã sơ lược qua một vài chi tiết về nguồn gốc của thư Rô-ma. Giờ đây, chúng ta sẽ đặt những chi tiết đó lại với nhau trong một bức tranh lớn. Để hiểu được điều Chúa muốn chúng ta học qua sách Rô-ma, chúng ta phải đọc nó như là một tổng thể chứ không phải là những phần riêng lẻ. Chúng ta thường hay đọc Kinh Thánh chỉ với một vài câu, vài đoạn. Tất nhiên Chúa vẫn phán với chúng ta qua những câu, những đoạn Kinh Thánh đó. Nhưng nếu chúng ta biết cuộc hội thoại không chỉ có vậy, chúng ta sẽ học được hơn rất nhiều. Đây chính là cái nhìn của chúng ta sau khi đọc chương này, khi chúng ta xâu chuỗi những bài học lại với nhau để hiểu được ý nghĩa của sách Rô-ma một cách tổng thể.

Chủ đề sách Rô-ma: Sách Rô-ma nói về điều gì?

Như chúng ta đã biết trong chương 1, sách Rô-ma đã trở thành chủ đề tranh luận giữa việc nên hiểu thư tín này theo phương diện cá nhân vốn là cách hiểu được kế thừa từ cuộc Cải Chánh, hay là nên hiểu theo phương diện tập thể, vốn là quan điểm đang thắng thế trong cách tiếp cận hàn lâm hiện nay. Tôi cho rằng chúng ta có thể áp dụng cả hai cách tiếp cận trên khi học về Phao-lô và sách Rô-ma. Phao-lô cố gắng giải thích về cách mà công tác mới của Đức Chúa Trời trong Đấng Christ có thể hợp nhất cả dân Do Thái và dân ngoại để trở nên một dân mới của Ngài. Dù đây là một chủ đề quan trọng trong sách Rô-ma nhưng nó vẫn không phải là chủ đề bao quát nhất. Tôi cho rằng chủ đề của sách được thể hiện trong từ "tin lành", cũng được gọi là "phúc âm". Trong sách Rô-ma, Phao-lô trình bày về tin lành của Đức Chúa Giê-xu Christ. Tin lành đó trước hết là sứ điệp cho chính mỗi cá nhân chúng ta: Trong Đấng Christ, Đức Chúa Trời đã làm cho chúng ta vượt trên thẩm quyền kinh khiếp và chết chóc của tội lỗi, để chúng ta có thể bước vào mối liên hệ mật thiết đời đời với Ngài. Tuy nhiên, mỗi cá nhân kinh nghiệm quyền năng này của tin lành thuộc về những dân tộc khác nhau – dân Do Thái và dân ngoại. Sách Rô-ma trình bày rất nhiều về tin lành trong mối liên hệ với hai nhóm người trên. Tôi muốn tìm hiểu chủ đề của sách Rô-ma bằng cách cẩn thận tra xem hai phân đoạn Kinh Thánh then chốt trong phần giới thiệu của bức thư: 1:1–5 và 1:16–17. Khi nghiên cứu những bản văn trên, chúng ta cũng sẽ có cơ hội để học biết thêm một số chủ đề quan trọng khác nữa của sách Rô-ma.

Mô hình thành phố Rô-ma thế kỷ I (nguồn: Dallbera/Wikimedia Commons)

Tin Lành về Con Đức Chúa Trời (1:1–5)

Trong những câu Kinh Thánh mở đầu, Phao-lô giới thiệu một vài điều về bản thân theo cách hết sức đặc trưng và quen thuộc trong những lá thư của ông: Phao-lô xưng mình là "đầy tớ của Đấng Christ Giê-xu, được kêu gọi làm sứ đồ" (1:1). Tuy nhiên, có lẽ vì Phao-lô viết thư này cho một hội thánh không phải do ông thành lập và cũng chưa một lần thăm viếng, nên Phao-lô chia sẻ về bản chất chức vụ của ông theo một cách hơi đặc biệt so với phần mở đầu của các thư khác. Những câu trên thường ít được chú ý vì độc giả có xu hướng đi nhanh qua phần mở đầu để mau chóng xem nội dung chính của bức thư. Tuy nhiên, trong những câu mở đầu trên, Phao-lô đã đưa ra năm điểm, cung cấp những thông tin quan trọng cho toàn bộ nội dung sách Rô-ma.

Đầu tiên, Phao-lô "được biệt riêng cho tin lành của Đức Chúa Trời" (1:1). Có thể Phao-lô cho rằng Chúa đã chọn ông từ lúc mới sinh ra để rao giảng tin lành giống như Chúa đã gọi Giê-rê-mi để hầu việc Ngài từ thuở lọt lòng mẹ (Giê 1). Cũng có thể Phao-lô ngụ ý rằng mình được "biệt riêng" vào thời điểm nhìn thấy khải tượng trên đường đến Đa-mách, thời điểm ông được kêu gọi bước vào chức vụ cũng như kinh nghiệm sự cứu rỗi. Dù trường hợp nào đi nữa, tôi muốn nhấn mạnh trọng tâm tin lành trong thư. Từ "tin lành" có nguồn gốc từ Cựu Ước, đặc biệt là sách Ê-sai khi cụm từ "loan báo tin lành" được kết hợp với "ngày của sự cứu rỗi" (xem Ê-sai 52:7, được trích dẫn trong Rô 10:15). "Tin lành" có thể mang ý nghĩa chủ động trong việc loan báo tin tức tốt lành. Hoặc nó cũng mang sắc thái bị động khi chỉ về công tác của Đức Chúa Trời đã được thành toàn trong Đấng Christ và do đó bản thân nó chính là tin tức tốt lành.

Thứ hai, tin lành này đã được "Đức Chúa Trời *phán hứa từ trước* qua các đấng tiên tri của Ngài trong Kinh Thánh" (1:2). Như khúc dạo đầu của một bản nhạc, Phao-lô tiếp tục dùng những câu mở đầu để giới thiệu về những chủ đề nhất quán được lặp lại xuyên suốt bức thư. Tin lành có thể là tin lành "của Đức Chúa Trời" khi và chỉ khi nó tiếp nối với sự mặc khải của cùng một Đức Chúa Trời trong Cựu Ước. Do đó, trong sách Rô-ma (xem 3:21; chương 4, 9–11), Phao-lô liên tục nhấn mạnh công tác của Đức Chúa Trời trong Đấng Christ cho tất cả mọi người. Đây chính xác là những gì Ngài đã phán hứa từ ban đầu. Trong chương trình có một không hai của Đức Chúa Trời, các sách luật pháp và cả Cựu Ước phù hợp một cách hài hoà với tin lành.

Thứ ba, tin lành này là tin lành về *Con Đức Chúa Trời* (1:3–4). Trong nội dung chính của sách Rô-ma, Phao-lô không đề cập nhiều về thân vị của Đấng Christ. Dường như hội thánh tại Rô-ma không gặp vấn đề gì với thần học về Đấng Christ nên Phao-lô cảm thấy không cần viết về điều đó. Nhưng chúng ta cũng đừng vì thế mà kết luận rằng sách Rô-ma không có giá trị để học biết về Đấng Christ. Ý này tiếp nối ý kia trong bức thư đã thừa nhận một quan điểm đúng đắn về Đấng Christ của người Rô-ma cũng giống như việc chúng ta thấy những chi tiết về Đấng Christ học trong những sách khác của Phao-lô. Dầu vậy, chúng ta không nên bỏ qua những gì Phao-lô nói về Đấng Christ trong những câu mở đầu. Những câu Kinh Thánh mở đầu được dẫn dắt bởi lời giới thiệu Chúa Giê-xu là Con Đức Chúa Trời (1:3a). Khi gọi Chúa Giê-xu là Con Đức Chúa Trời, Phao-lô liên hệ Ngài với những lời tiên tri trong Cựu Ước về một vị vua phải đến, tức là Đấng Mê-si-a (xem 2 Sa 7:14; Thi 2:7). Danh hiệu của Chúa Giê-xu cũng thể hiện địa vị độc tôn và sự liên hệ mật thiết của Ngài đối với Đức Chúa Cha (xem Rô 5:10; 8:3, 32).

Nối Kết Với Độc Giả

Một tác giả hoặc một diễn giả tốt luôn tìm cách nối kết với độc giả. Họ muốn tạo ra càng nhiều điểm tương đồng với độc giả càng tốt. Phao-lô đã làm như vậy trong sách Rô-ma. Vì không thành lập và cũng chưa bao giờ ghé thăm hội thánh ở đây nên Phao-lô có chút lo lắng về những gì mình cần làm để nối kết với những Cơ Đốc nhân tại đó. Để làm được điều này, Phao-lô trích dẫn những khẩu truyền hay những bài thánh ca quen thuộc đối với tín hữu tại Rô-ma. Chắc chắn là Phao-lô không hề giới thiệu những trích dẫn đó một cách rõ ràng. Điều này khiến các học giả thường tranh luận với nhau về vị trí những lời trích dẫn đó trong bức thư. Nhưng trong hoàn cảnh của mình, Phao-lô làm điều đó theo cách hết sức tự nhiên. Một trong số những lời trích dẫn đó là Rô-ma 1:3–4. Cần lưu ý là hai câu Kinh Thánh trên được trình bày theo phép song hành (parallel) mà chúng ta thường thấy trong những bài thánh ca của hội thánh đầu tiên về Chúa Giê-xu. Những câu trên cũng chứa một hoặc hai miêu tả hiếm thấy trong các tác phẩm của Phao-lô. Do đó, dù không chắc chắn nhưng chúng ta có thể kết luận rằng Phao-lô đang cố gắng kết nối với độc giả Rô-ma bằng cách mở đầu bức thư bằng lời trích dẫn một bài tín điều hay một bài thánh ca phổ biến đối với hội thánh tại đó.

> Có lẽ một số Cơ Đốc nhân sẽ thắc mắc rằng một trích dẫn như vậy ảnh hưởng thế nào đến sự hiểu biết của chúng ta về sự thần cảm của Kinh Thánh. Nếu Phao-lô không đích thân viết những lời đó thì liệu chúng có còn là Lời Kinh Thánh được thần cảm hay không? Câu trả lời là "Có". Sự thần cảm của Kinh Thánh không bắt buộc tác giả Kinh Thánh phải là người đầu tiên viết ra những lời cụ thể mà chúng ta thấy trong Kinh Thánh. Nó chỉ đơn giản đòi hỏi rằng các tác giả (và tất nhiên là Đức Chúa Trời) phải tham gia trong việc chọn lựa từ ngữ để xuất hiện trong Kinh Thánh. Nếu Phao-lô trích dẫn một khẩu truyền trong câu 3-4 thì chắc chắn Phao-lô đã lựa chọn (và chắt lọc) những câu chữ đó dưới sự thần cảm của Đức Thánh Linh để chúng truyền ra thông điệp mà Chúa muốn nói với chúng ta.

Sau khi giới thiệu Chúa Giê-xu là Con Đức Chúa Trời, Phao-lô dùng hai câu có cấu trúc tương đồng để mô tả Ngài (1:3–4):

"Về mặt thể xác được sinh ra từ dòng vua Đa-vít"

"Về thần linh thánh khiết...

được tuyên xưng là Con Đức Chúa Trời quyền năng"

Phép song hành này được thể hiện rõ hơn trong nguyên bản Kinh Thánh tiếng Hy Lạp so với bản dịch của chúng ta. Có hai cách giải thích cơ bản về điều này. Có thể Phao-lô đang mô tả về *hai bản chất* (two natures) của Đấng Christ. Bản dịch Kinh Thánh tiếng Anh New Jerusalem Bible (NJB) viết rằng: "về mặt bản chất con người, Ngài được sinh ra là người nối dõi của vua Đa-vít; về mặt thần linh thánh khiết, Ngài được chọn làm Con Đức Chúa Trời quyền năng".[1] Là con người, Chúa Giê-xu là Đấng Mê-si-a, được sinh ra từ dòng vua Đa-vít, và thông qua dòng dõi này, Đức Chúa Trời hứa ban ngôi nước bền vững mãi mãi (2 Sa 7:14). Là thần linh ("thần linh thánh khiết"), Chúa Giê-xu là Con Đức Chúa Trời – một địa vị được công bố cho thế giới qua sự phục sinh của Ngài từ kẻ chết. Nhưng có lẽ phải nhìn nhận rằng cách giải thích về "hai bản chất" này có vẻ không đúng. Cụm từ "bản chất con người" (*human nature*) trong bản dịch NJB là một cách dịch diễn giải của cụm từ trong nguyên ngữ Hy Lạp, được dịch ra theo nghĩa đen là "theo xác thịt" (*kata sarka*). Thật ra, rất khó để nói về ý nghĩa chính xác của từ "xác thịt" trong cách dùng của Phao-lô. Nhưng từ "xác thịt" khi được dùng trong ý nghĩa tương phản với "Thánh linh" (hay "thần linh") như trong trường hợp này ("thần linh thánh khiết") thì chỉ về bản chất yếu đuối của cuộc sống con người không có hoặc trước khi có

---

[1] ND: Bản tiếng Việt được thực hiện bởi người dịch. Nguyên văn tiếng Anh Rô-ma 1:3-4 theo NJB "in terms of human nature was born a descendant of David and who, in terms of the Spirit and of holiness, was designated Son of God in power."

Chúa. Tất nhiên, sự yếu đuối này đôi khi cũng chỉ về tội lỗi. Tuy nhiên, ở một số chỗ khác thì từ này mang ý nghĩa trung lập, trình bày khía cạnh "hoàn toàn con người" của cuộc sống (như trong Rô 8:3b). Nhưng cả trong hai cách dùng trên, "xác thịt" không hề có ý chỉ về một phần của con người (tức là bản chất con người - *"human nature"*). Thực ra, Phao-lô thường dùng sự tương phản "xác thịt đối nghịch thánh linh" để thể hiện cái nhìn về lịch sử cứu rỗi (ý tiếp theo sẽ trình bày chi tiết khái niệm này). "Xác thịt" liên hệ tới thời kỳ trước khi Đấng Christ đến, khi tội lỗi vẫn đang thống trị trên những người chống nghịch. Còn "Thánh linh" gắn liền với kỷ nguyên mới, một thời kỳ mở ra bởi công việc của Đấng Christ và sự tuôn đổ Thánh Linh.

Thế thì, ý muốn nói ở đây là cách dùng đặc trưng của Phao-lô "xác thịt đối nghịch Thánh linh" không phải để tương phản *hai bản chất* của Đấng Christ nhưng mà là *hai giai đoạn* trong sự hiện hữu của Đấng Christ. Ý nghĩa này cũng được thể hiện trong bản dịch Kinh Thánh NIV. Với tư cách Con Đức Chúa Trời, Đức Chúa Giê-xu đến thế gian trong địa vị con cháu vua Đa-vít và hoàn tất công việc của Đấng Mê-si-a. Nhưng sau khi Ngài phục sinh và thông qua công tác của Đức Thánh Linh, sự hiện hữu của Chúa Giê-xu đã bước sang một giai đoạn mới, "Con-Đức Chúa Trời-với quyền phép" (Son-of-God-in-power). Cụm từ gạch nối trên cho thấy "với quyền phép" được dùng để mô tả "Con Đức Chúa Trời" thay cho một động từ. Động từ "được tuyên xưng" mà Phao-lô sử dụng ở đây (trong nguyên ngữ Hy Lạp là *horizo*) nên được dịch là "được chỉ định, được lập" (*appointed*) như nó vẫn luôn được dùng ở bảy lần xuất hiện khác trong Tân Ước (Lu 22:22; Công 2:23; 10:42; 11:29; 17:26, 31; Hê 4:7). Chúa Giê-xu, Đấng hiện diện từ trước muôn đời trong tư cách Con Đức Chúa Trời, đã trở thành "Con - Đức Chúa Trời - với quyền phép" khi Đức Chúa Trời làm cho Ngài từ kẻ chết sống lại và ban Đức Thánh Linh để mở ra thời kỳ mới của sự cứu rỗi. Giờ đây, Chúa Giê-xu đang cai trị vương quốc gồm những người nam người nữ được cứu và kinh nghiệm năng quyền mới trong thời sắp tới.

Thứ tư, khi ủng hộ cách hiểu hai giai đoạn trong miêu tả của Phao-lô về Đấng Christ từ những câu Kinh Thánh trên, tôi đã giới thiệu ý niệm **"lịch sử cứu rỗi"**. Nhìn chung, các học giả đương đại nghiên cứu về các tác phẩm của Phao-lô đều đồng ý rằng cách nghĩ và cách viết của Phao-lô về Chúa Giê-xu cũng như kinh nghiệm Cơ Đốc chịu ảnh hưởng nặng nề bởi văn hoá Do Thái trong nhận thức về những việc Đức Chúa Trời đã làm trên lịch sử. Những người Do Thái trong thời Phao-lô, đặc biệt là những người chịu ảnh hưởng bởi phong trào **mặc khải** (*apocalyptic movement*) có khuynh hướng chia lịch sử công tác của Đức Chúa Trời trên thế giới thành hai thời kỳ riêng biệt: thời kỳ hiện tại khi tội lỗi cai trị và người Do Thái bị dân ngoại đàn áp; và thời kỳ sắp tới khi tội lỗi bị diệt trừ và Đấng Mê-si-a cai trị trên một Y-sơ-ra-ên đắc thắng. Những tác giả Tân Ước và chính Chúa Giê-xu cũng đã sử dụng mô hình này nhưng điều chỉnh nó theo hướng nói về hai sự đến riêng biệt của Đấng Mê-si-a. Sự đến lần thứ nhất của Chúa Giê-xu mở ra thời kỳ mới của sự cứu rỗi mà không cần phải loại bỏ sự băng hoại hiện tại. Sự đến lần thứ hai của Ngài sẽ chấm dứt thời kỳ hiện tại để một thời kỳ mới được tiếp tục trong một hình thế siêu việt. Chúng ta sẽ sử dụng thuật ngữ "lịch sử cứu rỗi" để miêu tả chương trình tổng quát này. Theo đó, sự cứu rỗi được thành toàn trong thế giới thông qua một tiến trình lịch sử được phân chia thành những giai đoạn.

Việc giải thích những miêu tả chi tiết này đòi hỏi chúng ta phải đặt để chúng trong một thế giới diễn ngôn lớn hơn. "Lịch sử cứu rỗi" là thế giới diễn ngôn của Phao-lô. Tôi sẽ thường xuyên tham khảo cụm từ mang tính cốt yếu này khi giải thích và áp dụng những câu từ chi tiết của sách Rô-ma. Sở dĩ tôi giới thiệu vấn đề này ở đây vì nó cung cấp cho chúng ta một bối cảnh phù hợp để qua đó chúng ta có thể hiểu sự tương phản "xác thịt với thánh linh" trong câu 3 và 4. Trong phác đồ lịch sử cứu rỗi của Phao-lô, "xác thịt" liên hệ đến ***thời kỳ cũ*** còn "Thánh Linh" liên hệ đến ***thời kỳ mới***.

Thứ năm, Phao-lô cho chúng ta biết về sự sai phái của ông trong câu 5 trên cương vị là sứ đồ để "đem mọi dân tộc đến sự vâng phục do đức tin." Việc Phao-lô được kêu gọi làm sứ đồ cho dân ngoại vốn được biết đến rộng rãi. Dù rằng người Do Thái không hề nằm ngoài phạm vi mục vụ của sứ đồ Phao-lô, Chúa đã chọn ông để trở nên một nhân tố then chốt trong việc đem tin lành của Đấng Christ đến với những người ngoại quốc. Do đó, chúng ta nhìn thấy những chiến dịch truyền giảng phúc âm đầy kết quả của Phao-lô ở phía nam Tiểu Á chính là tâm điểm của những cuộc tranh luận tại công đồng các sứ đồ (Công 15). Phao-lô cũng đã viết một lá thư đầy xúc động để bảo vệ sự tự do khỏi luật pháp cho những người ngoại quốc đón nhận tin lành (Ga-la-ti). Trong thư Rô-ma này, chúng ta cũng thừa hưởng được kết quả từ những cuộc tranh luận và đấu tranh mà Phao-lô giúp đỡ những Cơ Đốc nhân tại Rô-ma. Đó là, dẫu tin lành là sự liên tục của Cựu Ước, nó được ban cho mà không kèm theo sự ràng buộc của luật pháp.

Câu Kinh Thánh này cũng khá thú vị khi chúng ta nhìn vào cách mà Phao-lô trình bày mục đích chức vụ của ông qua cụm từ "sự vâng phục do đức tin." Đây là một cụm từ quan trọng trong sách Rô-ma bởi vì Phao-lô dùng nó để tạo nên cấu trúc của bức thư, và nhắc lại trong phần kết luận (16:26). Một lần nữa chúng ta lại đề cập đến vấn đề bản dịch: trong nguyên ngữ tiếng Hy Lạp thì cụm từ trên có nghĩa đơn giản là "sự vâng phục của đức tin" (*the obedience of faith*). Giới từ "của" (*of*) trong tiếng Anh (được dịch từ cấu trúc sở hữu cách trong tiếng Hy Lạp) cho phép một vài cách giải thích về mối liên hệ giữa "sự vâng phục" và "đức tin". Điển hình là hai sự giải thích phổ biến: "sự vâng phục đến từ đức tin" (*the obedience that comes from faith - NIV*) và "sự vâng phục mà chính nó là đức tin" (*the obedience that is faith*). Sự giải thích thứ hai xem "đức tin" chính là biểu thị của "sự vâng phục". Một người vâng phục Đức Chúa Trời thông qua việc tin Ngài và tin Chúa Giê-xu Con Ngài. Chúng ta có thể tìm thấy sự ủng hộ cho lối giải thích này ở một vài chỗ trong các thư tín của Phao-lô, khi ông dường như đánh đồng đức tin và sự vâng phục (chẳng hạn như Rô 1:8; 10:16; 11:23, 30–31; 16:19). Còn những người ủng hộ cho lối giải thích đầu tiên cũng có thể lập luận rằng sách Công Vụ Các Sứ Đồ đề cao chức vụ truyền giảng của Phao-lô lên trên hết. Cách giải thích này nhấn mạnh rằng đời sống môn đệ hoá chính là kết quả từ một đức tin chân thật theo Kinh Thánh. Phao-lô có thể cho rằng sứ mạng của mình là kêu gọi các Cơ Đốc nhân vâng phục Chúa, Đấng mà họ tin thờ, và sống đời sống đức tin đó hằng ngày. Chắc chắn các thư tín của Phao-lô đều thể hiện sự dạy dỗ về đời sống vâng phục này.

Dầu không hay lắm khi phải tự biên tự diễn, nhưng tôi cho rằng chúng ta nên tránh những cực đoan trong mỗi cách giải thích trên. Dường như sứ đồ Phao-lô đã tính toán rất kỹ khi chọn một cụm từ để giữ sự quân bình một cách thận trọng giữa mong muốn đánh thức đức tin nơi những người chưa tin và mong muốn khích lệ những người tin sống vâng phục. Phao-lô có sứ mạng kêu gọi dân ngoại đến với đức tin và trong đức tin đó phải có sự quyết định vâng phục Chúa. Sự vâng phục đó được nuôi dưỡng bằng những trải nghiệm tươi mới của đức tin. Cách giải thích "sự vâng phục đến bởi đức tin" (như NIV) có thể bao hàm ý này nhưng nó cũng có thể được hiểu theo kiểu kinh nghiệm qua hai giai đoạn: đầu tiên là tin và sau đó mới vâng lời. Tuy nhiên, đối với Phao-lô, một đức tin Cơ Đốc chân thật là phải luôn luôn vâng phục ngay từ khi bắt đầu. Phao-lô kêu gọi người ta tin Chúa Giê-xu và xưng nhận Ngài làm "Chúa", nghĩa là cam kết làm theo mọi điều Ngài dạy. Đức tin và sự vâng phục giống như hai mặt của cùng một đồng tiền. Một người không thể có một đức tin chân thật nếu không vâng phục, và ngược lại cũng không ai có thể vâng phục trọn vẹn nếu không có đức tin.

Tin Lành và Sự Công Chính Của Đức Chúa Trời (1:16–17)

Trong câu 3 và 4, Phao-lô nối kết tin lành mà ông rao giảng với thân vị của Đấng Christ, là người kế tự của vua Đa-vít và là Chúa Cứu Thế phục sinh. Là Cứu Chúa phục sinh, Chúa Giê-xu đã bước vào một giai đoạn mới của "quyền phép" (nguyên ngữ Hy Lạp là *dynamis*). Trong câu 16 và 17, Phao-lô giải thích về bản chất của quyền phép đó. Những câu Kinh Thánh trên giống như những khớp nối giữa phần giới thiệu và phần nội dung chính của lá thư. Chúng giới thiệu chủ đề của những lập luận trong sách và do đó, chúng rất quan trọng trong việc giúp chúng ta hiểu bức thư như một thể thống nhất. Nói cách khác, những lập luận của Phao-lô được chia thành ba bước:

1. Phao-lô không hổ thẹn về tin lành.
2. Phao-lô không hổ thẹn về tin lành *bởi vì* trong đó, quyền năng của Đức Chúa Trời cho sự cứu rỗi được bày tỏ (sự cứu rỗi cho mọi người tin, kể cả người Do Thái và người ngoại quốc).
3. Tin lành có quyền năng cứu rỗi *bởi vì* trong đó, sự công chính của Đức Chúa Trời được bày tỏ (sự công chính bởi đức tin, như trong Ha 2:4).

Không hổ thẹn về Tin Lành

Tại sao Phao-lô lại mở đầu phân đoạn Kinh Thánh quan trọng này với một câu tuyên bố có tính chất tự vệ? Có thể Phao-lô chỉ đang áp dụng biện pháp tu từ "nói giảm, nói tránh" (*litotes*), tức là trình bày giảm bớt đi tính tiêu cực để nhấn mạnh ý tích cực (ví dụ: "không phải tôi không có năng lực chơi bóng rổ" = "tôi chơi bóng rổ khá tốt"). Nhưng cũng có thể Phao-lô cố tình bày tỏ lập trường phòng vệ ở đây. Như tôi đã đề cập ở trên, Phao-lô là một nhân tố quan trọng của Chúa để đem tin lành đến với dân ngoại. Do vậy, Phao-lô là một nhân vật lắm người ưa nhưng cũng nhiều kẻ ghét. Những người Do Thái nhiệt thành và thậm chí một số Cơ Đốc nhân Do Thái xem Phao-lô là kẻ phản bội dân tộc vì họ cho rằng ông đã phá bỏ luật pháp. Một vài Cơ Đốc nhân ngoại quốc cực đoan thì cho rằng Phao-lô vẫn chưa thoát ra được những cạm bẫy của nền tảng giáo dục Do Thái. Vì vậy, Phao-lô có thể bận tâm về những tin đồn - vốn không phải lúc nào cũng đúng và cũng mang tính tích cực - về sự giảng dạy của mình đang được lan truyền tại Rô-ma. Do đó, một trong những mục đích của Phao-lô trong thư Rô-ma là để tự bênh vực mình. Và quan trọng hơn, Phao-lô muốn bảo vệ tin lành mà mình rao giảng khỏi những tố cáo không đúng và những sự giải thích sai lạc (xem 3:8).

Quyền năng của Đức Chúa Trời để cứu mọi người tin

Khi tin lành về Đức Chúa Giê-xu được rao giảng thì quyền năng của chính Đức Chúa Trời được khai phóng. Quyền năng đó có thể "cứu" mọi người tin. Khi đánh giá lập luận của sách Rô-ma thì có hai điểm cực kỳ quan trọng về sự cứu rỗi này. Thứ nhất, sự cứu rỗi này không chỉ mang tính tiêu cực (tức là cứu khỏi tội lỗi và sự chết) nhưng cũng mang tính tích cực (cứu để phục hồi mối thông công với Đức Chúa Trời). Thứ hai, sự cứu rỗi này được thành toàn chỉ khi Đức Chúa Trời làm xong công tác của Ngài cho chúng ta vào lúc tận chung của lịch sử. Phao-lô không thường xuyên sử dụng từ "cứu" hay "sự cứu rỗi" khi một người mới vừa quy đạo (dầu vậy, xem Rô 8:24). Đúng hơn, Phao-lô sử dụng những cụm từ trên khi nói về sự giải thoát cuối cùng khỏi cơn thịnh nộ của Đức Chúa Trời để đem người tin vào vương quốc đời đời khi lịch sử kết thúc (Rô 5:9, 10; 13:11). Tin lành và quyền năng của tin lành được dùng không chỉ để đem tội nhân quy đạo mà còn biến đổi tội nhân đó và giải phóng họ khỏi những tấn công của sa-tan và thế gian này.

Chúng ta không nên xem nhẹ những chữ cuối trong câu 16: "mọi người tin, trước là người Do Thái, sau là người Hy Lạp." Ở đây, Phao-lô đã gõ lên nốt chủ âm vang vọng cho cả sách Rô-ma. Chủ đề xuyên suốt "mọi người" tuy là là một chủ đề thứ yếu nhưng rất có ý nghĩa trong sách Rô-ma. Là phương cách phục hồi mối liên hệ của tội nhân với Đức Chúa Trời mà không bởi luật pháp, tin lành có khả năng áp dụng phổ quát cho mọi người. Theo một cách đặc biệt vốn không được thấy trước đó trong lịch sử cứu rỗi, Đức Chúa Trời ban sự cứu rỗi cho dân ngoại lẫn dân Do Thái. Nhưng chúng ta cũng nên lưu ý phần "trước...sau" trong lời khẳng định của

Phao-lô. Phao-lô trình bày rằng việc bao gồm người ngoại quốc trong sự cứu rỗi không hề tước đi đặc quyền của người Do Thái. Nó cũng không phá đổ vị thế ưu tiên hàng đầu của người Do Thái trong mục đích và chương trình của Đức Chúa Trời. Dù sao đi nữa, tin lành này chính là "tin lành mà Đức Chúa Trời đã phán hứa từ trước... trong Kinh Thánh" (1:2). Tin lành này không có và không thể tước đi những đặc quyền hợp pháp của dân tộc Do Thái mà chính Đức Chúa Trời đã ban cho họ trong Cựu Ước.

Sự công chính của Đức Chúa Trời

Liên từ "vì" (*gar* trong nguyên ngữ Hy Lạp) đầu 1:17 cho thấy sự mặc khải về sự công chính của Đức Chúa Trời trong 1:17 là nền tảng cho quyền năng cứu rỗi của Đức Chúa Trời ở trong tin lành (1:16). Nhưng "sự công chính của Đức Chúa Trời" là gì? Thứ nhất, chúng ta cần có một nhận xét về cụm từ được dịch ra ở trên. Giống như cụm từ "sự vâng phục của đức tin" (*the obedience of faith*) như đã thảo luận, đây cũng là một trong những cấu trúc *sở hữu cách* phức tạp nhất và thường gây tranh cãi trong ngôn ngữ Hy Lạp. Cụm từ mà chúng ta dịch "sự công chính của Đức Chúa Trời" (tiếng Anh là "*the righteousness of God*") dù không đúng hoàn toàn theo nghĩa đen trong tiếng Hy Lạp, nhưng cũng đã thể hiện sự phức tạp của cụm từ này trong nguyên ngữ và là cơ sở để chúng ta nghiên cứu. Thứ hai, khi đặt ra câu hỏi này, chúng ta đang đi vào một trong những vấn đề cốt lõi trong việc giải thích sách Rô-ma vì cụm từ này (và các cụm từ tương đương) xuất hiện tám lần trong thư Rô-ma (xem 3:5, 21, 22, 25, 26; 10:3 hai lần) và chỉ xuất hiện một lần duy nhất trong các thư tín khác của Phao-lô (2 Cô 5:21). Thứ ba, chúng ta cũng đang đi vào một vấn đề đã và đang được các học giả tranh luận. Bảng dưới đây thể hiện vị trí và cách sử dụng của cụm từ này trong sách Rô-ma.[2]

> **"Sự Công Chính của Đức Chúa Trời"** (*dikaiosynē theou*) **trong sách Rô-ma**
>
> 1:17: Vì trong Tin Lành nầy, sự công chính của Đức Chúa Trời được bày tỏ từ đức tin đến đức tin, như có lời chép: "Người công chính sẽ sống bởi đức tin."
>
> 3:5: Nhưng nếu sự không công chính của chúng ta chứng tỏ sự công chính của Đức Chúa Trời thì chúng ta sẽ nói làm sao? Có phải Đức Chúa Trời bất công khi Ngài giáng cơn giận trên chúng ta không? (Tôi nói theo cách nói của người đời).

---

[2] Để nghiên cứu thêm về vấn đề này, xin tham khảo D. J. Moo, *The Epistle to the Romans*, New International Commentary on the New Testament (Grand Rapids: Eerdmans, 1996), 70–76, 79–90. Đối với những quan điểm khác, có thể xem E. Käsemann, *The Righteousness of God in Romans*, trong *New Testament Questions of Today* (Philadelphia: Fortress, 1969), 168–82; và D. Campbell, *The Deliverance of God: An Apocalyptic Reading of Justification in Paul* (Grand Rapids: Eerdmans, 2009).

> 3:21: Nhưng bây giờ, sự công chính của Đức Chúa Trời đã được bày tỏ ngoài luật pháp. Điều này đã được luật pháp và các nhà tiên tri làm chứng.
>
> 3:22: Đó là sự công chính của Đức Chúa Trời, bởi đức tin nơi Đức Chúa Giê-xu Christ, ban cho mọi người có lòng tin, không phân biệt ai cả;
>
> 3:25: Đức Chúa Trời đã lập Ngài làm sinh tế chuộc tội cho những ai có đức tin trong huyết Ngài. Việc này bày tỏ sự công chính của Đức Chúa Trời, vì Ngài lấy lòng nhẫn nhục mà bỏ qua những tội lỗi trong quá khứ.
>
> 3:26: Trong hiện tại, Ngài cũng chứng tỏ chính Ngài là công chính và xưng công chính cho người nào đặt lòng tin nơi Đức Chúa Giê-xu.
>
> 10:3: Do không nhận biết sự công chính của Đức Chúa Trời và tìm cách lập sự công chính riêng cho mình, nên họ không thuận phục sự công chính của Đức Chúa Trời.

Có bốn cách giải thích về cụm từ này mà chúng ta có thể xem xét ở đây: (1) Tính công chính của Đức Chúa Trời; (2) Sự thành tín của Đức Chúa Trời; (3) Địa vị công chính do Đức Chúa Trời ban cho; (4) Hành động của Đức Chúa Trời đặt người ta vào địa vị đúng trước mặt Ngài. Mỗi cách giải thích trên (có lẽ ngoại trừ cách giải thích thứ ba) đều có tiền đề từ sự dạy dỗ của Cựu Ước về sự công chính của Đức Chúa Trời. Nhưng tôi cho rằng, cách giải thích thứ tư là gần đúng nhất so với ý của Phao-lô khi dùng cụm từ trên. Như trước đây Luther đã nhận ra, sự mặc khải về tính công chính của Đức Chúa Trời (như cách giải thích đầu tiên) thì không phải là "tin lành" đối với tội nhân. Tôi cho rằng Phao-lô vẫn sử dụng cụm từ trên trong ý nghĩa này ở 3:25, 26. Tuy nhiên, trong bối cảnh hiện tại mà chúng ta đang thảo luận thì sự giải thích này không phù hợp lắm. Những học giả đương đại đã đúng khi kiên quyết cho rằng cách dùng của Phao-lô ở đây xuất phát từ những tham khảo có thứ tự trong Cựu Ước đối với sự công chính của Đức Chúa Trời. Người ta vẫn đang tranh luận rằng liệu những cách dùng trong Cựu Ước đó có phải đến từ bối cảnh của giao ước mà Đức Chúa Trời đã thiết lập với Y-sơ-ra-ên hay không. Điều đó có nghĩa là "sự công chính" hay "có một địa vị đúng" phải được hiểu trên cơ sở của những bổn phận làm trọn giao ước. Vì vậy, đối với người Y-sơ-ra-ên, có địa vị đúng nghĩa là phải vâng phục những điều khoản của giao ước, tức là làm theo luật pháp. Tuy nhiên, đối với Đức Chúa Trời, được ở địa vị đúng nghĩa là phải thực hành những cam kết mà Chúa đã thể hiện trong giao ước với Y-sơ-ra-ên. Do đó, "sự thành tín của Đức Chúa Trời" thể hiện rất đúng ý nghĩa này. Có lẽ Phao-lô cũng bao hàm ý niệm này như là một phần trong cách dùng của mình, nhưng tôi cho rằng cách giải thích này không diễn tả trọn vẹn ý nghĩa. Phao-lô tiếp tục trong câu 17 để giải thích rõ ràng rằng sự công chính của Đức Chúa Trời chỉ có thể đạt được thông qua đức tin mà thôi, và như vậy sẽ rất vô lý nếu cho rằng sự thành tín của Đức Chúa trời phải phụ thuộc vào đức tin của chúng ta.

Sự nhấn mạnh vào đức tin này làm cho cách giải thích thứ ba (sự công chính đến từ Đức Chúa Trời) trở nên khá phổ biến. Theo cách hiểu này thì sự công chính là địa vị đúng mà Đức Chúa Trời ban cho tội nhân khi họ tin nhận Chúa Giê-xu. Một lần nữa, tôi cho rằng Phao-lô có ý định bao hàm ý niệm này trong cách diễn đạt của ông, nhưng liệu nó có đủ rộng để giải thích toàn bộ ngữ vựng của Phao-lô hay không là một vấn đề khác. Làm thế nào mà địa vị công chính này lại được bày tỏ trong tin lành? Hơn nữa, sự giải nghĩa này về sự công chính của Đức Chúa Trời chưa từng có tiền lệ trong Cựu Ước. Tuy nhiên, tại điểm này Phao-lô dường như thừa nhận độc giả của ông sẽ hiểu được ý ông muốn nói qua cụm từ này, dựa trên cách dùng Cựu Ước của cụm từ đó. Thật vậy, trong Rô-ma 3:21, Phao-lô xác nhận rằng sự công chính này của Đức Chúa Trời đã được Cựu Ước làm chứng.

Nếu chúng ta xem sự chứng thực của Cựu Ước là cơ sở đầu tiên để xem xét, thì chúng phải phải chú ý đến những phân đoạn Kinh Thánh trong Cựu Ước nói tiên tri về việc Đức Chúa Trời sẽ bày tỏ "sự công chính" của Ngài trong những ngày cuối cùng. Cụ thể là lưu ý Ê-sai 43:13:

"Ta đem sự công chính Ta đến gần, nó chẳng ở xa,

Và sự cứu rỗi của Ta sẽ không trì hoãn.

Ta sẽ đặt sự cứu rỗi trong Si-ôn

Cho Y-sơ-ra-ên là vinh quang của Ta."

Cũng có thể xem thêm Ê-sai 51:4–8:

"Hỡi dân Ta, hãy chú ý nghe Ta;

Hỡi nước Ta, hãy lắng nghe Ta!

Vì luật pháp sẽ ra từ Ta,

Và công lý của Ta sẽ là ánh sáng cho muôn dân.

Sự công chính của Ta đã gần kề,

Ơn cứu rỗi của Ta sắp hiện ra,

Cánh tay của Ta sẽ cai trị các dân.

Các hải đảo sẽ trông đợi Ta,

Và chúng hi vọng nơi cánh tay Ta.

Hãy ngước mắt lên các tầng trời,

Và cúi nhìn dưới đất;

Vì các tầng trời sẽ tan ra như khói,

Đất sẽ cũ mòn như chiếc áo,

Cư dân trên đất sẽ chết như ruồi.

Nhưng sự cứu rỗi của Ta còn đời đời,

Sự công chính của Ta không bao giờ chấm dứt.

Hỡi những người hiểu biết công lý, hãy nghe Ta!

Các ngươi là những người ghi khắc luật pháp Ta trong lòng;

Đừng sợ người ta đả kích,

Cũng đừng kinh hãi vì những lời sỉ vả của họ.

Vì mối sẽ cắn nuốt họ như cắn áo,

Mọt sẽ ăn họ như ăn lông chiên.

Nhưng sự công chính của Ta sẽ còn mãi mãi,

Ơn cứu rỗi của Ta còn từ đời nầy sang đời kia".

Trong những phần Kinh Thánh quan trọng trên của sách tiên tri, "sự công chính của Đức Chúa Trời" là cách nói khác đi của sự cứu rỗi mà Chúa định mang đến cho dân sự của Ngài trong những ngày cuối cùng. Khi khiến cho muôn vật trở lại địa vị đúng, Đức Chúa Trời sẽ chứng minh sự thành tín của Ngài và sẽ cứu dân sự Ngài theo như lời hứa Ngài dành cho họ. Đây chính là ý niệm về sự công chính của Đức Chúa Trời mà Phao-lô đang đề cập ở đây (cũng như trong 3:21, 22; 10:3). Tin lành đem đến sự cứu rỗi vì nó bày tỏ lời hứa của Đức Chúa Trời khi đưa người ta đến mối liên hệ đúng với chính Ngài. "Sự công chính của Đức Chúa Trời" như cách Phao-lô sử dụng ở đây chỉ về sự thành tín của Đức Chúa Trời đối với những lời hứa của Ngài. Nó cũng chứng minh địa vị đúng dành cho những ai có đức tin. Nhưng ý chính ở đây còn lớn hơn cả hai điều được giới thiệu ở trên, bao gồm cả tiến trình Đức Chúa Trời hành động, đem người ta vào mối liên hệ cứu rỗi.

Cũng cần phải đề cập một ý cuối cùng về "sự công chính của Đức Chúa Trời". Hầu như tất cả các học giả đều ghi nhận rằng việc Đức Chúa Trời ban cho những người tin địa vị đúng trước mặt Ngài là một hành động mang tính pháp lý. Điều này không có ý là người ta được bước vào địa vị đúng theo khía cạnh đạo đức nhưng họ được xưng là công nghĩa về mặt pháp luật. Trong tin lành, trước hết Đức Chúa Trời hành động để giải cứu tội nhân ra khỏi án phạt của tội lỗi và xác nhận họ được trắng án về mọi tội họ phạm trước mặt Ngài. Đây chính là những gì "sự công chính của Đức Chúa Trời" bao hàm và cũng chính là ý nghĩa về sự liên hệ đến việc xưng công chính. Phao-lô trình bày rõ ràng trong Rô-ma 6 rằng khía cạnh công chính về mặt đạo đức bắt buộc phải theo sau sự công chính về mặt pháp lý. Nhưng hai điều trên là hai điều khác nhau, và địa vị pháp lý thì đến trước khi có được một nếp sống biến đổi.

Phao-lô kết luận những câu Kinh Thánh trên với một sự nhấn mạnh quen thuộc vào "đức tin". Đây cũng là một chủ đề lớn của sách Rô-ma. Có lẽ nhiều người Do

Thái tin rằng Đức Chúa Trời sẽ đương nhiên ban cho toàn thể Y-sơ-ra-ên sự công chính của Ngài. Tuy nhiên, Phao-lô khẳng định rằng chỉ có những người tin mà thôi, và tất cả những ai tin sẽ kinh nghiệm sự công chính của Đức Chúa Trời. Có lẽ đây là điều mà Phao-lô muốn nói đến khi sử dụng một cụm từ khá phức tạp "từ đức tin đến đức tin" (dịch theo sát nghĩa trong nguyên ngữ Hy Lạp là "bởi đức tin vì đức tin" ["*out of faith for faith*"]). Một vài người cho rằng cụm từ này chỉ về một tiến trình trong đức tin. Một số khác thì cho rằng Phao-lô đang đề cập đến cả sự thành tín của Đấng Christ (chữ *pistis* trong tiếng Hy Lạp hàm chứa ý nghĩa này) lẫn đức tin của con người. Nhưng rất có thể cụm từ này được dùng theo ý nhấn mạnh vào đức tin, như được thể hiện trong bản NIV: "đức tin từ khi bắt đầu đến khi kết thúc" ("*faith from first to last*"). Phao-lô tóm tắt sự quan trọng của đức tin bằng việc trích dẫn Ha-ba-cúc 2:4. Chúng ta có thể đọc câu Kinh Thánh trên theo bản dịch hiện có, "Người công chính sẽ sống bởi đức tin." Tuy nhiên, dựa trên lập luận của sách Rô-ma, câu Kinh Thánh này nên được dịch là "Người [được] công chính bởi đức tin sẽ sống". Sự sống và sự sống đời đời được ban cho những ai đã được Đức Chúa Trời kể là công chính bởi đức tin của họ.

Mục đích của sách Rô-ma: Tại sao lại viết sách Rô-ma?

Bây giờ, chúng ta sẽ quay trở lại với câu hỏi chưa có lời giải đáp trong chương 2: Tại sao lại viết sách Rô-ma? Nói cách khác, tại sao Phao-lô lại viết một tác phẩm được cho là tài liệu thần học quan trọng bậc nhất cho một hội thánh mà ông chưa từng thăm viếng? Bởi vì Phao-lô không nói gì về điều này cách rõ ràng, nên các học giả được tự do suy đoán và quả thật họ đã có nhiều suy đoán. Chúng ta có thể gom nhóm những suy luận trên trong hai đề mục chính:

Quan điểm tập trung vào hoàn cảnh của Phao-lô

Trong chương 2, chúng ta đã biết là Phao-lô viết sách Rô-ma khi ông chuẩn bị đi Giê-ru-sa-lem để phân phát tài chính mà những hội thánh người ngoại quốc đã quyên góp để giúp đỡ cho những Cơ Đốc nhân Do Thái. Sau đó Phao-lô sẽ đi Tây Ban Nha và trên đường đi sẽ ghé qua Rô-ma. Chúng ta cũng biết thêm rằng Phao-lô hy vọng những Cơ Đốc nhân tại Rô-ma sẽ giúp đỡ ông trong công tác truyền giáo tại Tây Ban Nha (15:24). Nhiều học giả tập trung vào điểm sau cùng này khi giải thích về mục đích của sách Rô-ma. Phao-lô viết thư Rô-ma để giới thiệu chính mình với hội thánh Rô-ma. Và Phao-lô phải viết dài như thế vì ông biết rằng những tin đồn không đúng về tin lành mà ông rao giảng đang lưu truyền tại đây. Để tranh thủ được sự ủng hộ của tín hữu tại Rô-ma, Phao-lô bảo vệ mình khỏi những tin đồn kia. Việc Phao-lô đề cập đến vấn đề này trong phần kết luận bức thư đã khẳng định việc kêu gọi ủng hộ cho công tác truyền giáo tại Tây Ban Nha là một trong những lý do quan trọng khiến ông viết thư Rô-ma. Tuy nhiên, bản thân mục đích này không giải thích một cách tương xứng so với những chủ đề khác mà chúng ta thấy trong bức thư. Bức thư này có (những) mục đích khác. Một giả thuyết thú vị là khi viết thư này, Phao-lô đang rất lo lắng cho chuyến đi Giê-ru-sa-lem sắp tới. Công Vụ 15:30–33 cho biết Phao-lô rất bận tâm đến những viễn cảnh cho chuyến thăm đó. Do đó, có người cho rằng Phao-lô viết thư Rô-ma để thực tập những bài giảng mà ông sẽ diễn thuyết tại Giê-ru-sa-lem. Mặc dù Phao-lô không cần phải viết lá thư dài như thế này chỉ để thực tập bài giảng, giả thuyết này cũng giúp chúng ta một lần nữa chú ý đến vấn đề về mối liên hệ giữa người Do Thái và người ngoại quốc vốn là chủ đề đặc trưng của sách Rô-ma.

Quan điểm tập trung vào hội thánh tại Rô-ma

Phao-lô thường viết những lá thư của mình để giải quyết một số vấn đề cụ thể mà các tín hữu đang gặp phải. Chúng ta có thể quên điều này khi đọc sách Rô-ma vì chúng ta bị thu hút bởi sự khai triển những lẽ đạo thần học rất hấp dẫn. Nhưng những bằng chứng trong sách Rô-ma cho thấy rằng, trong một mức độ nào đó, bức thư này được viết ra để giải quyết một số vấn đề tại Rô-ma. Vấn đề ở tại Rô-ma có thể là gì? Rô-ma 14:1 - 15:13 dường như cho chúng ta câu trả lời tốt nhất. Trong những câu Kinh Thánh trên, Phao-lô quở trách những tín hữu tại Rô-ma vì họ đã chia rẽ thành hai phe và đang đứng vào vị trí xét đoán lẫn nhau. Họ tranh luận về vai trò của luật pháp Môi-se trong cộng đồng Cơ Đốc (tôi sẽ giải thích vấn đề này chi tiết hơn khi chúng ta nghiên cứu phân đoạn Kinh Thánh trên). Người "yếu" (*weak*), chủ yếu là các Cơ Đốc Nhân Do Thái, cứ khăng khăng giữ những rhững đòi hỏi lễ nghi của luật pháp; người "mạnh" (*strong*), chủ yếu là các Cơ Đốc Nhân ngoại quốc, thì khăng khăng cho rằng những luật lệ trên đã không còn giá trị và mỉa mai những kẻ "yếu" vì sự cố chấp của họ. Nhiều nhà giải kinh đương đại cho rằng Phao-lô viết thư Rô-ma để giải quyết tình trạng chia rẽ này của hội thánh. Phao-lô cố tình trình bày những lẽ đạo thần học từ chương 1 đến 11 để làm nền tảng cho lời mời gọi của mình trong chương 12 - 13 cũng như lời kêu gọi trực tiếp cho sự hiệp nhất trong 14:1 - 15:13.

Thật vậy, Phao-lô viết thư Rô-ma với ước muốn giúp họ tìm lại sự hiệp một trong sự thờ phượng Đức Chúa Trời, Đấng mà họ đang cùng nhau hầu việc. Thế thì, rõ ràng Phao-lô viết thư Rô-ma không chỉ với một mục đích duy nhất.[3] Phao-lô vừa chuẩn bị tín hữu Rô-ma cho chuyến thăm viếng của mình để qua đó có thể kêu gọi sự giúp đỡ cho công việc truyền giáo tại Tây Ban Nha; **đồng thời** Phao-lô cũng vừa cố gắng rịt lành sự chia rẽ giữa những tín hữu tại Rô-ma. Hai mục đích cơ bản này đều có một mẫu số chung, đó là hoàn cảnh chức vụ truyền giáo của Phao-lô. Như được trình bày trong Rô-ma 15:19–20, Phao-lô đã có một bước tiến quan trọng trong công tác truyền giáo của mình. Phao-lô sắp sửa bắt tay vào công việc truyền giáo mới ở Tây Ban Nha. Ông đang trên đường đến Giê-ru-sa-lem, mang theo số tài

---

[3]Xem chi tiết về vấn đề này trong sách hướng dẫn của A. J. M. Wedderburn, *The Reasons for Romans* (Edinburgh: T& T Clark, 1991).

Mô hình Giê-ru-sa-lem thế kỷ I (*nguồn: Dallbera/Wikimedia Commons*)

chính quyền góp được với hy vọng đem đến sự giảng hoà giữa người Do Thái và người ngoại quốc. Vì thế, Phao-lô viết về tin lành mà ông rao giảng. Cơ Đốc nhân tại Rô-ma cần phải biết về quyền năng của tin lành đó, quyền năng khiến cho tội nhân được xưng công nghĩa và biến đổi đời sống họ. Họ cũng cần phải hiểu về cách mà tin lành đó đem dân Do Thái và dân ngoại lại với nhau thành một dân mới của Đức Chúa Trời, để cả hai tiếp tục một chương trình mà Đức Chúa Trời đã đề ra trong Cựu Ước và mở ra một thời kỳ mới cho chương trình đó. **Tin lành ở trong bối cảnh lịch sử cứu rỗi của nó** chính là chủ đề của sách Rô-ma. Mục đích của Phao-lô khi phác thảo chủ đề này cách công phu là để giúp cho tín hữu tại Rô-ma hiểu và thấy được giá trị về vị trí của họ trong dòng chảy lịch sử cứu rỗi. Và bởi vì trong bức thư này, Phao-lô trình bày về những vấn đề thần học căn bản và bền vững đó, sách Rô-ma vượt lên trên thời gian và nơi chốn của nó để phán dạy với hội thánh trong mọi thời đại (và tất nhiên cả Kinh Thánh đều có giá trị đó trong những cách khác nhau). Giống như lời mà James Denney đã mô tả:

> Với tất cả giới hạn về lịch sử của những hoàn cảnh và điều kiện mà Phao-lô viết thư, chẳng phải có điều gì đó vượt lên trên những điều kiện thông thường của thời gian và không gian này chăng? Một điều gì đó đã khiến cho bức thư không phải là một tác phẩm ngẫu nhiên nhưng mang đặc tính của một bảng giải nghĩa các lẽ thật trọng yếu.[4]

---

[4] J. Denney, "St. Paul's Epistle to the Romans," trong *The Expositor's Greek New Testament*, bt. W. R. Nicoll (1897; bản in lại, Grand Rapids: Eerdmans, 1970), 2:570. Nguyên văn tiếng Anh: "Is it not manifest that when we give [the conditions under which Paul wrote] all the historical definiteness of which they are capable, there is something in them which rises above the casualness of time and place, something which might easily give the epistle not an accidental or occasional character, but the character of an exposition of principles?"

Bố cục sách Rô-ma: Sách Rô-ma được trình bày như thế nào?

Bảng giải nghĩa phúc âm vừa bất hủ vừa phụ thuộc thời gian như vậy được trình bày như thế nào? Chúng ta sẽ nhìn vào những diễn biến chi tiết khi quyển sách mở ra. Nhưng trước khi đi sâu vào chi tiết, chúng ta cần phải nắm được những dữ liệu cơ bản cần thiết, vì nó giúp ích chúng ta khi đọc bất kỳ cuốn sách nào.

Trước tiên, chúng ta phải thật cẩn thận khi áp đặt một bố cục đơn giản của chính chúng ta vào một quyển sách hết sức phức tạp. Đôi khi chúng ta cho rằng những quyển sách trong Kinh Thánh phải được liệt kê vào vào một bố cục rõ ràng với một La Mã (I), điểm A, điểm một nhỏ (1). Nhưng nếu chỉ nhìn sơ vào hầu hết những bức thư mà chúng ta viết, chúng ta sẽ thấy ngay rằng ý tưởng này làm đơn giản hoá quá mức tình hình.[5]

Bởi vì sách Rô-ma viết về một tin lành chung chứ không đi quá chi tiết vào những vấn đề cụ thể, chúng ta nên phân chia bố cục sách Rô-ma dựa trên lô-gic nội tại của chính nó. Dưới đây là một vài điểm chính:

I. Phần mở đầu thư (1:1–17)

    A. Lời chào thăm (1:1–7)

    B. Lời cảm tạ và duyên cớ: Phao-lô và người Rô-ma (1:8–15)

    C. Chủ đề bức thư (1:16–17)

II. Trọng tâm của tin lành: sự xưng công nghĩa bởi đức tin (1:18–4:25)

    A. Sự cai trị của tội lỗi (1:18–3:20)

        1. Mọi người phải khai trình trước Chúa về tội lỗi của họ (1:18–32)

        2. Người Do Thái phải khai trình trước Chúa về tội lỗi họ (2:1–3:8)

            a. Người Do Thái và sự phán xét của Đức Chúa Trời (2:1–16)

            b. Những giới hạn của giao ước (2:17–29)

            c. Sự thành tín của Đức Chúa Trời và sự đoán xét trên dân Do Thái (3:1–8)

        3. Tội lỗi của toàn nhân loại (3:9–20)

    B. Sự xưng công chính bởi đức tin (3:21–4:25)

        1. Sự xưng công chính và tính công chính của Đức Chúa Trời (3:21–26)

---

[5]Xin xem lời cảnh báo về việc áp đặt một "bố cục mang tính cấu trúc" ("*architectonic structure*") khi nghiên cứu sách Rô-ma, viết bởi J. C. Beker, *Paul the Apostle: The Triumph of God in Life and Thought* (Philadelphia: Fortress, 1980), 64–69.

2. Chỉ bởi đức tin (3:27–4:25)

    a. Chỉ bởi đức tin: Lời tuyên bố ngay từ ban đầu (3:27–31)

    b. Chỉ bởi đức tin: Gương Áp-ra-ham (4:1–25)

III. Tin lành bảo đảm về hy vọng cứu rỗi (5:1–8:39)

  A. Hy vọng vinh hiển (5:1–21)

    1. Từ xưng công chính đến sự cứu rỗi (5:1–11)

    2. Sự trị vì của ân điển và sự sống (5:12–21)

  B. Tự do khỏi gông cùm của tội lỗi (6:1–23)

    1. "Chết đối với tội lỗi" qua sự kết hiệp với Đấng Christ (6:1–14)

    2. Được tự do khỏi quyền lực của tội lỗi để phục vụ sự công chính (6:15–23)

  C. Được tự do khỏi sự trói buộc của luật pháp (7:1–25)

    1. Được giải phóng khỏi luật pháp để được kết hiệp với Đấng Christ (7:1–6)

    2. Lịch sử và kinh nghiệm của người Do Thái dưới luật pháp (7:7–25)

      a. Sự xuất hiện của luật pháp (7:7–12)

      b. Cuộc sống dưới luật pháp (7:13–25)

  D. Bảo đảm về sự sống đời đời trong Thánh Linh (8:1–30)

    1. Thánh Linh sự sống (8:1–13)

    2. Thánh Linh nhận làm con (8:14–17)

    3. Thánh Linh vinh quang (8:18–30)

  E. Ca mừng sự bảo đảm của tín đồ trong Đấng Christ (8:31–39)

IV. Lời bênh vực cho tin lành: vấn đề của Y-sơ-ra-ên (9:1–11:36)

  A. Giới thiệu: tương quan giữa lời hứa của Đức Chúa Trời và cảnh ngộ của Y-sơ-ra-ên (9:1–5)

  B. Định nghĩa lời hứa (1): Sự lựa chọn tuyệt đối của Đức Chúa Trời (9:6–29)

    1. Người Y-sơ-ra-ên thật từ Y-sơ-ra-ên (9:6–29)

    2. Trả lời những chống đối: sự tự do và mục đích của Chúa (9:14–23)

    3. Sự kêu gọi của Chúa cho một tuyển dân mới: Y-sơ-ra-ên và dân ngoại (9:24–29).

  C. Hiểu rõ cảnh ngộ Y-sơ-ra-ên: Đấng Christ là đỉnh điểm của lịch sử cứu rỗi (9:30–10:21)

1. Y-sơ-ra-ên, dân ngoại, và sự công chính của Đức Chúa Trời (9:30–10:13)
2. Trách nhiệm giải trình của Y-sơ-ra-ên (10:14–21)

D. Tóm lược: Y-sơ-ra-ên, "dân được chọn", và "dân cứng lòng" (11:1–10)

E. Định nghĩa lời hứa (2): viễn cảnh của Y-sơ-ra-ên (11:11–32)

1. Mục đích của Chúa trong sự khước từ của Y-sơ-ra-ên (11:11–15)
2. Mối liên hệ giữa dân Do Thái và dân ngoại: cảnh báo về dân ngoại (11:16–24)
3. Sự cứu rỗi cho "toàn thể dân Y-sơ-ra-ên" (11:25–32)

F. Kết luận: ngợi khen Đức Chúa Trời về kế hoạch kỳ diệu của Ngài (11:33–36)

V. Quyền năng biến đổi của tin lành: phẩm chất Cơ Đốc nhân (12:1–15:13)

A. Trọng tâm của vấn đề: sự biến đổi hoàn toàn (12:1–2)

B. Khiêm nhường và phục vụ lẫn nhau (12:3–8)

C. Tình yêu thương và những biểu hiện của tình yêu thương (12:9–21)

D. Cơ Đốc nhân và những quy tắc xã hội (13:1–7)

E. Tình yêu thương và luật pháp (13:8–10)

F. Sống trong sự sáng của ban ngày (13 11–14)

G. Lời kêu gọi hiệp nhất (14:1–15:13)

1. Đừng lên án anh em mình (14:1–12)
2. Đừng làm cớ vấp phạm cho anh em (14:13–23)
3. Đặt lợi ích người khác trước nhất (15:1–6)
4. Tiếp nhận lẫn nhau (15:7–13)

VI. Phần kết bức thư (15:14–16:27)

A. Chức vụ của Phao-lô và những dự định thăm viếng (15:14–33)

B. Lời chào thăm (16:1–16)

C. Lời chúc tạ cuối thư (16:17–27)

Những Thuật Ngữ Chính

mặc khải (*apocalyptic*)

Thời kỳ mới (*new age*)

Lịch sử cứu rỗi (*salvation history*)

Thời kỳ cũ (*old age*)

Sự công chính (*righteousness*)

Câu Hỏi Suy Gẫm

1. Đâu là sự khác biệt giữa Chúa Giê-xu Con Đức Chúa Trời và Chúa Giê-xu Con-Đức-Chúa-Trời-có-quyền-phép?
2. "Lịch sử cứu rỗi" là gì? Chúng ta, những Cơ Đốc nhân ngày nay có vị trí như thế nào trong lịch sử cứu rỗi? Ý nghĩa về vị trí của chúng ta trong lịch sử cứu rỗi?
3. Đức tin của chúng ta tác động như thế nào đến sự bày tỏ về sự công chính của Đức Chúa Trời? Điều gì xảy ra khi một người kinh nghiệm sự công chính đó?
4. Tại sao Phao-lô viết thư Rô-ma? Sự hiểu biết của chúng ta về mục đích bức thư có ảnh hưởng như thế nào đến cách chúng ta đọc sách Rô-ma?

Phần II

Khám Phá Tình Thế Nan Giải Của Con Người: Rô-ma 1:18–3:20

Chương 4

Cơn Thịnh Nộ Của Đức Chúa Trời Đối Với Tội Nhân (Rô-ma 1:18–32)

Dàn ý:

- Cơn thịnh nộ của Đức Chúa Trời: sự bày tỏ (1:18)
- Cơn thịnh nộ của Đức Chúa Trời: lý do (1:19–21)
- Cơn thịnh nộ của Đức Chúa Trời: hệ quả (1:22–32)

Mục tiêu:

Sau khi đọc xong chương này, độc giả có thể:

1. Nhận thức được sự thực hữu và bản chất cơn thịnh nộ của Đức Chúa Trời.
2. Định nghĩa sự mặc khải của Đức Chúa Trời và đưa ra ví dụ về sự mặc khải đó trong thiên nhiên.
3. Truy nguyên nguồn gốc về bản chất phức tạp của tội lỗi nhân loại.

Sau khi nghe lời rao báo tuyệt vời về tin lành cứu rỗi của Đức Chúa Trời qua sự công chính của Ngài trong Rô-ma 1:16–17, có thể chúng ta hy vọng Phao-lô sẽ tiếp tục đi sâu vào bản chất và những phước hạnh của sự cứu rỗi này. Do đó, sẽ rất sốc khi chúng ta phải đọc về cơn thịnh nộ, tội lỗi, sự thờ thần tượng, sự băng hoại và sự đoán phạt. Nhưng ở đây, Phao-lô không hề mắc phải một sai lầm nào. Ông biết rằng chúng ta không thể hiểu được hết giá trị của tin lành cho đến khi chúng ta có một cái nhìn đầy đủ về tin dữ. Khi và chỉ khi chúng ta thực sự am tường về tình thế nan giải của con người, chúng ta mới có thể đáp ứng thích đáng với tin lành về Chúa Giê-xu Christ, lời giải đáp cho tình thế nan giải đó. Một chiến lược truyền giáo đã từng khá nổi tiếng có tên gọi là "Con Đường La Mã" bởi vì người ta dựa trên cấu trúc của sách Rô-ma để làm nên phương pháp này. Dù không một phương pháp truyền giáo nào có thể phù hợp với mọi hoàn cảnh, nhưng để giúp người ta hiểu được tin lành cách đúng đắn thì trước hết chúng ta phải giúp họ có một cái nhìn đúng đắn về tình thế nan giải của chính họ. Đây chính là phương pháp mà Phao-lô sử dụng trong sách Rô-ma.

Cơn Thịnh Nộ Của Đức Chúa Trời: Sự Bày Tỏ (1:18)

Ý niệm về "cơn thịnh nộ của Đức Chúa Trời" không phải là điều gì đó được chào đón, thậm chí ở giữa vòng những Cơ Đốc nhân. Chúng ta thích nói về ân điển và tình yêu của Đức Chúa Trời hơn. Nhưng chúng ta sẽ không bao giờ hiểu được Đức Chúa Trời và công việc mà Ngài đã thành toàn cho chúng ta trong Con Ngài cho đến khi chúng ta nhận biết ý nghĩa về sự thực hữu của cơn thịnh nộ của Đức Chúa Trời. Như Kinh Thánh đã đề cập, sự thịnh nộ của Đức Chúa Trời không phải là một cảm xúc thất thường nhưng là một sự phản ứng cần thiết của một Đức Chúa Trời toàn hảo và thánh khiết đối với những người bất tuân ý chỉ Ngài. Phao-lô thường liên hệ cơn thịnh nộ của Đức Chúa Trời với ngày phán xét (chẳng hạn Rô 2:5). Tuy nhiên, ở đây Phao-lô cho biết cơn thịnh nộ của Đức Chúa Trời "đang được bày tỏ" trong thì hiện tại. Có thể điều này chỉ có ý đơn giản là Đức Chúa Trời muốn nói rõ rằng cơn thịnh nộ của Ngài là thực hữu. Nhưng "bày tỏ" ở đây có thể mang ý niệm chủ động của việc "biểu lộ" hay "làm thành". Đức Chúa Trời sẽ giáng cơn thịnh nộ của Ngài trên tội nhân cách kinh khiếp nhất trong ngày cuối cùng. Nhưng thậm chí ngay trong thời điểm hiện tại, theo cách mà câu 19–32 mô tả, thì Đức Chúa Trời cũng đang trừng phạt tội lỗi nhân loại bằng cơn thịnh nộ của Ngài. Cần lưu ý phép song hành trong câu 17 và 18. Một số nhà giải kinh cho rằng sự bày tỏ về cơn thịnh nộ của Đức Chúa Trời là một phần trong sự bày tỏ về sự công chính của Ngài. Nhưng điều này không khả dĩ. Như tôi đã lập luận trước đó, sự công chính của Đức Chúa Trời là hành động cứu rỗi của Ngài. Cơn thịnh nộ của Đức Chúa Trời chính là lý do tại sao sự công chính của Ngài lại cần thiết. Nhưng rõ ràng cơn thịnh nộ không phải là một phần trong sự công chính đó.

Câu 18 được xem như là đề mục cho toàn bộ lập luận của phần Kinh Thánh 1:18–3:20. Trong phần còn lại của phân đoạn này, Phao-lô mô tả cụ thể cách mà Đức Chúa Trời giáng cơn thịnh nộ, và đặc biệt là lý do tại sao Ngài phải giáng cơn thịnh nộ đó. Trong những câu Kinh Thánh còn lại của đoạn 1, phần đầu tiên đề cập đến con người một cách tổng quát khi họ đối diện với lẽ thật mà Đức Chúa Trời đã bày tỏ cho toàn thể nhân loại mà Ngài tạo dựng.

Cơn Thịnh Nộ Của Đức Chúa Trời: Lý Do (1:19–21)

Dầu cho dễ dàng bị bỏ qua nhưng phần kết của câu 18 cung cấp đầu mối quan trọng về hướng lập luận của Phao-lô ở đây. Phao-lô đã nói rằng cơn thịnh nộ của Đức Chúa Trời giáng trên những người "áp chế chân lý". Hãy suy nghĩ một chút về từ "áp chế" và ngụ ý của nó. Người ta không thể áp chế (hay kiềm chế) điều mà họ không có. Vì vậy, Phao-lô muốn nói rằng họ là những người đã biết đến chân lý. Do đó, trong câu 19–21, Phao-lô phân tích điểm này và chỉ ra rằng nhiều người đã không có sự đáp ứng thích đáng đối với chân lý mà Đức Chúa Trời đã bày tỏ cho họ. Phao-lô nêu ra ba điểm căn bản.

Thứ nhất, Đức Chúa Trời đã bày tỏ chân lý của Ngài cho toàn thể nhân loại. Ngài đã "bày tỏ cho họ rồi" (câu 19). Câu văn này chắc chắn không hề cho rằng đại từ "họ" thay thế cho "toàn thể nhân loại". Từ "họ" ở đây chỉ về "những kẻ" vô luân, gian ác và áp chế chân lý ở trong câu 18. Nhưng Phao-lô cũng trình bày rõ rằng, tất cả mọi người đều thuộc về nhóm này (vd. 3:9). Nói theo ngôn ngữ thần học, ở đây Phao-lô dạy về sự mặc khải thiên nhiên. Ngược lại, sự mặc khải đặc biệt bao gồm lời phán và hành động trực tiếp của Đức Chúa Trời được ghi chép lại, chẳng hạn như trong Kinh Thánh. Dĩ nhiên, chẳng phải ai cũng có thể nhận được sự mặc khải đặc biệt. Nhưng Đức Chúa Trời cũng bày tỏ chân lý về chính Ngài một cách phổ quát và gián tiếp trên chính thế giới mà Ngài tạo dựng. Những tạo vật với một chuỗi phức tạp và cũng đầy thú vị trong thế giới xung quanh chúng ta đã chứng tỏ về sự hiện hữu của một Đấng Sáng Tạo đầy quyền năng và khôn ngoan. Do Phao-lô đang đề cập sự mặc khải thiên nhiên ở đây, rất nhiều nhà giải kinh cho rằng Phao-lô đang chỉ về dân ngoại. Bởi vì tất nhiên người Do Thái đã được ban cho **sự mặc khải đặc biệt**, và Phao-lô nói về tình cảnh của họ trong chương 2. Tuy nhiên, mặc dù sự dạy dỗ của Phao-lô rất phù hợp với tình cảnh của dân ngoại, ông không hề giới hạn sự phân tích của mình. Chúng ta phải nhớ rằng người Do Thái cũng được ban cho sự mặc khải thiên nhiên. Vậy thì, cách hiểu đúng nhất là câu 19–32 nói về tình trạng của toàn thể nhân loại khi đối diện với sự mặc khải thiên nhiên của Đức Chúa Trời.

Thứ hai, chân lý được thể hiện trong sự mặc khải thiên nhiên bị hạn chế. Trong câu 20, Phao-lô viết ra thông tin mà Đức Chúa Trời "đã bày tỏ" rõ ràng cho nhân loại. Trong một phép tương phản mỉa mai rõ ràng (được gọi là "phép nghịch hợp" [oxymoron]), Phao-lô xác nhận rằng, "những gì về Đức Chúa Trời mà mắt trần không thấy…[thì] người ta đã nhận thức rõ ràng". Cụ thể, Phao-lô liệt kê "quyền năng đời đời và thần tính" của Đức Chúa Trời. Từ những gì Chúa đã bày tỏ trong thiên nhiên, người ta có thể biết rằng có một vị thần (a god) đầy quyền năng đang hiện hữu; nhưng tất nhiên họ không biết về những đòi hỏi chi tiết trong luật pháp của Đức Chúa Trời hay chương trình cứu rỗi của Ngài cũng như đỉnh điểm của chương trình ấy trên thập tự giá của Đấng Christ.

Thứ ba, chính vì sự mặc khải thiên nhiên bị hạn chế nên nó không thể làm trung gian để đem sự cứu rỗi đến cho tội nhân. Ở cuối câu 20, Phao-lô gợi ý về kết luận này. Ông khẳng định mục đích sự mặc khải của Đức Chúa Trời trong thiên nhiên là để người ta "không thể bào chữa được". Họ không thể cho rằng mình hoàn toàn không biết khi Chúa giáng cơn thịnh nộ trên họ, *bởi vì* (xin lưu ý liên từ này ở đầu câu 21) họ thực sự "đã biết Đức Chúa Trời". Kinh Thánh thường sử dụng cụm từ này để chỉ về mối liên hệ cứu rỗi với Đức Chúa Trời. Nhưng rõ ràng trường hợp

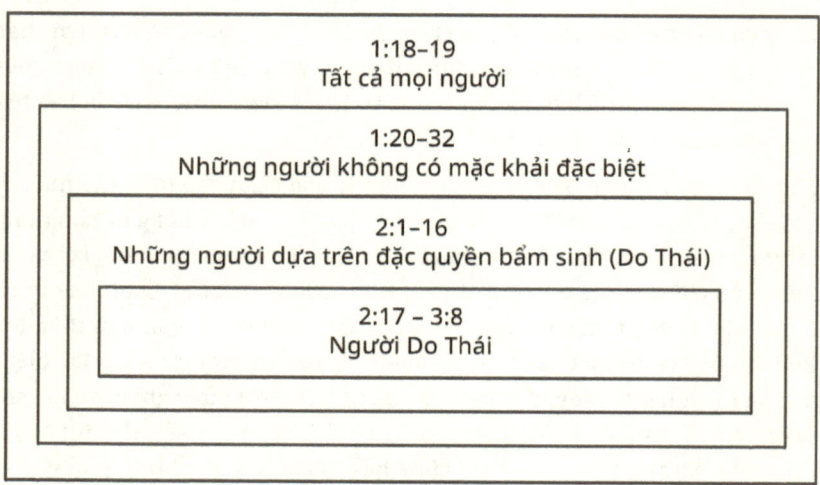

Đối tượng Phao-lô đề cập trong Rô-ma 1:18 - 3:8: Tất cả mọi người

này không hề có ý đó. Đây là cách Phao-lô khẳng định người ta vốn có sự hiểu biết về Đức Chúa Trời. Vấn đề là họ không đáp ứng thích đáng với sự hiểu biết đó, như phần còn lại của câu 21 đề cập. Thay vì tôn cao và tạ ơn Đức Chúa Trời, lòng dạ họ tối tăm và tâm trí họ bại hoại.

Những gì Phao-lô vừa nói trong những câu Kinh Thánh này quan trọng đối với sự cách chúng ta đánh giá tình huống của những người không tiếp cận được sự mặc khải đặc biệt. Xu thế ủng hộ chủ nghĩa đa nguyên và sự hoà hợp tôn giáo trong hiện tại càng khiến chúng ta phải lắng nghe Phao-lô cẩn thận ở điểm này. Ông khẳng định rõ ràng rằng bản thân sự mặc khải thiên nhiên không thể giải cứu người ta khỏi tình trạng tội lỗi của họ. Người ta *có đủ* thông tin về Đức Chúa Trời trong thế giới xung quanh để có thể bị đoán xét cách công chính, nhưng lại *không có đủ* thông tin để nhận ra tin lành là con đường duy nhất cho sự cứu rỗi. Chắc chắn, trong ân điển của Ngài, Đức Chúa Trời có thể dùng sự mặc khải thiên nhiên như là phương cách giúp người ta tiếp tục tìm biết nhiều hơn về Đức Chúa Trời, Đấng đã dựng nên thế giới xung quanh họ. Do vậy, tiếp nối với phương pháp diễn thuyết của Phao-lô cho người A-thên trong Công vụ 17, sự mặc khải thiên nhiên có thể trở thành bàn đạp để bước tới tin lành.

Cơn thịnh nộ của Đức Chúa Trời: hệ quả (1:22–32)

Trong những câu còn lại của chương 1, Phao-lô mô tả những hậu quả nghiêm trọng của quyết định toàn cầu của con người khi chối bỏ Đức Chúa Trời, Đấng bày tỏ chính Ngài qua thế giới tự nhiên. Phao-lô hình dung nhân loại đã thực hiện một cuộc trao đổi, mà bởi đó Đức Chúa Trời đã đáp lại bằng cách "phó mặc họ". Ba lần Phao-lô mô tả cấu trúc này và những hậu quả bi thương của nó:

"Họ đã đổi . . . Vì thế, Đức Chúa Trời đã phó mặc họ." (1:23–24)

"Vì họ đã đổi" . . . "Chính vì lý do đó mà Đức Chúa Trời đã phó mặc họ" (1:25–26a)

"Cả đến đàn bà cũng đổi" . . . "nên Đức Chúa Trời đã phó mặc họ." (1:26b–28)

Trong mỗi trường hợp trên, người ta bỏ qua lẽ thật mà Đức Chúa Trời đã bày tỏ trong thiên nhiên và thay bằng những suy nghĩ và hành động băng hoại của mình. Phao-lô tập trung vào hai loại tội lỗi trong phân đoạn này: sự thờ thần tượng (1:23, 25) và sự dâm dục đồi trụy (1:24, 26–27). Đây chính là những tội lỗi mà người Do Thái thường gán cho dân ngoại và xem đó chính là bằng cớ rằng họ không thuộc về Đức Chúa Trời. Ở đây Phao-lô cũng học theo lệ thường của người Do Thái trong việc đưa ra một bảng liệt kê dài về những tội lỗi mà người ta phạm khi họ từ chối thờ phượng Đức Chúa Trời (1:28b-31). Phân đoạn Kinh Thánh này kết thúc bằng lời kết án sự ham muốn lầm lạc mà con người tìm kiếm trong việc cổ vũ cho sự chống nghịch Đấng Tạo Hóa của họ (1:32).

Đức Chúa Trời đáp ứng với quyết định của con người khi họ đổi lẽ thật của Ngài để lấy thần tượng bằng cách phó họ cho những hậu quả của tội lỗi mà họ đã chọn cho chính mình. Việc phó mặc họ không phải hoàn toàn mang tính bị động như một số nhà giải kinh giải thích khi cho là Đức Chúa Trời chỉ đơn giản không còn "nắm giữ chiếc thuyền khi nó đang bị kéo lùi bởi dòng nước."[1] Thay vì vậy, chúng ta nên xem hành động này như là một quyết định trừng phạt chủ động về phần của Chúa, bởi đó Ngài định tội con người về mỗi tội mà họ đã chọn cho chính mình. Đặc biệt hữu ích cho diễn tiến lời dạy của Phao-lô ở đây là sách Khôn Ngoan của Sa-lô-môn 11:15–16:

Chúng đã ra lầm lạc khi nuôi những tâm tưởng bất chính ngu si, mà tôn thờ rắn rết vô tri và sâu bọ hèn kém, nên Ngài đã gửi đến nhiều sinh vật vô tri để trừng phạt bọn chúng. Như thế chúng hiểu rằng phạm tội làm sao thì bị phạt làm vậy.[2]

Và đây cũng chính là nguyên nhân cho sự gia tăng tội lỗi diễn ra trên thế giới như chúng ta đang chứng kiến. Dù Phao-lô không nói trực tiếp như vậy, chúng ta

---

[1] F. L. Godet, *Commentary on Romans*, bd. A. Cusin (1883; bản in lại, Grand Rapids: Kregel, 1977), 107.

[2] Kinh Thánh Bản dịch tiếng Việt, *Các Giờ Kinh Phụng Vụ*, sách Khôn Ngoan 11:15–16 - ND

vẫn có lý khi cho rằng việc phó mặc con người cho tội lỗi chính là một trong những cách Đức Chúa Trời bày tỏ cơn thịnh nộ của Ngài.

Trong trình tự "đối...phó cho" đầu tiên (1:22–24), Phao-lô tập trung vào vấn đề gốc rễ của tội thờ thần tượng. Một trong những dấu hiệu của con người tội lỗi là họ trau chuốt cho sự sa sút đến chỗ ngu dại của mình thành đỉnh cao của sự khôn ngoan. Người ta bào chữa cho việc khước từ Đức Chúa Trời, Đấng Chân Thần duy nhất bằng cách nói về những tiến bộ trong hiểu biết, về sự phát triển trí tuệ nhân loại và những điều tương tự. Tuy nhiên, việc thay thế chân lý của Đức Chúa Trời bằng bất kỳ sự thật nào đều là tội thờ thần tượng. Phao-lô dùng ngôn ngữ truyền thống để phác hoạ tội thờ thần tượng này trong câu 23. Xin lưu ý Thi Thiên 106:20, "Họ đổi Đấng vinh quang của mình để lấy hình tượng con bò ăn cỏ"; Và Giê-rê-mi 2:11, "Có dân tộc nào thay đổi thần của mình không? - Dù chúng chẳng phải là thần - Thế mà dân ta đã đổi vinh quang của mình để lấy thần tượng vô ích!" Thật thú vị, cả hai phần Kinh Thánh đều mô tả tội thờ thần tượng của Y-sơ-ra-ên, xác nhận rằng Phao-lô đang nói đến cả nhân loại, chứ không phải chỉ riêng dân ngoại trong những câu Kinh Thánh trên. Tội thờ thần tượng thông qua sự thờ phượng các loài thọ tạo, tương tự, cũng vốn có từ truyền thống.

Đây chính là hình thức thờ thần tượng đặc trưng trong thời Cựu Ước. Phao-lô nhấn mạnh sự khác biệt giữa Đức Chúa Trời và thế giới thọ tạo khi sử dụng ngôn từ mô phỏng câu chuyện sáng tạo, "chim muông, thú vật, hay loài bò sát" (Đối chiếu Sáng 1:20, 24). Chúng ta nên nhớ rằng tội thờ thần tượng không phải chỉ giới hạn trong việc thờ phượng một ảnh tượng trên bàn thờ. Bất cứ thứ gì mà chúng ta thay vào vị trí của Chúa - tình dục, tiền bạc, quyền lực, những thói quen, mục vụ - đều là thần tượng. Những dữ liệu Do Thái thường đề cập đến sự nối kết giữa tội thờ thần tượng và tội dâm dục. Vì vậy, không có gì ngạc nhiên khi Phao-lô miêu tả phản ứng của Đức Chúa Trời đối với tội thờ thần tượng của con người là phó mặc họ cho "những tham dục". Chúng ta cần lưu ý rằng Đức Chúa Trời không hề nhắc đến một tội lỗi mà chưa từng đề cập trước đó. Phao-lô trình bày rõ rằng người ta vốn đã có những tham dục tội lỗi. Sự dạy dỗ của phần Kinh Thánh trên phải được quân bình với khía cạnh con người của vấn đề, "Họ đã mất cả ý thức, buông mình trong truỵ lạc, tham muốn làm mọi thứ ô uế" (Êph 4:19).

Sự Định Tội Của Người Do Thái Đối Với Dân Ngoại

Chúng ta đã nhắc đến việc Phao-lô miêu tả tình cảnh con người dựa trên sự mặc khải thiên nhiên có những điểm tương đồng với việc người Do Thái định tội dân ngoại. Trong thời của Phao-lô, người Do Thái thường hãnh diện về địa vị của họ là tuyển dân Đức Chúa Trời. Việc họ bị phân tán khắp nơi trong những quốc gia Địa Trung Hải (Cộng đồng Do Thái hải ngoại - *Diaspora*) đồng nghĩa rằng hầu hết những người Do Thái là dân tộc thiểu số trong những xứ tràn ngập văn hoá dân ngoại. Như một phản ứng tự nhiên, người Do Thái đề cao vị thế đặc ân của họ và có xu hướng xem thường những người ngoại, cho họ là những dân tộc hạ đẳng. Một vài bản văn Do Thái cũng thể hiện quan điểm này trong những mức độ khác nhau. Nhưng có lẽ ví dụ rõ ràng và chi tiết nhất đến từ một quyển sách thuộc về giai đoạn giữa hai giao ước. Nó cũng là một phần của sách Thứ Kinh (*Apocrypha*) Khôn Ngoan (*Wisdom of Solomon*). Ở phần cuối của chương 12 trong sách này, tác giả bắt đầu lên án dân ngoại về sự suy đồi của họ. Tác giả tiếp tục đả kích dân ngoại cho đến phần cuối của chương 14. Những sự tương đồng của phần sách trên so với Rô-ma 1:18–32 cũng khá ấn tượng. Cụ thể, tác giả:[3]

- chỉ trích sự thờ thần tượng của dân ngoại: "bởi chúng đã quá lầm đường lạc lối khi những con vật hèn kém và đáng khinh hơn cả, chúng lại coi như là thần mình. Chúng để cho mình bị lường gạt như đám trẻ nhỏ chưa đủ trí khôn" (12:24)
- xem tội thờ thần tượng là căn nguyên của nhiều tội lỗi khác, "đầu mối của tội bất trung" (14:12)
- xác nhận rằng dân ngoại "không... được thứ tha" (13:8), bởi vì họ đã có nhiều bằng cớ về sự hiện hữu và trọn lành của Đức Chúa Trời trong sự sáng tạo (13:1–5).
- bày tỏ việc dân ngoại khước từ sự hiểu biết về Đức Chúa Trời là nguồn cơn của mọi điều ác: "không những họ chỉ hiểu biết sai lầm về Thiên Chúa, mà đang khi phải sống trong cuộc chiến khốc liệt vì u mê, họ gọi những tai hoạ đó là hoà bình. Họ giết trẻ thơ mà tế lễ, họ làm những nghi thức bí truyền, lại tổ chức những cuộc lễ man rợ, theo những tập tục lố lăng. Họ quả không coi trọng mạng sống và xem thường cuộc hôn nhân trong sạch. Người này giăng bẫy sát hại người kia, người ta giết nhau bằng thủ đoạn hoặc làm khổ nhau vì chuyện ngoại tình. Nơi đâu cũng hỗn loạn: đổ máu và giết người, cướp giật và lừa đảo, nhũng lạm, bất tín, bạo loạn, bội thề. Vàng thau lẫn lộn, bội nghĩa vô ân, tâm hồn nhơ nhuốc, dục tình đồi bại, rồi hôn nhân hỗn loạn, ngoại tình và phóng đãng" (14:22–26).

Những điểm tương đồng khá gần gũi nên rất có thể Phao-lô đã tham khảo những đoạn văn này khi ông viết Rô-ma 1. Mặt khác, cũng có thể Phao-lô đang lặp lại thuật luận chiến chống lại dân ngoại mà trong đó, phần này của sách Khôn Ngoan chỉ là một ví dụ. Dù là trường hợp nào đi nữa, Phao-lô có vẻ đang nối kết với độc giả thông qua việc lặp lại một sự dạy dỗ mang tính truyền thống.

Trình tự "đối... phó cho" thứ hai (1:25–27) cũng đề cập đến cùng một cơ sở nhưng đi vào chi tiết hơn. Một lần nữa, tội thờ thần tượng ở đây cũng bắt đầu theo thứ tự, "họ đã đổi chân lý của Đức Chúa Trời để lấy sự dối trá; họ thờ phượng và phục vụ tạo vật thay vì Đấng Tạo Hóa." Đức Chúa Trời một lần nữa đáp lại bằng cách phó mặc người ta, lần này là cho "tình dục đáng xấu hổ" (1:26b-27). Phao-lô làm theo sự dạy dỗ đặc trưng của người Do Thái khi liệt đồng tính luyến ái là "phản tự nhiên" hay "ngược lại tự nhiên (*para physin*). Một vài người ủng hộ đồng tính luyến ái hiện nay đã cố gắng giải thích thuật ngữ này với ý là chỉ có hành vi tình dục ngược lại với tự nhiên của mỗi cá nhân là tội lỗi. Nếu một người dị giới (*heterosexual*) quan hệ tình dục với người đồng giới, tức là người đó đang đi ngược lại với tự nhiên của con người và vì vậy đó là hành vi sai trái.[4] Nhưng Phao-lô không hề có ý niệm cá nhân như thế khi sử dụng từ "tự nhiên". Ông cũng học theo tục lệ Do Thái trong cách dùng từ để chỉ về trật tự tự nhiên mà Chúa *đã tạo dựng*.[5] Theo sự dạy dỗ từ Cựu Ước (chẳng hạn, Sáng 19:1–28; Lê 18:22; 20:13; Phục 23:17–18), Phao-lô xem hành vi đồng tính luyến ái như là một biểu hiện nổi bật cụ thể trong cách con người bóp méo ý định mà Đức Chúa Trời đã tạo dựng và biến nó trở thành điều gì đó rất khác đi so với ý định ban đầu của Chúa.[6]

Phao-lô kết luận rằng những ai tham gia vào hành vi tình dục đồng giới "phải chịu sự sửa phạt tương xứng với sự lầm lạc của mình" (phần cuối 1:27). Quan điểm phổ biến của chúng ta ngày nay là dịch AIDS là một minh chứng rõ ràng cho sự trừng phạt này. Điều này có thể đúng, nhưng chúng ta phải tự nhắc bản thân mình rằng tất cả mọi bệnh tật trên cơ thể vật lý của chúng ta đều là hậu quả trực tiếp (chẳng hạn những người lạm dụng rượu bia sẽ bị bệnh xơ gan) hoặc gián tiếp của tội lỗi. Phao-lô chắc chắn đã không chỉ xem bệnh tật trên thân thể vật lý là hậu quả duy nhất của tội lỗi (đặc biệt là khi bệnh AIDS không hề tồn tại trong thời của Phao-lô). Điều Phao-lô muốn nhấn mạnh ở đây là việc coi thường ý chỉ của Đức Chúa Trời trong sự tạo dựng của Ngài sẽ phải chịu lấy sự phán xét công bằng của Ngài.

Trình tự "đổi. . . phó cho" thứ ba không được thể hiện rõ ràng như hai trường hợp đầu. Thật ra, phần "đổi" ở đây được ẩn ý khi Phao-lô nói về đồng tính luyến ái trong phần cuối câu 26. Trong khi đó, phải đến câu 28 thì phần "phó cho" mới xuất hiện. Hơn nữa, việc "phó cho" cũng không liên đới trực tiếp với phần "đổi" nhưng lại là hệ quả của việc "họ không lo nhận biết Đức Chúa Trời". Nguyên ngữ Hy Lạp ở đây sử dụng cách chơi chữ mà rất khó để có thể trình bày trong bản dịch hiện tại. Dù hơi gượng gạo nhưng chúng ta có thể cố gắng để thấy cách chơi chữ

---

[4] Xem J. Boswell, *Christianity, Social Tolerance, and Homosexuality: Gay People in Europe from the Beginning of the Christian Era to the Fourteenth Century* (Chicago: University of Chicago Press, 1980), 111.

[5] Ví dụ, có thể xem *Testament of Naphtali* 3.4–5; Philo, *Change of Names* 211; *Special Laws* 4.79; *Decalogue* 142, 150; Josephus, *Against Apion* 2.273.

[6] Về sự dạy dỗ của phần Kinh Thánh này cũng như của Tân Ước nói chung về đồng tính luyến ái, xem R. Gagnon, *The Bible and Homosexual Practice: Texts and Hermeneutics* (Nashville: Abingdon, 2002); và R. Hays, *The Moral Vision of the New Testament* (San Francisco: HarperSanFrancisco, 1996), 379–406.

như sau, "Bởi vì họ không chịu "chấp nhận" [edokimasan] Đức Chúa Trời trong tâm trí mình, Ngài đã phó họ cho những tâm trí không có "khả năng chấp nhận" [adokimon] điều đúng". Cần phải nhấn mạnh rằng sự sa ngã không chỉ tác động đến cảm xúc và hành động của chúng ta mà còn đến tâm trí của chúng ta nữa. Giờ đây, tâm trí loài người đã không còn có khả năng để suy nghĩ một cách đúng đắn những điều thuộc về Đức Chúa Trời.

Trong các câu 29-31, Phao-lô đưa ra một bảng liệt kê các tội tiêu biểu, mà ông gọi ở cuối câu 28 là "những điều bất xứng." Ở đây, bản dịch NIV đã chia thành ba câu rất đúng theo cấu trúc trong bảng liệt kê của Phao-lô.[7] Ông bắt đầu một cách khái quát, sau đó đi sâu vào tội lỗi chính – tội ganh tị và những hậu quả của nó, và kết thúc với một quang phổ rộng lớn của các loại tội lỗi. Trọng tâm xuyên suốt chính là "những tội lỗi theo quan hệ xã hội" (*social sins*) – những việc xấu mà chúng ta làm cho nhau. Tội thờ thần tượng có thể là tội lỗi gốc rễ, và tội đồi trụy dâm dục có thể là một trong những hậu quả chính yếu của nó. Nhưng Phao-lô muốn nhắc rằng chúng ta khước từ chân lý của Đức Chúa Trời bằng nhiều cách khác nhau. Không ai trong chúng ta khi đọc bảng liệt kê trên có thể rời đi mà không cảm thấy bị cáo trách.

Phao-lô kết lại bằng mô tả về những hậu quả của cơn thịnh nộ của Đức Chúa Trời trong lịch sử loài người bằng một bản cáo trạng tổng quát. Một lần nữa, Phao-lô nhắc chúng ta về sự mặc khải thiên nhiên: con người biết rằng làm những việc trên sẽ phải chết, rằng Chúa sẽ trừng phạt họ cách công bằng đối với những tội họ phạm. Vì vậy, chẳng những người ta biết về thân vị và quyền năng của Đức Chúa Trời dựa trên thế giới tự nhiên, họ còn có những nhận thức về tốt, xấu và hiểu rằng Đức Chúa Trời rất công bình khi Ngài trừng phạt những việc làm sai trật. Phao-lô nói rõ hơn về vấn đề này trong 2:14–15 khi ông mô tả "luật thiên nhiên" (*natural law*) mà con người có thể tiếp cận được. Và trong phần cuối của câu Kinh Thánh, khi kết án những người phạm tội cũng như những ai tán thành sự phạm tội, Phao-lô có thể một lần nữa lặp lại sự dạy dỗ trong truyền thống Do Thái (chẳng hạn, *Testament of Asher* 6.2. "Những kẻ sống hai mặt bị trừng phạt gấp đôi vì chúng vừa phạm tội, vừa tán thành kẻ khác phạm tội"). Nhưng Phao-lô đi xa hơn. Cấu trúc "không chỉ...mà còn" trong câu 32 ngụ ý rằng Phao-lô xem những ai tán thành người khác phạm tội còn xấu hơn những kẻ phạm tội. Không phải là Phao-lô đang làm giảm đi tính nghiêm trọng của tội lỗi. Ý của Phao-lô ở đây là những người xem tội lỗi là tốt, là tự nhiên, là đáng phục thật ra đang hủy hoại nghiêm trọng đạo đức xã hội bởi nếu như vậy, tội lỗi sẽ trở thành hành vi được chấp nhận và người ta không còn bận tâm đến tội của họ nữa.

---

[7]ND - Bảng liệt kê tội lỗi (1:29-31) theo sự chia tách câu văn trong bản NIV, "Họ đầy rẫy mọi điều bất chính, gian ác, tham lam, hiểm độc./ Lòng đầy ganh tị, giết người, gây gỗ, dối trá, nham hiểm./ [Họ] nói hành, vu khống, thù ghét Đức Chúa Trời, xấc xược, kiêu ngạo, khoe khoang, chuyên làm điều ác, không vâng lời cha mẹ; dại dột, bội tín, không có tình người, không có lòng thương xót."

Những Thuật Ngữ Chính

Sự mặc khải thiên nhiên (*natural revelation*)

Sự mặc khải đặc biệt (*special revelation*)

Câu Hỏi Suy Gẫm

1. Cơn thịnh nộ của Đức Chúa Trời được thể hiện như thế nào trên thế giới chúng ta sống hôm nay? Làm thế nào chúng ta biết sự kiện hay hoàn cảnh nào chính là sản phẩm của cơn thịnh nộ đó?
2. Năng lực hạn chế của sự mặc khải thiên nhiên có ý nghĩa gì đối với tình trạng của những người chưa bao giờ được nghe về tin lành?
3. Kể tên một vài thần tượng đương đại mà Cơ Đốc nhân có thể không nhận ra đó là thần tượng?
4. Cơ Đốc nhân có suy nghĩ gì khi so sánh sự dạy dỗ của Phao-lô trong Rô-ma 1:18–32 và tuyên bố của một số nhà khoa học hiện đại rằng Đồng Tính Luyến Ái chỉ là một khuynh hướng tình dục bẩm sinh?

Chương 5

Người Do Thái "Không Thể Tự Bào Chữa" (Rô-ma 2:1–29)

Dàn ý:

- Tội lỗi của người Do Thái và sự phán xét không thiên vị của Đức Chúa Trời (2:1–11)
    - Người Do Thái cũng phạm tội như người ngoại quốc (2:1–5)
    - Sự phán xét không thiên vị của Đức Chúa Trời (2:6–11)
- Người Do Thái, người ngoại quốc và luật pháp (2:12–16)
- Tội lỗi của người Do Thái và Giao ước (2:17–29)

Mục tiêu:

Sau khi đọc xong chương này, độc giả có thể:

1. Hiểu được người Do Thái cũng đang làm các việc như người ngoại quốc như thế nào
2. Xác định phương cách mà Đức Chúa Trời phán xét tất cả mọi người theo luật pháp Ngài
3. Nhận thức được những giới hạn của giao ước giữa Đức Chúa Trời với Y-sơ-ra-ên
4. Hiểu biết rõ hơn về tình trạng của con người ở ngoài Đấng Christ

Khi phần cuối của Rô-ma 1 được đọc lên trong buổi nhóm, những Cơ Đốc nhân ngoại quốc ở tại Rô-ma có thể có nhiều thắc mắc về Phao-lô. Vị sứ đồ này vốn được biết đến như một người có cảm tình với dân ngoại. Nhưng trong những câu Kinh Thánh trên, dường như Phao-lô đang lặp lại thuật bút chiến quen thuộc chống lại dân ngoại của người Do Thái. Chẳng lẽ sự đến của Đấng Christ không đem lại chút thay đổi nào? Phải chăng những người ngoại quốc vẫn bị đối xử như những dân tộc hạ đẳng so với người Do Thái?

Khi chương 2 bắt đầu vang lên, những câu hỏi trên nhanh chóng được trả lời. Trong 1:18, Phao-lô đã thông báo rằng cơn thịnh nộ của Đức Chúa Trời được tỏ ra chống lại mọi tội lỗi của nhân loại. Đến Rô-ma 1:19–20, Phao-lô cho biết mọi người đều đáng phải chịu cơn thịnh nộ đó vì họ đã nhận thức được lẽ thật của Chúa nhưng vẫn xây bỏ khỏi lẽ thật. Phần còn lại của đoạn 1 mô tả chi tiết con người đã khinh lờn sự mặc khải thiên nhiên của Đức Chúa Trời như thế nào. Bây giờ trong đoạn 2, Phao-lô chuyển sang sự mặc khải đặc biệt. Đức Chúa Trời đã bày tỏ ý muốn của Ngài cho dân Do Thái trong những cách hết sức cụ thể, đặc biệt là thông qua luật pháp của Ngài. Tuy nhiên, cũng như việc mọi người không thể sống đúng theo sự mong đợi của Đức Chúa Trời đã bày tỏ trong thiên nhiên, người Do Thái cũng không thể sống đúng theo những đòi hỏi của Đức Chúa Trời dựa trên luật pháp mà Ngài đã ban cho họ. Chắc chắn là vị thế của người Do Thái không giống như dân ngoại vì Đức Chúa Trời đã biệt riêng họ giữa thế giới này và đem họ vào giao ước đặc biệt của Ngài. Nhưng Phao-lô cũng cho biết rằng, ngoài ân điển được ban cho trong tin lành, giao ước này cũng không thể bảo vệ người Do Thái khỏi sự phán xét của Đức Chúa Trời.

Tội lỗi của người Do Thái và sự phán xét không thiên vị của Đức Chúa Trời (2:1–11)

Phân đoạn Kinh Thánh này được chia thành hai phần riêng biệt. Trong 2:1–5, Phao-lô xếp người Do Thái vào cùng một nhóm với người ngoại quốc (1:21–32): họ làm các việc tội lỗi và "không thể bào chữa cho mình được". Sau đó, Phao-lô chỉ ra một thuộc tính quan trọng của Đức Chúa Trời được bày tỏ như thế nào qua việc đối xử người Do Thái bình đẳng với người ngoại quốc: Tính không thiên vị (2:6–11).

Người Do Thái cũng phạm tội như người ngoại quốc (2:1–5)

Lúc viết thư Rô-ma, Phao-lô đã rao giảng tin lành được hơn hai mươi năm. Ông biết rõ cách mà người ta đáp ứng với sự giảng dạy của mình và những câu hỏi họ thường nêu lên. Khi viết cho Cơ Đốc nhân tại Rô-ma về tin lành, Phao-lô đã sử dụng kinh nghiệm của mình để phân chia cấu trúc cho bản văn. Do đó, Phao-lô thường xuyên tạm ngưng lại nội dung để đặt ra những câu hỏi và nêu lên những ý kiến chống đối với điều mình dạy. Sự chuyển tiếp từ chương 1 sang chương 2 đã thể hiện lối viết này. Phao-lô thường giảng về tội lỗi của nhân loại dựa trên mặc khải thiên nhiên. Do đó, khi hội chúng nghe về điều này, những người quen thuộc với cách giảng của Phao-lô mau chóng hòa lòng với ông trong sự định tội người khác và lên mình kiêu ngạo, xem mình cao trọng hơn những kẻ thờ lạy hình tượng và dâm dục, những người mà Phao-lô đang quở trách rất nghiêm khắc. Chúng ta có thể hình dung xem, khi Phao-lô bất ngờ chuyển hướng bài giảng của mình sang chính những người đó, họ đã choáng như thế nào khi nghe Phao-lô trực tiếp định tội mình, "Vậy, hỡi người kia, dù bạn là ai đi nữa, khi lên án người khác thì bạn không thể bào chữa cho mình được; vì trong khi lên án họ, bạn cũng tự lên án chính mình, bởi bạn lên án họ mà cũng làm các việc như họ" (2:1).

Được Cứu Bởi Việc Làm?

Trong quá khứ, hầu hết các nhà giải kinh đều cho rằng Phao-lô đã dạy quả quyết rằng, duy chỉ đức tin nơi Đấng Christ mới đem người ta đến một mối liên hệ đúng với Đức Chúa Trời. Tuy nhiên, cả ba lần trong đoạn 2, Phao-lô lại cho rằng người ta có thể được cứu bởi việc làm:

2:7: "Ai kiên tâm làm lành, tìm kiếm vinh quang, tôn trọng và bất tử thì Ngài ban cho sự sống đời đời" (xem thêm 2:10).

2:13: "Vì chẳng phải người nghe đọc luật pháp được kể là công chính trước mặt Đức Chúa Trời, nhưng người làm theo luật pháp mới là người được xưng công chính".

2:26–27: "Vậy, nếu một người không chịu cắt bì mà tuân giữ các điều răn của luật pháp, thì việc không chịu cắt bì của người đó lại không được kể như đã chịu cắt bì rồi sao? Những người vốn không cắt bì về mặt thể xác nhưng tuân giữ luật pháp, sẽ đoán xét bạn, là người có luật pháp thành văn và sự cắt bì, mà lại vi phạm luật pháp".

Trong bối cảnh của những tranh luận hiện nay về tính độc nhất của đức tin nơi Đấng Christ đối với sự cứu rỗi, thì những phần Kinh Thánh trên đang được đem ra thảo luận trở lại. Tất nhiên, mỗi câu Kinh Thánh ở trên đều có một ý chính và không thể chỉ đơn giản được xem như những câu khác. Tuy nhiên, các học giả có xu hướng chỉ lấy một trong ba khi nghiên cứu về những phân đoạn trên. Như đã đề cập một vài lần, tôi cho rằng có thể Phao-lô đang nói về những Cơ Đốc nhân. Cũng như Gia-cơ nhấn mạnh (Gia-cơ 2:14–26) vì "việc làm" được xem như bằng cớ để xem xét đức tin của họ nơi Đấng Christ. Dầu tôi không cho rằng đây là một cách giải thích đúng nhất, nhưng cách giải thích này không đem lại bất kỳ nguy hại nào cho quan điểm sự cứu rỗi duy bởi đức tin trong Đấng Christ. Nhưng cách giải thích thứ hai hàm chứa nguy cơ đó.

Vì cách giải thích thứ hai cho rằng, ở đây, Phao-lô chấp nhận khả năng được cứu rỗi cho những người không hề biết Đấng Christ nhưng trong ân điển của Chúa, họ có thể đáp ứng cách tích cực với những gì họ được ban cho. Nhưng văn mạch không đòi hỏi một cách giải thích như vậy và cách hiểu này cũng mâu thuẫn với lời xác nhận của Phao-lô trong nhiều câu Kinh Thánh khác như Rô-ma 3:20. Cách hiểu đúng hơn cho những câu Kinh Thánh trên là xem tất cả chúng đều nêu ra một điểm trong lập luận của Phao-lô trong những chương tiếp theo. Có thể tóm tắt lập luận này trong ba phần Kinh Thánh như sau:

> người làm theo luật pháp mới là người được xưng công chính (2:13), [nhưng]
>
> cả nhân loại đều ở dưới quyền lực của tội lỗi (3:9), [do đó]
>
> chẳng có một người nào bởi việc làm theo luật pháp mà được kể là công bình (3:20).

Do đó, điều mà Phao-lô giả định là khả dĩ về mặt lý thuyết (2:10) thì ông cũng xác nhận rằng nó bất khả dĩ trên thực tế (3:20). Và lý do tại sao nó là bất khả dĩ trên thực tế được trình bày rõ ràng trong 3:9: vì mọi người đều ở dưới quyền lực tội lỗi nên không ai có thể làm theo luật pháp một cách trọn vẹn để được cứu.

Cũng như những người viết khác, Phao-lô sử dụng công cụ văn chương của chính mình để truyền đạt thông điệp một cách hiệu quả cho độc giả. Một trong những biện pháp tu từ mà Phao-lô thường sử dụng trong sách Rô-ma là **"lối nói biện hộ"** (*diatribe*). Giống như một phong cách hơn là một thể loại, "lối nói biện hộ" thường mang lấy hình thái của một cuộc đối thoại, sử dụng những câu hỏi và trả lời để bày tỏ quan điểm. Người viết thường đi vào cuộc thảo luận trong vai đối lập hư cấu như là cách để phát triển lập luận của mình. Có lẽ ví dụ nổi bật nhất của phong cách này được thể hiện trong tác phẩm *Discources* (*Các Bài Giảng*) của triết gia Epictetus. Phao-lô cũng sử dụng lối nói này khi bắt đầu chương 2. Như từ "chính mình" ở cuối câu 1 đã thể hiện, Phao-lô đang sử dụng ngôi thứ hai *số ít* trong những câu Kinh Thánh trên. Điều này không có nghĩa là Phao-lô đang nói về một người nào cụ thể trong hội thánh Rô-ma; mà là ông đang sử dụng lối nói biện hộ để những Cơ Đốc nhân ở Rô-ma có thể nghe được cuộc hội thoại hư cấu của Phao-lô với tư cách là một người Do Thái đặc trưng. Chắc chắn trong điểm này, Phao-lô không bước ra và nói rõ rằng đối tượng mà mình đang đề cập trong cuộc thảo luận chính là người Do Thái. Đây là một nỗ lực tu từ để qua đó Phao-lô làm cho người Do Thái dần dần nhận ra chính họ trong lời kết tội mà giờ đây đã được bày tỏ. Nhưng tại sao Phao-lô có thể nói rằng người Do Thái "cũng làm các việc" như những người mà ông đã kết tội trong đoạn 1? Trong thời kỳ này, người ta vốn biết rằng dân Do Thái không hề thờ lạy hình tượng và nói chung, họ cũng tránh xa những tội lỗi dâm dục. Nhưng họ lại phạm nhiều tội khác mà Phao-lô đã liệt kê trong 1:29–31. Và có lẽ, Phao-lô cho rằng những tội khác mà người Do Thái đã phạm cũng như là tội thờ lạy hình tượng.

Từ câu 2 đến câu 5, Phao-lô miêu tả một cách chi tiết về sự đoán phạt mà người Do Thái phải chịu cũng giống như người ngoại quốc. Phao-lô nêu lên hai điểm căn bản. Thứ nhất, Đức Chúa Trời phán xét dựa trên "chân lý" (2:2). Điều mà Phao-lô muốn nói ở đây là Đức Chúa Trời sẽ phán xét mọi tội nhân tùy theo những sự việc thực tế của từng trường hợp. Phao-lô trở lại điểm này trong câu 5, nhấn mạnh rằng bởi vì "tấm lòng cứng cỏi", "không ăn năn" mà Chúa sẽ phán xét họ. Điều mà Đức Chúa Trời xem xét trên hết chính là tình trạng bên trong của một người. Không phải chỉ những hành vi bên ngoài nhưng là thái độ của tấm lòng sẽ quyết định việc Đức Chúa Trời phán xét con người trong ngày thịnh nộ.

Thứ hai, người ta không thể tránh khỏi sự phán xét của Đức Chúa Trời nhờ diện mạo bên ngoài. Chúng ta biết rằng Phao-lô đã vay mượn thuật bút chiến Do Thái chống lại dân ngoại trong 1:18–32. Chúng ta cũng đã nêu ra một ví dụ cụ thể và rõ ràng của thể thuật bút chiến này trong sách Khôn Ngoan (*Song of Solomon*) 12–15. Nhưng trong sách đó, sau khi kết án dân ngoại về tội lỗi của họ trong suốt ba chương, tác giả thình lình chuyển sang hoàn cảnh của người Do Thái và nói rằng, "Nhưng phần Ngài, lạy Thiên Chúa chúng con, Ngài tốt lành, chân thật và kiên nhẫn, lấy lòng thương xót mà cai quản muôn loài. Ngay cả khi chúng con phạm tội, thì chúng con vẫn thuộc về Ngài và nhìn nhận Ngài là Đấng quyền năng. Nhưng chúng con quyết không phạm tội nữa, vì nhìn nhận: chúng con thuộc về Ngài. Quả vậy biết Ngài tường tận là đạt được công chính hoàn hảo, nhìn nhận quyền năng Ngài là đạt được nguồn ơn bất tử" (Khôn Ngoan 15:1–3—GKPV). Dường như từ ngữ mà Phao-lô sử dụng trong câu 3–4 là một sự lặp lại có chủ đích của bản văn trên, hoặc là gần giống như vậy. Điều mà đoạn văn trên thể hiện là một giả định của người Do Thái rằng: bởi vì họ có địa vị đặc biệt trong giao ước nên họ thuộc vào một nhóm khác hơn so với dân ngoại, đó là họ không cần phải lo lắng về tội lỗi mình. Thế nhưng, cũng như Giê-rê-mi khi đối diện với một thái độ tương tự (Giê 7), Phao-lô khẳng định một cách chắc chắn rằng nếu chỉ có địa vị giao ước thì không đủ để che chở dân sự của Chúa khỏi sự phán xét. Lúc nào cũng vậy, Đức Chúa Trời khẳng định rằng sự che chở đó phải đến từ một tấm lòng đáp ứng với Ngài được bày tỏ qua một đời sống vâng phục.

Sự phán xét không thiên vị của Đức Chúa Trời (2:6–11)

Những câu trên được trình bày cách chi tiết, theo "cấu trúc đối xứng" (*chiasm*). Chữ này xuất phát từ một ký tự trong bảng chữ cái Hy Lạp, giống như chữ X của chúng ta. Những yếu tố trong một luận chứng được thể hiện tại những điểm giao thoa, tạo nên cấu trúc theo thứ tự A – B – B' – A' (thường là có nhiều hơn bốn điểm). Chúng ta có thể dễ dàng nhận ra cấu trúc này trong 2:6–11:

A Chúa sẽ xét đoán con người tùy theo việc họ làm (2:6)

   B Ai kiên tâm làm lành sẽ được sự sống đời đời (2:7)

      C Ai làm điều dữ sẽ chuốc lấy cơn thịnh nộ (2:8)

      C' Cơn thịnh nộ sẽ giáng trên những người làm điều ác (2:9)

   B' Vinh quang sẽ ban cho người làm lành (2:10)

A' Chúa xét đoán không thiên vị (2:11)

Ý chính trong cấu trúc đối xứng (*chiasm*) thường nằm ở giữa, nhưng trong trường hợp này, ý chính nằm ở ngoài bìa: Tính không thiên vị của Đức Chúa Trời được bày tỏ trong việc Ngài xét đoán mỗi người theo cùng một tiêu chuẩn, tức là việc họ làm. Ý nghĩa áp dụng của tiêu chuẩn này đó là những người làm điều dữ sẽ chuốc lấy cơn thịnh nộ của Đức Chúa Trời (2:8–9). Ngược lại, những ai làm điều lành sẽ kinh nghiệm sự sống đời đời và vinh quang (2:7, 10). Luận điểm này được xây dựng để phá vỡ ảo tưởng của người Do Thái về tính ưu việt của họ. Đức Chúa Trời xem mọi người đều như nhau nhưng người Do Thái có trách nhiệm giải trình lớn hơn bởi vì họ đã được ban cho mặc khải rõ ràng nhất của Ngài. Vì vậy, họ phải là những người chịu phán xét "trước" cho tội lỗi của họ (2:9) và cũng là những người được ban cho sự sống đời đời "trước" vì việc lành họ làm (2:10).

Nhưng làm sao Phao-lô có thể hứa rằng những ai làm lành sẽ được ban cho sự sống đời đời (2:7, 10)? Phải chăng lời xác nhận này mâu thuẫn với lời khẳng định sau đó rằng không ai có thể bởi việc làm mà được xứng đáng trước mặt Chúa (3:20; 4:2–3)? Có một vài cách giải quyết cho vấn đề này được đưa ra, nhưng có hai lời giải thích hợp lý nhất. Thứ nhất, Phao-lô có thể đang nói về những Cơ Đốc nhân. Nhờ ân điển của Đức Chúa Trời trong Đấng Christ và Đức Thánh Linh đang ngự trong lòng mà họ có thể sản sinh những việc làm được chấp nhận trong sự phán xét của Chúa (xem thêm 2 Cô 5:10; Gia 2:14–26). Xem xét một cách tổng thể, tôi cho rằng cách giải thích thứ hai là phù hợp nhất đối với bối cảnh văn mạch.

Người Do Thái, Người Ngoại Quốc và Luật Pháp (2:12–16)

Lời tuyên bố của Phao-lô rằng dựa trên cùng tiêu chuẩn, Đức Chúa Trời sẽ phán xét người Do Thái cách không thiên vị so với dân ngoại dường như đã bỏ qua một điểm rất quan trọng: người Do Thái không ở trong cùng một vị thế như dân ngoại bởi vì giao ước của Đức Chúa Trời với họ. Sao Đức Chúa Trời lại xem hai nhóm người này như nhau? Trong phần còn lại của chương 2, Phao-lô trả lời cho thắc mắc này. Ông bắt đầu phân đoạn Kinh Thánh này với sự tập chú vào luật pháp. Như chúng ta đã thấy trong đoạn 1, "luật pháp" trong sách Rô-ma trước hết chỉ về luật lệ mà Đức Chúa Trời ban cho Y-sơ-ra-ên qua Môi-se, tức là kinh Tô-ra. Vì vậy, trong câu

Cuộn kinh Tô-ra, gồm 5 sách đầu tiên của Cựu Ước, mà từ đó có luật pháp

12, "những ai không có luật pháp mà phạm tội" là dân ngoại và "những ai có luật pháp mà phạm tội" là người Do Thái bởi vì chỉ có người Do Thái mới "ở dưới luật pháp" (nguyên văn Hy Lạp theo nghĩa đen là "trong [phạm vi của] luật pháp"). Tuy vậy, Phao-lô khẳng định rằng hậu quả cho cả hai nhóm người trên là như nhau. Dân ngoại sẽ bị "hư mất" khi họ phạm tội mà không có sự nhận thức trực tiếp về kinh Tô-ra trong khi người Do Thái sẽ bị "phán xét" bởi kinh Tô-ra. Phép so sánh tương đương ở trên đòi hỏi sự phán xét này phải có một phán quyết tiêu cực, tức là sự định tội. Do đó, Phao-lô bắt đầu bằng cách xác nhận lại địa vị ngang bằng của dân Do Thái và dân ngoại trước mặt Đức Chúa Trời trong ngày phán xét.

Câu 13 chứng minh điểm cuối của câu 12. Người Do Thái sẽ bị định tội mặc dù họ có kinh Tô-ra, bởi vì (chữ "vì" bắt đầu 2:13) Đức Chúa Trời biện minh những người làm theo luật pháp chứ không phải những ai chỉ nghe về nó. Tất cả mọi người Do Thái đều "nghe" luật pháp. Họ đọc nó, nghe nó, đọc trong nhà hội, và nghiên cứu nó. Nhưng tiêu chuẩn mà Đức Chúa Trời phán xét, như Phao-lô đã trình bày rõ ràng trong 2:6–11, là công việc, tức là những gì họ thực sự làm. Ở đây, Phao-lô kết luận rằng người Do Thái đã không "làm theo" luật pháp một cách tương xứng.

Những núi đá granit trên bán đảo Si-na-i gần thị trấn Eilat hiện nay gợi nhớ về núi Si-na-i, nơi luật pháp của Đức Chúa Trời được bày tỏ cho Môi-se (nguồn: Berthold Werner/ Wikimedia Commons)

Những gì họ làm không phù hợp với những gì họ nghe. Lời xác nhận của Phao-lô rằng "người làm theo luật pháp. . .được xưng công chính" một lần nữa đặt ra vấn đề được cứu bởi việc làm (2:13). Một lần nữa, tôi cho rằng Phao-lô chỉ đang thiết lập một tiêu chuẩn, mà qua đó, Đức Chúa Trời phán xét con người chứ ông không hề cho rằng một người nào đó có thể thật sự đáp ứng được tiêu chuẩn trên.

Vị trí của câu 14–16 trong lập luận của Phao-lô cũng đang được tranh cãi. Một số nhà giải kinh gắn kết những câu này trực tiếp với lập luận của Phao-lô ở phần cuối câu 13. Họ cho rằng dân ngoại "tự nhiên làm những việc luật pháp dạy bảo" (2:14) thì giống như những người trong câu 13 "làm theo luật pháp" và họ được xưng công chính. Do đó, trong 2:14–15, Phao-lô có thể đang nói về những Cơ Đốc nhân ngoại quốc, những người dầu không có luật pháp theo dòng dõi (*by birth*), giờ đây làm trọn yêu cầu của luật pháp nhờ Đức Thánh Linh (xem 8:4) (cụm từ "theo dòng dõi" trong câu trên tương ứng với cụm từ "[theo lẽ] tự nhiên" (*by nature*) mà Phao-lô sử dụng, có thể đi liền sau cụm từ "[người] vốn không có luật pháp" cũng như động từ "làm"). Những người đề xướng cách hiểu này thường trưng ra cụm từ "những gì luật pháp đòi hỏi đã được khắc ghi trong lòng họ" trong câu 15. Điều này nghe có vẻ rất giống với lời tiên tri về "giao ước mới" trong Giê-rê-mi 31:33 khi Đức Chúa Trời hứa "Ta sẽ đặt luật pháp Ta vào lòng dạ chúng và khắc ghi lên tâm khảm chúng." Và tất nhiên, Tân Ước cho biết rằng lời tiên tri này đã được ứng nghiệm trong những Cơ Đốc nhân, những người đang nhận lãnh Thánh Linh của Đức Chúa Trời (vd. Hê 8:8–12).[1] Nhưng cũng rất có thể Phao-lô không có ý nói rằng "luật pháp" được khắc ghi trong lòng họ nhưng mà là "những đòi hỏi của luật pháp" mới là điều được khắc ghi trong lòng. Và cũng vì những lý do khác nữa mà tôi cho rằng, ở đây, Phao-lô không chỉ về những Cơ Đốc nhân ngoại quốc. Một lý do

---

[1] Xem C. E. B. Cranfield, *A Critical and Exegetical Commentary on the Epistle to the Romans*, International Critical Commentary (Edinburgh: T& T Clark, 1975), 1:155–56.

quan trọng là Phao-lô sẽ không thể nói rằng Cơ Đốc nhân ngoại quốc "là luật pháp cho chính mình rồi" (2:14). Một lý do khác nữa là từ ngữ Phao-lô sử dụng ở đây khá giống với những tài liệu cổ xưa nói về luật thiên nhiên. Bắt nguồn từ những triết gia Hy Lạp đưa ra ý kiến rằng luật thiên nhiên là cách làm nên những tiêu chuẩn đạo đức phổ quát, một số người Do Thái như Philo hay Alexandria cũng học theo quan niệm này. Phao-lô dường như cũng ám chỉ đến những quan niệm đó. Mục đích của ông là để bày tỏ rằng, dầu dân ngoại không được Đức Chúa Trời ban cho luật pháp theo một hình thức đặc biệt của kinh Tô-ra, nhưng họ cũng có nhận thức về những tiêu chuẩn đạo đức mà Đức Chúa Trời đòi hỏi. Họ có thể không có luật pháp Môi-se (kinh Tô-ra), nhưng họ có luật pháp - những đòi hỏi về đạo đức mà Đức Chúa Trời đặt để trong lương tâm mỗi người. Một lần nữa, ở đây Phao-lô khẳng định vị thế bình đẳng giữa người Do Thái và người Hy Lạp. Dù kinh Tô-ra có làm cho người Do Thái kiêu hãnh thế nào đi nữa thì nó cũng không làm cho họ khác biệt với dân ngoại nhiều như họ nghĩ, vì dân ngoại cũng có luật pháp.

Theo cách hiểu này, 2:14–15 là một phần giải thích thêm vào của 2:12, được đặt trong ngoặc đơn, với một so sánh tương phản đơn giản giữa những người có luật pháp và những người không có luật pháp (chú ý dấu ngoặc đơn đầu câu 14 về cuối câu 15 trong bản NIV). Khi để câu 16 nằm ngoài ngoặc đơn, những dịch giả của bản NIV hàm ý rằng câu này theo sau câu 13, tức là: Đức Chúa Trời sẽ xưng công bình những người làm theo luật pháp "vào ngày Đức Chúa Trời phán xét những việc thầm kín của loài người." Tuy nhiên, tôi cho rằng đặt câu 16 chung với phần kết câu 15 thì đúng hơn. Bởi vì dân ngoại có nhận thức về những tiêu chuẩn đạo đức mà Đức Chúa Trời đòi hỏi, nên lương tâm của họ đang bị cáo trách. Họ bị thuyết phục để làm theo những gì luật pháp đòi hỏi, nhưng họ cũng cảm thấy tội lỗi vì những việc sai trái đã làm. Sự "chứng thực" của lương tâm họ diễn ra trong suốt cả cuộc đời nhưng nó sẽ thể hiện vai trò quan trọng nhất trong ngày phán xét.

Tội Lỗi Của Người Do Thái Và Giao Ước (2:17–29)

Giờ đây, Phao-lô quay trở lại lối nói biện hộ của 2:1–5 và bắt đầu nêu ra đối tượng trong cuộc hội thoại của mình, "người Do Thái". Điểm căn bản của 2:17–29 là chỉ ra sự kiêu ngạo của người Do Thái về mặt pháp lý, trong việc có luật pháp và phép cắt bì (dấu hiệu của giao ước), không thể đem họ đến sự cứu rỗi. Vì Phao-lô khẳng định một lần nữa rằng điều quan trọng không phải sở hữu (hay nghe) luật pháp của Đức Chúa Trời và giao ước nhưng mà là làm theo. Chúng ta phải nhấn mạnh tầm quan trọng trong lập luận của Phao-lô cho mục đích cốt yếu của ông. Trong 1:18–3:20, Phao-lô thiết lập giai đoạn mặc khải về sự công chính của Đức Chúa Trời trong Đấng Christ bằng việc miêu tả tình thế nan giải của nhân loại. Tất cả mọi người đều cần sự công chính của Đức Chúa Trời bởi vì mọi người đều phạm tội. Một vài người trong thời của Phao-lô có thể không đồng ý với lời tuyên bố rằng mọi người đều phạm tội. Nhưng người Do Thái vẫn không thấy sự cần thiết cho sự công chính của Đức Chúa Trời trong Đấng Christ bởi họ cho rằng tội lỗi của họ đã được giải quyết thông qua giao ước mà Đức Chúa Trời đã thiết lập với họ. Vì vậy, Phao-lô phải chỉ ra rằng họ đã hiểu sai về giao ước khi họ cho rằng rằng bản thân giao ước có thể đủ để giải quyết vấn đề tội lỗi của họ. Từ đó, Phao-lô tập trung vào những câu Kinh Thánh trên với hai thành phần chính của giao ước, tức là kinh Tô-ra để giải thích những nghĩa vụ của Y-sơ-ra-ên với giao ước, và phép cắt bì – dấu chỉ để bước vào giao ước.

Trong phân đoạn đầu tiên, 2:17–24, Phao-lô chỉ ra tương phản về việc người Do Thái sở hữu luật pháp với sự thất bại của họ trong việc thực thi luật pháp. 2:17–20 bao gồm một loạt mệnh đề "nếu", giải thích những lợi ích và đặc quyền mà người Do Thái sở hữu thông qua giao ước. Một số nhà giải kinh cho rằng ở đây Phao-lô tham gia vào việc châm biếm, mỉa mai người Do Thái về sự kiêu ngạo quá mức của họ. Nhưng giải thích này đã hiểu nhầm ý của Phao-lô. Mỗi một điều Phao-lô liệt kê đều là lý do chính đáng cho niềm tự hào của người Do Thái. Đức Chúa Trời đã bước vào một mối liên hệ đặc biệt đối với người Do Thái (2:17), bày tỏ ý muốn của Ngài cho họ trong luật pháp (2:18), và lập Y-sơ-ra-ên làm người hướng dẫn cho các dân tộc khác, những người không có luật pháp (2:19–20, đối chiếu Ê-sai 42:6–7). Tuy nhiên, vấn đề là người Do Thái đã không sống đúng theo những đặc quyền của họ. Phao-lô tóm tắt ý của ông trong câu 23: "Bạn tự hào về luật pháp mà sao bạn vi phạm luật pháp, làm nhục Đức Chúa Trời?" Câu 21–22 dẫn đến sự tóm tắt này với ba ví dụ của sự tương phản giữa những gì người Do Thái dạy và những gì họ làm. Hai điều đầu tiên – "trộm cắp" và "ngoại tình" – có lẽ đã quá rõ ràng. Nhưng rất khó để nói về ý của Phao-lô trong điều thứ ba, "Bạn gớm ghét hình tượng mà sao bạn đi cướp bóc các đền miếu?" Rất có thể Phao-lô đang lên án người Do Thái về việc họ trộm cắp trong các đền miếu của dân ngoại. Chúng ta biết rằng người Do Thái lúc này đang làm dịu đi những sự khắt khe của Cựu Ước về việc sử dụng những kim loại rèn đúc từ các hình tượng của dân ngoại. Một khả năng khác là Phao-lô đang nói về những người Do Thái đang trộm cắp đền thờ Giê-ru-sa-lem khi họ không chịu trả tiền cho việc bảo trì đền thờ mà mỗi người Do Thái đều phải đóng.[2] Vẫn có một cách giải thích khác tập trung vào động từ mà Phao-lô sử dụng ở đây (*hierosyleō*) để chỉ về "tội phạm thánh" (*commit sacrilege*). Vậy thì có thể Phao-lô đang nói về xu hướng mà người Do Thái quan trọng hoá luật pháp thái quá như là một cách xâm phạm đến những đặc quyền của chính Đức Chúa Trời.[3] Ý kiến đầu tiên trong số các khả năng này được đa số những nhà giải kinh đồng tình và là ý phù hợp nhất vì nó chỉ ra sự trái ngược theo lẽ tự nhiên rõ ràng nhất đối với việc người Do Thái ghê tởm tội thờ lạy hình tượng.

---

[2] Việc không đóng thuế đền thờ vốn bị lên án rộng rãi (ví dụ, Psalms of Solomon 8.11–13; Testament of Levi 14.5).

[3] Xem J. A. Fitzmyer, *Romans: A New Translation with Introduction and Commentary*, Anchor Bible 33 (Garden City, NY: Doubleday, 1993), 318.

Lập luận của Phao-lô ở trong phân đoạn thứ hai (2:25–29) nhìn chung tương đồng với những gì ông đã trình bày trong 2:17–24. Phao-lô đã khẳng định rõ rằng chỉ khi nào người Do Thái làm theo thì họ mới nhận được ích lợi tối hậu của kinh Tô-ra. Tương tự như vậy, giờ đây Phao-lô cũng chỉ ra rằng phép cắt bì sẽ giúp người Do Thái thoát khỏi sự phán xét chỉ khi nào họ vâng giữ luật pháp. Phép cắt bì là một dấu chỉ vô cùng quan trọng về nhân dạng của người Do Thái trong thời Phao-lô sống. Giá trị biểu tượng to lớn của nó cũng chính là lý do tại sao đây là vấn đề gây nên tranh cãi ở hội thánh đầu tiên (Xem Công 15, Ga-la-ti). Nó là dấu chỉ cho giao ước của Đức Chúa Trời với Áp-ra-ham. Chính Đức Chúa Trời khẳng định rằng những người nam thuộc về dòng dõi Áp-ra-ham phải chịu phép cắt bì để làm dấu về địa vị trong giao ước của họ. Nỗ lực loại bỏ Do Thái giáo của Antiochus IV Epiphanes vào thời diễn ra cuộc khởi nghĩa của Ma-ca-bê cũng tập trung vào phép cắt bì. Phản ứng tự nhiên của những người Do Thái trung thành là càng làm cho nghi lễ này trở nên quan trọng hơn trước. Và mối nguy hại đối với cộng đồng Do Thái hải ngoại (*Diaspora*) khi phải kiều ngụ giữa văn hoá dân ngoại cũng làm gia tăng sự quan trọng của những nghi lễ đặc trưng của họ như là phép cắt bì.

Trong 2:25–27, Phao-lô không hề phản đối giá trị của phép cắt bì. Ý của ông là bản thân phép cắt bì không thể bảo đảm cho một người Do Thái bước vào địa vị thành viên của một dân tộc ở trong giao ước với Đức Chúa Trời. Chỉ có sự tuân giữ luật pháp mới làm được điều này. Vì vậy, đối với người Do Thái, phép cắt bì sẽ hữu dụng nếu họ "vâng giữ luật pháp" 2:25). Nhưng nếu họ phá vỡ luật pháp thì phép cắt bì của họ sẽ không còn hữu dụng. Đồng thời, với một sự chuyển hướng hoàn toàn trong lập luận của Phao-lô dành cho người Do Thái ở thế kỷ đầu tiên, ông tuyên bố rằng dân ngoại không chịu cắt bì "mà tuân giữ các điều răn của luật pháp" thì được kể như là những người đã chịu cắt bì (2:26). Những người ngoại quốc vâng giữ luật pháp đó, dầu không chịu cắt bì, thậm chí sẽ đứng vào vị trí phán xét người Do Thái (2:27). Ở đây, một lần nữa chúng ta đối diện với câu hỏi về nhân dạng của những người ngoại quốc này. Chắc chắn ngôn từ thể hiện tính hiện thực trong câu 27 gia tăng độ tin cậy hơn bao giờ hết cho quan điểm xem những người vâng giữ luật pháp này là những Cơ Đốc nhân ngoại quốc. Tuy nhiên, dầu không mấy chắc chắn, tôi nghĩ rằng Phao-lô đang chỉ đưa ra một giả thuyết. Bản chất cấp tiến trong lập luận của Phao-lô trở nên rõ ràng hơn trong câu 28–29. Ở đây, Phao-lô liên hệ đến toàn bộ khái niệm "người Do Thái". Phao-lô đang sử dụng từ ngữ "người Do Thái" ở đây để chỉ về "một thành viên của dân đích thực của Đức Chúa Trời". Ông lập luận rằng tư cách thành viên trong dân tộc đó không hề phụ thuộc vào những vấn đề thể xác bên ngoài, chẳng hạn như phép cắt bì. Nhưng thuộc về dân Chúa là một vấn đề từ bên trong. Không phải phép cắt bì về mặt thể xác nhưng mà là phép cắt bì của tấm lòng mới có giá trị. Tất nhiên, phép cắt bì của tấm lòng là một lời dạy dỗ chuẩn mực của Cựu Ước (vd. Phục 10:16; Giê 4:4). Tuy nhiên, Cựu Ước không có chỗ nào bỏ qua phép cắt bì của thể xác. Hơn nữa, Phao-lô bổ sung rằng phép cắt bì của tấm lòng này phải được thực hiện bởi Thánh linh chứ không phải theo quan niệm "chữ nghĩa" (*written code*). Cụm từ "chữ nghĩa" trong bản dịch NIV được dịch từ một chữ rất quan trọng trong nguyên ngữ Hy Lạp, "*gramma*", nghĩa là "chữ viết" (*letter*). Ba lần trong những thư tín của mình, Phao-lô sử dụng chữ "Thánh Linh" (*Spirit*) tương phản với "*gramma*" (xem thêm Rô 7:6; 2 Cô 3:6–7). Dù ý nghĩa của nó vẫn đang được tranh luận, dường như Phao-lô sử dụng từ "*gramma*" để chỉ về luật pháp Cựu Ước, xem nó như là một công cụ "thành văn". Do đó, nó đại diện cho thời kỳ lịch sử cứu rỗi cũ. Trái lại, "Thánh Linh" đại diện cho thời kỳ mới của sự cứu chuộc được mở ra khi Đấng Christ đến (xem 1:4). Vì vậy, ở đây, khi sử dụng từ ngữ "phép cắt bì của tấm lòng", rõ ràng Phao-lô có ý tuyên bố rằng chỉ có Cơ Đốc nhân, những người được đầy dẫy Thánh Linh của Đức Chúa Trời, mới thật sự kinh nghiệm sự biến đổi cách triệt để từ bên trong. Người Do Thái cần phải hiểu rằng bản thân địa vị ở trong giao ước của họ không thể bảo vệ họ khỏi sự phán xét của Đức Chúa Trời. Cuối cùng, họ cũng cần hiểu rằng chỉ có mối liên hệ với Đấng Christ trong Thánh Linh của thời kỳ mới mới có thể khiến họ trở thành những người thực sự thuộc về Đức Chúa Trời.

Những Thuật Ngữ Chính

[lối nói] biện hộ (*diatribe*)

Cấu trúc đối xứng (*chiasm*)

Câu Hỏi Suy Gẫm

1. Tại sao người Do Thái trong thời của Phao-lô nghĩ rằng họ sẽ không bị định tội trong ngày phán xét?
2. Chúng ta nên hiểu như thế nào về lời tuyên bố của Phao-lô rằng một người kiên tâm làm lành sẽ được ban cho sự sống đời đời (2:7)?
3. Khi dùng từ "luật pháp", Phao-lô đang nói đến điều gì?
4. Phao-lô có ý gì khi tương phản "chữ nghĩa" (*gramma*) với "Thánh Linh" (*pneuma*)?
5. Có sự tương đồng nào ngày nay với xu hướng của người Do Thái trong thời của Phao-lô khi cho rằng quyền lợi dòng dõi của họ [khi được sinh ra trong gia đình Do Thái] chính là cơ sở cho sự cứu rỗi?

# Chương 6

Quyền Lực Phổ Quát Của Tội Lỗi (Rô-ma 3:1–20)

> **Dàn ý:**
>
> - Những đặc ân của người Do Thái và những giới hạn của chúng (3:1–8)
> - Lời tuyên án cuối cùng: Mọi người đều phạm tội (3:9–20)
>
> **Mục tiêu:**
>
> Sau khi đọc xong chương này, độc giả có thể:
>
> 1. Hiểu được những lợi ích thiết thực mà người Do Thái sở hữu cũng như những giới hạn của chúng.
> 2. Nhận thức được mức độ sâu xa mà tội lỗi gây ra cho con người.
> 3. Xác định được ít nhất hai cách giải thích chính của cụm từ "việc làm theo luật pháp" (works of the law) và hiểu rõ các cách hiểu này tác động như thế nào đến sự giải nghĩa rộng hơn về thần học của Phao-lô.

Đối với những độc giả thiếu thận trọng thì sách Rô-ma chứa đầy sự lắt léo. Vừa khi chúng ta nghĩ rằng mình đã hiểu được nội dung dạy dỗ của sách thì sự lập luận lại bất ngờ chuyển hướng khiến cho chúng ta một lần nữa cảm thấy bối rối và hoài nghi. Tất nhiên, đây là một trong những nét đẹp của sách Rô-ma. Không một cuốn sách nào có thể dễ hiểu ngay trong lần đọc đầu tiên lại có thể khiến độc giả tiếp tục quan tâm hay kích thích suy tư của độc giả lâu dài được. Đối với sách Rô-ma, chúng ta phải đọc đi đọc lại nhiều lần. Thậm chí khi làm như vậy rồi, vẫn có những điểm trong thư tín này chúng ta không tài nào hiểu hết được.

Phần mở đầu của chương 3 là một trong số những chuyển hướng đầy bất ngờ trong lập luận của Phao-lô. Kết thúc chương 2, chúng ta nghĩ rằng mình đã hiểu được ý chính mà Phao-lô trình bày: người ngoại quốc và người Do Thái đều có địa vị như nhau trước mặt Đức Chúa Trời. Cả hai đều được ban cho mặc khải về Đức Chúa Trời; cả hai đều thất bại trong việc sống theo mặc khải đó; và cả hai đều phải chuốc lấy cơn thịnh nộ của Đức Chúa Trời. Do đó, khi Phao-lô đặt câu hỏi trong 3:1, "Vậy thì, làm người Do Thái có ích lợi gì không?" Chúng ta sẽ trả lời ngay rằng "Không". Nhưng Phao-lô đã trả lời thế nào? "Ích lợi đủ mọi mặt" (3:2). Câu trả lời bất ngờ của Phao-lô buộc chúng ta phải nhìn sâu hơn vào bản chất trong lập luận của ông ở Rô-ma 2. Khi làm như vậy, chúng ta nhận ra rằng Đức Chúa Trời đã đặt địa vị người Do Thái bình đẳng với dân ngoại tại một điểm duy nhất: cả hai đều đang có nhu cầu cần được giúp đỡ nếu họ muốn thoát khỏi sự đoán xét của Chúa. Thế nhưng, Phao-lô cảnh báo cũng ta về kết luận sai lầm vì ông biết chúng ta có thể đưa ra kết luận không đúng từ những lời dạy của ông trong chương 2. Quả nhiên, sau đó Phao-lô cũng tiếp tục nhấn mạnh rằng những đặc quyền chính đáng của người Do Thái cũng có giới hạn.

Nhưng đến 3:1–8, khi luận điểm này được mở ra, chúng ta thấy một bước ngoặc chuyển hướng trong lập luận của Phao-lô. Ý chính của đoạn này nằm ở 3:9–20 và xương sống của nó được thể hiện trong hai câu Kinh Thánh: câu 9 khi Phao-lô xác nhận rằng cả nhân loại đều ở dưới quyền lực của tội lỗi; và câu 20 khi hoàn cảnh nói trên dẫn Phao-lô tới kết luận rằng không ai có thể được xưng công chính nhờ làm theo luật pháp. Với lời xác nhận này, Phao-lô đã trình bày xong tin dữ. Và giờ đây, ông sẵn sàng để quay trở lại và miêu tả một cách chi tiết tin lành.

Những Đặc Ân Của Người Do Thái Và Những Giới Hạn Của Chúng (3:1–8)

Phao-lô tiếp tục hé mở lập luận của mình bằng cách nêu lên những câu hỏi mà ông biết rằng người ta thường sẽ hỏi. Ở đây, Phao-lô ngăn chặn bất kỳ ý tưởng nào cho rằng lập luận trong chương 2 làm suy giảm giá trị lời tuyên bố của ông so với chủ đề của bức thư (1:6) – tin lành được dành cho người Do Thái trước nhất. Trong giai đoạn mới của lịch sử cứu rỗi, Đức Chúa Trời ban con đường dẫn đến sự cứu rỗi cho cả người Do Thái lẫn dân ngoại là như nhau. Nhưng khi làm như vậy, Chúa không hề phá bỏ những đặc ân chân chính mà người Do Thái được hưởng. Phao-lô trình bày những vấn đề trên với một sự quân bình thận trọng xuyên suốt bức thư. Ông trình bày kỹ hơn về vấn đề này trong Rô-ma 9–11. Trong chương 3 này, ở câu 1–3, Phao-lô nói sơ lược về sự trình bày mở rộng này. Những câu Kinh Thánh trên một lần nữa miêu tả lối nói biện hộ hỏi-đáp đầy mạnh mẽ. Và bởi vì ở đây Phao-lô trình bày rất súc tích, cho nên không phải lúc nào cũng dễ dàng để chúng ta có thể biết ai là người đặt ra những câu hỏi và người đối thoại tưởng tượng trong cuộc hội thoại đứng trên lập trường nào. Do đó, những nhà giải kinh thường có nhiều bất đồng

Vị trí trên núi Si-ôn được cho là ngôi mộ của vua Đa-vít theo truyền thống

về những chi tiết trong những câu Kinh Thánh trên. Một bước ngoặt quyết định được thể hiện trong câu 5, nói về "sự không công chính của chúng ta". Điều này có thể chỉ về tội lỗi của loài người nói chung. Tuy nhiên, vì cả phân đoạn này đang nói về người Do Thái, nên "chúng ta" ở đây chỉ về những người cùng gốc Do Thái với Phao-lô và "sự không công chính" đó có nghĩa là những gì giống như "không trung thành với giao ước", tức là không sống đúng với những điều đòi hỏi trong giao ước của Đức Chúa Trời với Y-sơ-ra-ên. Vậy thì, một lần nữa Phao-lô đang tập trung vào vấn đề lịch sử cứu rỗi và sự chính trực của Đức Chúa Trời trong việc thực thi chương trình đó.

Phao-lô bắt đầu đặt câu hỏi liệu rằng địa vị của người Do Thái và phép cắt bì làm dấu chỉ cho họ là dân giao ước của Đức Chúa Trời có đem lại cho họ bất kỳ ích lợi nào không. "Ích lợi đủ mọi mặt" – Phao-lô trả lời một cách nhấn mạnh. Ông đề cập thực tế "trước hết" là họ đã được ủy thác cho "Lời của Đức Chúa Trời" (3:2). Không có điều "thứ hai" hay "thứ ba" theo sau "trước hết" này. Có lẽ Phao-lô dự định liệt kê những đặc ân khác nhưng ông lệch sang hướng khác khi miêu tả chi tiết phước hạnh thứ nhất này. Ông đưa ra một bảng liệt kê đầy đủ hơn trong

9:4–5. "Lời của Đức Chúa Trời" được dịch từ nguyên văn Hy Lạp *logia*, nghĩa là "lời sấm/lời tiên tri" (*oracles*). Cụm từ này rõ ràng đang nói về Cựu Ước nhưng cách diễn đạt trong nguyên văn Hy Lạp thu hút sự quan tâm của độc giả đến với một thực tế là chính Đức Chúa Trời đã phán với dân sự của Ngài (xem *logia* trong Phục 33:9 và Thi 119 [24 lần] của bản dịch Cựu Ước bằng tiếng Hy Lạp). Chắc chắn Phao-lô nhận biết rằng không phải lúc nào người Do Thái cũng sống đúng với những đòi hỏi mà Đức Chúa Trời đặt để trên họ (3:3). Nhưng Ngài vẫn thành tín với chính lời hứa của Ngài. Không điều chi có thể xoay chuyển Ngài khỏi việc làm thành những điều Ngài đã hứa. "Chẳng hề như vậy", Phao-lô thốt lên, "mọi người đều giả dối" (3:4). Đức Chúa Trời sẽ vẫn là "chân thật", là thành tín. Phao-lô khẳng định ý này với một lời trích dẫn gợi ý từ Thi Thiên 51:4. Lời trích dẫn này của Phao-lô khẳng định mục đích của Đa-vít khi ông xưng nhận cả hai tội lỗi gớm ghiếc của mình là tội tà dâm (với Bát-sê-ba) và giết người (U-ri): đó là Chúa được "nhìn nhận là công chính" trong sự phán xét của Ngài đối với Đa-vít. Bởi việc nhìn nhận tội lỗi mình, Đa-vít bênh vực phán quyết của Đức Chúa Trời. Điều mà lời trích dẫn này gợi ý chính là hiệu ứng mặt trái của lời mà ở đây Đức Chúa Trời thành tín giữ lấy. Phao-lô đang cho thấy Đức Chúa Trời thành tín với lời Ngài (c. 3–4a) bao gồm cả cam kết không chỉ ban phước cho dân Ngài mà còn trừng phạt họ vì tội lỗi họ.

Nếu đây là lý luận được thể hiện trong câu 4, thì chúng ta có thể hiểu rõ hơn câu hỏi tiếp theo mà Phao-lô nêu lên (câu 5). Phao-lô hỏi liệu có công bằng không khi Đức Chúa Trời trừng phạt người Do Thái trong khi sự bất trung của họ đối với Chúa đã chứng tỏ sự công chính của Ngài. Sau hết, sự bất tuân của người Do Thái đã dẫn tới nhu cầu cần phải có Đấng Christ và cần một mặc khải mới về sự công chính của Đức Chúa Trời. Thế thì, tại sao Đức Chúa Trời lại phán xét họ khi họ đã góp phần cho sự vinh hiển và chương trình của chính Ngài? Không dễ dàng để tìm ra câu trả lời của Phao-lô cho câu hỏi này trong hàng loạt những câu hỏi và trả lời ở 3:6–8. Nhưng về cơ bản, có lẽ Phao-lô đang nhắc nhở chúng ta một chân lý đơn giản: mục đích không thể biện minh cho phương tiện. Cho dù là tội lỗi và sự bất trung của con người có thể được Đức Chúa Trời sử dụng để đem đến lợi ích tốt đẹp và gia tăng sự vinh hiển của chính Ngài, thì sự xấu xa của tội lỗi và bất trung vẫn không hề vơi đi mà đáng phải chịu trừng phạt. Như Cựu Ước đã trình bày rõ ràng, Chúa sẽ đoán xét thế gian, và Ngài sẽ "thực thi công lý" trong khi phán xét (xem Sáng 18:25). Đức Chúa Trời không thể bỏ qua tội lỗi, thậm chí khi nó trở thành cơ hội để sự thương xót và vinh hiển Ngài được biểu lộ rõ ràng hơn. Phao-lô biết rằng những kẻ gièm pha mình đang vu cáo ông vì ông nhấn mạnh về quyền năng của ân điển Đức Chúa Trời tới mức mà tội lỗi loài người trở thành điều gì đó thực sự tốt đẹp (3:8). Nhưng ý của Phao-lô là người Do Thái sẽ chẳng được lợi ích gì nếu họ cho rằng tội lỗi của chính họ có thể được biện minh hay được bỏ qua bởi vì cuối cùng nó cũng góp phần cho mục đích của Chúa.

Những Giải Pháp Đương Đại Cho Tình Thế Nan Giải Của Con Người

Những thập kỷ qua đã gióng hồi chuông thức tỉnh cho những ai từng nghĩ rằng loài người cuối cùng cũng đang tiến đến sự trưởng thành. Điển hình là hai Nạn Diệt Chủng ở Rwanda và Kosovo đã chứng tỏ rằng con người vẫn ích kỷ, dữ tợn, và cố chấp như vốn có. Mặc dù trong hai cuộc thảm sát này, số người chết không nhiều bằng các cuộc thảm sát ở Nga, hay Hitler ở Đức, hay Pol Pot ở Cam-pu-chia, nhưng những điểm tương đồng của chúng thật rõ rệt. Chúng ta phải đối mặt với một sự thật đáng buồn là vấn nạn của nhân loại vẫn đang hiện hữu. Vậy thì, đâu là câu trả lời cho vấn đề đó? Những nhà tư tưởng đương đại đưa ra rất nhiều giải pháp khác nhau. Một số quy vấn đề cho sự bất bình đẳng trong sở hữu vật chất và đề nghị rằng chúng ta phải loại bỏ quyền tư hữu tài sản (giải pháp của chủ nghĩa Mác). Một số cho rằng giáo dục đại chúng chính là câu trả lời. Một số khác nghĩ rằng sự đa dạng tôn giáo ở Phương Đông, nhấn mạnh vào việc hòa mình với tự nhiên và với nhau, có thể đề ra một giải pháp. Và có lẽ hầu hết mọi người dù không cần suy xét vấn đề cách thông suốt đều cảm nhận rằng, những tiến bộ của công nghệ chắc chắn sẽ khiến cho mối liên hệ con người trở nên tốt đẹp hơn.

Lịch sử cho thấy rằng con người trong mọi thời kỳ đều đưa ra nhiều giải pháp cơ bản giống nhau cho tình thế nan giải của con người. Những chi tiết cụ thể có khác nhau nhưng động lực cốt lõi không đổi. Chắc hẳn chúng ta giờ đây đã nhận ra rằng không một giải pháp nào trong số những điều nêu trên có đủ khả năng để giải quyết vấn đề. Chắc chắn Cơ Đốc nhân nên là lực lượng tiên phong, cố gắng để cải tiến xã hội bằng những phương tiện thích hợp. Nhưng Cơ Đốc nhân cũng phải thật sự ghi nhớ lời dạy của Phao-lô rằng tất cả chúng ta "đều ở dưới quyền lực của tội lỗi" (câu 9). Nếu sự thật này còn tồn tại thì tình thế nan giải của con người sẽ không thể nào được giải quyết. Chỉ khi nào mỗi người đặt để đức tin mình nơi Chúa Giê-xu và được giải phóng khỏi quyền lực kinh khiếp của tội lỗi thì sự thay đổi thật sự mới có thể xảy ra.

Lời Tuyên Án Cuối Cùng: Mọi Người Đều Phạm Tội (3:9–20)

Ở phân đoạn cuối cùng trong phần lập luận mở đầu thư tín của mình (1:18–3:20), Phao-lô hoàn thành ba mục đích: (1) ông kết luận bản cáo trạng của mình đối với nhân loại bằng một lời tuyên án rùng mình, rằng "cả người Do Thái và Hi Lạp đều ở dưới quyền lực của tội lỗi" (3:9); (2) ông trích dẫn Cựu Ước (3:10–18) để làm rõ ý trong cáo trạng của mình; và (3) ông nêu ra kết luận từ cáo trạng của mình: luật pháp không thể cứu được ai (3:19–20).

Rất khó để dịch câu hỏi thứ hai trong câu 9. Nhưng bản NIV đã dịch rất đúng, "Chúng ta có bất kỳ ích lợi nào không?" (*Do we have any advantage*?). Từ "chúng ta" (*we*) có lẽ một lần nữa chỉ về người Do Thái (xem giải thích của tôi ở 3:5). Phao-lô kịch liệt phủ nhận rằng người Do Thái cũng chẳng thể tốt hơn. Nhưng câu trả lời này có mâu thuẫn với lời quả quyết của ông trong câu 1–2 rằng người Do Thái thật sự có lợi? Nhận biết sự khác biệt của hai vấn đề mà Phao-lô đang nêu ra ở đây sẽ cho chúng ta đáp án. Trong câu 1–2, Phao-lô khẳng định rằng người Do Thái có những lợi ích lịch sử cứu rỗi liên tục và không thể chối cãi. Họ là những người nhận giao ước của Đức Chúa Trời và luật pháp chính là trọng tâm của giao ước đó. Tuy nhiên, trong câu 9 (cũng như trong chương 2), vấn đề không phải là lịch sử cứu rỗi mà là sự cứu rỗi. Khi nói về vấn đề được cứu, người Do Thái không có gì hơn người ngoại quốc. Cả người Do Thái và người ngoại quốc "đều ở dưới quyền lực của tội lỗi." Lời tuyên án cuối cùng này là kết quả tự nhiên trong lập luận của Phao-lô trong 1:18–3:20. Phao-lô đã cho biết rằng cả dân ngoại và dân Do Thái đều được ban cho mặc khải từ Đức Chúa Trời nhưng họ đều không đáp ứng thích đáng với mặc khải đó. Thất bại phổ quát đó chỉ ra một kết luận rất rõ ràng: cả nhân loại đều bị giam giữ dưới quyền lực của tội lỗi. Thật quan trọng khi lưu ý cách Phao-lô đưa ra luận điểm của ông. Ông không hề xác nhận một cách đơn giản là mọi người đều là tội nhân (mặc dù điều này hiển nhiên đúng). Điều mà Phao-lô nói là mọi người đều "*ở dưới* quyền lực của tội lỗi" (bản dịch của chúng ta đã thể hiện đúng ý nghĩa của giới từ *hypo* trong nguyên văn Hy Lạp).[1] Mọi người đang bị giam cầm dưới quyền lực của tội lỗi. Nếu chúng ta phải ghi nhận giá trị về sự cần thiết và quyền phép của tin lành thì ý này mang tính sống còn. Nếu con người chỉ đơn giản là những tội nhân thì có lẽ điều mà họ cần là một giáo viên để dạy họ biết điều gì là đúng. Nhưng con người ở dưới tội lỗi. Họ cần một người giải phóng. Phao-lô sẽ trình bày về Đấng Christ chính là nhà giải phóng đó thông qua quyền năng của sự công chính của Đức Chúa Trời được khai phóng trong tin lành (3:21–26, đặc biệt là câu 24).

Học theo phương pháp mà các giáo sỹ Do Thái gọi là "chuỗi ngọc trai" (*pearl stringing*), Phao-lô trích dẫn hàng loạt phân đoạn Kinh Thánh Cựu Ước để gia cố cho kết luận mà mình đã nêu ra trong câu 9. Một số nhà giải kinh nghĩ rằng Phao-lô có thể đang trưng dẫn một tài liệu tồn tại trước đó vốn đã tập hợp những phân đoạn Kinh Thánh trên lại với nhau.[2] Nếu chỉ nhìn sơ qua thì có vẻ như những phân

---

[1] Trong nguyên tác tiếng Anh, tác giả đang nói về bản NIV, sử dụng giới từ "under" để dịch chữ *hypo* trong nguyên ngữ Hy Lạp. Bản TTHĐ tiếng Việt mà chúng ta đang sử dụng cũng trình bày cùng một cách hiểu với bản NIV trong trường hợp này, tương ứng với "ở dưới" - ND.

[2] Xem L. E. Keck, "The Function of Rom 3,10–18: Observations and Suggestions" trong *God's Christ and His People: Studies in Honour of Nils Alstrup Dahl*, bt. J. Jervell và W. A. Meeks (Oslo: Universitetsforlaget, 1977), 141–57.

Tượng Môi-se của Michelangelo. Môi-se là người nhận luật pháp của Đức Chúa Trời trên núi Si-na-i (*Nguồn: Wknight94/ Wikimedia Commons*)

đoạn Kinh Thánh trên chỉ được trộn với nhau cách bừa bãi. Nhưng nếu nhìn kỹ hơn chúng ta sẽ thấy sự sắp xếp hợp lý. Dòng mở đầu (3:10b) giới thiệu về ý tưởng chính yếu: "Chẳng có một ai công chính cả, dù một người cũng không." Sau đó dòng cuối ở câu 18 quay trở lại và xác nhận lại chủ đề này bằng một ngôn từ khác (cả hai cũng có liên hệ bởi sự giống nhau về chữ "chẳng có" [*ouk estin*]). Câu 11–12 phát triển chủ đề của dòng đầu tiên. Chúng lặp lại cụm từ "chẳng có một ai" trong câu 10b, nhắc lại chân lý về tội lỗi phổ quát của nhân loại. Nguyên một chuỗi các câu từ 10b-12 được trích dẫn từ Thi Thiên 14:1–3. Sau đó, Phao-lô trích dẫn Thi Thiên 5:9 (3:13a-b), Thi Thiên 140:3b (3:13c) và Thi Thiên 10:7 (3:14) để minh họa cho sự cai trị phổ quát của tội lỗi trên lời nói của con người. Câu 15–17 chuyển sang những tội lỗi bạo lực đối với người khác. Ở đây, Phao-lô sử dụng ngôn từ của Ê-sai 59:7–8a để làm sáng tỏ khuynh hướng của con người trong việc làm hại lẫn nhau. Nhìn lại văn mạch nơi những câu Kinh Thánh trên được trích dẫn, chúng ta thấy rằng rất nhiều trong số những câu trên nói về những kẻ tội lỗi trong Y-sơ-ra-ên. Điều này có vẻ như là một nỗ lực tinh tế của Phao-lô để một lần nữa nhắc nhở người Do Thái rằng họ không thể cho rằng mình có bất kỳ sự miễn trừ đặc biệt nào khỏi tội lỗi và sự đoán xét. Họ cũng đang ở chung một tình cảnh với những kẻ xấu xa, tội lỗi, nghịch cùng Y-sơ-ra-ên.

Trong 3:19–20, Phao-lô xem hậu quả của tình thế nan giải của con người như là một lời chuyển tiếp đối với bài chia sẻ rõ ràng về tin lành trong 3:21–4:25. Ông bắt đầu rút ra kết luận từ những trích dẫn Cựu Ước trong 3:10–18. Tôi đã lưu ý rằng Phao-lô thường sử dụng từ "luật pháp" để nói về luật Môi-se. Tuy nhiên, trong cái nhìn của người Do Thái, bởi vì luật Môi-se chính là nền tảng của Cựu Ước nên cả Cựu Ước cũng có thể được gọi đơn giản là "luật pháp". Rõ ràng là Phao-lô đang sử dụng từ "luật pháp" trong ý nghĩa này khi bắt đầu câu 19. Cụm từ "những điều luật pháp nói" chỉ về những trích dẫn Cựu Ước trong 3:10–18 (rút ra từ Thi Thiên và các sách Tiên Tri). Phao-lô nhắc nhở chúng ta rằng luật pháp này đang nói cho "những ai ở dưới luật pháp" – ý nói về những người Do Thái (2:12). Nhưng bởi vì người Do Thái, dân của chính Đức Chúa Trời, bị buộc tội bởi luật pháp của chính họ, thì rõ ràng là "cả thiên hạ đều chịu tội trước mặt Đức Chúa Trời." Cách diễn đạt ở đây nói về tính pháp lý: tất cả mọi người đều phạm tội khi đứng trước toán án công bình của Đức Chúa Trời. Câu 20 nêu ra kết luận: "chẳng có một người nào bởi việc làm theo luật pháp mà được kể là công chính trước mặt Ngài."

Ở đây Phao-lô sử dụng cụm từ "việc làm theo luật pháp" (*works of the law*), vốn là trọng tâm của cuộc tranh luận trong việc giải kinh hiện tại về thần học của Phao-lô (để biết về vấn đề này ở phạm vi rộng hơn theo cái nhìn mới, xem chương 1 ở trên). Ông sử dụng cách biểu đạt này tám lần trong những bức thư của mình (Rô 3:20, 28; Ga 2:16 [ba lần]; 3:2, 5, 10). Trước đây, các nhà giải kinh thường cho rằng cụm từ này chỉ về bất cứ điều gì được làm trong sự vâng giữ luật pháp Môi-se. Và bởi vì Phao-lô không xem những việc làm trên có thể đóng góp phần nào trong việc xưng công chính cho tội nhân, nên thật hợp lý khi xem mọi việc làm có thể bị kết tội. Do đó, những nhà Cải Chánh dạy rằng không có bất kỳ việc làm nào có thể đủ để đem một người đến trong mối liên hệ với Đức Chúa Trời. Con đường "việc làm" cuối cùng dẫn đến sự chết. Chỉ có con đường đức tin mới còn lại. Tuy nhiên, nhiều học giả hiện đại cho rằng Phao-lô có thể sử dụng cụm từ trên để chỉ về những việc làm của người Do Thái trong một ý nghĩa cụ thể. Họ lập luận rằng sự nhấn mạnh vào "việc làm" không nhiều như "luật pháp". Ở đây Phao-lô không tập trung nói nhiều về sự *thực thi* luật pháp nhưng mà là sự *sở hữu* luật pháp. Về cơ bản, Phao-lô đang nói rằng những người Do Thái không thể được xưng công chính trước mặt Chúa thông qua giao ước Môi-se.[3] Do đó, những hàm ý về việc làm chung chung được miễn trừ. Quyết định nên chọn sự giải thích nào trong số hai cách trên phụ thuộc vào bằng chứng về cách sử dụng cụm từ trong những nguồn tài liệu của người Do Thái và vào bối cảnh mà Phao-lô sử dụng. Xét cả hai khía cạnh này, tôi cho rằng cách giải thích truyền thống đúng hơn.[4] Không có một lý do hợp lý nào để chúng ta loại bỏ sự nhấn mạnh vào phần "làm" (*doing*) trong những lần xuất hiện của cụm từ trên trong văn chương Do Thái. Trật tự trong lập luận của Phao-lô trong Rô-ma 3–4 cho biết rằng ông xem cụm từ "việc làm theo luật pháp" như là một nhóm phụ của một nhóm chính lớn hơn là "việc làm". Trong chương 4, ông cũng có cách nói tương tự về "việc làm" của Áp-ra-ham cũng như trong chương 3

---

[3] Xem J. D. G. Dunn, Romans, trong *Word Biblical Commentary 38A* (Dallas: Word, 1988), 1:158–60; và N. T. Wright, "Romans," trong *New Interpreter's Bible Commentary, t. 10, Acts–1 Corinthians*, bt. L. E. Keck (Nashville: Abingdon, 2002), 459–61.

[4] Xem D. J. Moo, "'Law,' 'Works of the Law,' and Legalism in Paul," *Westminster Theological Journal* 45 (1985): 90–96.

khi ông nói về "việc làm theo luật pháp" của người Do Thái sau thời Môi-se. Vì vậy, cho dù những nhà Cải Chánh không phải lúc nào cũng dành đủ sự quan tâm cho bối cảnh Do Thái trong lập luận của Phao-lô, tôi cho rằng sự áp dụng rõ ràng của họ trong câu 20 là hợp lý: rằng không một người nào bởi việc làm có thể khiến cho người đó có mối liên hệ với Đức Chúa Trời.

Sau khi đề cập một chủ đề mà sẽ trở thành một mô-típ xuyên suốt của bức thư (xem 4:15; 5:20; 6:14, 15; 7:1–6), Phao-lô kết luận bằng việc nhắc nhở chúng ta về những điều mà luật pháp *đạt được*. Luật pháp không thể giải quyết vấn đề tội lỗi của nhân loại (3:20a), nhưng nó làm cho chúng ta nhận thức về tội lỗi mình. Cách dịch theo nghĩa đen là "sự hiểu biết về tội lỗi". Ý của Phao-lô ở đây không chỉ đơn giản là luật pháp chỉ rõ tội lỗi bằng việc nói cho chúng ta những gì mình không nên làm, bởi vì từ "sự hiểu biết" (*knowledge*) trong Kinh Thánh thường mang sắc thái sâu xa hơn, chỉ về sự "thân mật", "một hiểu biết quen thuộc". Khi thể hiện ý muốn rõ ràng của Đức Chúa Trời, luật pháp bày tỏ đầy đủ về quyền lực của tội lỗi. Nó làm cho chúng ta nhận ra sự thiếu hụt của mình so với tiêu chuẩn lý tưởng và quyền lực mạnh mẽ của kẻ thù tội lỗi.

Câu Hỏi Suy Gẫm

1. Làm sao Phao-lô có thể nhất quán khi nói rằng người Do Thái có ích lợi (3:1-2) và rằng họ chẳng có điều gì tốt hơn (3:9)?
2. Phao-lô dạy gì về sự thành tín của Đức Chúa Trời trong tất cả những điều ông nói với Cơ Đốc nhân hôm nay?
3. Rô-ma 3:20 có những ngụ ý gì? Nó nói gì với những ai trong chúng ta không phải là người Do Thái và chưa bao giờ ở dưới luật pháp?

Phần III

Khám Phá Sự Cung Ứng Của Đức Chúa Trời Trong Đấng Christ: Rô-ma 3:21–4:25

Chương 7

Sự Công Chính Của Đức Chúa Trời Trong Đấng Christ (Rô-ma 3:21–31)

Dàn ý:

- Kỷ Nguyên Mới của Sự Công Chính (3:21–26)
- Sự Xưng Công Nghĩa và Luật Pháp (3:27–31)

Mục tiêu:

Sau khi đọc xong chương này, độc giả có thể:

1. Xác định được những ý nghĩa khác nhau trong cách biểu đạt của Phao-lô về "sự công chính của Đức Chúa Trời."
2. Hiểu cách Đức Chúa Trời đắc thắng nan đề tội lỗi qua Con Ngài.
3. Quí trọng cả tính liên tục lẫn tính gián đoạn trong lịch sử cứu rỗi.

Martin Luther gọi Rô-ma 3:21–26 là "ý chính và là trọng tâm của thư tín Rô-ma và của cả Kinh Thánh." Thật là một đánh giá cao! Tôi đoán rằng hầu hết chúng ta đều muốn đề xuất một vài phần Kinh Thánh khác để vinh dự đứng vào vị trí trung tâm của Kinh Thánh. Và tôi biết rằng tôi sẽ rất khó khăn để lựa chọn thậm chí hai mươi lăm "ứng cử viên" hàng đầu trong số trên. Nhưng hầu như ai cũng đồng ý rằng Rô-ma 3:21–26 phải là một trong số những phân đoạn Kinh Thánh quan trọng nhất về mặt thần học. Ở đây, Phao-lô đan kết lại với nhau những đường chỉ chính yếu trong quan điểm Thánh Kinh về sự cứu rỗi. Kết quả là một tấm thảm phức tạp và cũng đẹp đẽ đến tuyệt mỹ. Phân đoạn Kinh Thánh này khích lệ chúng ta suy nghĩ sâu hơn về phương cách mà Đức Chúa Trời sắp đặt sự cứu rỗi cho những tạo vật phản nghịch của Ngài. Nhưng hơn thế nữa, nó khích lệ chúng ta bước vào sự thờ phượng và tận hiến với một sự nhận thức sâu sắc mới mẻ. Mọi lẽ đạo thần học đúng đắn đều dẫn người ta đến sự tôn cao Chúa.

Phần trình bày của Phao-lô về sự công chính của Đức Chúa Trời trong Đấng Christ ở 3:21–26 chính là phần mở đầu và là trọng tâm của phần tiếp theo của sách Rô-ma. Trải dài từ 3:21 đến hết đoạn 4, phần này tập trung vào phương cách mà Đức Chúa Trời bày tỏ sự công chính và khiến cho tội nhân có thể được xưng công nghĩa trước mặt Ngài bởi đức tin. Trước thời của Đấng Christ và ở ngoài Ngài, mọi người đều là những nô lệ không nơi nương tựa của tội lỗi và không thể làm bất kỳ điều gì để thoát khỏi sự cai trị của tội lỗi (1:18–3:20). Nhưng Đức Chúa Trời đã hành động để giải cứu tội nhân ra khỏi sự tuyệt vọng của họ. Trong việc bày tỏ sự công chính của Ngài, Đức Chúa Trời làm cho mỗi một người có thể đáp ứng trong đức tin để được xưng công nghĩa. Thật vậy, sự công chính và sự xưng công nghĩa là hai mặt của một đồng xu. Cả hai thuật ngữ trên đều được dịch từ những từ ngữ có cùng gốc trong nguyên ngữ Hy Lạp (*dik-*). Trong 3:27–4:25, Phao-lô phân tích những hàm ý của sự dạy dỗ trọng tâm của ông về sự xưng công nghĩa nhờ ân điển bởi đức tin. Một phân đoạn Kinh Thánh ngắn ở cuối chương 3 (câu 27–31) liệt kê vắn tắt những hàm ý đó. Sau đó, trong chương 4, Phao-lô triển khai những hàm ý đó khi dẫn chứng Áp-ra-ham, một trường hợp thử nghiệm then chốt trong Kinh Thánh.

Một Kỷ Nguyên Mới Của Sự Công Chính (3:21–26)

"Nhưng bây giờ" báo hiệu một sự chuyển tiếp từ một bức tranh ảm đạm và buồn chán của tội lỗi nhân loại (1:18–3:20) đến sự vui mừng về ơn cứu rỗi có được nhờ sự công chính của Đức Chúa Trời trong Đấng Christ. Tương tự như câu Kinh Thánh mà phân đoạn này nhắc đến (1:17), Phao-lô đang nói về hoạt động của Đức Chúa Trời trong việc đem con người đến địa vị đúng với chính Ngài. Thế thì, từ ngữ "bây giờ" nói về một kỷ nguyên mới của sự cứu rỗi, bắt đầu bằng sự đến của Đấng Christ. Bài thuyết trình của Phao-lô chịu sự chi phối bởi ý niệm căn bản về lịch sử cứu rỗi, mà theo đó, kỷ nguyên cũ của tội lỗi và đoán phạt mở đường cho kỷ nguyên mới của sự công chính và sự sống. Xuyên suốt bức thư, Phao-lô đặc biệt quan tâm đến việc bày tỏ phương cách mà mặc khải của Đức Chúa Trời trong Cựu Ước phù hợp với chương trình lịch sử cứu rỗi này, một phần là do xung đột giữa những Cơ Đốc nhân Do Thái với Cơ Đốc nhân ngoại quốc trong cộng đồng tín hữu Rô-ma. Câu 21 tóm tắt ngắn gọn cách tiếp cận quân bình của Phao-lô. Một mặt, sự công chính của Đức Chúa Trời đã được biết đến "ngoài luật pháp". Như thường lệ, "luật pháp" (*nomos*) chỉ về kinh Tô-ra, luật pháp của Môi-se. Phao-lô xem luật pháp này như là một tác nhân chủ đạo trong kỷ nguyên cũ. Còn sự công chính của Đức Chúa

Trời trong Đấng Christ không thể phù hợp trong kỷ nguyên đó bởi vì nó đem lại những thành tựu mới. Mặt khác, điều mà Đức Chúa Trời đã làm trong Đấng Christ và những lời chứng của Cựu Ước tạo thành một khối thống nhất. Chính "luật pháp và các nhà tiên tri làm chứng" về nó. Cụm từ này là một cách ám chỉ của người Do Thái về Cựu Ước. Vì vậy, Phao-lô trình bày rõ ràng rằng mặc dù công tác của Đức Chúa Trời làm cho con người có được địa vị đúng trước mặt Ngài diễn ra ở ngoài phạm vi của luật pháp Môi-se, việc này đã được Cựu Ước mong đợi và tiên báo. Dù diễn ra trong hai giai đoạn riêng biệt, nhưng chương trình của Đức Chúa Trời cho lịch sử cứu rỗi vẫn là liên tục và duy nhất.

Trong câu 22, Phao-lô mô tả đặc tính của sự công chính của Đức Chúa Trời một cách đặc trưng: "bởi đức tin nơi Đức Chúa Jêsus Christ, ban cho mọi người có lòng tin." Đức Chúa Trời hành động trong Đấng Christ để đem người ta đến mối liên hệ đúng với chính Ngài. Nhưng cuối cùng, hành động đó không thể được thành toàn mà không có sự đáp ứng của con người. Con người phải tin Đấng Christ để chính họ kinh nghiệm sự công chính của Đức Chúa Trời. Trước khi đi vào diễn đạt điểm này sâu hơn, chúng ta cần phải chắc chắn về nền tảng của mình ở trong nguyên văn Hy Lạp. Hầu hết các bản Kinh Thánh tiếng Anh đều có cùng cách dịch như bản NIV ở đây là "bởi đức tin nơi Đức Chúa Giê-xu Christ" (*through faith in Jesus Christ*). Nhưng bản NET (New English Translation – ND) và CEB (Common English Bible - ND) dịch cụm từ này là "[bởi] sự trung tín của Đức Chúa Giê-xu Christ" (*the faithfulness of Jesus Christ*), cho thấy sự mơ hồ trong nguyên ngữ Hy Lạp của cụm từ này (cách dịch này cũng được trình bày trong phần ghi chú của bản NIV). Ở đây có hai vấn đề: từ Hy Lạp *"Pistis"* mà bản NIV dịch là "đức tin" (*faith*) cũng có ý nghĩa "sự trung tín" (*faithfulness*); và cấu trúc sở hữu cách (*genitive*) trong tiếng Hy Lạp chỉ liên hệ từ này một cách yếu ớt đến cụm từ "Đức Chúa Giê-xu Christ." Cách dịch đơn giản và cơ bản sẽ là "đức tin/sự trung tín của Đức Chúa Giê-xu Christ." Bản NIV đi theo cách dịch truyền thống và hầu hết các sách giải kinh, xem "Đức Chúa Giê-xu Christ" là tân ngữ của từ *pistis*, do đó hiểu chữ này theo nghĩa "đức tin" (*faith*). Tuy nhiên, bản NET, bản CEB và ngày càng nhiều các học giả cho rằng "Đức Chúa Giê-xu Christ" là chủ ngữ của từ *pistis*, từ đó dịch chữ này là "sự trung tín" (*faithfulness*). Những người ủng hộ cách giải thích này chỉ ra cấu trúc tương tự trong 4:16, khi "đức tin của Áp-ra-ham" có nghĩa rõ ràng là "đức tin mà Áp-ra-ham thể hiện." Vậy nên, điều mà Phao-lô có thể đang nói ở đây là sự công chính của Đức Chúa Trời đến "bởi sự trung tín của Đức Chúa Giê-xu Christ cho mọi người tin." Chúng ta được ở địa vị đúng với Đức Chúa Trời thông qua sự trung tín của Đấng Christ khi Ngài từ bỏ chính mình để chịu chết thay cho chúng ta và bởi chúng ta biết ơn Chúa, chấp nhận món quà đó trong đức tin.[1] Dựa trên nền tảng thần học thì không thể đưa ra một sự phản đối nào đối với cách giải thích này. Sự công chính của Đức Chúa

---

[1] Dầu những chi tiết của cách giải thích này có sự khác nhau, xem phương pháp tiếp cận tổng quát: N. T. Wright, "Romans," in New Interpreter's Bible Commentary, t. 10, Acts–1 Corinthians, ed. L. E. Keck (Nashville: Abingdon, 2002), 467–70; D. A. Campbell, The Rhetoric of Righteousness in Romans

Trời đến với chúng ta chỉ bởi vì Đức Chúa Giê-xu đã trung tín thực thi sứ mạng mà Đức Chúa Cha đã giao phó cho Ngài. Tuy nhiên, tôi nghĩ rằng cách dịch thông thường thích hợp hơn. Không có chỗ nào Phao-lô nói một cách rõ ràng Đấng Christ "tin" hoặc là "trung tín" trong khi ông thường xuyên (đặc biệt là trong bối cảnh này [xem 4:3]) nói về con người tin nơi Đức Chúa Trời hoặc là Đức Chúa Giê-xu Christ. Do đó, thói quen trong cách nói của chính Phao-lô cho thấy rằng "đức tin nơi Đức Chúa Giê-xu Christ" là cách dịch đúng nhất.[2] Ông bổ sung "ban cho mọi người có lòng tin" để nhấn mạnh một điểm quan trọng là cả người Do Thái và người ngoại quốc giờ đây đều được mời gọi, trên những nền tảng như nhau, để kinh nghiệm sự công chính của Đức Chúa Trời trong Đấng Christ.

Phao-lô nhắc nhở chúng ta rằng lời mời gọi phổ quát đến với đức tin là mặt kia của nhu cầu phổ quát để được sự cứu rỗi. "Không phân biệt ai cả", Phao-lô khẳng định ở cuối câu 22 và tiếp tục câu 23 với một bản tóm tắt nổi tiếng của 1:18–3:20, "vì mọi người đều đã phạm tội, thiếu mất vinh quang của Đức Chúa Trời." Trong tình thế mà Phao-lô nêu ra, đặc biệt trong tâm trí của cả người Do Thái lẫn dân ngoại đều nhận biết sự thật phổ quát này. Nhưng tất nhiên, sự thật này cũng áp dụng cho bất kỳ phân chia nhóm nhánh giữa vòng con người mà chúng ta có thể hình dung: hạng người, dân tộc, quốc gia và những điều tương tự. Bởi vì mọi người đều phạm tội, nên tất cả đều được ban cho cơ hội để tin nơi Đấng Christ và từ đó kinh nghiệm sự công chính của Đức Chúa Trời. Trong bản NIV, câu 24 được trình bày trong sự liên tục của câu 23, "mọi người đều đã phạm tội... họ được xưng công chính." Một cách hiểu tốt hơn là xem câu 24 như là sự nối tiếp của câu 21–22a, với câu 22b-23 là lời giải thích của lập luận này. Như chúng ta đã thấy ở trên, động từ "xưng công chính" (câu 24) và danh từ "sự công chính" (câu 21 và 22) đều có cùng một gốc từ trong nguyên văn Hy Lạp. Do đó, theo một cách tự nhiên, Phao-lô tiếp tục trình bày về sự công chính của Đức Chúa Trời bằng việc nói về phương cách mà Đức Chúa Trời xưng công chính cho mọi người. Ngài làm điều đó như thế nào? Đầu tiên, nói về thể thức (*mode*), Đức Chúa Trời xưng chúng ta là công chính "nhờ ân điển Ngài ... mà không phải trả một giá nào." Cụm từ "không phải trả một giá nào" đơn giản là nhấn mạnh một ý vốn có trong ân điển của Đức Chúa Trời. Là Đấng Tạo Hoá tối cao, Đức Chúa Trời luôn luôn siêu việt hơn tạo vật của Ngài. Không có bất kỳ tạo vật nào có thể bắt Ngài làm theo cách này hay cách kia. Tất cả mọi điều Đức Chúa Trời làm, Ngài làm theo ý muốn tự do của chính Ngài. Và như vậy, hành động xưng công chính cho tội nhân của Ngài là điều mà Đức Chúa Trời làm xuất phát từ bản chất yêu thương của chính Ngài, ban cho chúng ta món quà mà chúng ta không bao

---

3:21–26, *Journal for the Study of the New Testament Supplements* 65 (Sheffield: Sheffield Academic Press, 1992), 58–69.

[2]Xem J. D. G. Dunn, "Once More, PISTIS CHRISTOU," trong *Society of Biblical Literature 1991 Seminar Papers*, ed. E. H. Lovering (Atlanta: Scholars Press), 730–44; R. B. Matlock, "Saving Faith: The Rhetoric and Semantics of πίστις in Paul," trong *The Faith of Jesus Christ: Exegetical, Biblical, and Theological Studies*, bt. M. F. Bird và P. M. Sprinkle (Peabody, MA: Hendrickson, 2009), 73–89. Tuyển tập những bài viết này cung sự miêu tả rất có giả trị đối với vấn đề này.

giờ có thể giành được hoặc xứng đáng nhận được nó. Thứ hai, nói về phương tiện (*means*), Đức Chúa Trời xưng chúng ta là công chính thông qua hành động của "sự cứu chuộc" (*redemption*). Nguyên ngữ Hy Lạp của từ "sự cứu chuộc" (*apolytrōsis*) chỉ về tiền mà một người nô lệ sẽ trả để được tự do.[3] Ý tưởng căn nguyên là "số tiền phải trả để được giải thoát". Những người Do Thái phiên dịch Cựu Ước sang tiếng Hy Lạp đã sử dụng những từ ngữ có cùng gốc từ Hy Lạp này khi nói về sự giải phóng mà Đức Chúa Trời làm cho dân Y-sơ-ra-ên ra khỏi hoàn cảnh nô lệ của họ ở Ai Cập (Xuất 15:13; Phục 9:26). Trong Đấng Christ, Đức Chúa Trời đã trả một giá để giải phóng con người ra khỏi hoàn cảnh nô lệ cùng cực: nô lệ của tội lỗi (xem 3:9).

Ngôn Ngữ Học và Ý Nghĩa Của Rô-ma 3:25

Khi giải nghĩa câu 25, tôi đã lập luận rằng từ *hilastērion* trong nguyên văn Hy Lạp vừa chỉ về sự làm nguôi cơn giận (*propitiation*), vừa chỉ về "*ngôi thương xót*" (*mercy seat*) hay "*nắp xá tội*" (*atonement cover*) của Cựu Ước. Một vài người có thể phản đối và cho rằng tôi đã nhân đôi ý nghĩa của từ ngữ cách không hợp lệ. Thật ra, lý thuyết ngôn ngữ học hiện đại thường nghi ngờ về ý nghĩa kép và quả quyết rằng chúng ta phải gán nghĩa cho từ ngữ ở mức tối thiểu so với đòi hỏi của ngữ cảnh. Nhưng lý thuyết ngôn ngữ học hiện đại cũng nhắc nhở chúng ta một nguyên tắc rất quan trọng khi nói về giá trị của từ ngữ: phải phân biệt giữa "ý nghĩa" (*meaning*) và "sự ám chỉ" (*referent*). Rất nhiều từ chỉ có một nghĩa nhưng cũng ám chỉ đến một điều khác. Minh họa sau sẽ giúp sự phân biệt này rõ ràng hơn. Đội quân liên minh Anh-Phổ đã đánh bại hoàn toàn Hoàng đế Pháp Napoleon Bonaparte trong trận chiến Waterloo vào năm 1815. Từ "Waterloo" chỉ về trận chiến năm 1815 (hoặc là tên một thị trấn ở Bỉ nơi diễn ra cuộc chiến). Nhưng vì trận chiến này quá nổi tiếng đến nỗi "Waterloo" trở thành một từ chỉ về sự thất bại hoàn toàn. Do đó, người ta dùng từ "Waterloo" trong chính trị để nói về một thất bại thảm hại trong cuộc tranh cử. Từ này vừa có một nghĩa vừa có một ý ám chỉ.

Đây chính xác là điều mà tôi muốn nói để bảo vệ cho sự giải nghĩa của mình đối với từ *hilastērion*. Từ này có *nghĩa* là "sự làm nguôi cơn giận" nhưng nó *chỉ* về nắp hòm giao ước. Những độc giả của Phao-lô, dù là dân ngoại cũng đều hiểu biết Cựu Ước rõ ràng. Họ sẽ ngay lập tức nhận ra sự ám chỉ về món đồ này trong đền tạm. Nhưng họ cũng sẽ nhận ra nghĩa mà từ *hilastērion* truyền tải: một đồ vật làm nguôi đi cơn thịnh nộ của Đức Chúa Trời và nhờ đó, cung cấp sự chuộc tội cho dân của Ngài. Vì vậy, điều mà chúng ta có trong câu 25 là một ví dụ rất hay về hình bóng học (*typology*). Nắp thi ân trong Cựu Ước là hình bóng về thập tự giá nơi Đấng Christ đổ huyết ra để làm sinh tế chuộc tội,

---

[3] Xem L. Morris, *The Apostolic Preaching of the Cross* (Grand Rapids: Eerdermans, 1965), 9–26.

> xử lý tội lỗi của cả thế gian một cách vĩnh viễn. Do đó, Ngày Lễ Chuộc Tội lặp lại hằng năm trong Cựu Ước cũng làm hình bóng chỉ về ngày của sự chuộc tội, ngày Thứ Sáu Tốt Lành (*Good Friday*), ngày mà Đức Chúa Trời ban sự tha tội một lần đủ cả.

Trong câu 25, Phao-lô diễn đạt kỹ lưỡng hơn về việc Đức Chúa Trời cứu chuộc loài người tội lỗi trong Đấng Christ như thế nào. Nhưng chính xác điều mà Phao-lô muốn nói là gì thì vẫn còn đang tranh cãi. Ông cho rằng Đức Chúa Trời đã lập Đấng Christ làm một *hilastērion*. Một vài bản Kinh Thánh tiếng Anh dịch chữ này là "sự làm nguôi cơn giận" hoặc "sự vãn hồi"[4]– "*propitiation*" (KJV; NASB; ESV). "Làm nguôi đi" có nghĩa là "xoa dịu" cơn tức giận của ai đó, như trong câu "Tôi làm nguôi đi cơn tức giận của vợ tôi bằng cách dẫn cô ấy ra ngoài ăn tối." Ngôn ngữ Hy Lạp sử dụng từ này để chỉ về những lễ tưởng niệm hay những sinh tế với mục đích làm xoa dịu cơn thịnh nộ của các vị thần. Với sự tập chú của Phao-lô về cơn thịnh nộ của Đức Chúa Trời khi ông miêu tả về tình thế nan giải của con người (xem 1:18; 2:5) thì có vẻ như ở đây ông đang nói về Đấng Christ như là một phương tiện làm nguôi đi cơn giận.[5] Chắc chắn một số nhà giải kinh phản đối toàn bộ ý niệm về cơn thịnh nộ của Đức Chúa Trời sẽ cho rằng điều này khiến Đức Chúa Trời của Thánh Kinh giống như một bạo chúa có tính khí thất thường theo khuôn mẫu của các vị thần Hy Lạp.[6] Nhưng khái niệm về cơn thịnh nộ phải được giải thích trên bối cảnh của một ý niệm tôn giáo rộng lớn hơn. Bởi vì người Hy Lạp miêu tả những vị thần của họ như những con người rất thực trong sự ganh tị nhỏ mọn, mưu đồ, tư lợi của họ. Do đó, sự thịnh nộ mà họ miêu tả về những vị thần thường là bởi động cơ ích kỷ và vô nghĩa. Nhưng tất nhiên, quan điểm Thánh Kinh về Đức Chúa Trời chân thật rất khác biệt. Cơn thịnh nộ của Đức Chúa Trời không phải là một cảm xúc không thể kiểm soát nhưng mà là một phản ứng điềm tĩnh và cần thiết của một Đức Chúa Trời thánh khiết đối với bất kỳ tội lỗi nào. Thế thì, chúng ta không có một cơ sở hợp lý nào để phản đối khái niệm về sự nguôi cơn giận trong cách dùng từ của Phao-lô ở đây.

Tuy nhiên, tôi vẫn thắc mắc liệu rằng cách dịch "sự vãn hồi" có đúng với ý định của Phao-lô hay không. Điều mà cách dịch này bỏ qua là cách dùng quan trọng của từ *hilastērion* trong bản dịch Cựu Ước tiếng Hy Lạp. Hai mươi mốt trong tổng số hai mươi bảy lần xuất hiện, từ này chỉ về nắp thi ân, nắp hòm giao ước nơi máu con sinh tế được vẩy lên. Nắp thi ân hay "nắp chuộc tội" (xem chú thích bên dưới bản Kinh Thánh NIV) nêu bật lên một trong số những sự kiện quan trọng nhất trong

---

[4] Thuật ngữ *propitiation* có thuật ngữ tương đương trong Tiếng Việt là "sự vãn hồi" và có ý nghĩa là "sự làm nguôi cơn giận" – ND.

[5] Xem Morris, Apostolic Preaching, 136–56.

[6] Sự phản đối nổi tiếng nhất là của C. H. Dodd; xem Dodd's *The Bible and the Greeks* (London: Hodder & Stoughton, 1935), 82–95.

Mô hình hòm giao ước cho thấy nắp thi ân ở dưới hai chê-ru-bim (*Nguồn: Lancastermerrin88/Wikimedia Commons*)

Vị trí đền thờ ở Giê-ru-sa-lem ngày nay

lịch của người Do Thái: con sinh tế được dâng lên trong ngày Lễ Chuộc Tội (xem Lê 16). Vì lần xuất hiện duy nhất khác của từ *hilastērion* trong Tân Ước (Hê 9:5) cũng mang ý nghĩa này, chúng ta có lý do để cho rằng Phao-lô có lẽ sử dụng từ này để chỉ về ngày lễ trọng yếu này của Cựu Ước. Thực ra Phao-lô đang nói rằng trên thập tự giá, Đức Chúa Trời đã lập Đấng Christ làm "nắp thi ân" của giao ước mới – nơi Đức Chúa Trời giải quyết vấn đề của tội lỗi.[7] Nhưng bởi vì Đức Chúa Trời có thể xử lý tội lỗi chỉ bởi thỏa mãn cơn thịnh nộ của Ngài, ý niệm sự văn hồi được bao hàm trong ý nghĩa rộng lớn hơn về Đấng Christ là "sinh tế chuộc tội" của chúng ta.

Trong phần cuối của câu 25 và trong câu 26, Phao-lô chuyển sang ý cuối cùng: mục đích mà Đức Chúa Trời lập Đấng Christ làm sinh tế chuộc tội của chúng ta. Phao-lô cho rằng Ngài làm như vậy để "bày tỏ sự công chính" của Ngài với sự ám chỉ về tội lỗi trong quá khứ (câu 25) và "trong hiện tại" (câu 26). Ở đây chúng ta

---

[7] Đối với quan điểm này, xem D. J. Moo, *The Epistle to the Romans*, New International Commentary on the New Testament (Grand Rapids: Eerdmans, 1996), 231–37; D. P. Bailey, "Jesus as the Mercy Seat: The Semantics and Theology of Paul's Use of Hilasterion in Romans 3:25," *Tyndale Bulletin* 51 (2000): 155–58; A. J. Hultgren, *Paul's Letter to the Romans: A Commentary* (Grand Rapids: Eerdmans, 2011), 662–75.

một lần nữa đối diện với một từ khoá trong câu mở đầu của phân đoạn Kinh Thánh tuyệt vời này: *dikaiosynē*, "sự công chính". Rất nhiều nhà giải kinh khẳng định rằng từ ngữ này ở đây cơ bản là phải mang cùng một ý nghĩa với những câu Kinh Thánh trước đó: sự công chính cứu rỗi của Đức Chúa Trời, hoặc là có lẽ sự thành tín với giao ước của Đức Chúa Trời.[8] Nhưng thực ra, bối cảnh của câu 25b-26 khiến chúng ta có lý do để hiểu từ này với một ý nghĩa khác ở đây. Phao-lô xác nhận rằng Đức Chúa Trời đã sai Đấng Christ đến để bày tỏ sự công chính của Ngài "vì Ngài lấy lòng nhẫn nhục mà bỏ qua những tội lỗi trong quá khứ." Sự ám chỉ ở đây là những tội lỗi đã phạm trước khi Đấng Christ đến. Làm thế nào mà Đức Chúa Trời lại đơn giản bỏ qua không trừng phạt họ? Chẳng phải bản chất thánh khiết đòi hỏi Ngài phải đoán xét những ai phạm tội sao? Đúng như vậy, thật ra phải như thế! Và Phao-lô cho biết rằng đó chính là Đấng Christ, sinh tế chuộc tội của chúng ta, Đấng mang lấy gánh nặng cho sự đoán xét đó. Do đó, Đức Chúa Trời bày tỏ sự công chính của Ngài. Nhưng giờ đây rõ ràng là điều này chỉ có ý nói đến bản tánh công chính của Đức Chúa Trời, là phần bản chất bên trong đặc tính của Ngài mà đòi hỏi tội lỗi phải bị trừng phạt.

Phần kết của câu 26 là một bản tóm tắt phù hợp của phân đoạn Kinh Thánh tuyệt diệu này. Phao-lô đã chỉ ra làm thế nào mà Đức Chúa Trời vừa xưng công chính người có đức tin nơi Chúa Giê-xu và đồng thời, vừa là một Đấng công bình. James Denney đã nắm được ý này rất chắc khi ông viết:

> Sẽ không thể có tin lành nếu không có một điều gì đó như là sự công chính của Đức Chúa Trời cho những kẻ không tin kính. Tuy nhiên, giá trị của tin lành sẽ rất nhỏ bé nếu sự chính trực trong bản chất của Đức Chúa Trời không được gìn giữ. Vấn đề của thế gian tội lỗi, vấn đề của mọi tôn giáo, vấn đề của Đức Chúa Trời trong việc xử lý một dòng dõi tội lỗi là làm thế nào để kết hợp hai điều trên lại với nhau. Câu trả lời Cơ Đốc cho vấn đề đó được Phao-lô nêu ra, là "Đức Chúa Giê-xu Christ, Đấng mà Đức Chúa Trời đã lập làm sinh tế chuộc tội..."

Sự Xưng Công Chính Và Luật Pháp (3:27–31)

Trong câu 21–26, Phao-lô đã đem một vài khía cạnh về sự công chính của Đức Chúa Trời trong Đấng Christ lại với nhau trong một phân đoạn Kinh Thánh có nhiều lẽ đạo thần học hiếm có. Nhưng ông lại không dành thời gian để nghiên cứu chi tiết bất kỳ lẽ đạo nào. Bây giờ, Phao-lô làm điều đó nhưng rất có chọn lọc. Chúng ta không còn nghe về sự cứu chuộc của Đức Chúa Trời, sinh tế chuộc tội, hay là sự công bình. Phao-lô dồn hết tâm sức vào một yếu tố then chốt khi thiết lập về sự công chính của Đức Chúa Trời: phương cách mà nhân loại đáp ứng với nó. Giáo lý

---

[8] Wright, "Romans," 472; D. A. Campbell, *The Deliverance of God: An Apocalyptic Reading of Justification in Paul* (Grand Rapids: Eerdmans, 2009), 621–6.

thần học Cải Chánh cổ điển về sự xưng công chính nhờ ân điển bởi đức tin chính là chủ đề của 3:27–4:25. Phao-lô giới thiệu về những điểm chính yếu trong câu 27-31 trước khi đi vào miêu tả chi tiết chúng với sự ám chỉ đến Áp-ra-ham trong chương 4.

Phao-lô nêu ra ba kết quả từ chân lý mà con người được xưng công chính bởi đức tin (xem 3:22, 24, 28): (1) Sự khoe khoang của con người bị loại bỏ (3:27–28); (2) Cả dân Do Thái và dân ngoại đều có thể kinh nghiệm những lợi ích từ cùng một Đức Chúa Trời (3:29–30); và (3) Đòi hỏi của luật pháp không bị từ bỏ nhưng được làm cho vững bền (3:31).

Một số nhà giải kinh cho rằng trong câu 27, Phao-lô đang nói trong phạm vi hẹp về sự khoe khoang của người Do Thái đối với những đặc ân giao ước của họ.[9] Ý này chắc chắn là khả thi nếu nhìn vào bối cảnh văn mạch ở phạm vi rộng hơn. Tuy nhiên, thay vào đó, bối cảnh văn mạch ở phạm vi hẹp nói về sự kiêu ngạo của con người nói chung.[10] Vấn đề là làm sao để một người bất kỳ, Do Thái hay dân ngoại (xem 3:22b-23 và 3:28–29), có thể đến với mối liên hệ với Đức Chúa Trời trong Đấng Christ. Bởi vì điều đó có thể xảy ra chỉ duy bởi đức tin chứ không phải bởi việc làm (3:27b-28), không một ai có thể khoe khoang về sự đóng góp của mình trong tiến trình này. "Việc làm" của chúng ta, cho dù được thực hiện trong sự vâng giữ luật pháp (đối với cụm từ "việc làm theo luật pháp" trong câu 28, xin đối chiếu với những giải thích trong 3:20) hay theo quy tắc đạo đức, đều không bao giờ có thể đem chúng ta đến được sự chấp nhận của Đức Chúa Trời. Duy chỉ bởi đức tin, khiêm nhu chấp nhận sự cứu rỗi đã được Đức Chúa Trời ban cho, mới có thể làm được điều đó. Cũng như người nhận một món quà không có quyền để khoe khoang, thì tội nhân nhận món quà ân điển của sự cứu rỗi cũng không có cơ sở để kiêu ngạo cho sự cứu rỗi được thành toàn đó. Trong câu 27, Phao-lô sử dụng từ "luật pháp" để trình bày sự tương phản giữa một bên là "việc làm" với một bên là "đức tin". Nhiều nhà giải kinh cho rằng từ "luật pháp" ở đây mang ý nghĩa mà Phao-lô thường hay sử dụng, tức là luật pháp Môi-se, kinh Tô-ra, được xem theo quan điểm tuân giữ những điều nó đòi hỏi hoặc theo quan điểm sự đòi hỏi và lời hứa của nó về đức tin.[11] Tuy nhiên, dường như ở đây, Phao-lô sử dụng từ Hy Lạp *nomos* theo nghĩa "nguyên tắc" (*principle*), một trong số những ý nghĩa đã được chấp nhận của nó. Sẽ không bình thường lắm nếu Phao-lô nêu lên sự liên hệ giữa "luật pháp" và "đức tin": Phao-lô khá nhất quán trong việc định nghĩa "luật pháp" là cái gì đó mà người ta làm chứ không phải là điều mà người ta tin (xem Ga 3:12).

---

[9]Xem J. D. G. Dunn, *Romans*, Word Biblical Commentary 38A (Dallas: Word, 1988), 1:185–86.

[10]Simon Gathercole lập luận rằng cả vị thế giao ước và công việc của một người là nền tảng cho sự khoe mình. Xem *Where Is Boasting? Early Jewish Soteriology and Paul's Response in Romans 1–5* (Grand Rapids: Eerdmans, 2002), 225–26.

[11]Xem C. E. B. Cranfield, *A Critical and Exegetical Commentary on the Epistle to the Romans*, International Critical Commentary (Edinburgh: T& T Clark, 1975), 1:219–20; R. Jewett, *Romans*, Hermeneia (Minneapolis: Fortress, 2007), 298.

Vì vậy, rõ ràng là Phao-lô đang tương phản hai nguyên tắc của sự xưng công chính: một bởi việc làm và một bởi đức tin.

Một trong số những lẽ đạo thần học trọng tâm của Do Thái giáo là niềm tin vào một Đức Chúa Trời: niềm tin độc thần. Trong câu 29-30, Phao-lô chuyển niềm tin đó ngược lại xu hướng của người Do Thái chỉ hạn chế sự xưng công chính cho luật pháp, và vì vậy chỉ cho mỗi Y-sơ-ra-ên. Phao-lô lý giải, nếu chỉ có một Đức Chúa Trời, thì Ngài phải là Đức Chúa Trời của tất cả mọi người. Tất cả mọi người phải có sự tiếp cận như nhau trong mối liên hệ với Ngài. Nhưng luật pháp chỉ được ban cho một mình Y-sơ-ra-ên, không thể đem đến cho dân ngoại phương cách để được cứu. Vì vậy, Đức Chúa Trời xưng cả dân Do Thái (chịu cắt bì) và dân ngoại (không chịu cắt bì) là công chính trong cùng một phương cách: thông qua đức tin.

Trong câu 31, một lần nữa Phao-lô lại cẩn thận bảo vệ điều mà ông đã nói để không bị hiểu lầm. Phao-lô nói rằng "đừng nghĩ sự nhấn mạnh của tôi vào việc được xưng công chính bởi đức tin lại vô hiệu hoá luật pháp." Ngược lại, sự quả quyết về trọng tâm của đức tin "làm vững bền luật pháp." Nhưng làm thế nào mà đức tin làm cho luật pháp vững bền, hay được củng cố? Phao-lô không giải thích ngay lập tức. Do đó, chúng ta phải xác định xem Phao-lô có thể diễn đạt ý này ở đâu trong sách Rô-ma. Hầu hết các nhà giải kinh nghĩ rằng đoạn Kinh Thánh tiếp theo sẽ đưa ra câu trả lời. Phao-lô nhấn mạnh đức tin làm vững bền luật pháp bởi vì bản thân luật pháp dạy rằng Áp-ra-ham được xưng công chính bởi đức tin (Sáng 15:6, được trích dẫn trong 4:3). Điều này có thể đúng. Nhưng cần lưu ý rằng từ "luật pháp" đang không được hiểu theo đúng ý nghĩa thường thấy. Để bao hàm Sáng Thế Ký 15:6, vốn được phát biểu nhiều thế kỷ trước khi có luật pháp Môi-se, "luật pháp" phải chỉ về toàn bộ Ngũ Kinh (*Pentateuch*). Tuy nhiên, như chúng ta đã thấy một cách lặp đi lặp lại, Phao-lô thường sử dụng "luật pháp" để chỉ về những mạng lệnh của Đức Chúa Trời ban cho Y-sơ-ra-ên thông qua Môi-se. Vì vậy, chúng ta nên tìm kiếm thêm những cách giải thích khả thi khác cho cụm từ "làm vững bền luật pháp". Trong Rô-ma 3:8-10, Phao-lô tuyên bố rằng yêu người lân cận mình là làm trọn luật pháp. Do đó, 3:31 có thể có nghĩa là Cơ Đốc nhân làm vững bền luật pháp thông qua việc vâng giữ điều răn về tình yêu thương mà Đấng Christ đã đặt làm trọng tâm của giá trị đạo đức trong giao ước mới. Nhưng một cách giải thích thay thế tốt hơn là xem Rô-ma 8:4 mô tả chi tiết 3:31. Trong câu này, Phao-lô tuyên bố rằng sự đòi hỏi công chính của luật pháp được hoàn thành trong tín hữu. Làm thế nào nó được thành toàn? Không phải bởi chúng ta vì chúng ta luôn luôn thiếu hụt những gì luật pháp đòi hỏi, nhưng bởi Đấng Christ, Đấng vâng phục trọn vẹn luật pháp. Vậy thì, những ai ở trong Đấng Christ là làm trọn đòi hỏi của luật pháp. Tôi cho rằng Phao-lô đang nói đến điều này khi ông tuyên bố rằng sự dạy dỗ của ông về sự xưng công chính bởi đức tin làm vững bền luật pháp. Nó làm vững bền luật pháp bằng việc đem người ta bước vào mối liên hệ với Đấng Christ để cho sự làm trọn luật pháp của chính Đấng Christ có thể có hiệu lực trên họ.

Những Thuật Ngữ Chính

Sự xưng công chính (justification)

Nắp thi ân (mercy seat)

Sự chuộc tội (atonement)

Câu Hỏi Suy Gẫm

1. Cách biểu đạt của cụm từ "sự công chính của Đức Chúa Trời" (*righteousness of God*) trong Rô-ma 3:21 và 22 có liên quan như thế nào đến sự công chính của Đức Chúa Trời (*God's justice*) trong câu 25 và 26?
2. Cách dịch thay thế của cụm từ "đức tin nơi Đức Chúa Giê-xu Christ" trong Rô-ma 3:22 là gì? Nếu chọn cách dịch thay thế đó thì những hàm ý thần học ở đây là gì?
3. Ân điển của Đức Chúa Trời liên hệ với đức tin của chúng ta như thế nào?
4. Những phân đoạn Kinh Thánh nào khác trong Tân Ước có nội dung tương tự với điều chúng ta học từ Rô-ma 3:25a về Đấng Christ là "sinh tế chuộc tội"? Sự liên hệ này có thể cho thấy điều gì về nguồn tài liệu mà Phao-lô tham khảo để biểu đạt câu từ?
5. Làm thế nào chúng ta có thể tránh việc khoe khoang một cách không thích đáng?

Chương 8

Đức Tin Của Áp-ra-ham (Rô-ma 4:1–25)

Dàn ý:

- Áp-ra-ham được xưng công chính: đức tin tương phản với việc làm (4:1–8)
- Áp-ra-ham được xưng công chính: đức tin tương phản với phép cắt bì (4:9–12)
- Áp-ra-ham được xưng công chính: đức tin tương phản với luật pháp (4:13–17)
- Kinh nghiệm của Áp-ra-ham: đức tin tương phản với mắt thấy (4:18–25)

Mục tiêu:

Sau khi đọc xong chương này, độc giả có thể:

1. Hiểu được mối liên hệ giữa đức tin và phép cắt bì của Áp-ra-ham và những ý nghĩa thần học của nó.
2. So sánh những điểm giống và khác nhau trong cách nhìn của người Do Thái và của Phao-lô về Áp-ra-ham.
3. Hiểu Áp-ra-ham đứng ở vị trí đầu tiên và đại diện cho tất cả tín hữu Cơ Đốc như thế nào.
4. Phát biểu và được thôi thúc học theo đức tin của Áp-ra-ham.

Khi sự hiểu biết về Kinh Thánh bị sa sút, thậm chí giữa vòng Cơ Đốc nhân, thì ngày càng có ít người nắm vững được mạch câu chuyện của toàn bộ Kinh Thánh.

Chúng ta nghe và đọc những mẩu chuyện Thánh Kinh nhưng hiếm khi dành thời gian để suy gẫm và nhìn vào bức tranh tổng thể. Kết quả là rất nhiều tín hữu còn mơ hồ về việc làm thế nào đức tin nơi Đấng Christ của họ nằm trong kế hoạch lớn hơn của Đức Chúa Trời cho lịch sử. Thật vậy, như điều mà C. S. Lewis gọi là "tính kiêu ngạo niên đại" (*chronological snobbery*), chúng ta có thể mắc phải sai lầm khi nghĩ rằng chỉ có thời đại của mình là quan trọng và phớt lờ tất cả những điều mà chúng ta có thể học từ quá khứ.

Áp-ra-ham và Lời Hứa

Chúng ta sẽ theo được được lập luận của Phao-lô về Áp-ra-ham trong chương 4 cách dễ dàng hơn nếu chúng ta để trước mặt mình một niên biểu về kinh nghiệm của Áp-ra-ham với lời hứa của Đức Chúa Trời.

Sáng Thế Ký 12:1–3: Đức Chúa Trời gọi Áp-ram rời khỏi quê hương mình để vào sống trong Đất Hứa. Đức Chúa Trời hứa:

1. Làm cho Áp-ram nên một dân tộc lớn,
2. Ban phước cho người nào chúc phước Áp-ram, và
3. Ban phước cho mọi dân tộc trên đất thông qua Áp-ram.

Sáng Thế Ký 15: Đức Chúa Trời khẳng định lời hứa của Ngài bằng cách thiết lập một giao ước với Áp-ram. Ngài hứa rằng Áp-ram sẽ có con do chính ông sinh ra để thừa hưởng lời hứa của Đức Chúa Trời. Áp-ram "tin Đức Giê-hô-va, nên Ngài kể ông là người công chính". Đức Chúa Trời tiếp tục hứa rằng Áp-ram sẽ nhận lãnh đất hứa làm sản nghiệp. Đức Chúa Trời khẳng định lời hứa của Ngài thông qua một nghi lễ dâng sinh tế.

Sáng Thế Ký 17: Khi Áp-ram được chín mươi chín tuổi, một lần nữa Đức Chúa Trời hiện ra cùng ông và nhắc lại lời hứa của Ngài làm cho dòng dõi ông gia tăng gấp bội. Để làm dấu chỉ rằng Áp-ra-ham sẽ làm cha của nhiều dân tộc, Đức Chúa Trời thay đổi tên của ông từ Áp-ram thành Áp-ra-ham (nghĩa là "cha của rất nhiều"). Đức Chúa Trời cũng tái khẳng định sẽ ban cho ông đất hứa.

Để xác nhận lời hứa, Đức Chúa Trời yêu cầu Áp-ra-ham phải cắt bì những người nam trong dòng dõi ông.

Đức Chúa Trời cũng phán với Áp-ra-ham rằng nhiều dân tộc ra từ ông sẽ đến bởi vợ ông, Sa-rai. Vợ ông sẽ sinh một con trai, tên là Y-sắc và con trai ấy sẽ mang lấy dòng dõi của giao ước. Đức Chúa Trời đổi tên Sa-rai thành Sa-ra.

Sáng Thế Ký 21:1–7: Đức Chúa Trời làm thành lời hứa của Ngài, ban cho Áp-ra-ham và Sa-ra một con trai.

> Sáng Thế Ký 22:1-18: Đức Chúa Trời thử nghiệm đức tin Áp-ra-ham, yêu cầu ông dâng con trai mình là Y-sắc làm sinh tế. Áp-ra-ham vâng lời Chúa, nhưng Chúa đã ngăn trở tay ông vào phút cuối.

Phao-lô đã xác định không phạm phải sai lầm này. Ông biết rõ khải tượng của mình về tin lành. Nếu phải làm cho Cơ Đốc nhân tại Rô-ma hiểu được nó, thì tin lành phải phù hợp với chương trình của Đức Chúa Trời mà Cựu Ước đã bày tỏ. Vì vậy, ngay từ đầu bức thư, Phao-lô đã tập trung chỉ ra rằng tin lành mà mình rao giảng "đã được phán hứa từ trước...trong Kinh Thánh" (1:2). Chương 4 đóng góp một vai trò quan trọng trong mục đích này. Tất nhiên, Áp-ra-ham là một nhân vật nổi tiếng trong lịch sử Cựu Ước. Lời hứa của Đức Chúa Trời dành cho ông trong Sáng Thế Ký 12:1-3 đánh dấu sự bắt đầu hình thành dân tộc của Đức Chúa Trời. Những tác giả Cựu Ước và người Do Thái sau này thường xuyên liên hệ địa vị dân tộc và địa vị thuộc linh của họ đến tổ phụ Áp-ra-ham. Vì vậy, nếu tin lành của Phao-lô phù hợp với toàn bộ nội dung của Kinh Thánh, Phao-lô phải giải thích xem làm thế nào mà tin lành đó kết nối với lời hứa của Đức Chúa Trời dành cho Áp-ra-ham. Đây là điều mà Phao-lô cố gắng trình bày trong chương 4, trích dẫn câu Kinh Thánh then chốt, Sáng Thế Ký 15:16, "Áp-ra-ham tin Đức Giê-hô-va, nên Ngài kể ông là người công chính". Phao-lô trích dẫn câu Kinh Thánh này lúc bắt đầu (4:3) và khi kết thúc (4:22), cũng như viện dẫn nó xuyên suốt bài giải thích của mình (4:9, 10, 11, 13, 18).

Tương Đồng Giữa Rô-ma 3:27-31 và 4:1-17

Những điều mà Phao-lô nói một cách tổng quan, vắn tắt trong 3:27-31, được nhắc lại một cách chi tiết hơn trong chương 4 với sự viện dẫn Áp-ra-ham. Chú ý những tương đồng sau:

Rô-ma 3:27-31	Rô-ma 4:1-17
Sự khoe khoang bị loại trừ (3:27)	Áp-ra-ham không có quyền để khoe mình (4:1-2)
... bởi vì một người được xưng công chính bởi đức tin chứ không phải bởi việc làm theo luật pháp (3:28).	... bởi vì Áp-ra-ham được xưng công chính bởi đức tin chứ không phải bởi việc làm (4:3-8).
Cả người chịu cắt bì và người không chịu cắt bì đều được kết hợp lại dưới cùng một Đức Chúa Trời thông qua đức tin (3:29-30)	Cả người chịu cắt bì lẫn người không chịu cắt bì đều được kết hợp lại làm con cái Áp-ra-ham thông qua đức tin (4:9-17).

Áp-ra-ham được xưng công chính: đức tin tương phản với việc làm (4:1–8)

Như đã trình bày trong Ga-la-ti (xem 3:6–8), Phao-lô xem Áp-ra-ham là một nhân vật trung tâm trong sự hiểu biết của mình về lịch sử cứu rỗi. Do đó, không có gì ngạc nhiên khi Phao-lô dành trọn một chương trong sách Rô-ma ở đây để viết về Áp-ra-ham. Những người Do Thái trong thời Phao-lô cũng tôn kính Áp-ra-ham nhưng họ thường gán cho Áp-ra-ham giá trị ngược lại với quan điểm của Phao-lô. Người Do Thái tôn kính Áp-ra-ham như là "cha" của họ (xem Ê-sai 51:1–2; *Mishnah Qiddushin* 4.14; so sánh với Rô 4:1), vị tổ phụ để họ truy nguyên địa vị độc nhất của mình với tư cách dân tộc thuộc về giao ước của Đức Chúa Trời. Họ vẽ nên cuộc đời của Áp-ra-ham như một hình mẫu của sự tận hiến và ngoan đạo: "Áp-ra-ham thật trọn vẹn trong mọi việc mình làm với Chúa, và người làm vui lòng Chúa trong sự công chính trọn cuộc đời mình" (*Jubilees 23:10*);[1] "Áp-ra-ham... không phạm tội cùng Ngài" (Pr. Man. 8). Một điều đặc biệt thú vị cho mục đích của chúng ta là sự dạy dỗ được trình bày trong 1 Ma-ca-bê 2:52 (và được ám chỉ trong Gia-cơ 2:21), "Chẳng phải Áp-ra-ham được kể là trung tín khi chịu thử thách, và điều đó chẳng kể cho ông là công chính hay sao?" Ở đây, chúng ta thấy có sự trích dẫn Sáng Thế Ký 15:6, nhưng nó liên hệ chặt chẽ đến việc Áp-ra-ham dâng con mình là Y-sắc (Sáng 22). Phao-lô trích dẫn Sáng Thế Ký 15:6 để nêu ra một điểm rất khác biệt. Điều gây ấn tượng cho Phao-lô đó là Đức Chúa Trời xưng công chính cho Áp-ra-ham ngay lập tức sau khi ông tin Ngài, ý là đang ám chỉ đến lời hứa rằng ông sẽ có vô số con cháu (xem Sáng 15:5). Đức tin của Áp-ra-ham trực tiếp dẫn đến việc ông "được xưng công chính" (cách dùng khác cho "sự công bình"). Phao-lô nêu lên hai kết luận quan trọng từ sự giải thích này trong phân đoạn mở đầu của chương 4.

Thứ nhất, Áp-ra-ham không có cơ sở để khoe mình trước Đức Chúa Trời (câu 1–2). Phao-lô đã cho rằng nguyên tắc của việc được xưng công chính bởi đức tin loại bỏ mọi sự khoe mình (3:27). Nhưng một vài người Do Thái có thể thắc mắc liệu rằng điều đó có đúng với Áp-ra-ham, một người có đời sống vốn được xem là hình mẫu của sự tin kính. Phao-lô khẳng định cách nhất quán rằng nó đúng như vậy. Phao-lô không hề phản đối thực tế về lòng tin kính của Áp-ra-ham (mặc dù tất nhiên câu chuyện trong Sáng Thế Ký cho chúng ta thấy rõ rằng Áp-ra-ham cũng chưa thật sự trọn vẹn trong sự tin kính của ông), nhưng Phao-lô trích dẫn Sáng Thế Ký 15:6 trong 4:3 để chỉ ra rằng mối liên hệ của Áp-ra-ham với Đức Chúa Trời, địa vị công chính của ông, là dựa vào đức tin. Chỉ khi nào việc làm là cơ sở để Áp-ra-ham được xưng công chính thì ông mới có cớ để khoe mình.

Điều này trực tiếp dẫn chúng ta đến với điểm thứ hai: Sự khác biệt cốt yếu giữa đức tin và việc làm (4:4–8). Có lẽ động cơ thúc đẩy Phao-lô nói về điều này là bởi vì truyền thống Do Thái có xu hướng xem đức tin của Áp-ra-ham là một việc

---

[1] R. H. Charles, bt. *The Apocrypha and Psedepigrapha* (Oxford: Claredon Press, 1913), 2:48.

Đức tin của Áp-ra-ham được bày tỏ qua việc ông sẵn lòng hy sinh Y-sắc (*nguồn: Phoenix Data Systems*)

làm. Phao-lô vẽ ra một ranh giới rạch ròi giữa đức tin và việc làm bằng cách đặt để chúng trong bối cảnh ân điển của Đức Chúa Trời. Phao-lô không bao giờ tranh luận về bản tính ân điển của Đức Chúa Trời. Đối với Phao-lô, ân điển của Đức Chúa Trời là một nguyên lý thần học, một lẽ thật đã được thừa nhận là đúng mà ông không bao giờ mơ tưởng đến việc cố gắng để chứng thực. Vì vậy, trong câu 4–5, Phao-lô sử dụng ân điển của Đức Chúa Trời để làm nổi bật sự tương phản giữa đức tin và việc làm. Theo bản chất, việc làm tạo nên mối liên hệ của trách nhiệm. Người làm công đặt người chủ vào trách nhiệm phải ban thưởng cho công việc họ làm. Do đó, nếu người ta được Đức Chúa Trời chấp nhận bởi vì việc làm của họ, thì Đức Chúa Trời sẽ phải chịu trách nhiệm chấp nhận họ. Nhưng điều này sẽ chống lại với lẽ thật nền tảng về ân điển của Đức Chúa Trời. Đức Chúa Trời không thể ở dưới một trách nhiệm đối với bất kỳ con người thọ tạo nào. Nếu Ngài đối xử với chúng ta bằng ân điển, thì nó không thể dựa trên nền tảng của việc làm. Ngược lại, đó là đức tin, vì đức tin bao hàm sự khiêm nhu nhận lãnh điều mà Đức Chúa Trời ban cho mà không tạo ra bất kỳ trách nhiệm nào như vậy. Thế thì, Phao-lô kết luận đó là người có tội (*ungodly*) mà Đức Chúa Trời xưng công chính bởi đức tin. Lời xác nhận này là một sự bày tỏ nổi tiếng và công bằng về một lẽ thật Thánh Kinh căn bản: Đức Chúa Trời không xưng công chính những người bằng cách nào đó đã xứng đáng để được xưng công chính, Ngài xưng công chính những người vẫn còn đang hư mất trong tội lỗi họ, những người có tội.

Phao-lô học theo trình tự của người Do Thái, xác nhận lẽ thật của câu Kinh Thánh từ Ngũ Kinh (Sáng 15:6, được trích dẫn trong 4:3) bằng việc cũng trích dẫn một câu Kinh Thánh từ các sách văn thơ (Thi 32:1–2, được trích dẫn trong 4:7–8). Một sự giống nhau nữa với trình tự giải thích kinh văn của người Do Thái là sự liên kết về từ giữa phần Kinh Thánh trong Thi Thiên và trong Sáng Thế Ký 15:6.

Cả hai phần Kinh Thánh trên sử dụng cách diễn đạt Chúa "kể là" hoặc "công nhận là" với ngụ ý chỉ về tình trạng thuộc linh của một người (dầu trong bản NIV sử dụng từ "được công nhận là" [*credidted*] trong Sáng Thế Ký 15:6 và "kể là" [*count*] trong Thi Thiên 32:2, nhưng trong bản dịch tiếng Hy Lạp của Cựu Ước, hai từ trên là như nhau [*logizomai*]). Những từ ngữ Đa-vít sử dụng trong Thi Thiên khẳng định nội dung cơ bản mà Phao-lô nói trong phần Kinh Thánh này: mối liên hệ của một người với Đức Chúa Trời không phải đến bởi việc làm nhưng bởi hành động ân sủng của Đức Chúa Trời. Đa-vít cho rằng một người được phước là một người được Chúa khoả lấp tội lỗi, người mà tội lỗi không bị kể chống lại mình. Ý của Đa-vít là sự tha thứ không phải là tình trạng mà một người có thể đạt được bởi việc làm. Nó chỉ có thể nhận được như là một món quà từ Chúa.

Áp-ra-ham được xưng công chính: Đức Tin tương phản với Phép Cắt Bì (4:9–12)

Phao-lô đã trình bày rằng Áp-ra-ham được xưng công chính bởi đức tin. Và bản chất của Đức Chúa Trời, bản tính ân điển của Ngài, có nghĩa là đức tin của Áp-ra-ham không phải là một việc làm. Thực ra, việc làm của Áp-ra-ham không có vai trò gì trong việc ông được xưng công chính. Trong phân đoạn Kinh Thánh này, Phao-lô nêu ra một điểm tương tự liên quan đến phép cắt bì. Nghi lễ cắt bì có liên hệ chặt chẽ với Áp-ra-ham ngay từ ban đầu. Ngay sau khi Đức Chúa Trời xác nhận lời hứa của Ngài dành cho Áp-ra-ham, Ngài yêu cầu ông phải cắt bì mọi người nam trong dòng dõi mình (Sáng 17:1–4). Nghi lễ này là một sự nhắc nhở liên tục về giao ước của Đức Chúa Trời với con cháu Áp-ra-ham. Vâng giữ mạng lệnh của Chúa, xuyên suốt thời kỳ Cựu Ước, người Do Thái cắt bì mọi bé trai vào ngày thứ tám tính từ lúc mới sinh. Nhưng nghi lễ này đã trở nên một điều gì đó quan trọng hơn trong giai đoạn giữa hai giao ước. Trước sự bắt bớ và việc người Do Thái bị phân tán rải rác khắp nơi trong miền Địa Trung Hải, những dấu hiệu hữu hình của đức tin Do Thái càng trở nên quan trọng hơn. Bằng cách khẳng định nhất quán việc giữ gìn cẩn thận phép cắt bì, những luật lệ liên quan đến thức ăn và ngày Sa-bát, người Do Thái có thể gìn giữ được bản chất nhân dạng của họ với tư cách là một dân tộc riêng biệt. Bối cảnh này giải thích lý do tại sao phép cắt bì trở thành một vấn đề nóng sốt trong hội thánh đầu tiên (xem Công 15, Ga-la-ti).

Vì vậy, Phao-lô có những lý do chính đáng để giải quyết vấn đề phép cắt bì khi bảo vệ những gì ông dạy về sự xưng công chính. Phao-lô lập luận theo lịch sử. Đức tin được kể cho Áp-ra-ham là công chính (4:9, một lần nữa chỉ về Sáng 15:6) có thể không có liên hệ gì đến phép cắt bì vì Chúa xác nhận Áp-ra-ham là công chính (Sáng 15) trước khi Ngài phán dạy về phép cắt bì (Sáng 17). Phân đoạn Kinh Thánh trên không cho chúng ta biết thời gian bao lâu đã trôi qua giữa hai sự kiện này mặc dù một số giáo sư Do Thái cho rằng khoảng thời gian đó là hai mươi chín năm. Nhưng điểm rõ ràng ở đây là: việc Áp-ra-ham được xưng công chính không thể dựa trên phép cắt bì của ông bởi vì khi Chúa kể ông là công chính thì ông là người chưa được cắt bì. Thế thì, phép cắt bì là gì? Phao-lô cho rằng nó là "ấn chứng của sự công chính mà ông đã có được bởi đức tin từ lúc ông chưa chịu cắt bì" (câu 11). Phép cắt bì không hề thiết lập sự công chính của Áp-ra-ham. Nhưng tất nhiên khi tìm hiểu điều gì đã xảy đến cho Áp-ra-ham, Phao-lô không chỉ quan tâm đến những yếu tố lịch sử. Kinh nghiệm được xưng công chính trước hết của Áp-ra-ham và phép cắt bì sau đó của ông làm cho ông đủ tiêu chuẩn để có một địa vị độc nhất trong lịch sử cứu rỗi. Áp-ra-ham hiệp nhất mọi người tin. Ông là cha của tín hữu dân ngoại (4:11b) và của tín hữu Do Thái (4:12). Từ lập trường hoàn toàn con người, Áp-ra-ham là tổ phụ của người Do Thái (4:1) nhưng từ lập trường thuộc linh, Áp-ra-ham là tổ phụ của mọi tín nhân. Vì vậy, một lần nữa, chính đức tin của Áp-ra-ham, chứ không phải việc ông vâng lời hay là phép cắt bì mà Phao-lô cho là cần thiết trong sự hiểu biết ý nghĩa lịch sử cứu rỗi của Áp-ra-ham.

Áp-ra-ham được xưng công chính: Đức Tin tương phản với Luật Pháp (4:13–17)

Đức tin khiến cho Áp-ra-ham có được địa vị công chính không bao gồm việc làm (4:3–8) và phép cắt bì (4:9–12). Giờ đây, Phao-lô giải thích là nó cũng không bao gồm luật pháp. Trong sách Ga-la-ti, khi Phao-lô giải thích ý nghĩa về vai trò của Áp-ra-ham trong sự xưng công chính thì lập luận về luật pháp của ông mang nặng tính chất lịch sử. Luật pháp có thể không đóng vai trò trong lời hứa mà Đức Chúa Trời ban cho Áp-ra-ham bởi vì nó đến "430 năm" sau lời hứa (Ga 3:17). Trong Rô-ma, Phao-lô lập luận nhiều hơn về nguyên tắc. Ông trình bày điểm chính yếu ngay lúc bắt đầu và khi kết thúc phân đoạn Kinh Thánh ngắn gọn này: Áp-ra-ham và dòng dõi ông nhận lời hứa của Đức Chúa Trời về sự phước hạnh bởi đức tin chứ không phải bởi luật pháp (câu 13 và 16a). Phao-lô giải thích trong câu 14–15 lý do tại sao luật pháp không thể là nền tảng cho lời hứa này. Ông giải thích rằng nếu sự kế thừa phước lành mà Chúa hứa ban cho dòng dõi Áp-ra-ham đến thông qua luật pháp thì "đức tin trở thành vô ích và lời hứa cũng mất hiệu lực". Chúng ta không hiểu rõ chính xác điều Phao-lô muốn trình bày ở đây là gì. Phao-lô có thể muốn nói rằng bất kỳ sự pha trộn nào giữa việc làm mà luật pháp yêu cầu và đức tin sẽ làm cho từ ngữ "đức tin" mất đi ý nghĩa căn bản của nó. Nó sẽ không còn là một sự khiêm nhu nhận lãnh món quà ân điển của Đức Chúa Trời. Nó sẽ bao hàm rằng tội nhân ở trong một mối liên hệ mà trong đó Đức Chúa Trời phải chịu trách nhiệm (xem 4:4–5). Mặt khác, Phao-lô có thể muốn nói rằng việc thêm vào luật pháp sẽ không thể khiến cho đức tin đạt được mục tiêu của nó nữa. Phần cuối của câu 14 gợi ý đây có thể là điều mà Phao-lô nghĩ đến. Nếu đức tin là để bảo đảm phước hạnh mà Đức Chúa Trời hứa ban, nó không thể có bất kỳ liên hệ gì với luật pháp bởi vì luật pháp đòi hỏi việc làm. Trong khi đó, con người không bao giờ có thể làm đủ để đạt được sự chấp nhận của Đức Chúa Trời.

Vì vậy, nếu luật pháp được kể vào, thì lời hứa sẽ trở nên mất hiệu lực và chẳng bao giờ được thành toàn. Vậy, trong câu 14, Phao-lô cho chúng ta biết điều luật pháp không thể làm được: đảm bảo lời hứa. Trong câu 15, ông cho chúng ta biết điều luật pháp làm: mang đến sự thịnh nộ. Chìa khoá để hiểu câu Kinh Thánh này nằm ở từ ngữ mà Phao-lô sử dụng ở cuối câu: "sự phạm pháp" (*transgression*). Từ trong nguyên văn Hy Lạp ở đây, *parabasis*, luôn được sử dụng trong các tác phẩm của Phao-lô với một ý nghĩa rất cụ thể. Nó chỉ về sự vi phạm một luật pháp hay một mạng lệnh mà ai cũng biết (xem Rô 2:23; 5:14; Ga 3:19; 1 Ti 2:14). Thế thì, khi Phao-lô nói, "nơi nào không có luật pháp thì cũng không có sự phạm pháp", ông đang nhắc chúng ta về bản chất của luật pháp. Nó trình bày một cách chi tiết quan trọng những đòi hỏi của Đức Chúa Trời cho tuyển dân của Ngài. Khi luật pháp được ban bố, không ai có thể cho rằng họ hoàn toàn không biết gì hay không chắc chắn về những yêu cầu của Đức Chúa Trời. Do vậy, việc không tuân giữ những mạng lệnh đó là một vấn đề nghiêm trọng hơn so với việc không làm theo ý chỉ của Đức Chúa Trời được bày tỏ trong lương tâm của con người và trong luật thiên nhiên (xem Rô 1:32; 2:14–15). Khi con cái của chúng tôi vẫn còn sống với ba mẹ ở nhà, chúng có một nhận thức chung khi nào phải về nhà nếu như có ra ngoài vào buổi tối. Nếu chúng không quan tâm đến "luật" chung này, chúng sẽ bị trừng phạt. Nhưng chúng sẽ bị phạt nặng hơn nếu chúng không về nhà vào một thời điểm cụ thể mà tôi và vợ tôi đã quy định. Đối với luật pháp của Đức Chúa Trời cũng tương tự như vậy. Ngài bày tỏ ý chỉ đạo đức nói chung của Ngài cho tất cả mọi người thông qua luật thiên nhiên. Tuy nhiên, đối với Y-sơ-ra-ên, Ngài đã phán rõ những đòi hỏi của Ngài một cách rất chi tiết. Do đó, khi Y-sơ-ra-ên không vâng giữ những yêu cầu trên, họ phải chịu trừng phạt nặng nề hơn. Thế thì, trong ý nghĩa này, Phao-lô nói rằng luật pháp mang đến sự thịnh nộ. Thật vậy, khi chuyển từ "tội lỗi" sang "phạm pháp", vấn đề càng trở nên tồi tệ hơn.

Ở giữa câu 16, Phao-lô chuyển về ý trước đó. Trong câu 11–12, Phao-lô đã chỉ ra phương cách làm thế nào mà đức tin của Áp-ra-ham có thể khiến ông trở thành cha của mọi người tin, cả người Do Thái lẫn người ngoại quốc. Giờ đây, Phao-lô lặp lại ý đó. Bởi vì lời hứa đến bởi đức tin, nên nó "bảo đảm cho cả dòng dõi Áp-ra-ham". Để phân tách phạm trù "dòng dõi", Phao-lô đề cập đến hai nhóm: "dòng dõi dưới quyền luật pháp" và "dòng dõi đức tin của Áp-ra-ham". Một vài nhà giải kinh cho rằng trong câu 16, Phao-lô có thể đang nói trước về lập luận của mình trong chương 11 bằng việc xác nhận dòng dõi Áp-ra-ham bao gồm dân Y-sơ-ra-ên cũng như những tín hữu.[2] Nhưng thay vào đó, sự tương đồng với 4:11–12 cho thấy rằng "dòng dõi dưới quyền luật pháp" (*those who are of the law*) là một cách ghi tắt của "những người tin dưới quyền luật pháp" (*those believers who are of the law*), tức là những Cơ Đốc nhân Do Thái. Phao-lô trích dẫn Sáng Thế Ký 17:5 để ủng hộ cho ý niệm rằng Áp-ra-ham là tổ phụ của "tất cả chúng ta". Chúng ta vẫn chưa rõ

---

[2] J. A. Fitzmyer, *Romans: A New Translation with Introduction and Commentary*, Anchor Bible 33 (Garden City, NY: Doubleday, 1993), 385.

Đài tưởng niệm trên hang đá Mặc-bê-la ở Hếp-rôn, nơi được cho là mộ phần của các tổ phụ và vợ của họ

liệu rằng "nhiều dân tộc" trong Sáng Thế Ký chỉ về những con cháu thuộc thể của Áp-ra-ham hay là những con cháu thuộc linh của ông. Tất nhiên, Phao-lô áp dụng phần Kinh Thánh này cho những tín hữu, dòng dõi thuộc linh của Áp-ra-ham.

Kinh Nghiệm Của Áp-ra-ham: Đức Tin tương phản với Mắt Thấy (4:18–25)

Câu 17 đánh dấu sự chuyển tiếp đến phần cuối trong sự giải thích của Phao-lô về Áp-ra-ham và vai trò của ông đối với hội thánh Cơ Đốc. Giờ đây sự tập trung chuyển từ kết quả đức tin của Áp-ra-ham sang bản chất của chính đức tin đó. Đầu tiên, Phao-lô dành sự quan tâm thích hợp vào đối tượng của đức tin đó (4:17b). Đức Chúa Trời, Đấng mà Áp-ra-ham tin là "Đấng ban sự sống cho kẻ chết và gọi những điều không có như đã có". Dựa trên chân lý của câu 19, tức là sự nhắc nhở cho chúng ta rằng Đức Chúa Trời tạo nên sự sống từ dạ "đã chết" của Sa-ra, chắc chắn là Phao-lô đang suy nghĩ về sự kiện siêu nhiên đó trong cuộc đời của Áp-ra-ham và vợ ông. Đức Chúa Trời "gọi những điều không có như đã có" có thể nói về một sự dạy dỗ từ thời xưa vốn khá nổi tiếng rằng Đức Chúa Trời sáng tạo nên mọi điều "từ sự trống không" *(ex nihilo).*[3] Tuy nhiên, bối cảnh văn mạch cho thấy rằng sự ám chỉ ở đây là "nhiều dân tộc" sẽ ra từ Áp-ra-ham. Tuy họ chưa tồn tại, nhưng Đức Chúa Trời vẫn có thể nói như là họ đã hiện hữu.

Tiếp theo, Phao-lô tiếp tục nhắc nhở chúng ta về phương cách mà Áp-ra-ham tin vào lời hứa của Đức Chúa Trời thậm chí khi mọi mọi bằng chứng hữu hình dường như đi ngược lại mong đợi của ông (4:18–21). Nói một cách vắn tắt, Phao-lô

---

[3]Chẳng hạn, có thể xem Philo, *Special Laws* 4.187; cũng xem C. E. B. Cranfield, *A Critical and Exegetical Commentary on the Epistle to the Romans*, International Critical Commentary (Edinburgh: T& T Clark, 1975), 1:244–45.

tóm tắt cô đọng vấn đề trong câu 18, rằng Áp-ra-ham tin vào điều "trái ngược với mong đợi" dầu ông "vẫn mong đợi" điều đó. Nói một cách chi tiết, Áp-ra-ham không cho phép tất cả những lý do khiến mình ngờ vực lời hứa của Đức Chúa trời làm yếu đi lòng tin quyết rằng Đức Chúa Trời sẽ làm những gì Ngài đã hứa. Áp-ra-ham đã gần một trăm tuổi, đã quá tuổi có thể sinh con; còn vợ ông, Sa-ra thì vô sinh. Thế thì, theo cái nhìn vật lý, cơ hội để có con cháu thông qua Sa-ra theo lời hứa của Đức Chúa Trời sẽ không còn. Nhưng Áp-ra-ham tin rằng Đức Chúa Trời sẽ giữ lời hứa. Ông "hoàn toàn tin chắc rằng Đức Chúa Trời có quyền năng để thực hiện những gì Ngài đã hứa" 4:21). Một người học Kinh Thánh cẩn thận có thể thắc mắc tại sao Phao-lô lại nhấn mạnh về đức tin vững chắc của Áp-ra-ham bởi vì theo Sáng Thế Ký 17:17, Áp-ra-ham sấp mình xuống đất và cười khi Đức Chúa Trời nói với ông rằng ông sẽ có một con trai bởi Sa-ra. Một vài nhà giải kinh Do Thái và Cơ Đốc đã cố gắng né tránh vấn đề bằng cách cho rằng Áp-ra-ham cười là vì ông vui mừng với lời hứa của Đức Chúa Trời. Nhưng chắc chắn đó không phải là cách giải thích theo ý nghĩa tự nhiên của phần Kinh Thánh trên. Cách hiểu đúng hơn là đơn giản công nhận rằng Phao-lô đang đại khái hoá vấn đề. Phao-lô không nói rằng đức tin của Áp-ra-ham là toàn hảo hay ông không bao giờ có bất kỳ nghi ngờ nào. Nhưng mà, ý của Phao-lô là mặc dù vẫn có những nghi ngờ thường thấy ở con người, cuối cùng Áp-ra-ham luôn quay trở lại với đức tin nơi lời hứa của Đức Chúa Trời. Vì vậy, ông là một tấm gương vĩ đại trong Kinh Thánh về một người bước đi bởi đức tin chứ không phải "bằng mắt thấy".

Ở cuối chương 4, Phao-lô trình bày rõ ràng về một ý đã được thể hiện xuyên suốt trong đoạn Kinh Thánh: điều mà Kinh Thánh ký thuật về Áp-ra-ham, đặc biệt là trong Sáng Thế Ký 15:6, rất có ý nghĩa đối với Cơ Đốc nhân bởi vì như Chúa đã kể đức tin của Áp-ra-ham là công chính, Ngài cũng làm cho chúng ta như vậy. Chúng ta cũng tin vào một Đức Chúa Trời, Đấng có thể ban sự sống cho kẻ chết. Đức Chúa Trời của chúng ta đã khiến cho Đức Chúa Giê-xu sống lại từ mồ mã để trở thành Chúa và Đấng Cứu Thế của chúng ta (4:24). Đức tin của chúng ta, giống như Áp-ra-ham, phải là một đức tin nhìn xa hơn những bằng chứng trái ngược của hiện tại để vững an nơi lời hứa của Đức Chúa Trời. Trong câu 25, Phao-lô nhắc đến một cách vắn tắt về công việc của Đức Chúa Giê-xu đã làm thay cho chúng ta. Phép song hành *(parallelism)* được trình bày cẩn thận trong câu Kinh Thánh này có thể một lần nữa chỉ về một lời tín điều hiện hữu mà Phao-lô trích dẫn để thiết lập một nền tảng chung với độc giả: Ngài đã bị nộp cho sự chết để giành lấy sự chuộc tội cho chúng ta, và Ngài đã sống lại để chúng ta được xưng công chính. Chúng ta vẫn chưa hiểu rõ sự chết của Đấng Christ bảo đảm sự xưng công chính của chúng ta như thế nào, nhưng Phao-lô có thể đang nghĩ về sự sống lại của chính Đức Chúa Giê-xu Christ như là sự chứng thực công chính của Ngài (1 Ti 3:16), một sự chứng thực mà tất cả mọi người thuộc về Ngài đều được dự phần.[4]

---

[4] R. B. Gaffin Jr., *Resurrection and Redemption: A Study in Paul's Soteriology* (Grand Rapids: Baker, 1978), 113; N. T. Wright, *Christian Origins and the Question of God*, t. 3, The Resurrection of the

Câu Hỏi Suy Gẫm

1. Người Do Thái trong thời Phao-lô hiểu về tầm quan trọng của Áp-ra-ham như thế nào? Điều Phao-lô nói về Áp-ra-ham thay đổi nhận thức đó ra sao?

2. Phao-lô có thể gây nên vấn đề gì khi khẳng định mạnh mẽ rằng Đức Chúa Trời "xưng công chính cho người có tội" (4:5)?

3. Lập luận của Phao-lô về thứ tự thời gian của đức tin Áp-ra-ham và phép cắt bì áp dụng như thế nào cho người Do Thái vốn đã chịu cắt bì từ lúc thơ ấu?

4. Nếu luật pháp đem đến sự thịnh nộ, tại sao Đức Chúa Trời lại ban nó cho tuyển dân?

5. Vai trò của Áp-ra-ham là cha của nhiều dân tộc có ý nghĩa gì cho hội thánh Cơ Đốc hôm nay?

6. Áp-ra-ham đã kinh nghiệm lời hứa của Đức Chúa Trời như thế nào?

Son of God (Minneapolis: Fortress, 2003), 248; M. F. Bird, *The Saving Righteousness of God: Studies on Paul, Justification and the New Perspective*, Paternoster Biblical Monographs (Waynesboro, GA: Paternoster, 2007), 48–59.

Phần IV

Khám Phá Sự Sống và Hy Vọng Trong Đấng Christ: Rô-ma 5:1–8:39

Chương 9

Vui Mừng Trong Sự Sống Và Niềm Hy Vọng (Rô-ma 5:1–21)

Dàn ý:

- Niềm hy vọng về vinh quang (5:1–11)
- Sự sống đời đời trong Đấng Christ, A-đam thứ hai (5:12–21)

Mục tiêu:

Sau khi đọc xong chương này, độc giả có thể:

1. Mô tả những điểm giống và khác nhau trong công tác cứu rỗi của A-đam và của Đấng Christ.
2. Trân trọng những kết quả của sự xưng công chính trong Đấng Christ.
3. Xác định và giải thích ít nhất ba cách hiểu về vấn đề nguyên tội trong Rô-ma 5:12–21.
4. Vui mừng trong sự bảo đảm mà tín hữu có được nhờ công tác của Đấng Christ, A-đam thứ hai của chúng ta.

Thỉnh thoảng chúng ta tóm tắt sứ điệp của Tân Ước theo bộ ba nổi tiếng là đức tin, hy vọng và tình yêu thương. Đức tin làm cho chúng ta có thể nhận lãnh và duy trì mối liên hệ với Đức Chúa Trời thông qua Đấng Christ. Niềm hy vọng giúp chúng ta chú tâm vào đỉnh điểm quý báu của đức tin, khiến mọi mơ hồ và khó khăn của cuộc sống này nhường chỗ cho vinh quang của việc được ở với Cứu Chúa đời đời. Tình yêu thương nhắc nhở chúng ta về trách nhiệm sống với vai trò là người thuộc về Đức Chúa Trời trong tình trạng được cứu nhưng chưa được vinh hiển trong hiện tại.

Mặc dù có thể mắc nguy cơ đơn giản hoá thái quá, nhưng chúng tôi cho rằng lập luận của Phao-lô trong thư Rô-ma khớp với bộ ba này. Trong chương 1–4, Phao-lô đã nhấn mạnh đức tin là phương tiện để chúng ta kinh nghiệm sự công chính của Đức Chúa Trời. Trong chương 12–16, Phao-lô sẽ tập trung vào trách nhiệm của chúng ta khi sống đời sống yêu thương giữa thế giới sa ngã này. Còn bây giờ, trong đoạn 5–8, ông chuyển sang chủ đề hy vọng. Nếu chỉ nhìn sơ qua những đoạn Kinh Thánh này thì chắc chắn chúng ta sẽ không thấy rõ về sự hy vọng. Phao-lô nói về A-đam và Đấng Christ (chương 5), sự đắc thắng tội lỗi (chương 6), nhược điểm của luật pháp (chương 7), và Đức Thánh Linh (chương 8). Nhưng nếu nhìn kỹ hơn, chúng ta sẽ thấy rằng những chủ đề trên tuy khác nhau nhưng tất cả đều xoay quanh một điểm mấu chốt: sự tin cậy của tín hữu rằng một ngày nào đó họ sẽ được dự phần trong vinh quang của Đức Chúa Trời. Với cấu trúc 'lập luận xoay vòng', Phao-lô bắt đầu và kết thúc Rô-ma 5–8 bằng niềm hy vọng đó. Cả 5:1–11 và 8:18–39 đều dạy chúng ta rằng việc Đức Chúa Trời làm cho chúng ta trong Đấng Christ, tình yêu thương của Ngài, và chức vụ của Đức Thánh Linh cuối cùng sẽ đắc thắng những khó khăn hiện tại của chúng ta và đưa chúng ta về nhà bình an trong vinh quang. Phao-lô xác nhận chủ đề tổng quát của mình qua việc đánh dấu cố định trước và sau Rô-ma 5–8. Giữa hai cột mốc đó, Phao-lô lý giải vì sao có được niềm hy vọng chắc chắn như vậy: đó là, Đấng Christ, A-đam thứ hai, đã đắc thắng tội lỗi và sự chết mà A-đam thứ nhất đã mang đến cho thế gian (5:12–21), và Đức Thánh Linh cũng đang làm việc để đắc thắng tội lỗi và sự chết (8:1–17). Ở chính giữa, Phao-lô nêu ra hướng xử lý hai rào cản tiềm tàng trong hành trình đến vinh quang của chúng ta: tội lỗi (chương 6) và luật pháp (chương 7).

"Cấu Trúc Xoay Vòng" của Rô-ma 5–8

Chúng ta có thể thấy những gì Phao-lô dạy dỗ trong Rô-ma 5–8 rất có giá trị khi chúng ta nhìn bản tóm tắt lập luận. Lập luận này thuộc thể loại "cấu trúc xoay vòng" (*ring composition*) hoặc "cấu trúc đối xứng" (*chiasm*). Cấu trúc này xuất hiện khá thường xuyên trong Kinh Thánh, mà trong đó, tác giả phát triển lập luận bằng cách nối phần mở đầu và phần kết luận. Sau đó, làm tương tự với những phần ở bên trong. Chúng ta sẽ biết Phao-lô đã làm điều này như thế nào trong Rô-ma 5–8 khi nhìn vào phần trình bày dưới đây:

A Người tin Chúa có thể tin chắc rằng chúng ta sẽ kinh nghiệm *vinh quang tương lai* (5:1–11).

> B Lòng tin chắc này khả dĩ nhờ chúng ta có được sự sống mới trong Đấng Christ (5:12–21).
>
>> C Tội lỗi không thể kéo chúng ta ra khỏi vinh quang này: chúng ta không còn là nô lệ của nó nữa (6:1–23).
>>
>> C' Luật pháp không thể kéo chúng ta ra khỏi vinh quang này: chúng ta không còn là nô lệ của nó nữa (7:1–25).
>
> B' Vì ở *trong Đấng Christ*, chúng ta được bảo đảm về sự sống; Đức Thánh Linh chiến thắng quyền lực của tội lỗi, luật pháp và sự chết (8:1–17).
>
> A' Người tin Chúa có thể tin chắc rằng mình sẽ được kinh nghiệm *vinh quang tương lai* (8:18–39).

Vì vậy, Rô-ma 5–8 nói về sự đảm bảo. Phao-lô muốn những ai trong chúng ta đã được xưng công chính bởi đức tin biết rằng, chúng ta sẽ được thoát khỏi cơn thịnh nộ của Đức Chúa Trời trong ngày cuối cùng. Ông muốn chúng ta vui mừng trong sự chắc chắn của chiến thắng vốn đã thành công dù nó chưa được thành toàn. Ông muốn chúng ta hiểu rằng không điều chi trong hết thảy tạo vật "có thể phân rẽ chúng ta khỏi tình yêu thương của Đức Chúa Trời trong Đấng Christ Giê-xu, Chúa chúng ta" như điều ông nói khi kết luận phần này (8:39).

Niềm Hy Vọng về Vinh Quang (5:1–11)

Trong phân đoạn Kinh Thánh này, Phao-lô nêu ra rất nhiều vấn đề khác nhau như sự bình an, niềm hy vọng, Đức Thánh Linh, thập tự giá, sự cứu rỗi. Điều này khiến chúng ta gặp khó khăn để xác định chủ đề chính. Tôi cho rằng chủ đề về sự hy vọng nổi bật như là sự lựa chọn tốt nhất. Vui mừng "với hy vọng được hưởng vinh quang của Đức Chúa Trời" là cực điểm của câu 1-2. Yếu tố cuối cùng trong một loạt những đức tính quý giá trong câu 3-4 cũng là hy vọng. Câu 5-8 giải thích tại sao hy vọng sẽ "không làm chúng ta hổ thẹn". Câu 9-10 tái khẳng định niềm hy vọng theo một cách mới, đó là, gắn kết sự bảo đảm được cứu rỗi trong ngày cuối cùng với trạng thái hiện tại của chúng ta là những người được xưng công chính và được giải hoà. Phao-lô có lý do chính đáng để chuyển sang chủ đề này sau khi kết thúc việc miêu tả chi tiết về sự xưng công chính bởi đức tin (3:21 - 4:25). Người Do Thái trong thời của Phao-lô nhìn chung đều nghĩ rằng sự xưng công chính của Đức Chúa Trời là điều gì đó chỉ xảy ra khi một người sắp qua đời. Đức Chúa Trời muốn xem xét sự tuân thủ của một người đối với luật pháp như là bằng có của sự trung thành với giao ước và từ đó quyết định xem người đó có được xưng công chính hay là sẽ bị định tội. Đức Chúa Giê-xu cũng có suy nghĩ về quan điểm này khi Ngài cảnh báo những người Pha-ri-si, "vì bởi lời nói, ngươi sẽ được xưng công chính; cũng bởi lời nói, ngươi sẽ bị định tội" (Mat 12:37). Phao-lô biến đổi quan điểm này của người Do Thái trong sự xưng công chính bằng cách công bố rằng một người có thể kinh nghiệm phán quyết trong ngày cuối cùng ngay ở đây và ngay bây giờ. Ngay giây phút một người tin nhận Đấng Christ, người ấy được xưng công chính. Nhưng chúng ta không có bằng chứng cụ thể của sự xưng công chính này. Đức Chúa Trời không đưa cho chúng ta một giấy chứng nhận rằng chúng ta đã được trắng án. Vì vậy, những người trong thời của Phao-lô có thể có nhiều thắc mắc liệu rằng phán quyết xưng công chính mà Phao-lô dành nhiều tâm sức để trình bày có ý nghĩa gì trong ngày cuối cùng. Bởi vì Cơ Đốc nhân, như tất cả mọi người khác, khi kết thúc cuộc sống này thì vẫn phải đối diện với vị Thẩm Phán của cả lịch sử. Vị Thẩm Phán này sẽ phán quyết điều gì? Phao-lô khích lệ chúng ta bằng cách trình bày hết sức rõ ràng rằng phán quyết xưng công chính mà chúng ta kinh nghiệm trong đời này sẽ được xác nhận trong đời hầu đến. Những ai đã được xưng công chính *sẽ được cứu* (5:9–10).

"Khi đã được xưng công chính bởi đức tin" lấy chủ đề chính của chương 1–4 làm nền tảng cho điều mà Phao-lô sẽ trình bày tiếp theo. Ông cho biết rằng những tín hữu được xưng công chính vui mừng trong ba phước hạnh tuyệt vời: đó là bình an "với Đức Chúa Trời" (5:1), "bước vào trong ân điển...mà nhờ đó chúng ta đang đứng vững" (câu 2a), và "hy vọng được hưởng vinh quang của Đức Chúa Trời" (5:2b). Chúng ta cần lưu ý rằng phước hạnh thứ nhất là "bình an *với* Đức Chúa Trời" chứ không phải "bình an của Đức Chúa Trời". Cụm từ ở sau chỉ về một cảm xúc chủ quan của sự hoà thuận tốt đẹp mà chúng ta có thể bởi vì chúng ta được Đức Chúa Trời chấp nhận (xem Phi 4:7). Nhưng ở đây, Phao-lô đang nói về tình trạng khách quan của sự bình an mà một Cơ Đốc nhân được xưng công chính có được. Tình trạng thù địch giữa Đức Chúa Trời và tội nhân được loại bỏ (đối chiếu với 5:10). Nguyên ngữ tiếng Hy Lạp cho từ "bước vào" (*prosagoge*) được sử dụng để chỉ về việc một người có lối vào để tiếp cận một nhân vật cao trọng. Thế thì, chúng ta có thể cho rằng Phao-lô đang nói tín hữu có "lối vào" tiếp cận Đức Chúa Trời. Nhưng thực ra Phao-lô không nói như vậy. Thay vào đó, ông cho rằng chúng ta bước vào ân điển. Một lần nữa, chúng ta thấy khái niệm này quan trọng đối với Phao-lô như thế nào. Từ "ân điển" này có thể tóm tắt tình trạng được phước mà người tín hữu được xưng công chính vui hưởng. Cũng cần lưu ý rằng Phao-lô nói chúng ta "đứng vững" trong ân điển này. Ân điển quan trọng không phải chỉ ở giai đoạn đầu đời sống Cơ Đốc nhưng cũng quan trọng đối với mọi kinh nghiệm Cơ Đốc. Phước hạnh thứ ba của một người tín hữu được xưng công chính là điều rất quan trọng đối với Phao-lô trong bối cảnh này: vui mừng với hy vọng được hưởng vinh quang của Đức Chúa Trời. Ý của Phao-lô là chúng ta có hy vọng rằng một ngày nào đó sẽ được kinh nghiệm vinh quang của Đức Chúa Trời, được dự phần vào trong bản tính đời đời của Ngài. Những gì chúng ta thiếu trong tư cách tội nhân, thậm chí là tội nhân được xưng công chính (3:23), chúng ta sẽ có vào một ngày trong tương lai.

Đi Theo Lập Luận của Rô-ma

Chúng ta phải cẩn thận khi mặc nhiên cho rằng lập luận của Rô-ma được chia thành từng bước rõ ràng. Dù sao đi nữa, hầu hết chúng ta không viết thư với cấu trúc thận trọng như vậy. Nhưng có cơ sở để thấy rằng Phao-lô đã có tính toán về cấu trúc bức thư. Gần như tất cả các nhà giải kinh đều đồng ý rằng chương 1–8 là một phần riêng biệt của bức thư, nhưng họ lại bất đồng về việc cần chia phần lớn này ra những phần nhỏ tại đâu. Xin lưu ý hai phương án rất nổi bật như sau:

Chương	1 2 3 4 5	6 7 8
Calvin	Xưng công chính bởi đức tin	Sự nên thánh
Nygren	"Người công bình bởi đức tin ...	... sẽ sống"

Tôi cho rằng phương án thứ hai là phù hợp nhất. Câu từ mà Nygren sử dụng cho hai phần đến từ câu tuyên bố chủ đề của bức thư trong 1:17b. Một bằng chứng nữa là khi phân tích những từ ngữ và khái niệm chính trong Rô-ma 1–8 thì Rô-ma 5–8 tạo nên một phần riêng lẻ hoàn toàn.

Từ ngữ/Khái niệm	Rô-ma 1–4	Rô-ma 5–8
Đức tin	24	2 (cả hai đều chỉ ngược về Rô 1–4)
Tin	9	1
Sự sống	1	12
Sống	1	12
Xưng công chính, công chính, sự công chính: thuộc tính hoặc là hành động của Đức Chúa Trời.	5–7	3
Xưng công chính, công chính, sự công chính: tình trạng với Đức Chúa Trời.	18	3
Xưng công chính, công chính, sự công chính: phương tiện để nhận thêm phước hạnh	1	5
Xưng công chính, công chính, sự công chính: tập trung vào khía cạnh đạo đức	0	5

> Tất nhiên, thống kê có chọn lọc có thể chứng minh bất kỳ điều gì. Nhưng những con số ở trên gắn liền với những từ khoá trong mỗi phần và thể hiện một sự thay đổi từ sự xưng công chính, địa vị có được bởi đức tin (chương 1–4) đến sự sống mới và những kỳ vọng đạo đức mà một tín hữu đã được xưng công chính phải có (đoạn 5–8).

Phần chuyển tiếp từ câu 2 sang câu 3 diễn ra một cách bất ngờ ngoài mong đợi. Có thể tất cả chúng ta đều hiểu việc mình vui mừng trong hy vọng dự phần vào vinh quang của Đức Chúa Trời như thế nào. Tuy nhiên, vui mừng trong gian khổ là sao? Ở đây, không phải Phao-lô thể hiện mình là một người mơ mộng hão huyền. Từ kinh nghiệm cá nhân, ông biết rõ những vấn đề mà tín hữu vẫn đang đối diện trong cuộc sống này. Do đó, Phao-lô giáng một đòn phủ đầu lên những ai có ý định lên án ông, cho rằng ông phớt lờ đời sống hiện tại đầy khắc nghiệt giữa thế gian này. Dù sẽ phải đối diện với nhiều gian khổ khác nhau nhưng chúng ta vẫn có thể vui mừng trong những hoàn cảnh như vậy khi chúng ta nhận ra rằng tất cả những điều đó đều phục vụ cho một mục đích: để phát triển nhân cách Cơ Đốc của chúng ta. Trong câu 3b–4, Phao-lô trình bày làm thế nào một đáp ứng tin kính trước gian khổ có thể khởi đầu hàng loạt những đức hạnh, lên đến đỉnh điểm đáng chú ý trong sự hy vọng. Tuy nhiên, xin lưu ý là Phao-lô không phải đang nói rằng chúng ta nên vui mừng *bởi vì* gian khổ. Những điều xấu xa thì vẫn là xấu xa và chúng ta không bao giờ nên vui mừng về những điều đó. Nhưng khi nhìn vượt khỏi sự gian khổ cho đến đích cuối cùng theo ý định thiên thượng, thì chúng ta vẫn có thể vui mừng giữa những gian khổ.

Trong các câu 5–8, Phao-lô tái đảm bảo với chúng ta về hy vọng mà sự vui mừng trong gian khổ đó mang lại. Hy vọng đó sẽ "không làm chúng ta hổ thẹn". Phao-lô viết thư Rô-ma trong một nền văn hóa thường chú trọng vinh dự và xấu hổ (honor and shame). Bị xấu hổ là một trong những điều tồi tệ nhất có thể xảy đến cho bạn. Nhưng "xấu hổ" cũng là một cách nói mà người Do Thái thỉnh thoảng dùng để chỉ về phán quyết tiêu cực trong ngày đoán xét. Từ ngữ Phao-lô dùng ở đây trích dẫn từ những phần Kinh Thánh Cựu Ước nhắc nhở các thánh đồ rằng những ai trông cậy Đức Chúa Trời sẽ chẳng bị hổ thẹn (Thi 25:3; Ê-sai 54:4, đối chiếu với Ês 28:16 bản Bảy Mươi). Tại sao người tin Chúa chúng ta có được sự bảo đảm về kết quả của niềm hy vọng này? Chỉ trong một từ, "tình yêu thương". Khi sai Đấng Christ chịu chết thay cho những người đã bác bỏ và từ chối Đấng Tạo Hóa của họ, Đức Chúa Trời đã bày tỏ tình yêu thương không nguôi của Ngài dành cho chúng ta (5:6–8). Do đó, Ngài thể hiện một tình yêu thương sâu xa hơn những gì mà chúng ta có thể tìm kiếm trong kinh nghiệm của con người, nơi mà một người chỉ chết cho người gần gũi và yêu dấu của mình. Tuy vậy, Đức Chúa Trời tỏ bày tình yêu thương của Ngài không chỉ trên thập tự giá mà còn qua Thánh Linh Ngài, làm chúng ta nhận thức sâu xa về tình yêu thương đó (5:5b). Trong ân điển trào dâng, Đức Chúa Trời tuôn đổ tình thương của Ngài vào trong tấm lòng chúng ta.

Câu 9–10 là tâm điểm của phân đoạn Kinh Thánh này. Thật vậy, đó chính là tâm điểm của cả Rô-ma 5–8. Để giúp chúng ta không bị bỏ sót ý này, về cơ bản Phao-lô nói cùng một điều hai lần. Cần lưu ý sự tương đồng giữa hai câu Kinh Thánh:

> **Câu 9:** nhờ huyết Ngài được xưng công chính rồi, thì hẳn... được cứu khỏi cơn thịnh nộ của Đức Chúa Trời càng hơn.
>
> **Câu 10:** nhờ sự chết của Con Ngài... được hòa giải với Đức Chúa Trời thì... lại càng được cứu nhờ sự sống của Con Ngài.

Hai câu Kinh Thánh trên cho thấy địa vị thuộc linh hiện tại của chúng ta là sự bảo đảm cho sự sống đời đời trong tương lai. Do đó, hai câu Kinh Thánh trên nhấn mạnh chủ đề hy vọng mà Phao-lô đang phát triển trong phần này của bức thư. Phao-lô lập luận rằng Đức Chúa Trời đã hoàn thành điều khó hơn rồi: Ngài đã đem những tội nhân chống nghịch Ngài và mang họ trở lại trong mối liên hệ với chính Ngài. Vì lý do đó, chúng ta có thể chắc chắn tự tin rằng Ngài sẽ thành toàn điều dễ hơn: chứng thực trong ngày cuối cùng những người mà Ngài đã xưng công chính và đã hòa giải. Cũng như cách dùng thường thấy trong Tân Ước, Phao-lô sử dụng từ "sự cứu rỗi" để chỉ về việc chúng ta được giải phóng hoàn toàn khỏi tội lỗi và cơn thịnh nộ của Đức Chúa Trời trong ngày cuối cùng (chẳng hạn Rô 13:11; 1 Cô 3:15; 5:5; Phil 2:12). Mặc dù "tất cả chúng ta đều phải trình diện trước tòa án Đấng Christ" (2 Cô 5:10), nhưng tín hữu biết phán quyết tại tòa án đó là gì.

Phao-lô đúc kết phần Kinh Thánh này bằng cách quay trở lại hai chủ đề đã nói trước đó: sự vui mừng và **sự giải hòa**. Trong câu 2b và câu 3, Phao-lô nhắc nhở chúng ta rằng chúng ta có thể vui mừng trong hy vọng và cả trong đau khổ. Giờ đây, giống như một bản tóm tắt về những điều trình bày trước đó, Phao-lô tham gia với chúng ta trong sự khoe mình trong Đức Chúa Trời, Đấng ban "sự giải hòa" trong Đấng Christ. Phao-lô sử dụng động từ "hòa giải" trong câu 10 và ý "hòa thuận với Đức Chúa Trời" trong câu 1 để chỉ về cùng một khái niệm. Nếu "sự xưng công chính" (xem 5:1, 9) thể hiện phạm trù pháp lý thì "sự giải hòa" (5:11) đến từ phạm trù của mối liên hệ cá nhân. Nhờ Đấng Christ, Đức Chúa Trời vừa xác nhận chúng ta trắng án khỏi những tội chúng ta đã phạm, vừa bước vào một mối liên hệ mới và mật thiết với chúng ta.

Sự Sống Đời Đời Trong Đấng Christ, A-đam Thứ Hai (5:12–21)

Mỗi khi Cơ Đốc nhân nghe nói về "Rô-ma 5", rất nhiều người trong số họ ngay lập tức nghĩ về "nguyên tội". Thật vậy, Rô-ma 5:12–21 cung cấp dữ liệu quan trọng bậc nhất trong Kinh Thánh để chúng ta hiểu về bản chất và những tác động mà tội lỗi của A-đam mang lại. Nhưng nếu muốn hiểu phân đoạn Kinh Thánh này, chúng ta cần ghi nhớ rằng trọng tâm ở đây không phải tội lỗi, dù là nguyên tội hay tội gì khác. Thay vào đó, phân đoạn Kinh Thánh này chú trọng đến sự công chính và sự sống. Phao-lô so sánh và tương phản hai "A-đam" hay hai "con người" (cần nhớ là từ *adam* trong tiếng Hê-bơ-rơ có nghĩa là "con người"). A-đam thứ nhất mang sự chết đến trong thế gian thông qua tội lỗi. A-đam thứ hai, Chúa Giê-xu Christ, bởi hành động công chính vâng phục Đức Chúa Cha trên thập tự giá, đã đắc thắng những hậu quả thảm khốc mà tội lỗi A-đam mang lại. Chúa Giê-xu đem đến sự sống đời đời thay cho sự chết. Phao-lô đưa ra lập luận này bằng cách sử dụng bốn sự so sánh "(như) bởi" [hoặc "như"]..."thì cũng vậy" [hoặc "còn"]:

Câu 12	*như bởi* tội lỗi và sự chết đến qua A-đam	_____
Câu 18	*bởi* A-đam đem đến sự kến án	*thì cũng vậy*, Đấng Christ đem đến sự xưng công chính và sự sống
Câu 19	*bởi* A-đam làm cho nhiều người thành tội nhân	*thì cũng vậy*, Đấng Christ làm cho nhiều người được công chính
Câu 21	*như* tội lỗi thống trị bằng sự chết	*còn* ân điển cai trị đem lại sự sống đời đời

Xin lưu ý hai điều về những so sánh trên. Thứ nhất, so sánh đầu tiên chưa được trọn vẹn. Phao-lô cho chúng ta phía "như" trong câu 12 nhưng lại không hề hoàn thành câu này với phía "thì cũng vậy". Những bản Kinh Thánh tiếng Anh ghi nhận sự gián đoạn cú pháp này bằng cách sử dụng một dấu gạch dưới ở cuối câu 12. Thứ hai, ý chính của so sánh "như...thì cũng vậy" này được thể hiện trong mệnh đề phía sau. Chẳng hạn như, tôi có thể nói "như đội Chicago Cubs đã thành hình mẫu của việc thi đấu bóng chày không hiệu quả trong nhiều năm, thì năm nay họ cũng sẽ như vậy". Ai cũng biết điều tôi đã nói trong vế đầu của câu (thật không may!). Tôi đang lấy ý đầu tiên để nêu ra ý tiếp theo: Cubs sẽ thi đấu tệ hại lần nữa trong năm này. Vì vậy, trong Rô-ma 5:12–21, Phao-lô dựa vào những sự thật hiển nhiên về A-đam, tức là tội lỗi và sự chết, để nêu bật chân lý về Đấng Christ, tức là sự công chính và sự sống.

A-đam Là Ai?

Khoa học hiện đại đã đặt nghi vấn về lời tuyên bố rõ ràng của Kinh Thánh rằng tất cả mọi người đều đến từ cùng một tổ phụ. Kinh Thánh xem tội lỗi do vị tổ phụ này vi phạm đem đến sự chết cho tất cả những người sau ông. Cơ Đốc nhân đừng nên xem nhẹ những băn khoăn của khoa học liên quan đến

> vấn đề này. Chắc chắn rằng nghiên cứu khoa học vẫn chưa thể có câu trả lời rõ ràng về vấn đề này và những cách nhìn mới đầy giá trị về vấn đề này xuất hiện. Nhưng những khám phá khoa học khi đứng vững trước bài kiểm tra của thời gian sẽ cung cấp cho chúng ta những thông tin quan trọng về thế giới mà Đức Chúa Trời tạo dựng – những thông tin mà Cơ Đốc nhân không thể đơn giản phớt lờ. Những khám phá khoa học đó phải luôn hướng chúng ta trở lại với Kinh Thánh để xem liệu rằng những điều mà chúng ta cho là sự dạy dỗ của Kinh Thánh có thật sự là điều mà Kinh Thánh dạy không. Vì vậy, chẳng có gì là sai khi đặt câu hỏi liệu Kinh Thánh có khẳng định về sự tồn tại của một cá nhân tên là "A-đam" hay không? Tôi sẽ để những chuyên gia nghiên cứu Sáng Thế Ký 1–3 trả lời câu hỏi đó. Còn về Rô-ma thì sao?
>
> Phao-lô hiểu Sáng Thế Ký dạy khá rõ ràng về sự tồn tại của một cá nhân tên là "A-đam". Nếu không tin vào điều này, rất khó để chúng ta hiểu Rô-ma 5 một cách trọn vẹn. Phao-lô so sánh A-đam và Đấng Christ, một cá thể tồn tại trong lịch sử. Thật ra, Phao-lô nỗ lực đặc biệt để nhấn mạnh rằng "một người" là phương tiện mang đến tai họa cho lịch sử nhân loại, thì cũng vậy, "một người" được Đức Chúa Trời sử dụng để đắc thắng tai hoạ đó. Hơn thế nữa, Phao-lô xem A-đam có một hành động rõ ràng của một cá nhân: phạm tội/vi phạm/bất tuân. Phao-lô cho rằng A-đam là một con người cụ thể. Để giữ tính nguyên vẹn trong lập luận của Phao-lô về tội lỗi và sự chết trong tương quan với sự công chính và sự sống, chúng ta cũng phải có cùng một quan điểm như trên với Phao-lô.
>
> Vì vậy, Cơ Đốc nhân nào xem trọng việc kết hợp khám phá khoa học với đức tin của mình sẽ phải suy nghĩ nghiêm túc xem làm thế nào để kết hợp những khám phá khoa học mới nhất với ý niệm về một cá nhân riêng lẻ tên là "A-đam".

Một khi hiểu rằng Phao-lô đang nêu ra một điều tích cực về quyền năng vượt trội của công việc mà Đấng Christ đã làm, thì chúng ta có thể hiểu phân đoạn Kinh Thánh này trong bối cảnh của nó. Trong phân đoạn đầu tiên của Rô-ma 5, Phao-lô đảm bảo rằng tín hữu chắc chắn sẽ được cứu khỏi cơn thịnh nộ của Đức Chúa Trời trong ngày cuối cùng. Giờ đây, trong đoạn văn thứ hai, Phao-lô giải thích tại sao tín hữu có thể chắc chắn về sự cứu rỗi trong ngày cuối cùng đó. Đó là vì Đấng Christ đã thắng hơn tất cả mọi tác động tiêu cực mà tội lỗi của A-đam mang lại. Ai ở trong Đấng Christ không còn cần phải sợ sự kết án mà tội lỗi của A-đam mang đến cho tất cả mọi người trên thế gian. Bởi quyền năng của ân điển, họ đã được định cho sự sống.

Lời phát biểu ban đầu của Phao-lô về mối liên hệ giữa tội lỗi của A-đam và sự chết (5:12) là một trong những câu Kinh Thánh gây tranh cãi nhất trong sách Rô-ma. Tuy nhiên, với nghĩa đen của bản văn, ở đây Phao-lô thực ra không hề khẳng định bất cứ một điều mới mẻ nào. Câu Kinh Thánh được diễn đạt bằng cấu trúc đối xứng, trong đó "tội lỗi" và "sự chết" là những yếu tố then chốt:

A *Tội lỗi* đã vào trong thế gian bởi một người

   B *Sự chết* đến bởi tội lỗi

   B' *Sự chết* đến trên tất cả mọi người

A' Bởi vì mọi người đều *phạm tội*

Có một số tranh cãi liệu rằng "sự chết" ở đây là về tâm linh hay thể chất. Nhưng với việc Phao-lô chuyển hướng đến "sự kết án" trong câu 18, thì có lẽ sự chết ở đây chủ yếu là về tâm linh. Thế nhưng, sự chết thể chất cũng có thể là một phần của điều này: sự chết thể chất trở thành điểm kết thúc của sự chết tâm linh, là chết hoàn toàn với mọi nỗi kinh khiếp của nó. Đức Chúa Trời đã cảnh báo A-đam rằng nếu như ông ăn trái từ cây biết điều thiện và điều ác, ông sẽ "chết" (Sáng 2:17, đối chiếu 3:3).

Khi tuyên bố rằng A-đam mang sự chết đến thế gian và sự chết đó đã lan tràn đến mọi người vì cớ tội lỗi, Phao-lô nhắc lại lời dạy tiêu chuẩn của Thánh Kinh và của người Do Thái. Nhưng khó khăn bắt đầu xuất hiện khi chúng ta thăm dò sâu hơn một chút và hỏi tại sao, hay như thế nào mà tất cả mọi người đều phạm tội. Rõ ràng là ở một mức độ tối thiểu, tội lỗi của A-đam đã giới thiệu một khuynh hướng tai hại cho chính bản chất con người, mở đường cho con người xây bỏ khỏi Đức Chúa Trời hơn là hướng về Ngài (xem Rô 1:18–32). Nhưng Phao-lô có dạy điều gì khác nữa không? Sự so sánh giữa 5:12 và 5:18–19 dường như cho rằng Phao-lô không chỉ dừng lại tại đó. Trong những câu Kinh Thánh trên, Phao-lô quy sự kết án và tội lỗi của mọi người cho một tội lỗi đơn lẻ của A-đam. Nói cách khác, trong 5:12–21, Phao-lô xem sự chết của mọi người là bởi hai nguyên do khác nhau:

Mọi người đều chết vì mọi người đều đã phạm tội (5:12)

Mọi người đều chết vì A-đam đã phạm tội (5:18, 19)

Kết hợp hai ý trên, chúng ta có gì? Giải pháp tốt nhất là cho rằng Phao-lô xem A-đam là một nhân vật đại diện mà việc làm của ông tác động đến tất cả mọi người "thuộc" về ông.[1] Bởi vì A-đam là đại diện cho toàn thể nhân loại, tội lỗi của A-đam đồng thời cũng là tội lỗi của toàn nhân loại. Khi A-đam phạm tội, tất cả chúng ta đều phạm tội và đều chết. Nếu cách nghĩ này dường như xa lạ đối với chúng ta, chúng ta phải nhớ rằng Kinh Thánh dạy về một mối liên hệ giữa người với người gần gũi hơn điều mà người ta vốn quen thuộc ở thế giới Phương Tây hiện đại. "Liên

---

[1] Xem quan điểm này tại J. Murray, *The Imputation of Adam's Sin* (Grand Rapids: Eerdmans, 1959). Cũng có thể tham khảo A. A. Hoekema, *Created in God's Image* (Grand Rapids: Eerdmans, 1986), 154–67.

kết đoàn thể" (*corporate solidarity*) là thuật ngữ mà các học giả sử dụng để mô tả quan điểm này. Chẳng hạn như thuật ngữ này giải thích làm thế nào mà tội lỗi của A-can khi người này lấy trộm vài vật cướp được từ chiến trận làm của riêng mình lại có thể được mô tả như là tội lỗi của Y-sơ-ra-ên (Giôs 7:11) và điều này có thể dẫn đến sự đoán phạt cho toàn bộ Y-sơ-ra-ên như thế nào (Giôs 7:12). Như vậy, trong Rô-ma 5, Phao-lô có thể nhắc nhở chúng ta rằng tội lỗi của A-đam mang đến sự chết cho tất cả mọi người, những người thuộc về A-đam theo dòng dõi vật lý, trong khi hành động công chính của Đấng Christ đem lại sự sống cho tất cả mọi người thuộc về Ngài.

Như chúng ta đã thấy, câu 12 là phần đầu tiên của một câu văn chưa hoàn chỉnh. Chúng ta có mệnh đề "như" nhưng lại không có mệnh đề "thì cũng vậy". Dường như Phao-lô muốn chắc chắn làm sáng tỏ vài điều trước khi hoàn thành sự so sánh của mình. Do đó, trong 5:12-14, ông đề cập đến cách mà luật Môi-se đã tác động đến mối quan hệ của tội lỗi và sự chết do A-đam mang lại. Từ đó, trong 5:15-17, ông giải thích sự tương phản chính giữa những vai trò tương đối giống nhau của A-đam và Đấng Christ trong lịch sử cứu rỗi.

Phao-lô biết rõ rằng người Do Thái sẽ kịch liệt phản đối bất kỳ sự miêu tả nào về lịch sử cứu rỗi mà phớt lờ luật pháp bởi vì họ tin rằng tặng phẩm luật pháp của Đức Chúa Trời và giao ước mà nó đại diện đã thay đổi đáng kể hoàn cảnh thảm khốc mà tội lỗi của A-đam mang lại. Vì vậy, Phao-lô có phần đi xa khỏi luồng tư tưởng chính để khẳng định rằng sự xuất hiện của luật pháp không hề thay đổi tình thế đó; trên thực tế, nó làm cho tình thế đó thậm chí tệ hại hơn. Phao-lô nhắc chúng ta rằng tội lỗi đã tồn tại trước khi luật pháp được ban ra và trong suốt thời gian từ A-đam đến Môi-se, mọi người đều chết vì tội lỗi họ. Nhưng chỉ khi luật pháp đến, tội lỗi đó "mới được kể đến" (5:13). Cách duy nhất để hiểu được lập luận của Phao-lô là nhận ra rằng cụm từ "được kể đến" là ngôn ngữ kế toán. Trước khi có luật pháp, mọi người chết vì họ phạm tội nghịch cùng ý chỉ phổ quát đã được Đức Chúa Trời bày tỏ. Nhưng khi luật pháp đến, Đức Chúa Trời có thể ghi lại tội lỗi, tức là sự vi phạm những điều răn cụ thể. "Tội lỗi" được chuyển sang "sự vi phạm". Đây là một cách dịch sát nghĩa của từ *parabasis* trong nguyên ngữ Hy Lạp mà bản NIV dịch là "bất tuân mệnh lệnh" (*breaking a command*) trong 5:14. Như tôi đã lưu ý trong những giải thích ở 4:15, từ này trong các tác phẩm của Phao-lô có một ý nghĩa cụ thể về việc "vi phạm một mạng lệnh đã được biết" Thế thì, ý ở đây muốn nói là: luật pháp của Môi-se không hề huỷ bỏ những tác động mà tội lỗi của A-đam mang lại. Nó làm cho những ảnh hưởng đó càng tồi tệ hơn.

Trọng tâm trong toàn bộ lập luận của Phao-lô trong câu 12-21 là lời ghi chú vắn tắt ở cuối câu 14: "A-đam, là người làm hình bóng [*typos* trong tiếng Hy Lạp = "type" trong tiếng Anh] về Đấng phải đến" (Đấng Christ). Nhưng trước khi nêu ra bản chất chính xác và những ý nghĩa về mối liên hệ hình bóng này, Phao-lô tạm dừng mạch văn ở 5:15-17 để giải thích một số khác biệt giữa hai nhân vật. Cụm từ chính trong những câu Kinh Thánh trên là "sẽ càng" (hoặc "lại càng") (5:15, 17). Mặc dầu có sự

Sự vâng phục của Đấng Christ được bày tỏ tại vườn Ghết-sê-ma-nê

ngang bằng trong công việc của A-đam và Đấng Christ, trong Đấng Christ cũng có năng quyền được vận hành khiến cho công việc của Ngài làm thay cho chúng ta còn hơn cả việc huỷ bỏ những tác động bi thương mà tội lỗi A-đam mang lại. Tội lỗi đó mang đến sự chết và sự kết án cho "nhiều người" (đây là cách mà nhóm người Semites dùng để chỉ về "số người rất đông"), nhưng trong Đấng Christ, Đức Chúa Trời đã ban tặng phẩm của sự xưng công chính cho "nhiều người". Và tặng phẩm đó, sản phẩm của ân điển của Đức Chúa Trời, đến sau nhiều lần phạm tội. Do đó, Phao-lô kết luận rằng sự cai trị của sự sống mà Đấng Christ khởi xướng hoàn toàn chế ngự và huỷ bỏ sự cai trị của sự chết mà tội lỗi A-đam đã mang lại. Mục đích căn bản của Phao-lô một lần nữa được thể hiện rõ ràng. Phao-lô đảm bảo với những ai thuộc về Đấng Christ rằng chắc chắn họ sẽ vui hưởng sự sống đời đời.

Nhưng Thật Không Công Bằng!

Khi đối diện với những lời dạy dỗ của Phao-lô về nguyên tội, phản ứng tự nhiên của chúng ta là cảm thấy điều đó thật không công bằng. Làm sao Đức Chúa Trời có thể bắt tôi chịu trách nhiệm cho những gì mà A-đam làm hàng thiên niên kỷ về trước? [a] Chúng ta không bao giờ có thể đưa ra câu trả lời thỏa mãn cho thắc mắc về tính công bằng. Nhưng hai điều sau đây có thể giúp ích cho chúng ta.

Thứ nhất, những ý tưởng về nguyên tội như vậy dường như là cần thiết nếu chúng ta phải giải thích về sự băng hoại phổ quát đáng kinh ngạc của con người. Hãy lắng nghe nhận định của Blaise Pascal:

> Nguyên tội là điều điên rồ đối với con người, nhưng nó là một điều được thừa nhận. Thế thì, đừng trách tôi khi bạn cố tìm lý do trong tín lý này, bởi vì tôi thừa nhận nó mà không cần lý do. Nhưng sự điên rồ còn khôn hơn mọi khôn ngoan của con người…Bởi vì nếu không có tín lý về nguyên tội, chúng ta phải nói gì về tình trạng của con người? Tình trạng của họ tuỳ thuộc hoàn toàn vào điều không thể hiểu thấu này. Làm thế nào mà lý trí con người có thể hiểu được tín lý nguyên tội khi mà tín lý này nghịch lại với lý trí, còn lý trí thì vừa chẳng thể tự mình lĩnh hội được lại vừa thù địch với nó khi nó được phô bày ra? [b]

Trong tín lý về nguyên tội, chúng ta được Chúa ban cho một lý giải tại sao con người ngoan cố và đồng loạt khước từ Ngài. Họ chỉ nghĩ đến những lợi ích của riêng mình, trộm cắp của người khác, giết bỏ những thai nhi bé bỏng, gây nên những cuộc chiến tranh chống lại nhau, tàn sát vô số người. Họ làm như vậy bởi vì tất cả mọi người đều ở trong tội lỗi của A-đam và họ đều nhuốc nhơ bởi những hậu quả của nó.

Thứ hai, chúng ta cần nghiêm túc tiếp thu lời khẳng định của Phao-lô rằng tất cả chúng ta đều chết bởi vì tội lỗi của mình. Rốt cuộc, chúng ta không chết bởi vì A-đam đã phạm tội nhưng chết bởi vì chính chúng ta đã phạm tội. Đúng như vậy, tội lỗi của chúng ta là tội của A-đam mà chúng ta dự phần. Nhưng điều mà Phao-lô muốn nói ở đây là chúng ta thật sự phạm tội khi A-đam phạm tội. Phải thừa nhận rằng, chúng ta không hoàn toàn hiểu hết cơ chế xem điều này diễn ra như thế nào. Một số nhà thần học cho rằng A-đam là đại diện hợp pháp của chúng ta. Một số khác thì dựa vào một mối liên hệ mang tính hữu cơ hơn, cho rằng tất cả chúng ta đều liên kết với A-đam, tổ phụ loài người, về mặt di truyền (so sánh điều này với lập luận của Hê 7:10). Tuy nhiên, chúng ta có thể giải thích rằng Kinh Thánh cho biết chúng ta phải chịu trách nhiệm cho tội lỗi mà A-đam phạm bởi vì thật ra chúng ta cũng đồng thời phạm tội.

[a] Các nhà thần học cũng có cùng một phản đối như vậy. Xem W. Pannenberg, *Anthropology in Theological Perspective* (Philadelphia: Westminster, 1985), 124.

[b] Blaise Pascal, *Pensées*, bd. W. F. Trotter, oregonstate.edu/ instruct/ phl302/ texts/ pascal/ pensees-contents.html, no. 445.

Cuối cùng Phao-lô cũng trình bày một so sánh trọn vẹn giữa A-đam và Đấng Christ. Ông so sánh hai lần để chúng ta không hiểu sai vấn đề. Câu 18 và 19 đi theo cấu trúc "Như. . . thì cũng như vậy" vốn là trọng tâm của phân đoạn Kinh Thánh này. Vế "như" nhấn mạnh hành động của A-đam. "Một sự phạm tội" của ông, một hành động không vâng lời của ông làm cho "nhiều người" đều thành tội nhân và mang đến sự kết án cho cho "tất cả mọi người". Vế "thì cũng như vậy" nói đến những kết quả của một "hành động công chính" của Đấng Christ. Sự vâng lời của Ngài làm cho "nhiều người" được xưng công chính và "tất cả mọi người" được sự sống. Những câu Kinh Thánh trên làm dấy lên một vấn đề nổi cộm trong cách mà Phao-lô so sánh giữa A-đam và Đấng Christ. Đó là, phải chăng Phao-lô cho rằng phạm vi việc làm của A-đam và Đấng Christ là ngang nhau? Cách diễn đạt của Phao-lô dường như có ý đó. Tội lỗi của A-đam tác động "nhiều người" và sự vâng phục của Đấng Christ cũng có tác động như vậy (5:15, 19). Tội lỗi của A-đam ảnh hưởng đến "mọi người" thì hành động công chính của Đấng Christ cũng ảnh hưởng như vậy (5:18). Nói cách khác, từ Rô-ma 5, người ta có thể nêu lên một trường hợp khá thuyết phục về sự cứu rỗi phổ quát (*universal salvation*). Như bởi mọi người đều chết trong A-đam, thì cũng như vậy, mọi người (cả hiện tại lẫn tương lai) sẽ có sự sống mới trong Đấng Christ.² Tất nhiên, nan đề của quan điểm này là nó mâu thuẫn với những lời dạy khác của Tân Ước rằng không phải ai cũng sẽ được sự sống đời đời, và địa ngục sẽ không hề thiếu vắng bóng người.

Do đó, câu 18 nên được hiểu theo cách khác. Chúng ta có thể xem xét hai khả năng. Khả năng thứ nhất có thể là Phao-lô chỉ đơn giản muốn nói rằng công việc của Đấng Christ cũng có tính phổ quát *tiềm năng* giống như sự chết đến do việc làm của A-đam. Đấng Christ đã chết để làm cho sự cứu rỗi trở nên khả thi cho hết thảy mọi người. Nhưng để biến sự khả thi đó thành hiện thực, người ta phải đáp ứng với tặng phẩm ân điển của Đức Chúa Trời trong Đấng Christ. Về phương diện này, xin lưu ý sự khác biệt quan trọng so với câu 17 trong cách mà Phao-lô miêu tả việc làm của A-đam và của Đấng Christ. Bởi sự phạm tội của A-đam, sự chết cai trị. Sự chết ở đây là một hệ luỵ tất yếu. Nhưng chỉ những ai *"nhận* ân điển và quà tặng công chính cách dồi dào" (sự nhấn mạnh của tôi) sẽ cai trị trong sự sống. Một khả năng thứ hai có thể giúp chúng ta tránh ý niệm về sự cứu rỗi phổ quát trong 5:18, đó là, cho rằng sự ngang bằng giữa công việc của A-đam và của Đấng Christ không nằm ở số lượng người mà họ đại diện nhưng ở sự chắc chắn mà những người họ đại diện diện sẽ chịu tác động bởi công việc của họ. Hết thảy những ai ở trong A-đam đều chết. Tương tự như vậy, hết thảy những ai ở trong Đấng Christ đều sống. Tuy nhiên, chúng ta ở trong A-đam đơn giản là vì được sinh ra, trong khi đó chúng ta chỉ ở trong Đấng Christ khi chúng ta nhận lãnh tặng phẩm mà Đức Chúa Trời ban cho (5:17).

---

²Xem A. J. Hultgren, *Christ and His Benefits: Christology and Redemption in the New Testament* (Philadelphia: Fortress, 1987), 54–55.

Phao-lô một lần nữa bày tỏ mối lo ngại của ông về việc tương đối hoá tầm quan trọng của luật pháp khi nói tới vấn đề tội lỗi. Trong câu 20, ông tuyên bố rằng luật pháp làm gia tăng tội lỗi. Luật pháp làm điều đó như thế nào? Phao-lô không miêu tả chi tiết. Nhưng những phần Kinh Thánh khác (xem 4:15; 5:13–14; 7:7–12) cho rằng luật pháp làm gia tăng vấn đề của tội lỗi mà A-đam mang lại bằng cách khiến cho người ta trực tiếp chịu trách nhiệm với một bộ mạng lệnh và điều răn cấm cụ thể. Khi chúng ta biết rõ tội lỗi là gì, thì trách nhiệm của chúng ta càng gia tăng. Tuy nhiên, Phao-lô không để cho tội lỗi có được quyền phán quyết bởi vì tính nghiêm trọng ngày càng gia tăng của tội lỗi đã được đáp ứng bởi sự gia tăng lớn lao hơn về cả phạm vi và quyền năng của ân điển Đức Chúa Trời. Kết quả được miêu tả trong câu 21 tóm tắt những tư tưởng chính của Phao-lô trong 5:12–21: "Như thế, tội lỗi thống trị bằng sự chết, còn ân điển cai trị bằng sự công chính để đem lại sự sống đời đời qua Đức Chúa Jêsus Christ, Chúa chúng ta".

Những Thuật Ngữ Chính

Sự giải hoà (*reconciliation*)

Liên kết đoàn thể (*Corporate solidarity*)

Câu Hỏi Suy Gẫm

1. Mục đích tổng quát của Phao-lô trong Rô-ma 5–8 là gì? Mục đích đó phù hợp với sự trình bày của Phao-lô về Phúc Âm trong sách Rô-ma như thế nào?

2. Theo lời dạy của Rô-ma 5:3–4, chúng ta nên có quan điểm như thế nào về đau khổ?

3. Lập luận của Phao-lô trong Rô-ma 5:9–10 cho chúng ta bài học gì về tín lý "sự bảo đảm đời đời"?

4. Ý chính của Phao-lô trong Rô-ma 5:12–21 là gì? Điều đó giúp củng cố lập luận của ông trong phần này của sách Rô-ma như thế nào?

5. Những khác biệt giữa A-đam và Đấng Christ là gì? Tại sao những khác biệt đó lại quan trọng đối với tín hữu (và quan trọng như thế nào)?

Chương 10

Tự Do Khỏi Quyền Lực Của Tội Lỗi (Rô-ma 6:1–23)

Dàn ý:

- Được giải phóng khỏi quyền lực của tội lỗi thông qua sự hiệp nhất với Đấng Christ (6:1–14)
- Được tự do khỏi tội lỗi, làm nô lệ cho Đức Chúa Trời (6:15–23)

Mục tiêu:

Sau khi đọc xong chương này, độc giả có thể:

1. Giải thích được hình ảnh ẩn dụ "chết đối với tội lỗi" có ý nghĩa gì đối với Cơ Đốc nhân.
2. Giải thích được bản chất sự hiệp nhất của tín hữu với Đấng Christ trong sự chết và sự sống lại.
3. Trình bày và giải thích ít nhất ba cách hiểu khác nhau về mối liên hệ giữa phép báp-têm bằng nước và sự hiệp nhất của chúng với Đấng Christ.
4. Trân trọng sự quân bình giữa tặng phẩm của Đức Chúa Trời (những điều được trình bày) và mạng lệnh của Ngài (những mệnh lệnh) trong đời sống Cơ Đốc.

Cơ Đốc nhân có được sự bảo đảm cho tương lai vì đã được xưng công chính bởi đức tin trong Đấng Christ. Chúng ta không cần phải sợ ngày phán xét bởi vì chúng ta có "hy vọng nhận lãnh vinh quang của Đức Chúa Trời" (5:2), tin chắc rằng chúng

Nhà thờ Holy Sepulchre (ngôi mộ đá), vị trí ngôi mộ của Chúa Giê-xu

ta sẽ được giải thoát khỏi cơn thịnh nộ của Đức Chúa Trời khi chúng ta đứng trước Ngài trong ngày cuối cùng. Sự tin chắc này có được bởi vì đức tin của chúng ta nơi Đấng Christ có nghĩa là chúng ta thuộc về Ngài. A-đam, người đã phạm tội và gây ra sự chết cho hết thảy nhân loại, không còn là đại diện cho chúng ta nữa. Đấng Christ mới là đại diện của chúng ta. Hành động công chính của Ngài, tức sự chết của Ngài trên thập giá, giành lấy sự sống đời đời cho tất cả những ai thuộc về Ngài. Đó chính là lập luận cơ bản của Rô-ma 5. Đọc đoạn Kinh Thánh này, tín hữu nên vui mừng vì sự an ninh họ có được trong mối liên hệ với Đấng Christ. Nhưng Phao-lô biết rằng chúng ta thường vẫn sẽ còn thắc mắc về sự an ninh trong tương lai này. Cụ thể là chúng ta sẽ muốn biết về thời gian còn lại của chúng ta trên đất. Phải chăng chúng ta chỉ giữ nguyên tình trạng ở đây cho đến khi chúng ta được đem ra khỏi cuộc sống này và vui hưởng phước hạnh trên thiên đàng? Phải chăng chúng ta phải chờ cho đến khi chết hoặc khi Đấng Christ trở lại thì chúng ta mới có thể vui hưởng những ơn phước của sự sống mới trong Đấng Christ? Và nếu sự sống đời đời đó đã được ban cho chúng ta trong Đấng Christ, thì chuyện gì xảy ra với tội lỗi? Những gì chúng ta làm trong cuộc đời này có thật sự còn ý nghĩa gì nữa không? Rõ ràng câu hỏi cuối cùng này chính là điều quan trọng nhất mà Phao-lô suy nghĩ cho đến lúc này. Chúng ta cần nhớ là Phao-lô đã rao giảng tin lành trong rất nhiều năm. Ông biết người ta sẽ đáp ứng ra sao với phúc âm về sự sống đời đời trong Đấng Christ. Ông biết rằng một số người sẽ cho là giờ đây vé vào thiên đàng của họ đã được đóng dấu nên họ có thể làm bất cứ điều gì mình muốn cho tới ngày ấy. Đó là lý do chúng ta có Rô-ma 6.

Được giải phóng khỏi quyền lực của tội lỗi thông qua sự hiệp nhất với Đấng Christ (6:1–8)

Phao-lô quay lại phong cách hỏi đáp mà ông đã dùng rất nhiều trong sách Rô-ma. Điều kích thích câu hỏi của Phao-lô trong câu 1 chính là lời khẳng định trong 5:20b:

"nhưng nơi nào tội lỗi gia tăng thì ân điển lại càng dư dật hơn". Phao-lô đang nói về lịch sử cứu rỗi, về cách mà Đức Chúa Trời phản ứng trước sự chống nghịch của Y-sơ-ra-ên với những lời hứa về ân điển và phước hạnh được tái lập. Nhưng chúng ta có thể hiểu rằng người ta có thể xem lời hứa về ân điển và phước hạnh này như là một nguyên tắc chung, ý cơ bản là "Tội lỗi càng nhiều, ân điển càng nhiều. Và tất cả chúng ta đều muốn ân điển nhiều nhất có thể. . ." Đáp lại bất kỳ suy nghĩ nào như thế, Phao-lô đưa ra một phản đối mạnh mẽ: "Không hề như vậy!" (nguyên văn *me genoito*, dịch sát nghĩa là "nó không bao giờ như thế"). Tiếp theo, Phao-lô lý giải, "Chúng ta đã chết đối với tội lỗi thì làm sao cứ tiếp tục sống trong tội lỗi được?" (6:2).

Những Chìa Khoá Cho Đời Sống Cơ Đốc

Điều gì đem lại cho Cơ Đốc Nhân năng lực để sống một cuộc đời mới, để đáp lại sự kêu gọi của Phao-lô rằng chúng ta không còn cho phép tội lỗi cai trị chúng ta nữa (câu 12)? Những nhà diễn thuyết, những tác giả nổi tiếng của các kỳ hội thảo thường cho rằng họ đã có "chìa khoá" sẽ mở được cánh cửa cho một đời sống Cơ Đốc đắc thắng. Tuy nhiên, thật ra Tân Ước đã cho biết rõ rằng không hề có một chìa khoá đơn lẻ nào. Đúng hơn là, có rất nhiều chìa khoá, rất nhiều tín lý thần học và nghiên cứu ứng dụng có thể giúp chúng ta sống những cách vui lòng Đức Chúa Trời, Đấng đã cứu chuộc chúng ta. Một trong những chìa khoá đó ở trong Rô-ma 6, tức là hiệp nhất với Đấng Christ. Phao-lô mô tả cách đáng chú ý sự hiệp nhất đó liên quan đến ba sự kiện cốt lõi làm nên bài giảng về Chúa Giê-xu của Cơ Đốc nhân ở hội thánh đầu tiên. Xin lưu ý sự tương đồng giữa Rô-ma 6 và phân đoạn Kinh Thánh 1 Cô-rinh-tô 15:3–4 quen thuộc:

1 Cô-rinh-tô 15:3–4	Rô-ma 6
Trước hết, tôi đã truyền đạt cho anh em điều chính tôi đã nhận lãnh, ấy là Đấng Christ chịu chết vì tội lỗi chúng ta theo lời Kinh Thánh. Ngài đã bị chôn; đến ngày thứ ba, Ngài đã sống lại theo lời Kinh Thánh	Chúng ta đã cùng chết với Đấng Christ (câu 8, so sánh với câu 3, 5) Chúng ta đã được chôn ... với Ngài (câu 4), chúng ta ... cũng sẽ cùng sống với Ngài (câu 8, so sánh với câu 4, 5)

Chúng ta cùng tham dự với Đấng Christ trong những khoảnh khắc biến đổi đó trong lịch sử cứu rỗi. Những gì Đấng Christ kinh nghiệm, chúng ta cũng kinh nghiệm. Khi Ngài chết trên thập giá "cho tội lỗi" (Rô 6:10), chúng ta ở với Ngài. Khi Ngài được sống lại, chúng ta cũng ở với Ngài. Và bởi vì chúng ta dự phần vào trong những gì Ngài làm, chúng ta có một mối liên hệ hoàn toàn mới đối với tội lỗi. Đời sống Cơ Đốc không phải bắt đầu từ những gì chúng ta làm.

> Nó bắt đầu trong những gì Đấng Christ làm, những gì thực sự đã diễn ra. Bởi vì Chúa Giê-xu đã được giải phóng khỏi quyền lực áp chế của tội lỗi, chúng ta cũng như vậy. Bởi vì Chúa Giê-xu đã được sống lại một cuộc đời mới, chúng ta có năng lực của sự sống mới. Vì những lý do đó, Phao-lô khẳng định rằng chúng ta có cả khả năng lẫn trách nhiệm để "sống trong đời mới" (câu 4). Như vậy, khi chúng ta thất vọng khi chưa thể thắng hơn tội lỗi vấn vương, chúng ta cần phải trở lại với thập giá. Ở tại đó, chúng ta tìm thấy không chỉ sứ điệp của sự tha thứ cho tội lỗi mà còn năng quyền để đắc thắng tội lỗi.

Phao-lô có ý gì khi cho rằng Cơ Đốc nhân chúng ta đã "chết đối với tội lỗi"? Ba dấu chỉ theo văn cảnh sẽ giúp chúng ta hé mở ý nghĩa của điều này. Dấu chỉ đầu tiên khá rõ ràng nhưng chúng ta dễ bỏ qua ý nghĩa của nó. Phao-lô nói là chết đối với tội lỗi (theo số ít) chứ không phải là những tội lỗi (theo số nhiều). Thật ra, cách diễn đạt này phản ảnh mô hình của Rô-ma 5–8, nơi Phao-lô dùng chữ "tội lỗi" hai mươi hai lần và tất cả đều sử dụng theo số ít. Phao-lô không tập trung vào những tội lỗi đa dạng mà người ta vi phạm, nhưng vào một thực tế cơ bản, hay là nguyên tắc, hoặc là quyền lực của tội lỗi. Thứ hai, trong chương 6, Phao-lô mau chóng trở lại và lặp lại hình ảnh ẩn dụ tự do khỏi sự nô lệ. Cơ Đốc nhân đã được "giải thoát khỏi tội lỗi" (6:7, 18, 22) và vì vậy, họ không còn làm "nô lệ cho tội lỗi" nữa (6:6, 17, 20). Do đó, chết đối với tội lỗi bắt buộc phải liên hệ gì đó với việc được giải thoát khỏi quyền lực hay sự cai trị (6:14) của tội lỗi. Thứ ba, Phao-lô nói Đấng Christ đã "chết cho tội lỗi" (6:10), vì vậy cụm từ đó phải diễn tả một kinh nghiệm có thể phù hợp với Ngài. Tất nhiên, Đấng Christ không bao giờ ở dưới quyền lực của tội lỗi theo ý nghĩa là nó điều khiển hành động của Ngài và khiến Ngài thật sự phạm tội. Tuy nhiên, khi trở nên một con người thật sự, một con người hoàn toàn, Đấng Christ đã bước vào phạm vi mà tội lỗi thống trị. Kết hợp cả ba dấu chỉ trên lại với nhau, chúng ta rút ra kết luận rằng "chết đối với tội lỗi" chỉ về việc tự do khỏi sự thống trị của quyền lực tội lỗi. Phao-lô sử dụng hình ảnh sự chết cho hai lý do: (1) Ông sẽ cho thấy rằng chính sự hiệp nhất của chúng ta với Đấng Christ trong sự chết của Ngài mang chúng ta đến sự tự do khỏi tội lỗi; (2) Chuyển từ sự sống qua sự chết là ẩn dụ tự nhiên cho một thay đổi triệt để về tình trạng.

Do đó, ý của Phao-lô là: Cơ Đốc nhân chúng ta đã được tự do khỏi sự thống trị của tội lỗi, thế thì tại sao chúng ta có thể tiếp tục sống như thể tội lỗi vẫn còn nắm quyền quyết định? Tất nhiên, không phải Phao-lô đang nói rằng Cơ Đốc nhân không thể nào phạm tội được nữa. Thật vô lý nếu Phao-lô đưa ra một lời xác nhận cực đoan như vậy trong khi ông thường xuyên kêu gọi Cơ Đốc nhân phải tránh xa tội lỗi và sống cho Chúa. Trong chính phân đoạn Kinh Thánh này, ông nói với tín hữu rằng họ không được để cho tội lỗi "cai trị" thân thể họ. Không, khi nào mà thời kỳ hiện tại đầy tội lỗi này còn tồn tại thì Cơ Đốc nhân sẽ còn tiếp tục phạm tội. Tuy nhiên, điều mà Phao-lô đang nói là tội lỗi không còn là kiểu mẫu đặc trưng của đời sống tín hữu nữa. Và mối liên hệ mới đối với tội lỗi phải được tự bày tỏ trong lối sống của chúng ta. Không ai đã được giải thoát khỏi quyền lực thống trị của tội lỗi lại có thể tiếp tục sống như thể tội lỗi vẫn còn quyền điều khiển.

Trong phần còn lại của Rô-ma 6, Phao-lô giải thích mối liên hệ mới đối với tội lỗi này bắt đầu như thế nào và những hệ quả của nó là gì. Rô-ma 6:3-10 tập trung (mặc dù không hoàn toàn) vào mục đích thứ nhất. Lập luận của Phao-lô được hé mở qua ba giai đoạn: (1) phép báp-têm đặt chúng ta trong sự liên hệ với sự chết của Đấng Christ (6:3-4); (2) bởi vì chúng ta dự phần trong sự chết của Chúa, chúng ta cũng sẽ dự phần trong sự sống lại của Ngài (6:5, 8-10); (3) dự phần trong sự chết của Chúa có nghĩa là được tự do khỏi tội lỗi (6:6-7). Điểm thứ ba rõ ràng là điểm chính, được dẫn dắt bởi 6:3-5 và được khai triển bởi 6:8-10.

Ý chính của 6:3-4 khá rõ ràng. Việc chúng ta được giải phóng khỏi quyền lực của tội lỗi diễn ra thông qua sự hiệp nhất với Đấng Christ. Chúng ta đã tham dự vào trong sự chết của Ngài (6:3), được chôn với Ngài (6:4). Điều này có nghĩa là thông qua quyền năng phục sinh của Đấng Christ, chúng ta có năng quyền để "sống trong đời mới". Nhưng tại sao Phao-lô lại xem phép báp-têm là phương tiện để chúng ta kinh nghiệm sự hiệp nhất này với Đấng Christ? Đầu tiên chúng ta cần lưu ý rằng ở đây chắc chắn là Phao-lô đang nói về phép báp-têm bằng nước.[1] Ngôn từ mà Phao-lô sử dụng (đặc biệt là danh từ *baptisma* trong 6:4) cùng với sự quan trọng của nghi lễ này trong hội thánh đầu tiên khiến cho sự ám chỉ về phép báp-têm trong Thánh Linh là không phù hợp ở đây. Những nhà giải kinh đưa ra ba câu trả lời căn bản cho thắc mắc tại sao Phao-lô nói về phép báp-têm bằng nước trong văn cảnh này. Trước hết, một số người cho rằng báp-têm là một bí tích (*sacrament*)[2] mà tự bản thân nó có năng quyền để biến đổi một người trong mối liên hệ với Đấng Christ. Do đó tự bản thân phép báp-têm (như là hành động của ân điển Đức Chúa Trời) liên hệ chúng ta với Đấng Christ, khiến chúng ta có thể kinh nghiệm sự chết của Ngài, sự chôn, và sự sống lại. Những người đề xướng quan điểm này không quan tâm đủ đến sự tập trung vượt trội [của Phao-lô] vào đức tin như là yếu tố quyết định trong việc hiệp nhất chúng ta với Đấng Christ. Phao-lô nhấn mạnh đức tin xuyên suốt thư Rô-ma. Ông đề cập phép báp-têm chỉ trong 6:3-4. Thứ hai, sau đó, một số nhà giải kinh phản đối quan điểm về bí tích, khẳng định rằng Phao-lô sử

---

[1] Ngược lại với những ai nghĩ rằng Phao-lô đơn giản chỉ dùng một hình ảnh ẩn dụ (Tín hữu đã được "nhận chìm trong" Đấng Christ"; như L. Morris, *The Epistle to the Romans*, Pillar New Testament Commentaries [Grand Rapids: Eerdmans, 1988], 246) và những người cho rằng nó có thể ám chỉ về "báp-têm trong Thánh Linh" (như D. M. Lloyd-Jones, *Romans. An Exposition of Chapter 6; The New Man* [Grand Rapids: Zondervan, 1973]).

[2] Thông thường, từ *sacrament* được dịch là *Thánh Lễ*, nhưng ở văn cảnh này người biên tập xin vay mượn từ *bí tích* trong ngôn ngữ của Công giáo để tương phản các quan điểm khác nhau về phép báp-têm và Tiệc Thánh. Một số không xem hai thánh lễ này là *sacraments* (*bí tích*) mà chỉ là *ordinances* (*giáo lễ*), tin rằng chúng không có hiệu lực thuộc linh đem lại sự hiệp nhất với Đấng Christ, mà chỉ là các nghi lễ mang tính biểu tượng và thể hiện đức tin và sự vâng lời Chúa của tín hữu. Một số khác xem chúng là *sacraments* (*bí tích*) vì cho rằng đó chính là phương tiện huyền nhiệm để qua đó người tin hiệp nhất với Đấng Christ – NBT.

dụng phép báp-têm bằng nước đơn giản như là biểu tượng của những điều xảy ra cho tín hữu ngay khi họ tin Chúa. Nhấn chìm xuống nước khi báp-têm tượng trưng cho sự chết của chúng ta đối với tội lỗi. Ở dưới nước là chôn đi đời sống cũ; đứng lên khỏi nước tượng trưng cho sự sống mới trong năng quyền phục sinh.[3] Tuy nhiên, Phao-lô không nói rằng chúng ta kinh nghiệm sự chết, hay là sự chôn, hay là sự sống lại "như" của Đấng Christ. Đúng hơn là, ông cho rằng chúng ta chết "với" Đấng Christ (6:5, 6, 8), rằng chúng ta được "chôn. . .với Ngài" (6:4), và rằng chúng ta sẽ được sống lại với Ngài (6:5, 8). Phép báp-têm không tượng trưng cho những gì đã diễn ra lúc chúng ta tin nhận Chúa. Nó là phương tiện mà những kinh nghiệm "với Chúa" đó diễn ra. Xin lưu ý câu 4: *"bởi báp-têm*, chúng ta đã được chôn vào...với Ngài" (sự nhấn mạnh của tôi). Vậy thì, bằng chứng của bản văn đòi hỏi chúng ta trao cho phép báp-têm ý nghĩa mà nó đáng phải có. Báp-têm chính là một điểm mà tại đó chúng ta trở nên hiệp nhất với Đấng Christ. Nhưng liệu chúng ta có thể làm điều đó mà không mắc sai lầm theo lối giải thích về khuynh hướng bí tích, hạ thấp giá trị đức tin? Quan điểm thứ ba cố gắng tránh né sự khó khăn này bằng cách xem phép báp-têm bằng nước như là cách nói ngắn gọn về kinh nghiệm quy đạo. Tân Ước nhất quán xem phép báp-têm cho tín hữu người lớn như là một phần của một phức hợp những sự kiện, đặc biệt bao gồm đức tin, sự ăn năn, và ân tứ của Đức Thánh Linh. Vì vậy, tôi cho rằng khi Phao-lô nói về phép báp-têm bằng nước ở đây, ông không có ý định nhìn nó trong sự riêng lẻ tách biệt nhưng xem nó là một phần của một phức hợp lớn hơn của những sự kiện quy đạo.[4] Khi chúng ta đến với Đấng Christ trong đức tin, Đức Chúa Trời ban Thánh Linh Ngài cho chúng ta tuân giữ phép báp-têm bằng nước. Phức hợp những sự kiện này, không phải bản thân phép báp-têm bằng nước, đem chúng ta đến với sự hiệp nhất với Đấng Christ và những sự kiện cứu rỗi trong sự chết, sự chôn, và sự sống lại của Ngài. Nói cách khác, trong một tình thế song hành với việc cả nhân loại đều phạm tội trong và với A-đam, Phao-lô xem tín hữu như là đã chết, đã được chôn, và đã được sống lại trong và với Đấng Christ. Mối liên hệ mới của chúng ta đối với tội lỗi là thành quả khi chúng ta chết với Đấng Christ về quyền lực của tội lỗi (6:10).[5]

Trong 6:5 và 6:8–10, Phao-lô trình bày rõ ràng mối liên hệ giữa hiệp nhất với Đấng Christ trong sự chết của Ngài và hiệp nhất với Đấng Christ trong sự sống lại của Ngài mà phần cuối câu 4 thể hiện. Đời sống mới của chúng ta có sự tương đồng và nền tảng (lưu ý từ "như") trong sự sống lại của Đấng Christ. Vì vậy, giờ đây Phao-lô tiếp tục bày tỏ rằng ở với Đấng Christ trong sự chết có nghĩa là ở với Ngài trong sự sống. Những học giả tranh luận về ý nghĩa của "thì tương lai" được dùng trong câu 5 và câu 8, "chắc chắn chúng ta cũng sẽ được hiệp nhất với Ngài trong sự sống

---

[3]Xem F. F. Bruce, *The Letter of Paul to the Romans*, Tyndale New Testament Commentaries (Grand Rapids: Eerdmans, 1985), 129.

[4]Xem J. D. G. Dunn, *Baptism in the Holy Spirit* (London: SCM, 1970), 145, nhiều chỗ khác.

[5]Đối với cách giải thích tổng quan này, xem G. R. Beasley-Murray, *Baptism in the New Testament* (Grand Rapids: Eerdmans, 1962), 133. Tuyển tập này cũng cung cấp cái nhìn tổng quan tốt nhất về Báp-têm trong Tân Ước.

Sông Giô-đanh, nơi Giăng Báp-tít làm phép báp-têm bằng nước

lại giống như sự sống lại của Ngài"; "chúng ta tin rằng mình cũng sẽ cùng sống với Ngài". Chúng ta có thể hiểu những thì tương lai trên là thì tương lai lô-gic, tức là thì tương lai được sử dụng để diễn tả một sự kiện chắc chắn theo sau một sự kiện khác. Trong trường hợp này, sự hiệp nhất của chúng ta với Đấng Christ trong sự sống lại có thể là kinh nghiệm hiện tại của tín hữu. Thế thì, điều Phao-lô nói ở đây cũng tương đồng với lời xác nhận của ông trong Ê-phê-sô rằng tín hữu đã được "sống lại với Ngài" (Êph 2:6, so sánh Côl 2:12). Nhưng có lẽ chúng ta nên xem thì tương lai ở đây là thì tương lai theo thời gian. Phao-lô thông thường trình bày sự sống lại của chúng ta là một sự kiện sẽ xảy ra khi Đấng Christ trở lại trong vinh hiển (xem Phil 3:21 để thấy một sự tương đồng mật thiết). Tuy vậy, quyền năng phục sinh của Đấng Christ đã vận hành trong chúng ta, cho nên Phao-lô có thể nói rằng chúng ta là "những con người từ cõi chết sống lại" (6:13).

Con Người Cũ/Con Người Mới Trong Các Thư Tín Của Phao-lô

Nhiều thế hệ giáo viên Cơ Đốc đã dùng sự tương phản của Phao-lô giữa "cái tôi cũ" và "cái tôi mới", hay "con người cũ" và "con người mới" để nêu lên khái niệm về đời sống Cơ Đốc. Tuy nhiên, có hai quan điểm về người Cơ Đốc khá nổi bật đã được xây dựng trên sự tương phản này.

Ý niệm phổ thông là "hai bản chất" cho rằng Cơ Đốc nhân sở hữu hai bản chất: bản chất cũ được cai trị bởi tội lỗi có từ khi sinh ra, và bản chất mới được cai trị bởi Đức Thánh Linh và có được tại lúc quy đạo. "Con người cũ" mà Phao-lô đề cập tương ứng với bản chất cũ; còn "con người mới" thì tương ứng với bản chất mới. Chiến trận đang tiếp diễn giữa hai bản chất trên chính là đặc trưng của đời sống Cơ Đốc. Đời sống kết quả là khi chúng ta, thông qua việc học Kinh Thánh, cầu nguyện, và tận hiến, làm cho bản chất mới thắng hơn bản chất cũ.

Những người ủng hộ quan điểm "tạo vật mới" (new creation) tập trung vào những bản dịch nào của 2 Cô-rinh-tô 5:17 mà cho rằng tín hữu là một "tạo vật mới" trong Đấng Christ. Họ cho rằng bản chất cũ, hay "con người cũ" mà người ta có khi sinh ra đã được thay thế bởi bản chất mới, "con người mới" khi họ tiếp nhận Chúa. Vậy nên, đời sống Cơ Đốc sẽ kết quả khi tín hữu chỉ cần đơn giản hành xử theo phương cách của bản chất mới.

Những người đề xướng của cả hai quan điểm đều liên hệ đến từ ngữ "con người cũ/con người mới" mà Phao-lô sử dụng. Ngoài Rô-ma 6:6, Phao-lô cũng dùng cách diễn đạt này trong hai phân đoạn Kinh Thánh khác là Ê-phê-sô 4:22–24 và Cô-lô-se 3:9–11. Quan điểm "tạo vật mới" nhấn mạnh Rô-ma 6:6, câu Kinh Thánh dạy rằng con người cũ đã bị trừ diệt, bị đóng đinh với Đấng Christ ngay tại thời điểm tiếp nhận Chúa. Trái lại, những người tán thành quan điểm "hai bản chất" trích dẫn Ê-phê-sô 4:22–24. Ở đây dường như Phao-lô yêu cầu Cơ Đốc nhân phải lột bỏ người cũ và mặc lấy người mới.

Thật ra, không có quan điểm nào giải thích rõ ràng hết tất cả những câu Kinh Thánh trên. Có hai điểm đặc biệt quan trọng ở đây. Đầu tiên, "con người cũ" trong một nghĩa nào đó vừa được từ bỏ khi người ta tiếp nhận Chúa (Rô 6:6) và đồng thời là một vấn đề đang tiếp diễn của người Cơ Đốc (Êph 4:22). Thứ hai, "con người mới" không chỉ là một bản chất hay là một cá nhân riêng lẻ. Trong Cô-lô-se 3:11, dường như Phao-lô xem nó như là cộng đồng Cơ Đốc trong Đấng Christ. Từ hai yếu tố trên, chúng ta cần tránh nói đến "bản chất" hay "những phần" của một Cơ Đốc nhân riêng lẻ khi giải thích từ ngữ này. Điểm bắt đầu tốt hơn là nhớ rằng, đối với Phao-lô, "con người cũ" trước hết là A-đam, và "con người mới" là Đấng Christ. Thế thì, có thể Phao-lô sử dụng "con người cũ" để chỉ về mối liên hệ của chúng ta với Đấng Christ. Sự tiếp nhận Chúa đánh dấu một thay đổi quan trọng với A-đam và sự kết nối mới với Đấng Christ (Rô 6:6). Nhưng ảnh hưởng của A-đam vẫn còn đó, vẫn nắm giữ quyền lực lôi kéo chúng ta bất chấp mối liên hệ mới và không thể nào phá vỡ của chúng ta với Đấng Christ. Cho nên, chúng ta phải tiếp tục tránh xa việc rơi vào những thói quen của "con người cũ" và cố gắng cương quyết để cho con người mới của chúng ta, nhân dạng Cơ Đốc của chúng ta, cai trị suy nghĩ và hành động của mình (Êph 4:22–24).

Tâm điểm trong sự trình bày của Phao-lô về sự hiệp nhất của tín hữu với Đấng Christ là ở 6:6–7. Ở đây, ông khẳng định mối liên hệ biến đổi đối với tội lỗi mà tín hữu vui hưởng bởi vị sự đồng nhất của họ với Đấng Christ. "Cái tôi cũ của chúng ta" (hay là "con người cũ của chúng ta" [*anthropos*]) là cách mà Phao-lô chỉ về sự kết nối của chúng ta với A-đam, với tội lỗi và sự chết mà nó mang lại (xem Rô 5). Nhân dạng của chúng ta trong A-đam đã bị loại bỏ khi chúng ta bị đóng đinh với Đấng Christ. Sự thay đổi trong cách Phao-lô dùng từ "đóng đinh" một lần nữa bày tỏ rằng ông xem chúng ta như đã được ở với Đấng Christ trong sự chết của chính Ngài. Và thông qua sự hiệp nhất này với Ngài trong sự chết, "thân thể tội lỗi" đã bị "tiêu diệt". Tất nhiên, Phao-lô không hề cho rằng thân thể của chúng ta bẩm sinh đã là tội lỗi (đó là một khái niệm phi Kinh Thánh nhất). Đúng hơn, ý của Phao-lô là thân thể của chúng ta, do tội lỗi cai trị nên đã bị truất quyền điều khiển. Và điều đó có nghĩa là "chúng ta không còn làm nô lệ cho tội lỗi nữa" - đó chính là điều Phao-lô muốn trình bày.

Sự Chuyển Dời Thế giới trong Rô-ma 5–8

Xuyên suốt cả sách Rô-ma, chúng ta đã thấy cách Phao-lô sử dụng lược đồ của lịch sử cứu rỗi để trình bày lẽ thật của tin lành. Phao-lô phác hoạc việc làm của Đức Chúa Trời trong Đấng Christ trên nền của một chuỗi các sự kiện. Đấng Christ là tâm điểm của lịch sử đó. Phao-lô chia lịch sử thành hai thời kỳ với những quyền lực cai trị nhất định trong mỗi thời kỳ. Khi chuyển sang Rô-ma 5–8, Phao-lô thường đặc biệt tận dụng hình ảnh của sự cai trị. Vì vậy, chúng ta có thể nói chính xác hơn là hai thế giới thay vì hai thời kỳ. Hầu hết những tư tưởng của Phao-lô trong các chương này có thể tóm tắt bằng lược đồ tổng quát này:

Thế giới Cũ (Phi Cơ Đốc)	**Thế giới Mới (Cơ Đốc)**
Trong A-đam	Trong Đấng Christ
Con người cũ (5:12–21)	Con người mới (5:12–21)
Nô lệ cho tội lỗi (6:17, 20; 7:14)	Nô lệ cho sự công chính (6:18, 20)
Bị kết tội cho sự chết đời đời (5:12–21; 7:5; 8:13)	Được định cho sự sống đời đời (5:12–21; 8:1–13)
Bị cai trị bởi luật pháp (6:14; 7:7–25)	Được cai trị bởi ân điển (6:14; 8:1–39)
Bị thống trị bởi xác thịt (7:5, 7–25)	Được ngự trị bởi Thánh Linh (7:6; 8:1–39)

Khi tiếp nhận Đấng Christ, chúng ta được chuyển dời vào trong thế giới mới. Tuy nhiên, cần làm sáng tỏ một điểm quan trọng trong sự tương phản này, đó là, khi một Cơ Đốc nhân được chuyển dời sang thế giới mới thì thế giới cũ vẫn tồn tại đối với người đó. Nó vẫn còn tồn tại cho đến khi Đấng Christ trở lại trong vinh hiển vào thời điểm cuối cùng của lịch sử, và nó vẫn còn khả năng ảnh hưởng Cơ Đốc nhân trong cách suy nghĩ và hành động. Do đó, trong khi chúng ta vui mừng với địa vị mới là thành viên trong thế giới mới, chúng

> ta cũng phải thận trọng trước ảnh hưởng âm thầm của thế giới cũ với những cách thức phi Cơ Đốc trong suy nghĩa và hành động.

Trong 6:1–10, Phao-lô dạy rằng người tín hữu được xưng công chính đã được đặt để trong một mối liên hệ hoàn toàn mới đối với tội lỗi. Là những người thuộc về A-đam, tất cả chúng ta là những nô lệ bất lực của tội lỗi. Nhưng là người Cơ Đốc, chúng ta đã được giải phóng khỏi sự cai trị của tội lỗi. Sự thay đổi này triệt để đến nỗi Phao-lô sử dụng ẩn dụ sự chết để nói về sự chuyển di này. Thế nhưng, như các câu 11–14 đã trình bày rõ ràng, sự chuyển dời căn bản và triệt để này không phải là cuối cùng của câu chuyện. Chúng ta phải thích ứng và sống bày tỏ mối liên hệ mới của chúng ta đối với tội lỗi. Mặc dùng chúng ta "chết đối với tội lỗi" như Phao-lô nói (so sánh 6:2), chúng ta cần nhận thức về bản thân trong chân lý đó (6:11). Một khi nhận thức được bản thân như vậy, chúng ta mới có thể phá vỡ sự cai trị của tội lỗi trong hành động (6:12). "Sự trình bày" hay "lời xác nhận thực tế" về những gì Đức Chúa Trời đã làm cho chúng ta không hề hàm ý là không có "mệnh lệnh" hoặc "chỉ thị" về những gì mà chúng ta phải làm. Đúng hơn là nó khuyến khích mệnh lệnh và khiến mệnh lệnh khả thi. Phao-lô tiếp tục mượn những hình ảnh ẩn dụ được lấy từ thế giới của quyền cai trị khi ông kêu gọi chúng ta trong câu 13 đừng "hiến" mình cho tội lỗi, nhưng thay vào đó, hãy "hiến" mình cho Đức Chúa Trời. Động từ được dịch ra là "hiến" ở đây (bản NIV dùng "offer") trong nguyên ngữ là *paristemi* có thể có một nghĩa rộng hơn là "hiến dâng để hầu việc một vị vua" (ví dụ 1 Các Vua 10:8 trong bản dịch Cựu Ước tiếng Hy Lạp).[6] Đức Chúa Trời là Đấng cai trị mới của chúng ta và chúng ta phải dâng chính mình cho Ngài mỗi ngày về mọi điều mà Ngài đòi hỏi.

Phao-lô kết luận phân đoạn Kinh Thánh này với một lời nhắc nhở cuối cùng về địa vị mới mà chúng ta vui hưởng trong Đấng Christ. Ông hứa rằng, "tội lỗi sẽ không còn cai trị anh em đâu" (6:14). Câu văn này sử dụng dạng động từ của chữ *kyrios*, "chúa": bản thân tội lỗi sẽ không còn làm chúa anh em nữa. Và lý do khiến tội lỗi sẽ không còn cai trị chúng ta nữa là vì chúng ta "không ở dưới luật pháp mà ở dưới ân điển". Một số tín hữu đã dùng lời tuyên bố nổi tiếng này để cho rằng họ không còn bị bắt buộc phải vâng giữ bất kỳ điều răn nào. Nhưng một lần nữa, Phao-lô đang nói về *luật pháp*, tức là luật Môi-se chứ không phải một luật pháp *bất kỳ* nói chung. Nhiều nhà giải kinh cho rằng lời xác nhận này liên quan đến sự tha thứ tội lỗi: luật pháp không còn có quyền lực để kết tội chúng ta nữa, bởi vì chúng ta được bảo vệ dưới ân điển của Đức Chúa Trời trong Đấng Christ.[7] Nhưng ở những nơi khác trong các thư tín của Phao-lô, "dưới luật pháp" mang một ý nghĩa rộng hơn (đặc biệt trong Ga 4:4, Phao-lô cho rằng Đấng Christ sinh ra "dưới luật pháp").

---

[6]F. L. Godet, *Commentary on Romans*, bd. A. Cusin (1883; repr., Grand Rapids: Kregel, 1977), 251.
[7]Xem J. Murray, *The Epistle to the Romans*, New International Commentary on the New Testament (Grand Rapids: Eerdmans, 1959), 1:229.

Dựa theo ngôn từ Phao-lô sử dụng về sự cai trị, ở "dưới luật pháp" có nghĩa là bị thống trị bởi luật pháp, là một phần của thời kỳ cũ của lịch sử cứu rỗi do kinh tô-ra nắm quyền. Trái lại, "ở dưới ân điển" có nghĩa là sống trong thời kỳ mới, nơi ân điển của Đức Chúa Trời trong Đấng Christ giờ đây cai trị tuyệt đối (xem Rô 5:2, 21). Giăng nói rất nhiều về điều ấy trong phần mở đầu sách Phúc Âm của mình: "Vì luật pháp đã được ban bố bởi Môi-se, còn ân điển và chân lý thì đến từ Đức Chúa Giê-xu Christ" (Giăng 1:17).

Được Tự Do Khỏi Tội Lỗi, Làm Nô Lệ Cho Đức Chúa Trời (6:15–23)

Phần thứ hai của Rô-ma 6 dường như lặp lại hầu hết nội dung của phần thứ nhất. Phao-lô một lần nữa bắt đầu bằng việc đặt câu hỏi xem kinh nghiệm ngập tràn trong ân điển của Đức Chúa Trời phải chăng có nghĩa là vấn đề tội lỗi không còn quan trọng nữa (6:15). Ông trả lời bằng cách khẳng định một lần nữa rằng chúng ta đã được giải phóng khỏi tội lỗi và vì vậy, chúng ta phải sống cuộc đời công chính. Chắc chắn là một sự lặp lại ở đây. Phao-lô rõ ràng muốn chúng ta phải nắm được ý mà ông đang nói. Tuy nhiên, cũng có một điểm tập trung mới. Như chúng ta đã thấy, Phao-lô sử dụng hình ảnh của sự chuyển dời thế giới để trình bày quan điểm của mình về địa vị mới của chúng ta. Trong 6:1–14, ông tập trung vào khía cạnh tiêu cực của sự chuyển dời đó: tự do khỏi sự chuyên chế của tội lỗi. Ngược lại, trong 6:15–23, Phao-lô phát triển chi tiết hơn về khía cạnh tích cực của sự chuyển dời: sự cai trị của Đức Chúa Trời và đòi hỏi đối với sự vâng lời và công chính.

Giống như 6:1 sử dụng cách diễn đạt của 5:20, thì ở đây Phao-lô hình thành câu hỏi đầu tiên của mình bằng ngôn từ mà ông vừa mới sử dụng trong câu 14. Một số có thể hiểu sai lời tuyên bố rằng tín hữu không ở dưới luật pháp nhưng ở dưới ân điển như là lmột ời mời gọi để phạm tội. Một lần nữa nhắc lại điều đã nói ở đầu chương 6, Phao-lô phản đối mạnh mẽ một suy luận như thế rằng: "Chẳng hề như vậy"! Lời giải thích cho phản đối đó trong câu 16 tập trung vào một thực tế then chốt: con người luôn là nô lệ cho một điều gì đó. Phao-lô ngụ ý rằng sự tự do tuyệt đối là một điều hão huyền. Không một ai có được sự tự do trong ý nghĩa đó. Như vậy, câu hỏi trở nên anh em muốn làm nô lệ cho ai hay cho cái gì? Cho tội lỗi để gặt lấy hậu quả là sự chết đời đời? Hay là cho sự vâng lời để đem đến sự công chính? Tiếp tục sống một cuộc đời tội lỗi sẽ cho thấy chúng ta vẫn còn là nô lệ của tội lỗi. Lựa chọn duy nhất là phải vâng lời Chúa và điều đó cho thấy rằng giờ đây Ngài là người chủ thật sự của chúng ta. Trong 6:17–18, Phao-lô nhắc nhở chúng ta rằng cuộc đời vâng lời mà ông kêu gọi vừa là một chỉ thị và cũng cũng là điều khả thi bởi chúng ta đã được chuyển dời từ thế giới cũ của tội lỗi và sự chết sang thế giới mới của sự công chính và sự sống. Chúng ta đã từng là nô lệ cho tội lỗi nhưng khi đặt để đức tin nơi Đấng Christ, chúng ta đã dâng hiến chính mình cho một "kiểu mẫu dạy dỗ" mới, tức là tin lành. Và tin lành đòi hỏi chúng ta nhận biết Chúa Giê-xu là Cứu Chúa và sống bày tỏ những kết quả về quyền chủ tể của Ngài.

Câu 19 là tâm điểm của 6:15–23. Trước (6:17–18) và và sau câu này là những lời nhắc nhở về tình trạng mới của chúng ta nhờ ân điển của Đức Chúa Trời (câu 20–23). Còn câu 19, Phao-lô nhắc lại mạng lệnh căn bản của câu 13: nhận ra thế giới mới mà chúng ta sống trong đó, chúng ta phải dâng chính mình làm nô lệ cho sự công chính và sự thánh khiết. Phao-lô nhận thức những giới hạn trong hình ảnh ẩn dụ của ông tại phần mở đầu của câu này ("tôi nói theo cách loài người") để kêu gọi tín hữu rằng "nô lệ" có thể ám chỉ rằng chúng ta đã bị bắt buộc để làm một công việc phục vụ vất vả, nhưng trái lại, phục vụ Đấng Christ là một vinh dự cao quý và vui sướng. Đức Chúa Trời đòi hỏi rằng dân sự Ngài phải vâng lời Ngài. Ngài đã bày tỏ trong lời của Ngài chúng ta phải vâng lời như thế nào. Điều thú vị là Phao-lô cho rằng sự tuân giữ mới của chúng ta phải phản chiếu sự tuân giữ cũ. Nếu chúng ta đã từng hiến mình để phục vụ cho đồng tiền, hay tranh đấu cho địa vị, giờ đây chúng ta phải dùng những năng lực như vậy để phục vụ Đức Chúa Trời và sự công chính. Phao-lô nhắc chúng ta trong câu 20 rằng khi còn là những người vô tín và nô lệ cho tội lỗi, chúng ta đã khá ự do khỏi quyền kiểm soát của sự công chính. Ở đây, người vô tín có ít nhất một sự tự do: tự do khỏi bất kỳ năng lực cơ bản để sống cuộc đời công chính. Vì vậy, những người sống trong thế giới của tội lỗi đã có sự tự do chắc chắn, nhưng đó là một sự tự do không đáng thèm muốn. Họ cũng "kết quả" (karpos; bản NIV dịch là "lợi ích"), nhưng đó là kết quả không không ai thích bởi vì nó dẫn tới sự chết. Phao-lô sử dụng hình ảnh của "quả" để mô tả hành vi đặc trưng của những người vô tín. Là nô lệ cho tội lỗi, những người vô tín thể hiện thái độ và phong cách sống dẫn tới sự định tội và là nguồn cơn xấu hổ cho người Cơ Đốc. Trái lại (6:22), tín hữu, những người nô lệ cho Đức Chúa Trời, có thể kết quả dẫn đến sự thánh khiết và sự sống đời đời. Việc lành mà tín hữu làm là kết quả của mối liên hệ mới của họ với Đấng Christ, tạo nên một kiểu mẫu chung của cuộc sống mà Phao-lô gọi là "thánh khiết". Từ này (*hagiasmos*) đến từ một nhóm chữ rất quan trong trong Kinh Thánh biểu hiện bản tính của Đức Chúa Trời và từ đó, biểu thị bản tính mà dân sự của Ngài phải bày tỏ. "Các con phải thánh vì Ta là thánh" là một tóm tắt nổi tiếng của vấn đề này, được vang vọng xuyên suốt Cựu Ước và Tân Ước (ví dụ, Lê 11:45; 1 Phi 1:16). Trong thế giới mới, được giải phóng khỏi tội lỗi và làm nô lệ cho Đức Chúa Trời, tín hữu có thể tuân theo lời mời gọi này để sống một cuộc đời thánh khiết.

Nhiều người trong chúng ta thuộc lòng câu 23. Chúng ta thường nghe câu này được trích dẫn riêng biệt như là bản chất của phúc âm Cơ Đốc. Nhưng giờ đây, chúng ta đã thấy được câu này gắn kết với văn cảnh của nó thế nào. Phao-lô đã cảnh báo chúng ta trong suốt Rô-ma 6, đặc biệt là trong 6:15–22, rằng lối sống tội lỗi dẫn đến sự chết đời đời và sự định tội. Tín hữu, những người đã "chết đối với tội lỗi" sẽ không còn sống theo lối sống ấy. Nhưng chúng ta vẫn có thể còn rất xem thường tội lỗi, như thế nó không hề quan trọng khi giờ đây chúng ta đã được cứu và được định cho thiên đàng. Vì thế, lời cảnh báo của Phao-lô dành cho chúng ta, những người tin cũng như cho những người chưa tin. Khía cạnh tích cực là lời khích lệ cũng dành cho chúng ta những người tin: tặng phẩm của Đức Chúa Trời là sự sống đời đời trong Đức Chúa Giê-xu Christ, Chúa chúng ta. Như D. M. Lloyd-Jones đã trình bày, câu Kinh Thánh này sử dụng ba sự tương phản căn bản trong sự dạy dỗ của Phao-lô ở phần này của sách Rô-ma:

1. Người chủ mà chúng ta hầu việc (tội lỗi hay là Đức Chúa Trời)

2. Kết quả của sự hầu việc đó (sự chết hay là sự sống đời đời)

3. Kết quả đó có được ra sao (nhờ công lao đạt được hay là tặng phẩm nhận được)

Câu Hỏi Suy Gẫm

1. Phao-lô có ý gì khi nói rằng tín hữu đã "chết đối với tội lỗi"? Đâu là những kết quả thực tiễn của nó?

2. Tại sao Phao-lô lại sử dụng ngôn ngữ của phép báp-têm trong Rô-ma 6:3–4? Những câu Kinh Thánh trên nói gì về việc chúng ta thực hiện lễ báp-têm?

3. Ý niệm về sự chuyển dời thế giới (realm transfer) giúp chúng ta hiểu bản chất của đời sống Cơ Đốc như thế nào?

4. Lời dạy của Phao-lô trong Rô-ma 6:15–23 cho biết điều gì về cách chúng ta thường dùng từ ngữ "tự do" trong thế giới hiện đại?

Chương 11

Tự Do Khỏi Luật Pháp (Rô-ma 7:1–25)

Dàn ý:

- Được giải thoát khỏi sự giam cầm của luật pháp thông qua sự chết của Đấng Christ (7:1–6)
- Sự xuất hiện của luật pháp (7:7–12)
- Cuộc sống ở dưới luật pháp (7:13–25)

Mục tiêu:

Sau khi đọc xong chương này, độc giả có thể:

1. Giải thích những hàm ý của việc tín hữu được giải phóng khỏi sự giam cầm của luật Môi-se.
2. Nêu ra và đánh giá ba cách giải thích phổ biến về kinh nghiệm được mô tả trong Rô-ma 7:7–25.
3. Giải thích sự đóng góp của Rô-ma 7 vào sự hiểu biết của chúng ta về đời sống Cơ Đốc, cụ thể là trong mối liên hệ với luật pháp và quyền lực tiếp diễn của tội lỗi.

Tôi là ai? Có ít câu hỏi nào quan trọng hơn câu đó. Câu trả lời của bạn đối với câu hỏi đó sẽ chi phối giá trị cốt lõi, lối sống, và tương lai của bạn. Chẳng hạn như, nếu tôi chọn rằng tôi là một tuyển thủ của đội bóng rổ quốc gia trong tương lai (*National Basketball Association* - NBA), thì tôi có thể quyết định việc đó rất đáng để tôi từ bỏ công việc hằng ngày và tập trung vào bóng rổ để đạt đủ điều kiện. Dưới

Ở dưới giao ước cũ, những con sinh tế được dâng lên trên bàn thờ giống như thế này

ảnh hưởng của một vài trường phái tâm lý, nếu tôi chọn rằng tôi được quyết định bởi môi trường và sự di truyền, thì tôi sẽ không dành nhiều thời gian tự hỏi mình phải có những hành động nào và liệu rằng những hành động đó đúng hay sai. Trái lại, nếu tôi chọn rằng tôi là con của Đức Chúa Trời, được dựng nên theo hình ảnh của Ngài và được cứu rỗi khỏi tội lỗi thông qua Con Ngài, thì tôi sẽ có suy nghĩ khá khác biệt về việc tôi nên sống cuộc đời mình như thế nào. Tôi cho rằng hầu hết, nếu không phải là tất cả, những người đọc quyển sách này đều đã đồng ý quyết định cuối ở trên. Nhưng nếu chúng ta trả lời câu hỏi "Tôi là ai?" bằng lời đáp "một Cơ Đốc nhân" thì chúng ta vẫn còn để rất nhiều thứ chưa được giải quyết. Là một Cơ Đốc nhân có nghĩa gì? Một Cơ Đốc nhân trông như thế nào? Và ở tại đây, Rô-ma 7 bước vào trong bức tranh này.

Một vài phân đoạn Kinh Thánh đã có nhiều ảnh hưởng trong việc uốn nắn Cơ Đốc nhân nên suy nghĩ như thế nào về bản thân họ. Tuy nhiên, tôi cho rằng, hầu hết Cơ Đốc nhân đã sai trong những kết luận mà họ có từ đoạn Kinh Thánh này. Nếu bài khảo sát không chính thức do chính tôi thực hiện là một chỉ số đáng tin cậy thì hầu hết tín hữu cho rằng trong Rô-ma 7 (đặc biệt là trong câu 15–20), Phao-lô đang mô tả về kinh nghiệm của một "Cơ Đốc nhân thông thường". Và vì vậy, họ kết luận sự tranh chiến liên tục với tội lỗi và thậm chí bị thất bại bởi tội lỗi là một tiêu chuẩn trong đời sống Cơ Đốc. Hiện nay, rõ ràng là Cơ Đốc nhân đang thực sự tranh chiến với tội lỗi. Thật vậy, tôi cho rằng việc Phao-lô dạy chúng ta tranh chiến với tội lỗi sẽ không kết thúc cho tới khi chính thân thể của chúng ta được biến hoá. Tuy nhiên, tôi không cho rằng Rô-ma 7 mô tả về sự tranh chiến này. Và tôi không cho rằng kết quả tiêu cực của sự tranh chiến mà Rô-ma 7 miêu tả phải là đặc trưng của đời sống Cơ Đốc. Tôi sẽ giải thích những ý đó và cố gắng chứng minh chúng khi nghiên cứu đoạn Kinh Thánh này. Điều quan trọng là phải có một khởi đầu đúng đắn. Để làm điều đó, chúng ta cần phải thiết lập chủ đề căn bản của Rô-ma 7.

Rô-ma 7 không phải nói về đời sống Cơ Đốc. Nó nói về luật pháp, kinh tô-ra. Khi Phao-lô phát triển lập trường của mình về sự chắc chắn của niềm hy vọng Cơ Đốc, tức là chủ đề chung của Rô-ma 5–8, ông dừng lại trong đoạn 6 và 7 để bàn về hai hiểm hoạ chủ yếu đối với niềm hy vọng đó: tội lỗi và luật pháp Môi-se. Tội lỗi là một hiểm họa rõ ràng. Nhưng tại sao lại có luật pháp Môi-se ở đây? Lời giải đáp sẽ biểu lộ rõ ràng hơn đoạn Kinh Thánh này dần được hé mở. Nhưng xin nhớ lại rằng Phao-lô trong sách Rô-ma đã gán cho luật pháp với vai trò rất tiêu cực trong lịch sử cứu rỗi. Luật pháp làm cho chúng ta "nhận biết tội lỗi" (3:20), nó không thể xưng công chính (3:28), nó đem đến cơn thịnh nộ (4:15), nó làm gia tăng tội lỗi (5:20) và nó trái ngược với ân điển (6:14, 15). Phân đoạn đầu tiên trong Rô-ma 7:1–6, đưa chủ đề tiêu cực này tới đỉnh cao. Sau đó, vì vốn quen với việc người ta sẽ đáp ứng với sự dạy dỗ của mình như thế nào, Phao-lô quay trở lại và suy nghĩ về câu hỏi quen thuộc: nếu luật pháp đã làm tất cả những điều xấu xa như vậy, thì tự bản thân nó có phải là một điều tội lỗi? Phao-lô trả lời câu hỏi này trong 7:7–25. Do đó, một lần nữa, Rô-ma 7 nói về luật pháp Môi-se: tại sao Cơ Đốc nhân cần phải được giải thoát khỏi sự giam cầm của nó? Tại sao nó không phải là luật pháp tốt đẹp, thánh khiết của Đức Chúa Trời? Và cuối cùng là tại sao nó lại không đủ năng quyền để thắng hơn vấn đề tội lỗi và sự chết?

Luật Pháp Và Cơ Đốc nhân

Phao-lô nêu lên một chủ đề thần học và thực tiễn cấp thiết trong Rô-ma 7:4, 6 (xem thêm 6:14, 15): Luật pháp Môi-se có vai trò gì trong đời sống tín hữu? Thần học tin lành hiện đại thừa hưởng rất nhiều từ luồng tư tưởng khởi xuất từ Calvin thông qua những người Thanh Giáo (Puritans). Trong tư tưởng này có một sự phân biệt căn bản giữa một bên xem luật Môi-se như là giao ước của việc làm và một bên xem nó như là nguyên tắc sống. Quan điểm thứ nhất, vốn đòi hỏi chúng ta vâng theo luật pháp để nhận được sự chấp thuận của Đức Chúa Trời, đã được bãi bỏ trong Đấng Christ. Những người ủng hộ truyền thống tư tưởng này khẳng định nhất quán rằng đây chính là điều mà Phao-lô ám chỉ đến trong Rô-ma 7:4. [a] Nhưng sự phân biệt này thật đáng ngờ. Bất kỳ thẩm quyền nào của luật pháp định tội thì đều gắn liền với quyền lực trói buộc của nó. Nếu một người "ở dưới luật pháp", thì người đó bị phân rẽ khỏi ân điển và là một nạn nhân bất lực của tội lỗi (xem Rô 6:14). Và "ở dưới luật pháp" như 1 Cô-rinh-tô 9:19–21 trình bày rõ ràng là ở dưới quyền lực điều khiển của nó. Thế thì, tôi cho rằng đúng hơn là nên giải thích Rô-ma 7:4 (và 6:14, 15) như là một lời dạy dỗ rằng tín hữu đã được giải phóng khỏi thẩm quyền trói buộc trực tiếp của luật pháp Môi-se. Không một phần nào của luật pháp đó tồn tại như là một tác nhân chỉ dẫn đạo đức độc lập, thậm chí Mười Điều Răn cũng không. Tín hữu đã được biến đổi từ thế giới mà luật pháp cai trị đến với thế giới được cai trị bởi Đấng Christ. Vậy nên, chúng ta vâng phục trực tiếp "luật pháp của Đấng Christ" (Ga 6:2) chứ không phải luật pháp của Môi-se. Nói theo phương diện thần học lịch sử, tôi đứng về phía của Luther, phản đối sự dạy dỗ đặc trưng của những nhà cải chánh về "cách dùng thứ ba của luật pháp" - dùng luật pháp như là nguyên tắc sống cho tín hữu.

Quan điểm tôi đề nghị tạo ra khác biệt gì? Trên thực tế, không nhiều sự khác biệt. Ở đây có hai điểm đặc biệt quan trọng. Đầu tiên, bất kể điều gì mà hầu hết Cơ Đốc nhân xem là luật đạo đức có giá trị đời đời trong luật pháp Môi-se rõ ràng là đã được Đấng Christ và các sứ đồ tiếp nhận và làm thành một phần của luật pháp Đấng Christ mà chúng ta đang sống trong đó. Về Mười Điều Răn, chỉ có điều răn về ngày Sa-bát là không được lặp lại đúng theo nguyên văn ở trong Tân Ước. (Điều này giải thích tại sao bản chất và ý nghĩa của ngày Sa-bát là một vấn đề tranh cãi.) Thứ hai, Phao-lô không nói (như một số người đã giải thích sai rằng ông đang nói) rằng Cơ Đốc nhân không còn bị trói buộc bởi bất kỳ mạng lệnh cụ thể nào. Đúng hơn, Phao-lô nói điều ngược lại (xem 1 Cô 7:19b). Điều mà Rô-ma 7:4 và những câu Kinh Thánh tương tự muốn nói là chúng ta không bị trói buộc bởi luật pháp Môi-se. Nhưng chúng ta bị trói buộc bởi một luật pháp, luật pháp của Đấng Christ (Ga 6:2; 1 Cô 7:19–21). [b]

[a] Xem Calvin's *Institutes* 2.11.9; cũng xem P. Fairbairn, *The Revelation of Law in Scripture* (1869; bản in lại, Grand Rapids: Zondervan, 1957), 429–30.

[b] Để có một sự khảo cứu chi tiết theo nhiều quan điểm về toàn bộ vấn đề này, xem S. Gundry, btv., *Five Views on Law and Gospel* (Grand Rapids: Zondervan, 1993).

Được giải thoát khỏi sự giam cầm của luật pháp thông qua sự chết của Đấng Christ (7:1–6)

Câu 4 là tâm điểm của phân đoạn Kinh Thánh ngắn gọn này: Cơ Đốc nhân được giải thoát khỏi sự giam cầm của tội lỗi thông qua sự chết của Đấng Christ. Câu 1 nêu ra nguyên tắc, câu 2–3 minh hoạ nó như là cách dẫn dắt tới tâm điểm. Tiếp theo, 7:5–6 miêu tả chi tiết lý do tại sao sự giải thoát này phải xảy ra và kết quả mà nó mang lại.

Như tôi đã giải thích rõ trước đây, "luật pháp" (*nomos*) mà Phao-lô đang nói đến trong suốt Rô-ma 7 là luật pháp Môi-se, kinh tô-ra. Điều này có lẽ cũng đúng trong trường hợp câu 1. Nhưng khi viết cho độc giả của mình là "những người biết luật pháp", có phải Phao-lô đang báo hiệu cho việc thay đổi độc giả? Điều đó có phải

Nhà hội tại Ca-bê-na-um được xây dựng trên nền của nhà hội mà rất có thể Chúa Giê-xu đã từng dạy dỗ

là giờ đây Phao-lô đang giới hạn sự tập trung của mình từ Cơ Đốc nhân ở Rô-ma nói chung sang những tín hữu Do Thái mà thôi? Sự giải thích này là khả thi, tuy nhiên nó có vẻ không đúng lắm. Một lý do quan trọng là Phao-lô liên kết sự giải thích trong đoạn này quá chặt chẽ với lập luận chung của ông nên chúng ta không thể tách rời phần này để dành riêng cho độc giả ở phạm vi hẹp hơn. Một lý do khác là hầu hết tất cả Cơ Đốc nhân ở Rô-ma dù là người Do Thái hay không đều biết luật pháp. Rất nhiều tín hữu ngoại quốc vốn là người kính sợ Chúa, những người đã tham dự các buổi nhóm tại nhà hội và đọc Kinh Thánh trước khi họ tiếp nhận Đấng Christ. Điều mà những người đó sẽ học biết từ bản thân luật pháp là quyền lực của nó trên con người sẽ kết thúc tại thời điểm của sự chết. Phao-lô minh hoạ nguyên tắc này trong 7:2-3. Rất nhiều nhà giải kinh đã cố gắng tìm một hình ảnh so sánh cụ thể cho các câu này. Chẳng hạn, họ ví người vợ là người tin Chúa, người chồng thứ nhất là "con người cũ," và người chồng thứ hai là "con người mới". Nhưng hình ảnh ví sánh này hay bất kỳ hình ảnh phúng dụ nào cũng đều không thể giải thích đúng nghĩa. Tốt hơn là chúng ta nên đơn giản xem câu chuyện này như là một minh hoạ cho một chân lý đơn giản: nếu một người muốn được giải thoát khỏi thẩm quyền của luật pháp thì cái chết phải diễn ra. Hễ khi người chồng còn sống thì người phụ nữ bị luật pháp ngăn cấm không cho lấy chồng khác. Nhưng một khi người chồng qua đời, người phụ nữ ấy được tự do khỏi luật pháp đối với vấn đề hôn nhân và ngoại tình. Người nữ đó có thể lấy chồng một lần nữa mà không lo sợ về hình phạt hay sự chỉ trích.

Và trong 7:4, Phao-lô cũng kết luận về Cơ Đốc nhân như vậy. Chúng ta cũng đã kinh nghiệm sự chết để có thể được giải thoát khỏi luật pháp và được hiệp nhất với Đấng Christ. Chúng ta đừng nên bỏ qua sự tương đồng ở điểm này giữa Rô-ma 6 và Rô-ma 7. Theo Rô-ma 6, nếu Cơ Đốc nhân đã "chết đối với tội lỗi" (ví dụ 7:2-3), thì cũng như vậy, theo Rô-ma 7, chúng ta đã "chết đối với luật pháp". Khái niệm thần học trong cả hai trường hợp trên là như nhau. Trong thời kỳ cũ, chúng ta sống ở dưới sự cai trị của tội lỗi và luật pháp. Cho dù vì nhiều lý do rất khác nhau (xem 7:7–12), cả hai điều trên đều có ảnh hưởng xấu trên chúng ta. Thực ra, đến với Đấng Christ có nghĩa là kinh nghiệm một sự đổi mới hoàn toàn về địa vị đối với tội lỗi và luật pháp. Không điều gì có sức mạnh cai trị tín hữu nữa. Không điều gì quyết định số phận của chúng ta. Chúng ta được tự do khỏi cả hai điều trên và sự tự do này đã đạt được thông qua việc làm của Đấng Christ. Chương 6 tập trung vào sự hiệp nhất của chúng ta với Đấng Christ trong sự chết, sự chôn, và sự sống lại. Có thể Phao-lô cũng có ý nói đến sự đoàn kết tương tự khi sử dụng từ ngữ "thân thể của Đấng Christ", nhưng ở đây ông nói thân thể của Đấng Christ hy sinh vì chúng ta trong sự chết của Ngài. Cuối cùng, chương 6 và chương 7 có điểm tương đồng. Chương 6 miêu tả rằng việc chúng ta chết đối với tội lỗi là kết quả của sự sống mới và kết quả đó dẫn đến sự nên thánh (xem 6:22). Câu 7:4 chỉ ra rằng chúng ta chết đối với luật pháp đã dẫn đến sự hiệp nhất của chúng ta với Đấng Christ với mục đích cuối cùng là để chúng ta "kết quả cho Đức Chúa Trời". Chúng ta đã được biến đổi từ thế giới của tội lỗi và luật pháp sang thế giới của Đấng Christ, sự thánh khiết và sự sống.

Tại sao chúng ta cần phải được giải phóng khỏi luật pháp? Câu 5 nêu ra một lời giải thích ngắn gọn. Về bản chất, Phao-lô cho rằng luật pháp đã trở thành công cụ để qua đó tội lỗi mang đến sự chết. Chỉ có điều, ở đây Phao-lô không nói làm thế nào mà luật pháp đánh thức những "tham dục của tội lỗi". Như ông miêu tả chi tiết ở những chỗ khác (xem 4:15, 5:13–14, 7:7–12), dường như ý của Phao-lô là luật pháp vừa kích thích những con người thọ tạo đầy tội lỗi làm sự phản nghịch, vừa làm gia tăng hình phạt đối với tội lỗi. Tất cả chúng ta đều quen thuộc với khái niệm về những trái cấm: cấm một hành động là cách tốt nhất có thể để làm gia tăng sự phổ biến của nó. Nếu tôi nói với các con của tôi rằng chúng không được phép chơi trên vũng nước bùn lầy sau trận mưa rào thì rất khó để chúng không chơi, thậm chí nếu đó là lần đầu tiên chúng được nghe về ý tưởng này qua lời ngăn cấm của tôi. Như chúng ta đã thấy trước đó trong sách Rô-ma, Phao-lô tin quyết rằng sự xuất hiện của luật pháp làm cho tình thế của con người tồi tệ hơn khi nó biến tội lỗi thành "sự vi phạm": bất tuân một điều răn rõ ràng của Chúa. Vì vậy, chúng ta cần được giải phóng khỏi luật pháp bởi vì nó đã trở thành đồng minh với tội lỗi trong việc đem đến sự chết trong chúng ta. Nếu câu 5 mô tả tình thế mà từ đó chúng ta được giải thoát thì câu 6 mô tả tình thế mới mà chúng ta vui hưởng như là kết quả của sự giải thoát đó. Tự do khỏi luật pháp không có nghĩa là sự đòi hỏi của Đức Chúa Trời trên chúng ta đã kết thúc. Đòi hỏi đó được biểu hiện mới mẻ và mạnh mẽ thông qua Thánh Linh Ngài. Chúng ta không còn phục vụ trong "cách cũ của văn tự" nữa. "Văn tự" được dịch từ nguyên văn Hy Lạp *gramma*, nghĩa là "chữ nghĩa", một từ mà Phao-lô sử dụng để biểu thị giao ước của Môi-se, về cơ bản, như là một đòi hỏi ở bên ngoài (xem giải thích trong 2:28–29). Tương phản với "văn tự" là Thánh Linh, món quà thế giới mới mà Đức Chúa Trời ban cho tất cả những ai đến với Ngài trong đức tin. Cho đến bây giờ, Phao-lô vẫn chưa nói nhiều về Thánh

Linh trong sách Rô-ma (mặc dù, một lần nữa, xem giải thích ở 2:28–29). Ở đây, ông chỉ đề cập vắn tắt chủ đề Đức Thánh Linh để hướng đến phần khai triển lớn hơn trong Rô-ma 8.

Những Tương Đồng Giữa Rô-ma 6 và Rô-ma 7:4

Rô-ma 6	Rô-ma 7:4
Chúng ta đã chết đối với tội lỗi (6:4) bởi sự hiệp nhất với Đấng Christ (câu 4–5),	Anh em đã chết về luật pháp nhờ thân thể của Đấng Christ
nô lệ cho sự công chính và cho Đức Chúa Trời (câu 18, 22)	và nay thuộc về một người khác, là Đấng đã sống lại từ cõi chết,
"Kết quả mà anh em được là sự thánh hoá" (câu 22)	để chúng ta kết quả cho Đức Chúa Trời

Sự Xuất Hiện Của Luật Pháp (7:7–12)

Phao-lô có mục đích kép trong phân đoạn này. Đầu tiên, ông muốn bảo vệ luật pháp khỏi lời cáo buộc rằng bản thân luật pháp là xấu xa. Thật dễ hiểu để ai đó đưa ra lời cáo buộc như vậy. Chẳng phải chính Phao-lô đã xác nhận rằng luật pháp khuấy động tội lỗi (7:5) và rằng Cơ Đốc nhân cần phải được giải thoát khỏi nó (7:4, 6) hay sao? Phao-lô rõ ràng bác bỏ lời cáo buộc này (7:7). Ông kết luận rằng, "luật pháp là thánh, điều răn cũng là thánh, công bình, và tốt đẹp" (7:12). Thứ hai, Phao-lô muốn nghiên cứu sâu hơn nữa vào trong mối liên hệ chính xác giữa tội lỗi, luật pháp và sự chết. Ông phủ nhận luật pháp ở trong cùng một thể loại với tội lỗi, nhưng lại quả quyết rằng có một mối liên hệ giữa chúng. Theo Phao-lô, tội lỗi là thủ phạm: nó dùng luật pháp để đem đến sự chết.

Khi nêu ra những điểm căn bản như vậy, Phao-lô quay trở lại văn phong tường thuật. Rõ ràng, ông mô tả kinh nghiệm của một cá nhân: "Tôi". "Tôi" này là ai? Ở đây, rất nhiều độc giả có thể nghĩ rằng tôi đang nêu lên một câu hỏi buồn cười, bởi vì rõ ràng "Tôi" chính là tác giả sách Rô-ma, viết về kinh nghiệm bản thân. Phao-lô là tác giả và kinh nghiệm đó là của ông. Có điều gì cần biết thêm? Tôi cảm thông cho những phản đối như vậy; họ thường cho rằng những học giả đôi khi theo đuổi những vấn đề vô nghĩa mà lại bỏ qua ý nghĩa rõ ràng của văn bản. Nhưng tôi không cho rằng một lời buộc tội như vậy là công bằng trong trường hợp này. Như chúng ta sẽ thấy, thực tế là những yếu tố trong kinh nghiệm được mô tả ở các câu Kinh Thánh 17–25 rất gượng ép khi đem gán cho Phao-lô. Hơn nữa, chúng ta phải cân nhắc những khác biệt giữa văn hoá của chúng ta và của Phao-lô. Chúng ta có thể cho rằng một câu chuyện kể sử dụng đại từ "Tôi" có thể chỉ về duy nhất một điều. Nhưng trong thế giới của người Do Thái ở thế kỷ đầu tiên, điều này không rõ ràng như thế. Xin nhớ lại những nhận xét của tôi về A-đam trong Rô-ma 5: người Do Thái đã có một ý nghĩa sinh động về nhân dạng tập thể. Khá xa lạ với đa số chúng ta, họ có thể xem chính họ là người khác.

Với những quan sát tổng thể được thiết lập, giờ đây chúng ta có thể kiểm tra một cách vắn tắt ba cách giải thích chính về nhân vật "Tôi" trong Rô-ma 7:7–12.

1. "Tôi" là Phao-lô. Ông mô tả kinh nghiệm của chính mình, hoặc (a) khi ông đến một độ tuổi nhất định và mang lấy toàn bộ trách nhiệm đối với luật pháp,
2. "Tôi" là A-đam. Phao-lô nói trong vai trò một con người có liên hệ đến A-đam, người với vai trò đại diện, đã vi phạm luật pháp của Đức Chúa Trời và để lại những hậu quả khủng khiếp.
3. "Tôi" là Y-sơ-ra-ên. Phao-lô nói về lịch sử dân tộc ông và sự xuất hiện của luật pháp đối với họ không phải là sự sống nhưng là sự chết.

Mỗi một quan điểm trên đều có những lập luận mạnh mẽ dựa trên chính lô-gíc của nó và trên những người bênh vực giỏi giang. Chúng ta có thể đánh giá những điểm mạnh và điểm yếu bằng cách tập trung dòng tường thuật chính trong 7:8b–9.

Không có luật pháp	Khi có điều răn
Tội lỗi chết	Tội lỗi lại sống
Thì tôi sống	Còn tôi chết

Nếu ai cho rằng Phao-lô chỉ đơn giản mô tả kinh nghiệm của chính mình thì gặp phải nan đề, đó là, ông chưa bao giờ sống mà "không có luật pháp" và cũng không hề chết khi có điều răn. Là một người Do Thái, ông luôn sống ở dưới luật pháp. Hơn thế nữa, ông được sinh ra dưới án phạt của sự chết vì cớ tội lỗi của A-đam. Điểm thú vị trong cách giải thích liên hệ đến A-đam là trong toàn thể nhân loại, chỉ có A-đam và Ê-va là "sống" (về tâm linh) trước khi luật pháp được ban ra. Duy chỉ họ "chết" (về tâm linh) khi có điều răn (không được ăn trái của một cái cây). Có lẽ Phao-lô đang nghĩ đến kinh nghiệm này, nhưng có lẽ nó không phải là toàn bộ câu chuyện. Trong bối cảnh này, Phao-lô đang nói về về luật pháp của Môi-se, điều rõ ràng chưa hề tồn tại khi A-đam và Ê-va còn sống. Luật pháp đó thực sự xuất hiện khi nó được ban cho dân Y-sơ-ra-ên tại Si-na-i. Nhưng cuối cùng, thật khó để loại bỏ sự ám chỉ cá nhân khi Phao-lô sử dụng chữ "Tôi". Do vậy, cuối cùng chúng ta không thể bỏ trường hợp nào. Nếu dựa vào quan điểm lịch sử cứu rỗi thông thường, Phao-lô đang suy ngẫm về ảnh hưởng của luật Môi-se lên dân Y-sơ-ra-ên. Trong khi đó, với góc nhìn cộng đồng của thế kỷ thứ nhất, ông đồng nhất chính mình với kinh nghiệm của Y-sơ-ra-ên. Tại điểm này, sẽ giúp ích nếu chúng ta nhớ lại rằng người Do Thái ăn mừng Lễ Vượt Qua bằng việc xem chính họ như thể đang hiện diện xuyên suốt những sự kiện trọng đại của thời kỳ xuất Ai Cập. Phao-lô cũng làm đại loại như vậy, xem chính mình, một người Do Thái chính gốc, như thể đang hiện diện khi luật pháp Môi-se được ban cho Y-sơ-ra-ên lúc ban đầu.

Và rồi kinh nghiệm này lại được phác hoạ như bản tóm lược về kinh nghiệm của A-đam và Ê-va ở vườn địa đàng (xem 5:13–14).

Với cái nhìn tổng thể này, chúng ta có thể lướt qua một số chi tiết trong phân đoạn Kinh Thánh. Như trong 3:20, Phao-lô cho rằng sự hiểu biết về tội lỗi đến bởi luật pháp. Khi ông giải thích thêm trong 7:13, có thể điều này có nghĩa rằng trước hết luật pháp bày tỏ tội lỗi với bản chất trung thực của nó. Khi không vâng giữ luật pháp mà chính Đức Chúa Trời ban cho Y-sơ-ra-ên, người Do Thái nhận biết rằng tội lỗi của họ là một sự phản nghịch trắng trợn đối với Chúa. Phao-lô minh họa bằng việc trích dẫn điều cuối trong Mười Điều Răn, "Ngươi chớ tham lam" (7:7). Một số nhà giải kinh cho rằng Phao-lô chọn điều răn này bởi vì cá nhân ông đang có một tranh chiến cụ thể đầy khó khăn với vấn đề "tham lam" hay tham dục (có thể là tội lỗi dâm dục). Tuy nhiên, có vẻ đúng hơn là Phao-lô học theo những tiền lệ của người Do Thái trong việc trích dẫn điều răn như thế nó đại diện cho toàn bộ luật pháp.

Lời tuyên bố của Phao-lô rằng "tội lỗi chết" và sau đó, khi có điều răn thì "tội lỗi lại sống" (7:8b-9) phản ánh sự dạy dỗ của ông về luật Môi-se trong những phần khác của sách Rô-ma. Như chúng ta đã thấy, Phao-lô luôn nhắc rằng luật pháp xuất hiện đã biến tội lỗi trở nên sự vi phạm và do đó, làm gia tăng cả về số lượng lẫn sự nghiêm trọng của tội lỗi (4:15; 5:13–15, 20; 7:5). Vì vậy, có thể nói rằng Y-sơ-ra-ên "chết" khi có điều răn. Dân Y-sơ-ra-ên chắc chắn là đã "chết" cũng như tất cả dòng dõi của A-đam. Nhưng một vài truyền thống Do Thái mô tả việc ban cho luật pháp như là thời điểm mà Y-sơ-ra-ên, dân tộc duy nhất trên thế giới, thức tỉnh về đời sống tâm linh đích thực. Vì vậy, Phao-lô cường điệu để có hiệu quả bút chiến, cho rằng rằng sự xuất hiện của luật pháp không đem lại "sự sống" cho Y-sơ-ra-ên mà là "sự chết". Luật pháp ghi dấu sự chết trên Y-sơ-ra-ên khi nó gán trên họ trách nhiệm tỏ tường cho việc vâng giữ những mạng lệnh cố định. Tất cả điều này là để minh họa cho ý chính của Phao-lô: tội lỗi sử dụng luật pháp để đem đến sự chết (7:11). Luật pháp chính là cơ hội của tội lỗi. Vừa tốt lành và thánh khiết, luật pháp của Đức Chúa Trời nêu lên một số yêu cầu khắt khe đối với Y-sơ-ra-ên mà không ban cho họ một tấm lòng và một tâm trí được đổi mới cần có để vâng giữ nó. Tội lỗi, điều mà Phao-lô gần như nhân cách hóa ở đây, có thể đứng dậy và nói như thế rằng, "Hãy xem, ngươi đã không vâng giữ luật pháp mà Đức Chúa Trời ban cho. Ngươi vẫn tiếp tục đi theo ta. Vì vậy, rõ ràng sự chết là điều xứng đáng dành cho ngươi".

Cuộc sống ở dưới luật pháp (7:13–25)

Câu 13 là câu chuyển tiếp khi Phao-lô chuyển từ việc mô tả sự xuất hiện của luật pháp (7:7–12) đến việc mô tả về những tác động tiếp diễn của luật pháp (7:14–25). Vì vậy, cần lưu ý rằng mặc dù chúng ta thấy một số thì quá khứ trong bản dịch tiếng Anh ở 7:7–12, thì hiện tại lại được sử dụng xuyên suốt các câu 14–25 trong bản tiếng Anh. Một lần nữa, chúng ta phải phác hoạ một bức tranh tổng thể của toàn bộ phân đoạn Kinh Thánh này trước khi chúng ta có thể hiểu được bất kỳ chi tiết nào của nó.

Chúng ta rút gọn lại bằng ba lựa chọn:

1. Phao-lô mô tả kinh nghiệm của ông như thế một người Do Thái chưa tiếp nhận Chúa ở dưới luật pháp.
2. Phao-lô mô tả kinh nghiệm của ông, có lẽ một thời gian ngắn sau khi tiếp nhận Chúa như thế ông tìm kiếm sự nên thánh thông qua luật pháp.
3. Phao-lô mô tả kinh nghiệm của ông như thế một Cơ Đốc nhân trưởng thành.

Tranh cãi về Rô-ma 7 đúng là rất sôi nổi chính xác là vì mỗi quan điểm đều có dẫn chứng Thánh kinh hỗ trợ. Chúng ta không thể tránh khỏi những phức tạp về vấn đề giải nghĩa ở đây. Vì vậy, lựa chọn tốt nhất sẽ là cách giải nghĩa phù hợp nhất về mặt tổng thể với tất cả mọi bằng chứng. Tôi cho rằng lựa chọn đầu tiên trong ba điều trên thỏa mãn yêu cầu này nhất. Nhưng trước khi tôi giải thích về kết luận này, chúng ta nên nếm trải không khí tranh luận một chút qua hai lập luận chính yếu ủng hộ quan điểm thứ nhất và thứ ba. Lập luận tán đồng quan điểm đầu tiên, quan điểm xem Phao-lô đang nói về kinh nghiệm trước khi ông tiếp nhận Chúa là (1) ông xác nhận mình là người "xác thịt đã bị bán cho tội lỗi" (câu 14), vốn là một tình trạng không thể có đối với bất kỳ tín hữu nào (xem Rô 6); và (2) ông xác nhận "phải làm nô lệ cho luật của tội lỗi" (7:23) vốn trái ngược với tình trạng của mọi Cơ Đốc nhân, những người đã được "giải phóng...khỏi luật của tội lỗi và sự chết" (8:2). Lập luận tán thành quan điểm thứ ba, quan điểm xem Phao-lô đang nói về kinh nghiệm Cơ Đốc trưởng thành của mình là (1) ông viết trong thì hiện tại; và (2) ông kết luận phân đoạn Kinh Thánh *sau khi* bày tỏ lòng biết ơn về sự giải cứu thông qua Đấng Christ với một lời khẳng định về con người bị phân chia của mình.

Áp Dụng Rô-ma 7

Tôi đã biện luận rằng trong Rô-ma 7:14–25, Phao-lô mô tả thất bại của người Do Thái trong việc vâng giữ kinh tô-ra, luật pháp mà Đức Chúa Trời ban cho họ. Làm thế nào hầu hết chúng ta, vốn không phải là người Do Thái và chưa bao giờ ở dưới kinh tô-ra, có thể áp dụng những câu Kinh Thánh này cho chính mình? Chúng ta phải bắt đầu bằng việc nhận ra rằng kinh nghiệm Y-sơ-ra-ên với luật pháp đóng vai trò kiểu mẫu trong các thư tín của Phao-lô. Nói cách khác, kinh nghiệm của Y-sơ-ra-ên là điển hình. Nó bày tỏ những gì xảy ra khi những con người tội lỗi đối diện với ý chỉ của Đức Chúa Trời. Như Cựu Ước đã mô tả hùng hồn, ở đây chúng ta có một dân tộc trực tiếp chứng kiến những công việc quyền năng của Đức Chúa Trời làm cho họ. Ngài mang họ ra khỏi Ai Cập, ban cho họ một vùng đất tốt và màu mỡ, và hứa ban cho họ sự an nghỉ đời đời trong xứ đó. Tất cả những gì Ngài yêu cầu là họ phải vâng giữ luật pháp mà Ngài ban cho họ thông qua Môi-se. Tuy nhiên, như tất cả chúng ta đều biết, lịch sử của Y-sơ-ra-ên trong Cựu Ước phần lớn là lịch sử của việc họ không vâng giữ luật pháp đó. Sự đoán phạt đến với họ qua việc họ bị đem ra khỏi xứ. Thất bại của Y-sơ-ra-ên cho thấy rằng chính tấm lòng của con người phải được thay đổi. Do đó, Đức Chúa Trời hứa sẽ bắt đầu một giao ước mới với dân sự của Ngài và giao ước này sẽ thành toàn điều ấy một cách chính xác.

Viết ra trong bối cảnh của thế kỷ đầu tiên với những bận tâm sâu sắc về người Do Thái và người ngoại quốc, Phao-lô thường nói một cách tự nhiên về lịch sử này trong Rô-ma 7. Nhưng ông thường ngụ ý rằng lịch sử này đại diện cho tất cả mọi người khi họ đối diện với bất kỳ hình thức nào của luật pháp. Nếu người Y-sơ-ra-ên trong Cựu Ước với tất cả những thuận lợi của họ nhưng lại không thể vâng giữ luật pháp của Đức Chúa Trời, thì người nào hay dân tộc nào có thể vâng giữ được luật pháp mà họ phải theo đuổi? Cuối cùng thì Rô-ma 7 nói về sự thất bại không thể tránh được của luật pháp trong việc giải cứu người ta ra khỏi vấn đề của tội lỗi. Vậy thì, dầu tôi không cho rằng Phao-lô đang mô tả về kinh nghiệm Cơ Đốc trong Rô-ma 7, nhưng đoạn Kinh Thánh này chứa đựng nhiều bài học quan trọng cho Cơ Đốc nhân. Chúng ta cũng phải cẩn thận không để bị rơi vào một thói quen nguy hiểm khi nghĩ rằng luật pháp hay quy tắc của chúng ta có thể là tác nhân dẫn tới sự thánh khiết chân thật. Thật vậy, chúng ta có thể cần luật pháp và quy tắc để hướng dẫn chúng ta trong cuộc sống này và Tân Ước cho chúng ta vô số. Nhưng chúng ta đừng bao giờ xem bản thân chúng là cứu cánh hoặc nghĩ rằng chúng ta có thể nên thánh chỉ đơn giản bằng cách vâng theo chúng.

Lập luận chính cho quan điểm thứ hai, cũng có thể gọi là quan điểm "Cơ Đốc nhân chưa trưởng thành" là vì cả lập luận cho quan điểm thứ nhất và thứ ba tất nhiên đều rất hợp lý, và do đó, cách duy nhất để hài hoà mọi dữ kiện là đưa ra một quan điểm trung gian. Phao-lô là một Cơ Đốc nhân (giải thích dữ kiện trong lập luận cho quan điểm thứ ba), nhưng là một Cơ Đốc nhân đang vỡ mộng bởi vì ông đang cố gắng sống bởi luật pháp (giải thích dữ kiện trong lập luận cho quan điểm đầu tiên). Nhưng nan đề của quan điểm trung gian này là dữ kiện trong lập luận của quan điểm thứ nhất nói đến tình trạng khách quan chứ không phải là một cảm xúc chủ quan. Đây cũng chính là lý do mà tôi cho rằng phân đoạn này mô tả một người chưa được tái sinh. Phao-lô không hề nói rằng ông cảm thấy như thể ông là nô lệ của tội lỗi hay rằng ông cảm thấy như thể ông đang bị cầm tù bởi luật pháp của tội lỗi. Đúng hơn là, ông trình bày những điều trên như là hiện thực về tình trạng của mình. Tuy nhiên, tình trạng đó theo bản chất của nó là điều mà không một Cơ Đốc nhân nào có thể kinh nghiệm. Như Phao-lô đã dạy khá kỹ trong Rô-ma 6, mỗi tín hữu được hiệp nhất với Đấng Christ trong sự chết và sự sống lại, đã được "giải thoát khỏi tội lỗi" (6:18, 22, so sánh 6:6, 14). Và Rô-ma 8:2 trình bày rõ rằng Thánh Linh giải phóng mọi tín hữu khỏi luật pháp của tội lỗi và sự chết. Thế thì đối với tôi, ý chính chỉ đơn giản là: những câu trả lời trong các 7:14–25 không thể đúng đối với một tín hữu, vì vậy, nó không thể nói về Phao-lô. Đó là lý do tại sao tôi cho rằng Phao-lô đang mô tả việc sống như một người Do Thái chưa được tái sinh ở dưới luật pháp thì như thế nào.

Trước khi tiếp tục, tôi xin nêu lên ba điểm quan trọng và ngắn gọn về lập trường của tôi. Trước hết, một lần nữa tôi thừa nhận rằng những ý kiến khác có thể trích dẫn những bằng chứng tốt để ủng hộ quan điểm của họ. Tôi không phớt lờ bằng chứng này, nhưng tôi kết luận rằng bằng chứng đó không mang tính quyết định như luận chứng ủng hộ cách giải thích của tôi. Thứ hai, tôi nhấn mạnh rằng Phao-lô viết về kinh nghiệm của người Do Thái. Vậy thì, 7:14–25 nối tiếp 7:7–12 một cách tự nhiên. Nếu như trong phân đoạn trước đó, Phao-lô viết về ảnh hưởng đối với người Do Thái khi luật pháp xuất hiện, thì giờ đây ông viết về những hậu quả tiếp tục của luật pháp đối với dân tộc Do Thái. Thứ ba, tôi thừa nhận rằng nếu chỉ đứng riêng lẻ thì 7:15–20 có thể mô tả một sự tranh chiến với tội lỗi mà thậm chí vẫn đang diễn ra đối với một Cơ Đốc nhân tốt nhất. Nhưng điều chúng ta phải nhận ra là sự tranh chiến được mô tả trong những câu Kinh Thánh trên dẫn đến thất bại: bị giam cầm bởi luật pháp của tội lỗi. Đây không phải là kết quả của sự tranh chiến của Cơ Đốc nhân đối với tội lỗi.

Như chúng ta đã thấy, câu 13 là một câu chuyển tiếp. Sau đó, câu 14 thiết lập sự tương phản nền tảng mà Phao-lô mô tả trong những câu Kinh Thánh trên: luật pháp tốt đẹp của Đức Chúa Trời tương phản với con người tội lỗi. Cuộc tranh chiến đánh sự dấu tương phản này được mô tả trong 7:15–20 trước khi Phao-lô đúc kết chuyện tường thuật của mình bằng một cái nhìn lại vào tình trạng tổng quan.

Phiên Dịch Kinh Thánh – Trường Hợp Miễn Cưỡng: Từ "Xác Thịt" (Flesh) trong Bản NIV

Trong Rô-ma 7:5, chúng ta bắt gặp một từ quan trọng trong ngữ vựng thần học của Phao-lô: *sarx* (trong bối cảnh này, xem thêm 7:18, 25; 8:3, 4, 5, 6, 7, 8, 9, 12, 13). Nguyên bản NIV (năm 1978, 1984) dịch từ Hy Lạp này là "bản chất tội lỗi" (sinful nature). Với tư cách là Chủ tịch Uỷ ban Phiên dịch Kinh Thánh (the Committee on Bible Translation), khi tôi mời những học giả nhận xét về nguyên bản NIV khi chúng tôi đang chuẩn bị cập nhật, thì quyết định dịch thuật ở từ này nhận được sự quan tâm hơn bất kỳ từ nào khác trong bản NIV. Uỷ ban đã xem xét các ý kiến này một cách nghiêm túc, và dựa vào lượng giá độc lập của chính chúng tôi để quyết định trong bản NIV cập nhật (2011) là từ này được dịch trong những bối cảnh trên là "xác thịt" (flesh) hoặc "thế giới của xác thịt" (the realm of the flesh).

Quyết định của chúng tôi phải được đặt để trong một bối cảnh phù hợp. Đầu tiên, từ *sarx* dịch sát theo nghĩa đen không phải là "xác thịt" (flesh). Đúng hơn, "xác thịt" (flesh) là từ tiếng Anh thường được dùng để chú giải cho từ Hy Lạp này. Cũng như nhiều từ khác, *sarx* không "có nghĩa" đúng với bất kỳ một từ tiếng Anh nào: nó có một phạm vi ngữ nghĩa rộng hơn mà được diễn đạt chính xác trong tiếng Anh với một tập hợp các từ hoặc cụm từ. Vì vậy, tất cả các bản tiếng Anh sử dụng một tập hợp các từ tiếng Anh tương đương để diễn đạt một từ đơn lẻ trong tiếng Hy Lạp này.

Thứ hai, do đó mà việc đưa ra quyết định dịch thuật thật khó khăn. Chúng ta có thể tự tin rằng các bản dịch tiếng Anh hiện đại đều đại khái trình bày chính xác nguyên ngữ. Nhưng không một bản dịch nào dịch sát được nghĩa gốc, và đó là lý do tại sao các học giả, mục sư và thậm chí là những người hầu việc Chúa tình nguyện vẫn phải học tiếng Hê-bơ-rơ và tiếng Hy Lạp. Vậy nên, mỗi người dịch có thể được coi là "người phản bội" đối với nguyên bản, đưa ra những quyết định mà người đó biết là không thể đem đến một sắc thái ý nghĩa chính xác.

Thứ ba, nan đề đối với việc dịch từ "xác thịt" (flesh) là nó chuyển tải hai ý trong tiếng Anh mà Phao-lô đều không có ý định nói tới. Chúng ta thường dùng từ này để nói về "phần thịt trên bộ xương của người hoặc động vật" hoặc để chỉ về sự cám dỗ dâm dục hay là tội lỗi. Chắc chắn ý thứ hai là một phần Phao-lô muốn nói nhưng không phải tất cả. Bởi vì lý do này mà đội ngũ dịch nguyên bản NIV chọn "bản chất tội lỗi" (sinful nature) như là sự cố gắng để nêu ra ý nghĩa của từ ngữ đậm chất thần học này. Nhưng vấn đề của cách dịch này là nó mang vào nhân chủng học (anthropology) của Phao-lô một khái niệm xa lạ của "bản chất" (nature). Đứng trước quyết định nên dịch từ *sarx* là "bản chất tội lỗi" (sinful nature) hay là "xác thịt" (flesh). Cách dịch thứ nhất mở đường cho những suy đoán tai hại về "bản chất" (nature), còn cách dịch thứ hai có thể không biểu đạt một cách rõ ràng trong tiếng Anh), Uỷ ban Phiên dịch NIV đã chọn cách dịch thứ hai (trừ ra 7:18 và 7:25 vẫn tiếp tục dùng "bản chất tội lỗi" bởi vì nó lột tả đúng sự phân rẽ trong con người của Phao-lô thành hai phần hoặc hai xu hướng trong bối cảnh này). Nhưng độc giả tiếng Anh phải nên nhận ra rằng cách dịch thuật này là một quyết định khó khăn và rằng không hề có một sự tương đương riêng lẻ trong tiếng Anh để có thể lột tả được ý tưởng phức tạp của Phao-lô.

Phao-lô đã xác nhận rằng luật pháp là "tốt" (7:12) nhưng chưa giải thích làm thế nào một điều gì đó tốt đẹp lại có thể được sử dụng bởi tội lỗi để đem đến sự chết.

Điều này Phao-lô sẽ trình bày trong 7:14–25. Câu trả lời cơ bản của ông là mặc dù luật pháp là thánh và tốt đẹp, những người nhận lãnh nó thì không phải như vậy. Bởi vì con người ở dưới quyền lực của tội lỗi, nên họ không thể vâng giữ luật pháp. Và vì vậy, luật pháp chỉ ra tội lỗi thật sự là gì, khiến một luật pháp tốt đẹp của Đức Chúa Trời trở nên một công cụ của sự chết (7:13). Phao-lô tóm tắt ngắn gọn tình trạng này trong 7:14. Luật pháp có thể là "thiêng liêng" (tức là được Chúa ban cho, là lời có thẩm quyền), nhưng "tôi là người xác thịt đã bị bán cho tội lỗi". Những nhà giải kinh nào cho rằng Phao-lô đang mô tả kinh nghiệm Cơ Đốc của mình thì lý giải rằng những lời ở trên chỉ đơn giản khẳng định một chân lý thánh kinh và kinh nghiệm, đó là, vì các Cơ Đốc nhân vẫn còn chịu sự ảnh hưởng của thế giới cũ nên tiếp tục bị tội lỗi lôi cuốn. Nhưng cách diễn đạt ở đây mạnh mẽ hơn điều đó. Nó chỉ về một người làm nô lệ đối với tội lỗi mà không một Cơ Đốc nhân nào còn có kinh nghiệm đó nữa (xem Rô-ma 6).

Trong 7:15–20, Phao-lô chuyển sang mô tả tác động của tình trạng căng thẳng này đối với cuộc sống của những người Do Thái thành tâm và yêu mến kinh tô-ra. Người Do Thái đồng ý rằng "luật pháp là tốt đẹp" (7:16). Họ muốn vâng giữ nó nhưng họ nhận thấy bản thân luôn luôn thiếu hụt so với những đòi hỏi của nó. Tất nhiên, Phao-lô không hề có ý rằng người Do Thái luôn luôn thất bại trong việc thi hành luật pháp. Rất nhiều người trong số họ sống những cuộc đời mẫu mực, thực thi rất nhiều điều mà luật pháp đòi hỏi, thậm chí trong những hoàn cảnh đầy khó khăn. Nhưng ý của Phao-lô là sự vâng lời luôn luôn thiếu hụt. Chưa hề có một người Do Thái nào thực thi luật pháp một cách trọn vẹn. Tất cả những người Do Thái có sự nhạy cảm với những điều thuộc linh ở mức độ nào đó đều cảm thấy thất vọng vì họ thất bại trong việc sống đúng theo những đòi hỏi của luật pháp một cách đầy đủ. Mặc dù không phải đối với tất cả mọi điều răn, nhưng họ thường xuyên nhận thấy một cách rất rõ ràng rằng những gì họ làm không hề tương xứng với những gì họ mong muốn. Phải giải thích sự khác biệt này như thế nào? Đó phải là tác động của "tội lỗi ở trong tôi" (7:17b). Một lần nữa, Phao-lô phác họa tội lỗi như là một quyền lực thống trị trên những con người ở ngoài Đấng Christ. Khi xác nhận rằng nó "ở trong tôi", có thể Phao-lô có ý rằng tội lỗi đang ở vị trí thống trị trong cuộc sống của con người này. Ông nói một cách mạnh mẽ điều y hệt ở phần cuối của 7:20: "không phải là tôi, mà chính tội lỗi trong tôi làm điều đó". Đây không phải là một nỗ lực để trốn tránh trách nhiệm ("ma quỷ khiến tôi làm điều đó"). Đúng hơn là, nó đơn giản là một sự công nhận rằng phải có một giải thích nào đó cho sự thất bại liên tục trong việc thực thi những gì mà một người muốn làm. Cách giải thích chính là do quyền lực của tội lỗi. Như chúng ta đã thấy, tự bản thân 7:15–20 có thể mô tả sự thất vọng của Cơ Đốc nhân, những người sống với Chúa và cố gắng để làm theo ý muốn Ngài nhưng lại liên tục thiếu hụt so với việc làm đúng theo ý muốn đó một cách trọn vẹn. Phao-lô trình bày rõ ràng ở một số nơi khác rằng trong cuộc sống này, tín hữu sẽ không bao giờ được tự do hoàn toàn khỏi sự tranh chiến đó. Và có lẽ đây cũng là phương cách chúng ta nên giải thích 7:18a: "Vì tôi biết rằng điều thiện không ở trong tôi, nghĩa là trong xác thịt tôi". Từ *sarx* trong nguyên ngữ Hy Lạp, tức là từ "xác thịt", bản NIV dịch là "bản chất tội lỗi" (sinful nature). Nhưng tại sao Phao-lô lại bổ sung lời xác nhận quả quyết của mình bằng liên hệ về "xác thịt"? Một số học giả cho rằng phần bổ sung bày tỏ rằng Phao-lô đang mô tả một Cơ Đốc nhân. Ông muốn làm sáng tỏ rằng tín hữu chỉ bị lệ thuộc vào ảnh hưởng của tội lỗi trong phần còn lại của bản chất tội lỗi. Điều này có thể giải thích được bản văn nhưng cũng vẫn có thể là Phao-lô muốn giải thích tại sao không điều chi tốt đẹp ngự trị trong con người này: vì người đó vẫn còn bị thống trị bởi xác thịt.

Nếu 7:15–20 có thể đúng với Cơ Đốc nhân thì cùng một điều như vậy không thể được phát biểu trong câu 7:21–25. Trong những câu này, Phao-lô nêu lên một kết luận từ sự tranh chiến mà ông đã miêu tả trong những câu Kinh Thánh trước đó. Kết luận này nói rằng một người trải qua sự tranh chiến, cuối cùng bị thất bại bởi tội lỗi và có thể được giải thoát chỉ bởi Chúa Giê-xu Christ. Phao-lô bắt đầu bằng cách trích dẫn một "luật": "Khi tôi muốn làm điều thiện thì điều ác bám theo tôi" (7:21). Đây là một trong số vài chỗ trong sách Rô-ma mà Phao-lô sử dụng chữ *nomos* để chỉ về một điều gì đó khác hơn là luật pháp Môi-se. Ở đây, nó phải có nghĩa là một điều gì đó giống như "điều lệ", "nguyên tắc". Nguyên tắc này gần như tóm tắt những gì Phao-lô đã mô tả trong 7:15–20. Rô-ma 7:22–23 mô tả một cách chi tiết. Phao-lô tương phản hai "luật" cai trị tình trạng này: "luật pháp của Đức Chúa Trời", điều mà sau đó Phao-lô mô tả là "luật trong tâm trí tôi" và "luật của tội lỗi" là luật "ở trong chi thể tôi". Các học giả tranh cãi về sắc thái của chữ "luật" trong những câu Kinh Thánh trên. Tất cả đều đồng ý rằng "luật pháp của Đức Chúa Trời" trong 7:22 là luật Môi-se hoặc có lẽ là luật pháp được Chúa ban cho nói chung. Và hầu hết tất cả các học giả cũng cho rằng "luật trong tâm trí tôi" trong 7:23 chỉ là một cách diễn đạt khác của luật này. Như Phao-lô đã trình bày rõ ràng, con người mà ông mô tả trong những câu Kinh Thánh trên biết luật pháp của Đức Chúa Trời là tốt đẹp và cố gắng để thực thi nó. "Tâm trí" của con người đó hoàn toàn tận tuỵ cho luật pháp của Đức Chúa Trời. Sự tranh luận tập trung vào việc xác định cái còn lại, luật trái ngược với luật ở trên. Trong những năm gần đây, ý tưởng cho rằng "luật của tội lỗi" này cũng có thể là luật Môi-se thu hút ngày càng nhiều nhà giải kinh. Phao-lô có thể gọi nó là "luật của tội lỗi" bởi vì nó đã được sử dụng để đem đến sự chết (xem 7:7–12).[1] Nhưng tôi cho rằng giải thích như thế là chưa phù hợp. Cách tự nhiên nhất để giải thích sự ám chỉ của Phao-lô đến với "luật khác" là ông nói về một luật khác với luật của Môi-se chứ không phải cùng một luật với cái nhìn khác nhau. Như vậy, đúng hơn là nên xem "luật của tội lỗi" như là cách chơi chữ tu từ. Đối lập với luật pháp của Đức Chúa Trời, tức là đòi hỏi của Ngài dành cho dân sự, là một "luật" khác, tức là đòi hỏi của tội lỗi trên chúng ta. Những luật pháp trên đối kháng lẫn nhau. Nhưng Phao-lô kết luận rằng luật pháp của Đức Chúa Trời không

---

[1]Xem Dunn, *Romans*, 1:395; Wright, "Romans," 570; và một nghiên cứu rộng hơn của K. Snodgrass, "Spheres of Influence: A Possible Solution for the Problem of Paul and the Law," *Journal for the Study of the New Testament* 32 (1938): 106–7.

thể thắng hơn luật của tội lỗi này. Hậu quả là gì? "Tôi...làm nô lệ cho luật của tội lỗi".

Kết luận khách quan này là lý do chủ yếu tại sao tôi cho rằng nhân vật "Tôi" mà Phao-lô mô tả ở đây không thể là một Cơ Đốc nhân. Tín hữu không còn bị giam cầm bởi "luật của tội lỗi" (Rô 8:2). Nhờ Đức Chúa Giê-xu Christ, họ đã được giải cứu khỏi thẩm quyền và quyền lực có thể mang đến sự chết của tội lỗi. Bởi cớ sự giải cứu này mà Phao-lô ca mừng trong 7:24–25a. Ở ngoài Đấng Christ, ông thật "khốn nạn", nhưng Đức Chúa Trời đã giải cứu ông khỏi tình trạng thất vọng và thất bại thông qua Đức Chúa Giê-xu Christ. Nhìn lại cuộc sống trước đây và suy gẫm về những tranh chiến, căng thẳng của nó, Phao-lô không thể kiềm chế bản thân khỏi sự ca mừng về chiến thắng mà ông đã kinh nghiệm trong Đấng Christ. Câu 25a là một ngắt quãng trong bài tường thuật, nhảy lên tới chiến thắng mà Phao-lô biết rằng nó đã được giành lấy. Sau đó, trong 7:25b, Phao-lô quay trở lại dòng suy nghĩ chính của mình, tóm tắt sự phân rẽ mà ông đã mô tả xuyên suốt trong phân đoạn Kinh Thánh này. Tâm trí đứng trong tình trạng căng thẳng với xác thịt. Một bên vâng theo luật pháp của Đức Chúa Trời, bên còn lại theo luật của tội lỗi.

Câu Hỏi Suy Gẫm

1. Tại sao Phao-lô mô tả luật pháp của Đức Chúa Trời như là tác nhân của tội lỗi?
2. Phao-lô có thể có ý gì khi cho rằng tín hữu đã được "thoát khỏi luật pháp" (7:6)? Những nhà thần học đã giải thích sự giải thoát này như thế nào?
3. Phao-lô mô tả kinh nghiệm gì trong Rô-ma 7:7–12? Hãy mô tả và phân tích ba khả năng khác nhau.
4. Chúng ta có thể áp dụng lời dạy của Phao-lô về luật pháp trong Rô-ma 7 trong những phương cách cụ thể nào? Hãy nêu lên những ví dụ cụ thể từ kinh nghiệm của chính bạn.

Chương 12

Sự Sống Và Hy Vọng Bởi Đức Thánh Linh (Rô-ma 8:1–39)

> **Dàn ý:**
>
> - **Thánh Linh của Sự Sống (8:1–13)**
> - Thánh Linh của sự nhận làm con nuôi (8:14–17)
> - Thánh Linh của Vinh Quang (8:18–30)
> - Đáp Ứng: Vui Mừng Về Sự An Ninh của Chúng Ta trong Đấng Christ (8:31–39)
>
> **Mục tiêu:**
>
> Sau khi đọc xong chương này, độc giả có thể:
>
> 1. Lý giải đóng góp của Rô-ma 8 đối với bài trình bày phúc âm của Phao-lô trong sách Rô-ma.
> 2. Quý trọng những ích lợi mà chức vụ của Đức Thánh Linh ban cho tín hữu.
> 3. Xác định và giải thích ba nguồn hỗ trợ chính mà Đức Chúa Trời ban trước cho chúng ta.
> 4. Vui mừng trong sự an ninh mà Đức Chúa Trời ban cho tín hữu trong Đấng Christ.

Điều khiến người ta chú ý là cho đến điểm này, sự dạy dỗ về Đức Thánh Linh của Đức Chúa Trời vẫn đang bị thiếu vắng trong sách Rô-ma. Trước chương 8, Phao-lô chỉ đề cập đến Đức Thánh Linh bốn lần (1:4; 2:29; 5:5; 7:6). Nhưng giờ đây, Phao-lô bù lại cho sự thiếu vắng đó. Trong Rô-ma 8, ông dùng chữ "Linh" (*pneuma*) hai mươi mốt lần, và ngoại trừ một chỗ thì tất cả đều chỉ về Đức Thánh Linh. Tuy nhiên, mặc dù "Đức Thánh Linh" là một đề tài xuyên suốt trong chương 8, đây không phải là chủ đề thực sự của Phao-lô. Thực ra Phao-lô không nói về Đức Thánh Linh nhiều như vậy cho chúng ta. Ông nói cho chúng ta về những gì Đức Thánh Linh làm. Và việc làm của Thánh Linh là trung gian cho sự sống và hy vọng đối với Cơ Đốc nhân, vốn là những chủ đề chính kể từ Rô-ma 5. Đức Thánh Linh ứng dụng công việc của Đức Chúa Trời trong Đấng Christ vào chúng ta để chúng ta có thể vui hưởng sự sống, vừa là sự sống thuộc linh mới trong hiện tại lẫn sự sống phục sinh trong tương lai (8:1–13). Thánh Linh khiến chúng ta nhận biết rằng chúng ta là con cái của chính Đức Chúa Trời và rằng là con cái của Ngài, chúng ta có thể mong đợi sự thừa kế tuyệt vời một ngày nào đó (8:14–17). Và Đức Thánh Linh khiến chúng ta đau buồn về cõi hiện tại, biểu lộ sự thất vọng của chúng ta về việc chưa được kinh nghiệm vinh quang đã luôn được định sẵn cho chúng ta (8:18–30). Công tác này của Đức Thánh Linh là phần khai triển 7:6. Trong câu này, Phao-lô giới thiệu một cách vắn tắt về sự sống trong Thánh Linh trước khi thảo luận về luật pháp. Rô-ma 7:7–25 bàn luận chi tiết về tình trạng bị khống chế bởi bản chất tội lỗi được mô tả trong với luật pháp khuấy động những tham dục – cũng vậy, 8:1–30 mô tả địa vị mới của tín hữu là người phục vụ "theo cách mới của Thánh Linh" (7:6).

Thánh Linh của Sự Sống (8:1–13)

Phao-lô nói về "Thánh Linh sự sống" trong câu 2 (bản NIV dùng, "Thánh Linh, Đấng ban sự sống"), và danh hiệu này nói về chủ đề của những câu Kinh Thánh trên. Nhờ Đức Thánh Linh, chúng ta vui mừng về sự sống thuộc linh mới, đã được giải cứu khỏi sự kết án vì cớ tội lỗi của chúng ta trong A-đam (8:1–4); nhờ Đức Thánh Linh, chúng ta học để sống theo những cách vui lòng Đức Thánh Linh và vui lòng Đức Chúa Trời (8:5–8); nhờ Đức Thánh Linh, Đức Chúa Trời sẽ khiến thân thể chúng ta sống dậy từ kẻ chết (8:9–11); và nhờ Đức Thánh Linh, chúng ta phải làm cho chết đời sống tội lỗi để chúng ta có thể vui hưởng sự sống của Đức Chúa Trời mãi mãi (8:12–13). Thế thì, trái ngược với sự phân chia trong một số bản Kinh Thánh và các sách giải kinh, 8:-13 phải được kể vào chung phần với 8:1–11. Rô-ma 8:12–13 đưa phân đoạn về Thánh Linh sự sống tới một kết luận phù hợp bằng cách nhắc nhở chúng ta rằng nếu chúng ta muốn vui hưởng sự sống mà Thánh Linh mang lại, chúng ta phải tiếp nhận cách cá nhân và sử dụng tặng phẩm Thánh Linh của Đức Chúa Trời.

Rô-ma 8:1–4 trình bày lại và mô tả chi tiết chân lý trọng tâm của Rô-ma 5:12–21 dựa trên nền tảng của chương 7. Trong Rô-ma 5:12–21, Phao-lô đã dạy rằng tín hữu thuộc về Đức Chúa Giê-xu Christ và do đó, tín hữu được giải cứu khỏi sự kết án mà tất cả mọi người trong A-đam phải chịu. Vậy thì, trong 8:1, Phao-lô công bố rằng "những ai ở trong Đấng Christ Giê-xu" không cần phải sợ bị kết tội nữa.[1] Phao-lô lý giải điều này bằng cách nhắc đến sự tự do của tín hữu khỏi "luật của tội lỗi và sự chết" (8:2), một sự ám chỉ chính xác về tình trạng mà Phao-lô đã mô tả trong 7:7–25. Cũng giống như trường hợp ở 7:22–23, chữ "luật" mà Phao-lô dùng trong 8:2 đã gây nên một tranh cãi mạnh mẽ. "Luật của tội lỗi và sự chết" ở cuối câu Kinh Thánh này có thể chỉ về luật pháp Môi-se cách rõ ràng bởi vì đúng là Phao-lô đã dùng những thuật ngữ như vậy để mô tả về luật pháp trong Rô-ma 7. Tội lỗi đã dùng luật pháp để đem lại sự chết (so sánh 7:5). Nhưng trong 7:23, cụm từ "luật của tội lỗi" chỉ về một quyền lực hoặc thẩm quyền do tội lỗi thực hiện. Có lẽ đó cũng là những gì Phao-lô muốn nói đến ở đây. "Luật của tội lỗi và sự chết" là một quy tắc thiên định cho rằng những ai phạm tội thì bắt buộc phải chết. Chúng ta được giải phóng khỏi luật đó bằng "luật của Thánh Linh sự sống". Một lần nữa, điều này có thể chỉ về luật pháp Môi-se bởi vì nó hoạt động trong thế giới của Thánh Linh. Tuy nhiên, Phao-lô không trình bày luật Môi-se như là một quyền lực giải phóng, và sự tương phản giữa Thánh Linh với luật pháp trong những phần Kinh Thánh như 2:28–29 và 7:6 cho thấy khó mà Phao-lô kết hợp chúng lại ở đây. Thế thì, có lẽ "luật" đầu tiên này cũng có nghĩa là "tiêu chuẩn" hay là "nguyên tắc".

Tuy nhiên, trong câu 3, "điều gì luật pháp không thể làm được do xác thịt làm cho suy yếu" chắc chắn chỉ về luật pháp Môi-se. Cụm từ trên là một tóm tắt gọn gàng về sứ điệp cơ bản của Rô-ma 7. Bất kể nguồn gốc thiên thượng và sự tốt đẹp vốn có, luật pháp Môi-se không thể giải cứu con người khỏi liên hệ với tội lỗi và sự chết bởi vì con người là những tù nhân bất lực trước quyền lực của thế giới này. Vì vậy, cần phải có một cách khác để giải cứu con người, và Đức Chúa Trời đã tìm được cách đó thông qua Con Ngài. Đức Chúa Trời sai Con Ngài "mang lấy xác thịt giống như xác thịt tội lỗi". Cụm từ này là một sự quân bình vừa phải của hai khía cạnh quan trọng về Đức Chúa Con nhập thể. Trước hết, Chúa Giê-xu trở thành con người hoàn toàn. Ngài không phải chỉ hiện ra giống như con người (theo tà giáo *thuyết hiện hình* - "docetic heresy"). Ngài là một con người thật sự. Do đó, Phao-lô nhấn mạnh rằng Chúa Giê-xu mang lấy xác thịt *giống như* xác thịt tội lỗi. Nhưng Đức Chúa Trời không chỉ sai Chúa Giê-xu đến thế gian này trong tư cách một con người, Ngài cũng sai con Ngài như một sự "giải quyết tội lỗi" (Bản NIV dùng "sin offering" – "sinh tế chuộc tội" – ND).[2] Chúa Giê-xu được phó cho sự chết như thế một sinh tế để giải quyết vấn đề tội lỗi của chúng ta. Tôi xin diễn giải chân lý thần học xa xưa này: Chúa Giê-xu trở nên những gì thuộc về chúng ta để chúng ta có thể trở nên những gì thuộc về Ngài. Đức Chúa Trời đoán phạt tội lỗi trong Chúa Giê-xu (8:3) để chúng ta không phải chịu đoán phạt (8:1).

---

[1] Phao-lô chỉ sử dụng từ Hy Lạp *katakrima* cho "sự kết tội" ở đây và ở Rô 5:16, 18—một gợi ý về mặt từ vựng học cho sự kết nối giữa hai phân đoạn Kinh Thánh.

[2] Cụm từ "Sin offering" (sinh tế chuộc tội) do bản NIV dịch có lẽ là hợp lý bởi vì cụm từ mà Phao-lô dùng ở đây thường mang nghĩa này trong *Bản Bảy Mươi*, bản dịch Cựu Ước tiếng Hy Lạp.

Kết quả cuối cùng của công việc Đức Chúa Trời làm trong Đấng Christ là "để sự công chính mà luật pháp đòi hỏi được thực hiện đầy đủ trong chúng ta" (8:4). Phao-lô viết về sự đòi hỏi ở dạng số ít để nhấn mạnh rằng toàn bộ những gì luật pháp đòi hỏi đã được thực hiện trong chúng ta khi chúng ta đến với Đấng Christ. Một lần nữa, có lẽ ở phía sau tuyên bố của Phao-lô chính là ý nghĩ: Đấng Christ là người thay thế chúng ta. Ngài làm trọn luật pháp. Do đó, khi chúng ta ở trong Ngài, Đức Chúa Trời cũng xem chúng ta như thể chúng ta đã làm trọn luật pháp. Chúng ta không còn bị đoán phạt vì không tuân giữ luật pháp nữa. Trong Đấng Christ, chúng ta đã tuân giữ nó. Phân đoạn Kinh Thánh này không chỉ là một bản tóm tắt tuyệt vời về công tác của Đức Chúa Trời làm thay cho chúng ta nhưng nó còn là một trong số rất nhiều phân đoạn Kinh Thánh Tân Ước ám chỉ về chân lý Đức Chúa Trời Ba Ngôi. Cần lưu ý mỗi một Ngôi trong Ba Ngôi Đức Chúa Trời tham dự vào sự bảo đảm rằng chúng ta được cứu chuộc ra khỏi tội lỗi: Đức Chúa Cha sai Đức Chúa Con để công việc của Ngài được ứng dụng vào trong đời sống chúng ta nhờ Đức Thánh Linh.

Ở cuối câu 4, Phao-lô giới thiệu một sự tương phản bao trùm 8:5–9: Đức Thánh Linh tương phản với xác thịt. Khi lần đầu tiên đọc những câu Kinh Thánh này nhiều năm về trước trong một bản dịch Kinh Thánh khác, tôi nghĩ rằng Phao-lô đang tương phản xác thịt của chính tôi, khía cạnh vật chất của tôi đối với tâm linh tôi, phần mà tôi mở ra cho thế giới thuộc linh. Ý niệm về sự phân chia giữa hai phần trong con người (*Thuyết Nhị Nguyên Nhân Loại Học* - anthropological dualism) có một lịch sử lâu đời trong văn hoá phương Tây. Nhưng chắc chắn là phần Kinh Thánh này không hề nói bất kỳ điều gì về sự phân chia bên trong con người. Như tất cả các bản dịch Kinh Thánh tiếng Anh hiện đại đã nhận ra khi viết hoa chữ "Thánh Linh" (Spirit), Phao-lô không nói về một phần nào đó của con người nhưng ông đang nói về Đức Thánh Linh của Đức Chúa Trời. Và thậm chí "xác thịt" ở đây như thể là một ảnh hưởng hay một thế lực, cũng không liên quan gì nhiều đến một phần trong con người chúng ta. Vậy nên, Phao-lô có thể mô tả Cơ Đốc nhân là những người không còn "sống theo xác thịt" (8:9a; bản NIV thêm chữ "thế giới" trước từ "xác thịt" để nắm bắt suy nghĩ này). Thế thì, tương phản ở những câu Kinh Thánh trên là tương phản giữa hai ảnh hưởng khác nhau. Phao-lô cho biết những người ở ngoài Đấng Christ bị xác thịt cai trị trong khi tín hữu được Thánh Linh ngự trị. Ông bày tỏ ý này trong ba sự tương phản, chuyển từ góc độ "địa vị" sang "lối suy nghĩ" sang "lối sống":

Địa vị: ở trong xác thịt tương phản với ở trong Thánh Linh (8:8–9a)

Lối suy nghĩ: chú tâm vào xác thịt tương phản với chú tâm vào Thánh Linh (8:5b-7)

Lối sống: sống theo xác thịt tương phản với sống theo Thánh Linh (8:4b–5a)

Ngôi mộ ở thế kỷ thứ nhất với viên đá bị lăn ra khỏi (ảnh: Jim Yancey)

Rõ ràng đây là một tiến trình hợp lý. Tất cả tín hữu "không sống theo xác thịt" (8:9). Bất kỳ ai thuộc về Đấng Christ đều có Thánh Linh của Đức Chúa Trời ngự trị trong người ấy. Và một người có Đức Thánh Linh ngự trị (một thay đổi rất ngạc nhiên trong phép ẩn dụ) thì "sống theo Thánh Linh". Đây là hai cách để nói về cùng một điều: giờ đây, Cơ Đốc nhân là người được Thánh Linh của Đức Chúa Trời ngự trị. Nói theo hình ảnh lịch sử cứu rỗi vốn rất căn bản trong Rô-ma 5–8 thì: chúng ta đã được chuyển dời ra khỏi thế giới của xác thịt và được đặt để trong thế giới của Thánh Linh. Là những người giờ đây thuộc về thế giới đó, chúng ta cần phải uốn nắn suy nghĩ của mình cho phù hợp với địa vị của chúng ta. Chúng ta cần phải trau dồi tâm trí, hay đúng hơn, tập chú vào Thánh Linh. Và Phao-lô cho biết, một khi làm điều đó, hành động của chúng ta sẽ đi theo như là việc đương nhiên. Chắc chắn một tâm trí tập chú vào những giá trị của Thánh Linh sẽ sản sinh ra một đời sống làm vui lòng Thánh Linh. Như vẫn thường làm (xem Rô 12:1–2), Phao-lô nhấn mạnh vào sự trau dồi của một tâm trí đặt để Đấng Christ làm trung tâm, đầy dẫy Thánh Linh là một bước quan trọng trong một đời sống thánh khiết.

Đức Thánh Linh tạo nên trong chúng ta sự sống thuộc linh mới (8:1–4a), hướng dẫn chúng ta vào một lối sống mới (8:4b-9), và cuối cùng sẽ khiến thân thể chúng ta sống lại từ cõi chết (8:10–11). Phao-lô thừa nhận một thực tế ở đầu câu 10 mà ông không hề bỏ qua quá lâu trong sự giải thích về đời sống Cơ Đốc của mình: bản chất chưa đầy đủ của công việc Đức Chúa Trời làm trong lịch sử và trong chúng ta. Với sự chết và sự sống lại của Đấng Christ cùng sự đến của Đức Thánh Linh, một thời kỳ mới của lịch sử cứu rỗi đã bắt đầu. Tuy nhiên, bởi vì thời kỳ cũ của tội lỗi và sự chết vẫn chưa kết thúc, tín hữu chúng ta sống trong sự chồng lấn của hai thời kỳ. Chúng ta thuộc về thời kỳ mới và giờ đây tương lai của chúng ta được quyết định bởi thực tế đó. Nhưng chúng ta vẫn còn bị ảnh hưởng bởi thời kỳ cũ và chúng ta bắt buộc phải đối diện với cái chết thể chất. Tuy nhiên, dầu thân thể vẫn phải chết vì cớ tội lỗi (xem phần ghi chú trong bản NIV), thì nhờ sự công chính, "Thánh Linh sẽ ban cho anh chị em sự sống" (8:10, BTP). Theo câu 11, đó chính là Đức Thánh Linh, nhờ Ngài, Đức Chúa Trời sẽ khiến thân thể chúng ta sống lại từ cõi chết. Thế thì, thật là tự nhiên khi Phao-lô nói về cùng một Thánh Linh này trong câu 10 như là quyền năng ban sự sống giờ đây đang ở trong chúng ta. Thân thể của chúng ta bắt buộc phải chết nhưng quyền năng của Thánh Linh đó trong chúng ta sẽ không để thân thể này tồn tại trong sự chết.

Sự Cứu Rỗi Sau Cùng Và Sự Vâng Phục Của Cơ Đốc Nhân

Những gì Phao-lô nói trong Rô-ma 8:12–13 có thể làm cho một vài tín hữu hoang mang bởi vì, như tôi đã giải nghĩa, Phao-lô cho rằng chúng ta sẽ được cứu trong ngày cuối cùng ("anh em sẽ sống") chỉ khi chúng ta nhờ Thánh Linh của Đức Chúa Trời để chiến thắng tội lỗi. Chẳng phải điều này lại khiến cho sự vâng lời, hay công việc trở nên cần thiết cho sự cứu rỗi? Và chẳng phải nó cũng làm suy yếu đi niềm tin vào tín lý "sự an ninh đời đời"? Tất nhiên, những ai theo **thuyết Arminius** sẽ cảm thấy bình thường nếu giả định thứ hai là đúng. Họ nhấn mạnh rằng sự cứu rỗi cuối cùng của chúng ta là không chắc chắn, rằng nó còn tùy thuộc vào ý chí của chúng ta chọn ở yên trong ân điển của Đức Chúa Trời. Nhưng, còn những ai theo **thuyết Calvin**, tin vào "sự an ninh đời đời", họ hiểu những câu Kinh Thánh trên như thế nào? Và chúng ta phải làm gì về sự nhấn mạnh vào việc làm?

Với tư cách là người theo thuyết Calvin và tin rằng chúng ta được cứu duy bởi đức tin, tôi sẽ gợi ý những câu trả lời cho các câu hỏi trên. Cũng như những nhà thần học thường làm, chúng ta phải phân biệt giữa tác nhân gây ảnh hưởng ("effective" cause) và tác nhân làm công cụ ("instrumental" cause). Chúng ta được cứu dựa trên công việc của Đức Chúa Trời trong Đấng Christ. Đây là nền tảng tuyệt đối duy nhất cho sự cứu rỗi của chúng ta. Đức tin của chúng ta khiến cho những ích lợi của công việc đó được ứng dụng một cách có hiệu lực trên chúng ta. Nhưng như Gia-cơ nhấn mạnh cách hùng hồn (Gia 2:14–26), việc làm là kết quả chắc chắn của một đức tin thật. Việc làm không cứu chúng ta, và chính xác là, đức tin của chúng ta cũng không cứu chúng ta. Đức Chúa Trời cứu chúng ta trong Đấng Christ. Nhưng đức tin là một phương tiện mang tính công cụ để chúng ta nhận lấy sự cứu rỗi của Đức Chúa Trời. Và bởi vì việc làm phải theo sau đức tin, thì cũng có thể nói việc làm là một điều kiện (nếu không phải là một tác nhân) cho sự cứu rỗi của chúng ta. Thế thì, những gì Phao-lô nói ở đây về nhu cầu của tín hữu phải làm chết đi tội lỗi nếu chúng ta phải sống là đang đi đúng với sự dạy dỗ của Tân Ước trong những phần Kinh Thánh khác và để phù hợp với tiêu chuẩn quan điểm Cơ Đốc chính thống về sự cứu rỗi.

Sự khác biệt giữa những người theo thuyết Arminius và những người theo thuyết Calvin là liệu rằng một Cơ Đốc nhân thật có chắc chắn sản sinh những việc làm cứu rỗi như ở trên không. Thuyết Arminius khẳng định rằng tín hữu vẫn có ý chí chống lại công việc của Thánh Linh Đức Chúa Trời. Vì vậy, họ có thể quyết định từ bỏ ân điển của Đức Chúa Trời và do đó, họ không bao giờ sản sinh ra những việc làm dẫn đến sự sống đời đời. Ngược lại, thuyết Calvin cho

> rằng Đức Thánh Linh của Đức Chúa Trời có đầy quyền năng trong đời sống tín hữu đến nỗi cuối cùng, Cơ Đốc nhân không thể ngăn trở ý định của Đức Thánh Linh, làm sản sinh ra kết quả vui lòng Đức Chúa Trời. Nhưng một người theo thuyết Calvin sẽ nhanh chóng muốn bổ sung rằng, chắc chắn điều này không hề đòi hỏi Cơ Đốc nhân phải chủ động nhờ Đức Thánh Linh làm chết tội lỗi. Là một người theo thuyết Calvin, tôi tin vào "sự bền đỗ của các thánh đồ", nhưng tôi cũng tin rằng chính thánh đồ là những người phải bền đỗ. Chúng ta bày tỏ địa vị của chúng ta là thánh đồ bằng việc chủ động tấn tới trong sự tin kính nhờ sự giúp đỡ của Thánh Linh.

Như chúng ta đã lưu ý, rất nhiều bản Kinh Thánh và sách giải kinh không đưa 8:12–13 vào chung một phần với 8:1–11. Đây là một thiếu sót bởi vì những câu Kinh Thánh trên mang đến một sự quân bình thích hợp với trọng tâm 8:1–11. Mười một câu đầu nhấn mạnh những gì Đức Chúa Trời làm cho chúng ta qua Đức Thánh Linh. Giờ đây, Phao-lô kết luận bằng cách nhắc chúng ta rằng chúng ta vẫn phải đáp ứng với cùng một Đức Thánh Linh đó. Nói một cách khác, ở đây chúng ta nhận thấy một sự quân bình giữa "sự trình bày" và "mạng lệnh" mà chúng ta đã lưu ý trong Rô-ma 6. Chắc chắn Phao-lô muốn khích lệ chúng ta bằng cách nhắc chúng ta về mọi điều Đức Chúa Trời đã và sẽ làm cho chúng ta. Chúng ta được an ninh trong Ngài và có hy vọng chắc chắn cho tương lai. Nhưng Phao-lô không mong muốn sự an ninh đó gây nên sự tự mãn. Ông không muốn tín hữu chỉ ngồi xuống và nghỉ ngơi, cho rằng Đức Chúa Trời đã lo hết mọi điều. Sự đáp ứng về phần của chúng ta vẫn là cần thiết. Và do đó, mặc dù Phao-lô có thể tuyên bố về sự sống mà Đức Thánh Linh đã giành lấy cho chúng ta, giờ đây ông lại nhắc nhở rằng chúng ta sẽ không bao giờ kinh nghiệm sự sống đó nếu chúng ta không tăng trưởng trong sự thánh khiết. Chúng ta phải nhờ Đức Thánh Linh "làm cho chết" những hành vi tội lỗi lặp đi lặp lại một cách liên tục từ đời sống cũ. Chỉ khi nào làm điều đó, chúng ta mới nhận được sự sống.

Thánh Linh của Sự Nhận Làm Con Nuôi (8:14–17)

Bốn câu Kinh Thánh ngắn ngủi này cung cấp một bước chuyển hữu hiệu từ thời hiện tại của một tín hữu (8:1–13) đến thời tương lai của người đó (8:18–30). Tương tự kiểu mẫu ở các chỗ khác (đặc biệt, đối chiếu Ga 4:3–7), Phao-lô liên kết sự cứu chuộc khỏi hình phạt của luật pháp trong quá khứ với sự vui mừng trong tương lai trên thiên đàng thông qua địa vị Cơ Đốc nhân là con cái của Đức Chúa Trời. Ông lập luận rằng làm con của Đức Chúa Trời cũng có nghĩa là người thừa kế của Đức Chúa Trời. Đức Chúa Trời nhận con người từ thế gian làm con nuôi và đặt để họ trong một mối liên hệ mới với Ngài. Tuy nhiên, Đức Chúa Trời vẫn chưa ban cho chúng ta mọi điều Ngài dự định ban cho. Di sản tuyệt vời đã được hứa ban cho chúng

Đồng tiền mô tả hoàng đế Augustus, người được Julius Caesar nhận làm con nuôi *(nguồn: Siren-Com/Wikimedia)*

ta. Thế thì, một lần nữa, Phao-lô nhấn mạnh đến áp lực mà Cơ Đốc nhân chúng ta sống trong đó: được cứu chuộc, được xưng công chính, được nhận làm con nuôi, nhưng chưa được làm vinh hiển.

Câu 14 có thể được kết nối trực tiếp với câu 13; thế nhưng, sự chuyển đổi trọng tâm từ "sự sống" (chủ đề nổi bật của 8:1–13) sang sự "nhận quyền làm con" hay "con cái Đức Chúa Trời" (8:14–17) cho thấy có một sự gián đoạn trong mạch văn giữa câu 13 và câu 14. Suy nghĩ về sự nhận làm con nuôi bắt nguồn từ văn hóa Hy Lạp – La Mã. Những người Hy Lạp và đặc biệt là người La Mã kể việc nhận con nuôi là một quy định pháp lý quan trọng. Một người có thể nhận một đứa trẻ làm con nuôi và đứa trẻ đó sẽ trở nên người thừa kế hợp pháp đối với tất cả mọi điều mà người nhận con nuôi sở hữu. Chẳng hạn như, Hoàng đế La Mã Julius Caesar nhận một chàng trai trẻ tên Octavian làm con nuôi và hành động đó làm cho chàng trai trẻ này trở thành người kế vị Hoàng đế La Mã. Cuối cùng thì chàng trai đó trở thành hoàng đế, đổi tên thành Augustus. Phao-lô cho rằng, với một phương cách tương tự, Đức Chúa Trời, Đấng cầm quyền trên vũ trụ này, đã nhận chúng ta làm con nuôi, là những người kế vị của Ngài. Nhưng chúng ta đừng nên bỏ qua một tập hợp các bối cảnh khác được thể hiện trong phân đoạn Kinh Thánh này. Cựu Ước thường xuyên mô tả Y-sơ-ra-ên, dân tộc được lựa chọn của Đức Chúa Trời là (những) "con trai" hay con cái của Ngài (Xuất 4:22; Phục 14:1; Ê-sai 43:6; Giê 3:19; Ô-sê 1:10; 11:1). Vì vậy, khi Phao-lô nói rằng, tín hữu được Thánh Linh của Đức Chúa Trời dẫn dắt là con cái của Đức Chúa Trời, ông cũng nói rằng giờ đây, tín hữu là dân của Đức Chúa

Trời. Họ có những đặc quyền mà Y-sơ-ra-ên từng có. Chúng ta bắt đầu thấy tại sao Phao-lô phải làm sáng tỏ vị thế của Y-sơ-ra-ên như ông giải thích trong Rô-ma 9–11.

Tất nhiên, Đức Thánh Linh tiếp tục là yếu tố chủ đạo trong lập luận của Phao-lô. Những ai thuộc về Đức Thánh Linh là con cái của Đức Chúa Trời (8:14). Và Đức Thánh Linh cũng khiến chúng ta chủ động nhận thức về địa vị làm con cái Đức Chúa Trời mà tín hữu chúng ta vui hưởng (8:15–16). Thánh Linh mà chúng ta đã nhận lãnh không phải là Đấng dẫn dắt chúng ta đến cảnh nô lệ hay là sự sợ hãi. Thánh Linh của Đức Chúa Trời làm chứng cho chúng ta rằng chúng ta thực sự là con cái của Đức Chúa Trời. Vì vậy, chúng ta có thể học theo Chúa Giê-xu, gọi Đức Chúa Trời một cách tự nhiên là "A-ba, Cha" (xem Mác 14:36). "A-ba" là từ tiếng A-ram, nghĩa là "cha" hay "ba". Trái ngược với tuyên bố của một số học giả, người Do Thái thỉnh thoảng có sử dụng danh xưng này để chỉ về Đức Chúa Trời. Nhưng việc này không phổ biến. Danh xưng này thể hiện mối liên hệ gia đình đủ thân thiết (một số người xem nó như là "ba/bố"), cho nên nó trở thành phương cách hoàn hảo để thể hiện mối liên hệ mật thiết mới của tín hữu đối với Đức Chúa Trời. Nhưng Phao-lô kết thúc phân đoạn Kinh Thánh bằng việc nhắc nhở chúng ta một lần nữa rằng mối liên hệ này vẫn chưa trọn vẹn. Là người thừa kế của Đức Chúa Trời, chúng ta được định cho sự vinh quang biệt riêng của Ngài (8:17, đối chiếu với 3:23; 5:2). Tuy nhiên, để có được vinh quang này, chúng ta bắt buộc phải bước đi cùng một con đường mà người đi trước của chúng ta, Đấng Christ, đã bước đi. Ngài không hề có được vinh quang phục sinh cho tới khi Ngài đã chịu khổ. Chúng ta, những người thuộc về Ngài cũng phải như vậy. Chúng ta không thể mong đợi dự phần trong vinh quang của Ngài nếu chúng ta không dự phần trong sự chịu khổ của Ngài. Là những thành viên trong kỷ nguyên mới, chúng ta mong đợi chắc chắn về vinh quang đã dành sẵn cho chúng ta, nhưng chúng ta vẫn sống cuộc đời mình trong kỷ nguyên cũ của tội lỗi, bệnh tật và sự chết. Vậy nên, những đau khổ khác nhau bắt buộc sẽ đến trong hành trình của chúng ta. Chúng ta sẽ đạt được mão triều thiên chỉ khi chúng ta mang lấy thập giá.

Thánh Linh của Vinh Quang (8:18–30)

Câu 17 giới thiệu về chủ đề của 8:18–30, đó là, vinh quang mà chúng ta sẽ có được vào một ngày không xa. Phao-lô mở đầu phân đoạn Kinh Thánh này bằng cách hướng sự tập trung của chúng ta vào "vinh quang tương lai sẽ được tỏ ra cho chúng ta" (8:18). Ông kết thúc phần Kinh Thánh này với một nhấn mạnh tương tự: "những người Ngài đã xưng công chính thì Ngài cũng đã làm cho vinh quang" (8:30). Những câu khẳng định trên hình thành một *cấu trúc bao hàm* (inclusio). Đó là, Phao-lô ngụ ý rằng vật liệu "bao hàm" giữa những lời xác nhận trên, tất cả đều được định hướng cho vinh quang đã được định sẵn cho tín hữu. Phao-lô nêu lên hai ý căn bản về vinh quang này. Thứ nhất, nó là cực đỉnh trong chương trình của Đức Chúa Trời dành cho thế giới và cho dân sự của Ngài (8:18–25). Thứ hai, Đức Chúa Trời cung cấp phương tiện cho chúng ta để đạt được vinh quang đó (8:26–30).

Phao-lô mở đầu bằng cách lấy lại chủ đề của câu 17. Tín hữu bắt buộc phải chịu khổ với Đấng Christ nếu họ muốn dự phần vào sự vinh quang của Ngài. Nhưng giờ đây, Phao-lô đem hai ý trên vào trong phối cảnh liên hệ lẫn nhau. Cho dù sự đau khổ có dữ dội và kéo dài như thế nào, nó cũng không thể sánh với vinh quang hầu đến. Như tôi đã ghi chú trong phần giới thiệu cho các chương 5–8 (xem chương 9 ở trên), mở đầu và kết thúc của những đoạn Kinh Thánh trên có rất nhiều tương đồng. Cả 5:1–11 và 8:18–39 đều tập trung vào hy vọng của tín hữu cho sự vinh quang, và cả hai đều trình bày rằng hy vọng của chúng ta cho sự vinh quang xuất phát từ công việc của Đức Chúa Trời trong Đấng Christ, tình yêu của Ngài dành cho chúng ta, và quyền năng của Đức Thánh Linh. Tuy nhiên, cả hai phân đoạn Kinh Thánh đều nói một cách thực tế về những khó khăn mà tín hữu sẽ phải đối diện trước khi họ đến với vinh quang ấy. Trong 5:3–4, Phao-lô nhắc nhở chúng ta rằng Đức Chúa Trời có mục đích trong sự đau khổ mà Ngài cho phép nó đến trên cuộc đời chúng ta. Ở đây, Phao-lô chỉ đơn giản đưa sự đau khổ đó vào nhận thức. Và chúng ta thậm chí có nhận thức nhiều hơn về viễn cảnh ngập tràn vinh quang khi chúng ta nhận ra rằng toàn bộ thế giới thọ tạo sẽ được theo kịp với vinh quang mà Đức Chúa Trời sẽ ban cho chúng ta một ngày nào đó. Chắc chắn là một số nhà giải kinh thắc mắc về việc Phao-lô nói về thế giới tạo vật trong 8:19–21. Họ lưu ý rằng Phao-lô sử dụng cách diễn đạt về "muôn vật" không phù hợp cho lắm đối với đặc trưng của nó: muôn vật "trông mong", "bị lệ thuộc sự hư không" và "đều than thở". Do đó, có quan điểm cho rằng Phao-lô chắc đang đề cập đến những tạo vật có ý chí, có thể là thiên sứ, là con người hay cả hai.³ Nhưng "muôn vật" *(ktisis)* không phải là cách dùng thông thường chỉ về con người và Cựu Ước có tiền lệ thích hợp sử dụng ngôn từ như vậy cho tạo vật thấp kém hơn con người.⁴ Chẳng hạn như Thi Thiên mô tả núi đồi, đồng cỏ và thung lũng cùng reo lên và ca hát vui mừng (Thi 65:12–13). Phao-lô sử dụng biện pháp nghệ thuật này một cách hiệu quả trong việc mô tả sự sa ngã và nói trước về sự cứu chuộc cho những gì mà chúng ta gọi là "thiên nhiên". Như Phao-lô nhắc nhở chúng ta (8:20), bản thân trái đất phải chịu sự rủa sả khi A-đam và Ê-va sa vào tội lỗi (Sáng 3:17–18), sự rủa sả càng trở nên trầm trọng hơn theo năm tháng bởi tội lỗi con người (xem sự viện dẫn đến Ê-sai 24:1–6 trong những câu Kinh Thánh trên).⁵ Nó "đã bị lệ thuộc sự hư không", nó không đạt được mục đích nguyên thủy khi được tạo dựng, trở thành nơi mà con người có thể sống cách an ninh cùng với mức lao động tối thiểu. Tuy nhiên, sự hư không này không phải là "lỗi" của chính nó nhưng nguyên do là bởi "Đấng muốn

---

³Cũng xem Augustine; đối chiếu với E. Käsemann, *Commentary on Romans*, dịch bởi G. Bromiley (Grand Rapids: Eerdmans, 1980), 232–33.

⁴E. Adams, *Constructing the World: A Study in Paul's Cosmological Language*, Studies of the New Testament and Its World (Edinburgh: T&T Clark, 2000), 179–84.

⁵Xem, đặc biệt là J. Moo, "Romans 8:19–22 and Isaiah's Cosmic Covenant," *New Testament Studies* 54 (2008): 74–89.

chúng lệ thuộc" –hầu như chắc chắn rằng đó là Đức Chúa Trời, Đấng tuyên bố hình phạt rủa sả.[6] Vậy nên, bởi cớ sự hư không này, thiên nhiên thiết tha mong đợi ngày mà con cái Đức Chúa Trời sẽ được nhận lấy vinh quang vì trong ngày đó, nó sẽ được dự phần vào vinh quang đó (câu 19, 21). Điều Phao-lô nói trong những câu Kinh Thánh trên là quan trọng cho hiểu biết thần học của chúng ta về thiên nhiên (xem bài viết *"Phao-lô đã 'sống xanh' như thế nào?"* bên dưới). Nhưng mục đích tổng quan của ông trong bối cảnh này là bày tỏ rằng một ngày nào đó, tín hữu sẽ vui hưởng ân điển tuyệt vời ra sao.

Phao-lô cũng có một mục đích khác, được gợi mở trong câu 19, và được thể hiện rõ ràng trong 8:21-22. Trong câu 19, Phao-lô cho biết rằng thiên nhiên "nhiệt thành, thiết tha trông mong" (bản NIV dịch "waits in eager expectation"). Ở đây, bản NIV cố gắng nắm bắt một phần tài năng vận dụng ngôn ngữ Hy Lạp của Phao-lô khi ông nói thiên nhiên "nghển cổ" nhìn những điều đang đến tiếp theo. Câu 22 quay lại chủ đề này dựa trên nhận thức về sự "hư không" và "thân phận nô lệ" của thiên nhiên (8:20, 21). Vì có trông mong sự giải phóng, tạo vật đều "than thở và quặn thắt" như người sắp sinh. Sự đau đớn của một người phụ nữ mang thai là một ẩn dụ tự nhiên và phổ biến trong Kinh Thánh chỉ về niềm hy vọng (xem Mác 13:8; Giăng 16:20-22), bởi vì đau đớn khi sinh con đem đến kết quả vui mừng. "Than thở" nắm bắt được ý niệm kép này. Nó thể hiện cả sự đau đớn, gian khổ lẫn sự trông mong khi sinh đẻ. Sau đó, trong câu 23, chúng ta đi tới điểm chính: Cơ Đốc nhân cũng "than thở". Bởi vì họ đang ở trong một tình thế cũng như tình thế mà tất cả thế giới tạo vật đang ở, tình thế gian khổ hiện tại và trông mong sự giải cứu sắp đến. Một cách ý nghĩa, ở đây Phao-lô cũng đem chủ đề Thánh Linh quay trở lại bức tranh này. Phao-lô thường mô tả Thánh Linh là cầu nối giữa hiện tại và tương lai của tín hữu, giữa sự cứu rỗi ban đầu và sự cứu rỗi cuối cùng. Như Phao-lô đã trình bày rõ ràng, Cơ Đốc nhân đã được ban cho đặc quyền làm con cái Đức Chúa Trời (câu 14-17). Nhưng giờ đây, ông cho rằng chúng ta tha thiết "mong đợi được làm con nuôi". Chúng ta không thể tìm thấy một cách bày tỏ nào tốt hơn về sự xung đột đặc trưng trong Tân Ước giữa điều đã rồi và điều chưa diễn ra. Chúng ta đã là con cái Đức Chúa Trời, được nhận làm con nuôi vào trong gia đình của Ngài, nhưng chúng ta vẫn chưa phải là con cái của Ngài trong ý nghĩa trọn vẹn của nó. Chúng ta chưa bày tỏ một cách trọn vẹn thuộc tính của Cha chúng ta hay là dự phần vào trong mọi phước hạnh mà Ngài dành cho gia đình của Ngài. Điều này có nghĩa là chúng ta phải chờ đợi. Ít nhất trong một ý nghĩa nào đó, những phước hạnh mà chúng ta đã vui hưởng khiến cho việc chờ đợi này càng trở nên khó khăn hơn. Ở đây, Phao-lô gọi Thánh Linh là "trái đầu mùa", ngụ ý rằng Thánh Linh là sự cam kết về rất nhiều phước hạnh nữa sẽ đến. Kinh nghiệm một vài trong số những phước

---

[6]Một vài nhà giải kinh đã cho rằng "Đấng/người muốn chúng lệ thuộc" có thể là A-đam (B. Byrne, "Creation Groaning: An Earth Bible Reading of Romans 8.18-22," trong *Readings from the Perspective of the Earth*, btv. N. C. Habel [Sheffield: Sheffield Academic Press, 2000], 193-203) hoặc thậm chí là Sa-tan (F. L. Godet, *Commentary on Romans*, trans. A. Cusin [1883; bản in lại, Grand Rapids: Kregel, 1977], 314-15).

hạnh trên khiến chúng ta nôn nóng cho được nhiều hơn nữa. Phao-lô nhắc nhở chúng ta rằng là Cơ Đốc nhân, chúng ta đừng bao giờ cảm thấy trái đất này là nhà của mình. Chúng ta là những lữ khách ở đây, đang đi trên con đường về quê hương thật của mình, Thiên đàng (xem Phil 3:20–21). Dầu Đức Chúa Trời, trong ân điển phổ quát của Ngài, ban cho chúng ta rất nhiều kinh nghiệm vui thỏa ở đây trên trái đất, cuộc đời của chúng ta sẽ luôn bị hư hại bởi rất nhiều tác động của sự sa ngã vẫn đang tồn tại: những mối quan hệ đổ vỡ, công việc khó khăn, bệnh tật, sự chết. Hơn nữa, đối với tín hữu, thời gian của chúng ta ở đây cũng bị hư hại bởi cảm giác vô ích khi không sống đúng theo những mục đích mà Đức Chúa Trời đã định cho chúng ta.

Phao-lô đã "sống xanh" như thế nào?

Ít có phong trào nào tác động mạnh mẽ trên xã hội hiện đại như những phong trào bảo vệ môi trường. Nhưng Cơ Đốc nhân gặp khó khăn để am hiểu về phong trào này và giờ đây họ chỉ mới bắt đầu phát triển một cách tiếp cận thần học tốt hơn đến chủ đề này. Chắc hẳn, một trong những lý do Cơ Đốc nhân đã có phản ứng phần nào không chắc chắn đối với chủ nghĩa bảo vệ môi trường đơn giản là vì Tân Ước không nói nhiều về thế giới tự nhiên. Do đó, Rô-ma 8:19–21 thu hút khá nhiều sự quan tâm bởi vì nó là một trong số những phân đoạn Kinh Thánh nói về thiên nhiên ở một mức độ nào đó. Chúng ta có thể kết luận điều gì từ những câu Kinh Thánh trên?

Có hai điểm quan trọng về vấn đề này cần được lưu ý. Thứ nhất, Phao-lô mô tả thiên nhiên có ý nghĩa ra sao. Ông khẳng định rằng thế giới tự nhiên được định cho vinh quang. Nó có một tương lai và do đó, rõ ràng là nó quan trọng bởi vì sự đặc biệt của chính nó. Thứ hai, tương lai của thiên nhiên minh họa cho, và trong một nghĩa nào đó, phụ thuộc vào tương lai của Cơ Đốc nhân. Thiên nhiên sẽ dự phần trong sự tự do khỏi thân phận nô lệ, vốn là đặc trưng của dân Đức Chúa Trời trong vinh quang. Hai điểm này cho thấy rằng Phao-lô sẽ có hướng đi ở giữa của hai thái cực thường được thấy trong những phản ứng hiện nay về vấn đề môi trường. Ở một thái cực là những người cho rằng thiên nhiên quan trọng ngang bằng với con người. Edward Abbey, một trong số những nhà bảo vệ môi trường cấp tiến nổi bật nhất, đã từng tuyên bố rằng ông sẽ chọn giết một con người hơn là một con rắn. Thật vậy, những tiếng nói mạnh mẽ từ văn hóa của chúng ta cho thấy rằng không có lý do gì để chúng ta nghĩ rằng loài người quan trọng hơn so với bất kỳ giống loài nào khác. Tuy nhiên, trong những câu Kinh Thánh trên, Phao-lô bày tỏ quan điểm Thánh kinh rằng con người, và duy chỉ con người, được dựng nên theo hình ảnh của Đức Chúa Trời. Dựa theo Kinh Thánh, chúng ta có quyền để nói rằng con người có địa vị cao hơn.

Tuy nhiên, đáng buồn là sự dạy dỗ chính đáng này của Kinh Thánh lại được một số Cơ Đốc nhân sử dụng để biện minh cho một thái cực khác: gạt bỏ hay hạ thấp sự liên hệ đối với thiên nhiên. Nhiệm vụ mà Đức Chúa Trời giao cho tổ phụ loài người phải "quản trị" trái đất (Sáng 1:28) lại được hiểu là chúng ta có quyền sử dụng thế giới tự nhiên theo bất cứ cách nào mình muốn. Kết quả là một vài Cơ Đốc nhân dạy rằng nhu cầu và mong muốn của con người phải ở trên lợi ích của thế giới tự nhiên. Họ lập luận rằng chúng ta có quyền khai thác thiên nhiên cho lợi ích của chính chúng ta, một định nghĩa khá rộng để kết luận cho tiêu chuẩn sống cao với đòi hỏi của nó về năng lượng giá rẻ, sự thoải mái với những chiếc xe lớn, nhà lớn, và dễ dàng đi vào sa mạc. Nhưng thái độ như thế lại mâu thuẫn với sự nhấn mạnh của Kinh Thánh, được Phao-lô phản ánh ở đây, là thiên nhiên được tạo dựng bởi Đức Chúa Trời và có giá trị bởi sự đặc biệt của chính nó. Thái độ của chúng ta với thiên nhiên không nên là bóc lột nhưng mà là quản trị. Tôi tin chắc rằng Phao-lô "sống xanh" hơn rất nhiều so với những gì nhiều Cơ Đốc nhân nhận thấy.[a]

[a] Đặc biệt, xem J. Moo và R. White, *Hope in an Age of Despair: The Gospel and the Future of Life on Earth* (Leicester, UK: Inter-Varsity, 2013).

Tóm lại, Phao-lô dạy rằng, "Chúng ta sống trong niềm hy vọng" và với lưu ý này, Phao-lô kết lại phân đoạn Kinh Thánh này (8:24–25). Chúng ta được cứu "trong niềm hy vọng đó". Qua đó, Phao-lô rõ ràng muốn nói rằng niềm hy vọng đã là một phần trong số những điều được bao hàm trong sự cứu rỗi của chúng ta ngay từ ban đầu. Sự cứu rỗi luôn là một trải nghiệm gồm hai phần: đến với đấng Christ là phần đầu tiên và là giai đoạn quyết định, nhưng sự giải cứu sau cùng ra khỏi tội lỗi và sự chết là giai đoạn thứ hai (xem 5:9–10), chưa xảy ra cho tới khi Đấng Christ trở lại trong vinh quang. Do đó, niềm hy vọng không chỉ là một sự lựa chọn dành cho tín hữu. Nó là điều thiết yếu của việc trở nên một Cơ Đốc nhân. Chúng ta là những người luôn trông mong đến điều hầu đến. Tuy nhiên, Phao-lô kết luận, chúng ta phải "cứ kiên nhẫn chờ mong". Nguyên ngữ Hy Lạp của từ "kiên nhẫn" (*di' hypomones*) hàm chứa ý tưởng về sự chịu đựng. Chúng ta cần phải học để chịu đựng sự gian khổ mà chúng ta sẽ gặp trong cuộc đời này.

Trong 8:26–30, Phao-lô cho chúng ta biết ba điều mà Đức Chúa Trời đang làm để khích lệ chúng ta trong thời gian kiên nhẫn chờ đợi. Chúng ta có thể tóm tắt những điều này là (1) sự cầu nguyện (8:26–27), (2) sự quan phòng (8:28), và (3) sự tiền định (8:29–30). Có thể "cũng vậy" có ý rằng chúng ta nên nối kết 8:26–27 với 8:22–23: cũng như muôn vật đã "than thở" (8:22) và Cơ Đốc nhân "than thở" (8:23), vậy thì Thánh Linh cũng "than thở" (8:26).[7] Tuy nhiên, không hề có một sự tương đồng thực sự giữa sự than thở của Thánh Linh và sự than thở của muôn vật và tín

---

[7] Godet, *Commentary on Romans*, 320; Dunn, *Romans*, 1:476.

hữu. Vì vậy, tốt hơn là nên rút ra sự liên hệ giữa 8:24–25 và 8:26–27: như niềm hy vọng gìn giữ Cơ Đốc nhân khi họ chờ đợi, thì Thánh Linh cũng giúp cho họ như vậy. Thánh Linh giúp đỡ chúng ta như thế nào? Bằng việc nói hộ cho chúng ta trong lời cầu nguyện khi chúng ta không biết phải cầu xin như thế nào. Một trong những giới hạn của chúng ta trong cuộc sống này là chúng ta không có khả năng để luôn luôn nhìn biết ý muốn của Đức Chúa Trời là gì. Chúng ta không chắc mình muốn theo đuổi chuyên ngành học nào, hoặc sẽ làm công việc gì, hoặc sẽ cưới ai. Phao-lô dạy rằng, trong những tình huống như vậy, Thánh Linh đến giúp đỡ chúng ta. Thánh Linh cầu thay cho chúng ta với "những sự thở than không thể diễn tả bằng lời" (bản NIV dịch là "wordless groans" - ND). Cách dịch của bản NIV khá hay khi vẫn giữ được sự nhập nhằn trong nguyên ngữ. Phải chăng "những sự thở than" của Đức Thánh Linh không thể nghe thấy được, hay chỉ đơn giản là những điều đó không thể nào diễn tả được bằng những lời lẽ thông thường của con người? Trong trường hợp đầu tiên, có thể Phao-lô đang dạy rằng sự cầu thay của Thánh Linh đi vào trong tấm lòng của chúng ta mà thậm chí chúng ta còn không biết về nó. Trong trường hợp thứ hai, sự cầu thay của Thánh Linh có thể ở trong hình thái của những lời chúng ta nói ra khi cầu nguyện. Một số người đã nghĩ rằng điều này chỉ về việc nói tiếng lạ, nhưng ý nghĩa này bị bác bỏ bởi vì Phao-lô hàm ý rằng tất cả mọi tín hữu đều kinh nghiệm chức vụ cầu thay này của Thánh Linh. Có lẽ đúng hơn là, nếu những lời thở than không thể nghe thấy được, thì Phao-lô đang nói về phương cách mà thỉnh thoảng chúng ta than van khi cầu nguyện, không biết chắc phải dùng lời lẽ nào để cố gắng trình bày những lời cầu nguyện của mình thành tiếng. Cho dù có theo một cơ chế chính xác nào đi chăng nữa, thì sự cầu thay của Thánh Linh là nguồn giúp đỡ cực kỳ có giá trị. Trong khi chúng ta phải luôn cố gắng tìm biết ý muốn của Đức Chúa Trời và cầu nguyện một cách phù hợp, chúng ta không cần lo lắng rằng chúng ta phải làm điều đó một cách toàn hảo. Khi chúng ta cầu nguyện, không biết phải xin điều gì, thì Thánh Linh của Đức Chúa Trời ở đó cầu thay cho chúng ta. Và thậm chí khi chúng ta cầu nguyện cho một điều sai trật, chúng ta được bảo đảm rằng Thánh Linh đang cầu nguyện cho chúng ta và lời cầu nguyện của Thánh Linh phù hợp trọn vẹn với ý muốn của Đức Chúa Trời (8:27).

Lời hứa của câu 28 là một trong những câu Kinh Thánh được biết đến nhiều nhất và phải là như vậy. Câu Kinh Thánh này bày tỏ một cách đẹp đẽ sự quan phòng của Đức Chúa Trời cho con cái của Ngài. Nhưng chúng ta cần phải xem một cách kỹ càng câu Kinh Thánh này để quyết định một cách đúng đắn lời hứa này có nghĩa gì và không có nghĩa gì. Có bốn vấn đề cần được giải quyết ở đây. Thứ nhất, ai "làm ích" lợi? Bản NIV trình bày Đức Chúa Trời là chủ thể nhưng từ "Đức Chúa Trời" không xuất hiện trong rất nhiều bản Kinh Thánh chép tay đáng tin cậy. Do đó, chúng ta có thể xem xét những cách diễn giải khác. Bản REB (the Revised English Bible – ND) trình bày Thánh Linh là chủ thể. Đây là một diễn dịch phù hợp dựa trên sự nhấn mạnh về Thánh Linh trong suốt chương này. Bản ESV (English Standard Version – ND) dịch là, "mọi sự hiệp lại làm ích lợi". Mặc dù không dễ dàng để đưa ra quyết định, cách dịch cuối là phù hợp nhất. Nhưng tất nhiên, "mọi sự hiệp lại làm ích lợi" chỉ bởi vì Đức Chúa Trời, nhờ Thánh Linh của Ngài, hướng dẫn chúng.

Vấn đề thứ hai là ý nghĩa chính xác của chữ "làm" (works) trong bản NIV. Theo như cách dịch của bản ESV thể hiện, động từ này cũng có thể dịch là "hiệp lại làm" (work together). Một số người cho rằng trong trường hợp này, lời hứa trong câu Kinh Thánh này liên hệ đến phương cách mà Đức Chúa Trời mang những hoàn cảnh đa dạng trong cuộc sống của chúng ta lại với nhau để sinh ra lợi ích. Nhưng sắc thái này lại không rõ ràng; và vì vậy, có lẽ chúng ta nên hiểu theo cách dịch của bản NIV.

Thứ ba, "ích [lợi]" mà mọi sự hiệp lại để làm nên là gì? Theo bối cảnh văn mạch, chắc chắn Phao-lô nói về sự cứu rỗi cuối cùng của chúng ta (xem câu 18, 30). Tuy nhiên, có lẽ chúng ta không nên giới hạn ích lợi chỉ cho sự vinh quang sau cùng mà thôi thôi. Nó cũng sẽ bao gồm rất nhiều phước hạnh mà Đức Chúa Trời muốn ban cho chúng ta trong cuộc sống này. Khi đã trình bày như vậy, chúng ta phải hết sức cẩn thận để không giải thích "ích lợi" theo lối ích kỷ hay thậm chí mang tính vật chất. Mặc dầu mọi điều liên quan đến cuộc sống của một Cơ Đốc Nhân đều được Đức Chúa Trời sử dụng cho lợi ích của chúng ta, lợi ích đó thường sẽ là lợi ích thuộc linh sau cùng. Do đó, Đức Chúa Trời có thể cho phép chúng ta bị mất việc làm để tạo nên một "lợi ích" cho một sự kết ước sâu sắc hơn đối với Ngài. Ngài có thể cho phép chúng ta đau đớn với một sự tàn tật về thể xác trong tai nạn xe để cho chúng ta học biết phải nương dựa nơi ngài hơn bao giờ hết. Câu Kinh Thánh này không hề hứa về một công việc tốt hơn hay việc hồi phục sức khỏe.

Thứ tư, lời hứa này có giá trị dành cho ai? "Cho những ai yêu mến Đức Chúa Trời,... cho những người được gọi theo ý định của Ngài". Đây là cách mô tả Cơ Đốc nhân vừa từ góc độ của Chúa (Đức Chúa Trời gọi chúng ta) lẫn góc độ của con người (chúng ta yêu mến Đức Chúa Trời). Lời kêu gọi ở đây là lời hiệu triệu không thể chống lại của chính Đức Chúa Trời để bước vào trong sự cứu rỗi đã được giành lấy cho chúng ta bởi Đấng Christ.

Sự giúp đỡ cuối cùng mà Phao-lô đề cập trong thời gian chúng ta kiên nhẫn chờ đợi là sự tiền định. Dầu khái niệm này có khá nhiều tranh cãi, từ "tiền định" (predestination) trong ý nghĩa tổng quát của nó đơn giản là Đức Chúa Trời đã định sẵn cho chúng ta có một cái kết chắc chắn từ trước. Như đỉnh điểm của 8:29-30 bày tỏ, cái kết đó chính là vinh quang. Mọi điều khác Đức Chúa Trời làm cho chúng ta mà Phao-lô đề cập trong những câu Kinh Thánh trên đều dẫn đến giai đoạn cuối cùng vinh quang này. Rõ ràng là ở đây có một sự tiếp nối nhất định. Việc Đức Chúa Trời làm thay cho chúng ta bắt đầu với sự biết trước của Ngài. Như được sử dụng thường xuyên trong Kinh Thánh, từ ngữ này chỉ về quyết định của Đức Chúa Trời bước vào sự thông công mật thiết với một người nào đó (xem Công 2:23; Rô 11:2, 1 Phi 1:2, 20). Khi Đức Chúa Trời "biết" một người, Ngài không phải là biết một vài thông tin về người đó. Thay vì vậy, Ngài bước vào trong mối quan hệ với người đó.

Xin lưu ý, chẳng hạn như trong A-mốt 3:2, "Ta chỉ biết [cả bản Kinh Thánh tiếng Hê-bơ-rơ và tiếng Hy Lạp đều dùng chữ "biết" (known)] một mình các ngươi trong mọi gia tộc trên đất". Vậy thì, "biết trước" là một cách diễn đạt khác để nói về sự lựa chọn hay **tuyển chọn** của Đức Chúa Trời. Do đó, Phao-lô đang mô tả chi tiết khái niệm sự kêu gọi của Đức Chúa Trời mà ông đã đề cập ở phần cuối của câu 28. Biết trước dẫn đến sự "tiền định". Như tôi đã nói, từ này nhấn mạnh đến mục đích hay là kết quả của việc Đức Chúa Trời lựa chọn. Trong trường hợp này, cái kết đó là chúng ta phải "trở nên giống như hình ảnh Con Ngài [Đức Chúa Trời]". Trong bối cảnh văn mạch này, nó chỉ về trạng thái vinh quang của chúng ta với Đấng Christ (xem 8:17, 30). Sự định sẵn của Đức Chúa Trời dẫn dắt tới sự kêu gọi của Ngài (xem 8:28), sự kêu gọi của Ngài dẫn tới sự xưng công chính của Ngài, và sự xưng công chính của Ngài dẫn tới sự làm cho vinh quang của Ngài. Những câu Kinh Thánh trên nổi tiếng đúng theo sự dạy dỗ thần học của chúng. Những người theo thuyết Calvin sử dụng chúng để ủng hộ hai trong số những tín lý chính yếu của họ: sự lựa chọn vô điều kiện của Đức Chúa Trời và sự an ninh đời đời. Mặc dầu những câu Kinh Thánh trên có hàm ý liên quan đến hai lẽ đạo này, điểm chính như tôi đã nhấn mạnh xuất hiện ở phần cuối: Đức Chúa Trời đã quyết định mang tất cả những ai thuộc về Ngài đến với vinh quang. Ngài đã quyết định điều đó, chúng ta có thể nương dựa vào điều đó. Còn có sự giúp đỡ nào lớn hơn cho niềm hy vọng chắc chắn mà chúng ta có thể tìm thấy?

Đáp ứng: Vui Mừng về sự an ninh của chúng ta trong Đấng Christ (8:31–39)

Lời nhắc nhở nổi tiếng này về tình yêu vững bền và sự thành tín của Đức Chúa Trời là một kết luận phù hợp đối với Rô-ma 5–8. Trong những chương này, Phao-lô đã liên tục nhấn mạnh để mọi người hiểu rõ chân lý rằng tín hữu có được sự đảm bảo tuyệt đối cho tương lai. Đức Chúa Trời đã chuyển chúng ta từ thế giới của A-đam, tội lỗi và sự chết, sang thế giới của Đấng Christ, sự công chính và sự sống. Tuy thế giới cũ vẫn chưa bị trừ diệt và vẫn còn có quyền lực lôi kéo chúng ta ra khỏi con đường công chính và sự sống, nhưng không điều gì có thể ngăn trở sự cứu rỗi cuối cùng của chúng ta. Chúng ta có niềm hy vọng vinh quang (5:2) có thể chống lại bất cứ thử thách nào. Hầu hết chúng ta liên hệ lời lẽ trong 8:31–39 với tang lễ. Chắc hẳn là lời nhắc nhở rằng không điều gì có thể phân rẽ tình yêu của Đức Chúa Trời dành cho chúng ta trong Đấng Christ là thích hợp khi chúng ta đối diện với cái chết của một người thân yêu hay một người bạn. Tuy vậy, lời nhắc nhở ấy cũng quan trọng như nhau cho mỗi một mảnh ghép của cuộc đời chúng ta. Đối diện với những nghi ngờ, không chắc chắn và khó khăn trong một thế giới chống nghịch lại Đức Chúa Trời và những giá trị của Ngài, chúng ta luôn luôn cần đến sự tái đảm bảo rằng, "Đức Chúa Trời đứng về phía chúng ta".

Câu hỏi mở đầu cho phân đoạn Kinh Thánh này - "Vậy, chúng ta sẽ nói gì về những việc này?" - liên hệ đến toàn bộ Rô-ma 5-8. Giờ đây, Phao-lô mời gọi chúng ta ngồi lại và suy ngẫm về những ý nghĩa thuộc linh của những tín lý thần học mà ông đã dạy trong những đoạn Kinh Thánh đó. Ông chia câu trả lời của mình thành hai phần: 8:31–34 tập trung vào công việc của Đức Chúa Trời làm cho chúng ta trong Đấng Christ; 8:35–39 tập trung vào tình yêu của Đức Chúa Trời dành cho chúng ta trong Đấng Christ. Những ngôn từ liên quan đến việc xét xử trở nên nổi trội trong 8:31–34 khi Phao-lô đem khung cảnh luật pháp tòa án ra trước chúng ta. Những lời buộc tội đang được mang ra chống lại chúng ta. Công tố viên đang nêu lên những lời buộc tội chúng ta (8:33), tìm cách kết án chúng ta (8:34). Nhưng Đấng biện hộ cho chúng ta là chính Đức Chúa Trời. Ngài đã chọn chúng ta. Ngài đã xưng chúng ta là công chính (8:33, đối chiếu 8:30). Không ai có thể thắng hơn một sự biện hộ như vậy. Phao-lô xây dựng sự dạy dỗ này dựa trên phân đoạn Kinh Thánh trong Ê-sai:

"Đấng xưng công chính cho Ta đã đến gần.

Ai tranh tụng với Ta?

Hãy cùng Ta đứng lên!

Ai là kẻ đối địch với Ta?

Hãy lại gần Ta!

Thật, Chúa là Đức Giê-hô-va sẽ giúp đỡ Ta;

Ai định tội Ta được?" (Ê-sai 50:8–9a).

Tất nhiên, Phao-lô biết rằng cả Sa-tan lẫn một số người sẽ "nghịch với chúng ta". Ý của ông đó là không ai có thể chống nghịch chúng ta một cách thành công. Như John Chrysostom, một trong những nhà diễn thuyết vĩ đại nhất của hội thánh đầu tiên, nhận định,

Nhưng những kẻ nghịch với chúng ta, cho đến lúc này, ở một mức độ nào đó, họ lại bị ngăn trở ra khỏi chúng ta, mà thậm chí ngay cả khi họ không muốn, họ lại trở thành tác nhân để chúng ta có được mão triều thiên, đem lại phước hạnh không thể đếm hết. Trong đó, sự khôn ngoan của Đức Chúa Trời xoay chuyển mưu đồ của họ thành ra sự cứu rỗi và vinh quang của chúng ta. Hãy xem việc không ai nghịch với chúng ta thực sự là thế nào!

Và chúng ta không chỉ có Đức Chúa Trời bảo vệ mình, chúng ta còn có Chúa Giê-xu Christ là Đấng cầu thay cho chúng ta (8:34). Đức Chúa Trời bày tỏ sự thành tín của Ngài đối với chúng ta khi sai Con Một của chính Ngài, chết thay cho chúng ta (8:32). Nếu Ngài đã làm điều đó, thì chắc chắn rằng chúng ta có thể nương cậy nơi Ngài là Đấng ban mọi điều cần thiết để đem chúng ta đến vinh quang (xin lưu ý sự tương đồng ở đây với 5:9–10). Đấng Christ đã chết như một sinh tế chuộc tội cho chúng ta và đã sống lại để bước vào một hình thức hiện hữu mới và quyền năng. Ngài đứng ở nơi sẵn sàng hơn bao giờ hết để cầu thay cho dân của Đức Chúa Trời.

Trong 8:35–39, trọng tâm chuyển sang tình yêu của Đức Chúa Trời dành cho chúng ta trong Đấng Christ. Ở phần mở đầu của phân đoạn Kinh Thánh này, Phao-lô hỏi, "Ai sẽ phân rẽ chúng ta khỏi tình yêu thương của Đấng Christ?" Ở phần cuối của phân đoạn Kinh Thánh này, ông trả lời câu hỏi đó: không điều gì có thể "phân rẽ chúng ta khỏi tình yêu thương của Đức Chúa Trời trong Đấng Christ Giê-xu, Chúa chúng ta". Như đã luôn thể hiện xuyên suốt Rô-ma 5–8, Phao-lô có cái nhìn rất hiện thực về những khó khăn mà tín hữu sẽ phải đối diện trong cuộc sống này. Cụ thể, ông nói về "hoạn nạn", "khốn cùng", "bắt bớ", "đói khát", "trần truồng", "nguy hiểm", và "gươm giáo" (câu 35). Sự liệt kê này có chút gì đó tương tự với những liệt kê về khó khăn mà chính Phao-lô đã đối diện trong suốt chức vụ sứ đồ của mình (xem 2 Cô 11:23–27; 12:10). Phao-lô nói về những kinh nghiệm. Ông đã chịu đựng rất nhiều gian khổ mà ông đề cập ở đây, và ông có thể tự tin xác nhận rằng những gian khổ đó sẽ không thể đem tín hữu ra khỏi tình yêu của Đức Chúa Trời trong Đấng Christ. Thật vậy, nhờ Đấng Christ, "Đấng yêu thương mình" mà chúng ta có thể "toàn thắng" (8:37). Để chắc chắn rằng chúng ta hiểu được vấn đề, Phao-lô kết luận bằng cách liệt kê những thách thức với nhiều chủng loại ở mức độ rộng hơn ảnh hưởng đến mối liên hệ yêu thương của chúng ta với Đức Chúa Trời. Hai trạng thái hiện hữu, chết và sống, không thể xen vào mối liên hệ đó. Bất kỳ quyền lực thuộc linh nào cũng không thể phá vỡ sự hiệp nhất của tín hữu với Đấng Christ. "Các thiên sứ" và "các bậc cầm quyền" (xem "rulers" trong ESV; "demons" trong NIV) tóm lược toàn bộ thế giới thuộc linh. "Các bậc cầm quyền" chỉ về những hữu thể ác linh (đối chiếu Êph 6:12; Côl 2:15). Nhưng tại sao lại đề cập thiên sứ như là một mối đe dọa đến tình yêu của Đức Chúa Trời dành cho chúng ta? Có lẽ bởi vì Phao-lô biết rằng Cơ Đốc nhân có thể bị xao lãng khỏi bổn phận đối với Chúa và sự thờ phượng Ngài bằng mối bận tâm về những hữu thể thần linh khác (như là tình huống dường như đã tồn tại ở lại Cô-lô-se [xem Côl 2:6–23]). "Các quyền lực" *(dynameis)* ở phần sau trong câu 38 cũng chỉ về những hữu thể thần linh. Tất nhiên, "hiện tại" và "tương lai" bao hàm lĩnh vực thời gian. "Chiều cao", "chiều sâu" trong câu 39 cũng có thể chỉ về những hữu thể thần linh khác nhau mà những người thời xưa cho rằng họ ở tại những miền trên cao và phía dưới địa tầng. Nhưng cách dùng của Phao-lô ở chỗ khác (Êph 3:18) cho thấy rằng ông dùng những thuật ngữ trên với một sự ám chỉ đơn giản về không gian. Phao-lô đề cập đến mỗi một lĩnh vực khả dĩ của sự hiện hữu để khẳng định một cách tuyệt đối rằng không một điều gì trong tất cả muôn vật có thể xen vào tình yêu của Đức Chúa Trời dành cho chúng ta trong Đấng Christ.

Những Thuật Ngữ Chính

Cấu trúc bao hàm (ND) *(Inclusio)*

Sự lựa chọn *(election)*

Thuyết Arminius *(Arminianism)*

Thuyết Calvin *(Calvinism)*

Câu Hỏi Suy Gẫm

1. Lý giải mối liên hệ giữa Rô-ma 8 với luận điểm chung của bức thư từ đầu đến chương này.
2. Liệt kê và suy ngẫm những phước hạnh mà Đức Thánh Linh ban cho tín hữu theo Rô-ma 8.
3. Tại sao Phao-lô vừa nói rằng giờ đây chúng ta là con cái Đức Chúa Trời (8:14–17), lại vừa nói rằng chúng ta vẫn đang chờ đợi để được nhận làm con nuôi của Đức Chúa Trời (8:23)? Việc này dạy chúng ta điều gì về quan điểm thần học của Tân Ước? Quan điểm này có ý nghĩa gì cho sự hiểu biết của chúng ta về đời sống Cơ Đốc?
4. Rô-ma 8:19–20 đóng góp như thế nào cho hiểu biết thần học của chúng ta về thiên nhiên?
5. Tại sao những người theo thuyết Calvin lại thích Rô-ma 8:29–30? Họ rút ra kết luận gì từ những câu Kinh Thánh trên? Người ta có thể phản ứng như thế nào về những lời tuyên bố của những người theo thuyết Calvin về những câu Kinh Thánh trên?

Phần V

Khám Phá Mối Liên Hệ Giữa Y-sơ-ra-ên và Tin Lành: Rô-ma 9:1–11:36

Chương 13

Y-sơ-ra-ên và Chương Trình của Đức Chúa Trời (Rô-ma 9:1–29)

Dàn ý:

- Vấn đề: Mâu thuẫn giữa lời hứa của Đức Chúa Trời và cảnh ngộ của Y-sơ-ra-ên (9:1–5)
- Bản chất lời hứa của Đức Chúa Trời đối với Y-sơ-ra-ên (9:6–29)
    - Sự kêu gọi của Đức Chúa Trời và các tộc trưởng (9:6–13)
    - Phần bàn thêm: Công lý của Đức Chúa Trời (9:14–23)
    - Lời kêu gọi của Đức Chúa Trời và các Tiên tri (9:24–29)

Mục tiêu:

Sau khi đọc xong chương này, độc giả có thể:

1. Lý giải mục đích của Phao-lô trong Rô-ma 9–11 và liên hệ mục đích đó với chủ đề và sự phát triển của thư tín này.
2. Trân trọng một cách tươi mới sự tể trị của Đức Chúa Trời trong việc thực thi chương trình của Ngài trong thế giới.
3. Xác định ít nhất hai cách khác nhau để liên hệ luận điểm của Phao-lô về việc Chúa kêu gọi Y-sơ-ra-ên với việc Chúa lựa chọn các cá nhân cho sự cứu rỗi.
4. Lý giải quan điểm của bạn (có thể tạm thời) về vấn đề được đề cập trong mục số 3 ở trên.

Việc Đức Quốc xã thảm sát hàng loạt người Do Thái trong suốt thế chiến II đã để lại một hệ quả lâu dài. Đây là một lời nhắc nhở choáng váng để thế giới tiếp tục nhận thức về khả năng hành động một cách phi nhân tính của con người. Đối với Cơ Đốc nhân, sự tàn sát hàng loạt đó cho thấy những vấn đề đặc biệt. Một số người Do Thái và một số Cơ Đốc nhân cho rằng mặc dù là cực đoan nhưng sự tàn sát hàng loạt là kết quả tự nhiên của thần học Cơ Đốc truyền thống; bởi vì trong lịch sử, Cơ Đốc nhân đã được dạy rằng họ đã được thay vào chỗ của người Do Thái trong tư cách là tuyển dân của Đức Chúa Trời. Người Do Thái đã tự tước đi quyền tuyển dân của mình khi họ khước từ, không công nhận Chúa Giê-xu là Đấng Mê-si. Thật vậy, họ đã dồn Ngài đến chỗ chết. Vậy nên, khi khẳng định người Do Thái không thể tuyên bố họ là dân của Đức Chúa Trời được nữa, thần học Cơ Đốc mở cửa cho chủ nghĩa bài Do Thái (anti-Semitism) và thậm chí là sự bắt bớ. Trước phân tích này, những nhà thần học Cơ Đốc đã phản ứng theo ba phương cách. Một số xem điều đó là chính xác và cho rằng cách duy nhất để hướng về tương lai là loại bỏ đi những luồng dạy dỗ của Tân Ước về việc tước bỏ quyền tuyển dân của người Do Thái.[1] Một số khác nhấn mạnh rằng, dù có bác bỏ đạo Do Thái (anti-Judaistic), Tân Ước không hề bài Do Thái (anti-Semitic). Nói cách khác, mặc dù những Cơ Đốc nhân đầu tiên tin rằng đạo Do Thái không còn là phương cách để đến gần Đức Chúa Trời được nữa, họ không hề chống lại người Do Thái. Thật vậy, chính các tác giả Tân Ước hầu hết là người Do Thái và họ cố gắng dùng tình yêu để chinh phục người Do Thái đến với phúc âm.[2] Cuối cùng, những nhà thần học khác đã lập luận rằng một vài phân đoạn trong Tân Ước dạy rằng đức tin Do Thái vẫn là phương cách có hiệu lực để được cứu rỗi. Cùng với đức tin nơi Chúa Giê-xu, là phương cách cứu rỗi cho dân ngoại, chúng ta cần phải giữ một chỗ cho giao ước luật pháp là phương cách cứu rỗi cho dân Do Thái. Quan điểm này đôi khi được gọi là "học thuyết hai giao ước" (*bicovenantalism*). Những người khởi xướng học thuyết này cho rằng có một "phương cách đặc biệt" (tiếng Đức là *Sonderweg*) cho sự cứu rỗi của người Do Thái.[3]

Trong tất cả những tranh luận trên, Rô-ma 9–11 chính là trọng tâm của sự chú ý. Thật vậy, quan điểm *Sonderweg* hầu hết dựa vào toàn bộ những đoạn Kinh Thánh trên. Điều này có nghĩa là chúng ta cần phải tiếp cận lời dạy của Phao-lô trong phần này của thư Rô-ma với sự thận trọng đặc biệt. Chúng ta cần phải xoá bỏ những nhận thức sai lầm và những định kiến, cố gắng tìm ra một cách chính xác điều Phao-lô thực sự dạy về Y-sơ-ra-ên là gì. Trong những nhận định tiếp theo,

---

[1] Xem R. R. Ruether, *Faith and Fratricide: The Theological Roots of Anti-Semitism* (New York: Seabury, 1974).

[2] Xem D. A. Hagner, "Paul's Quarrel with Judaism," trong *Anti-Semitism and Early Christianity: Issues of Polemic and Faith*, btv. C. A. Evans and D. A. Hagner (Minneapolis: Fortress, 1993), 128–50.

[3] Quan điểm này có thể truy nguyên đến thế kỷ mười chín. Trong những năm gần đây, hai nhân vật nổi bật của quan điểm này là K. Stendahl, "Paul among Jews and Gentiles," trong *Paul among Jews and Gentiles and Other Essays* (Philadelphia: Fortress, 1976), và J. Gager, *Reinventing Paul* (Oxford: Oxford University Press, 2000), 128–42.

tôi sẽ lý luận trên cơ sở ủng hộ quan điểm thứ hai được mô tả ở trên. Sự cứu rỗi được tìm thấy duy chỉ trong Chúa Giê-xu, cho cả dân ngoại lẫn người Do Thái. Tuy nhiên, lập trường đó không hề làm cho Phao-lô trở nên một người bài Do Thái. Ông đau đớn cho rất nhiều đồng bào Do Thái của mình khi họ không chịu đáp ứng đối với tin lành (9:1–2; 10:1). Và một trong những động lực lớn nhất của ông trong việc truyền giáo cho dân ngoại là hy vọng rằng thông qua phương tiện này, dân tộc của chính ông sẽ đến với Đấng Christ (11:13–14). Mức độ hy vọng mà Phao-lô đưa ra trong việc đồng bào Do Thái mình sẽ tiếp nhận Chúa là bao nhiêu? Chúng ta sẽ để ngỏ câu hỏi này cho đến khi nghiên cứu Rô-ma 11.

Trước khi đi sâu vào vấn đề Y-sơ-ra-ên và tương lai của họ, chúng ta cần phải lùi lại và có một cái nhìn rộng lớn hơn về Rô-ma 9–11. Suy cho cùng, Y-sơ-ra-ên không phải là chủ đề chính của những đoạn Kinh Thánh trên. Chủ đề chính là sự nhất quán của Đức Chúa Trời. Tại thời điểm Phao-lô viết thư Rô-ma, thành phần tổng thể của hội thánh đầu tiên đã trở nên rõ ràng. Hội thánh bao gồm rất nhiều người ngoại quốc và tương đối ít người Do Thái. Chúng ta rất quen thuộc với tình trạng này nên không có gì bất ngờ hay kinh ngạc ở đây. Nhưng thực tế đơn giản này lại là một trong những vấn đề thần học khó hiểu nhất mà hội thánh đầu tiên phải đối diện. Cựu Ước xuất hiện với lời hứa rằng người Do Thái sẽ nhận được sự cứu rỗi từ Đấng Mê-si và một vài người ngoại quốc sẽ được phép dự phần vào đó. Phao-lô và những Cơ Đốc nhân tiên khởi khác tuyên bố rằng sự cứu rỗi theo Đấng Mê-si phải được nhận lãnh từ Giê-xu người Na-xa-rét. Thế thì, tại sao Y-sơ-ra-ên lại không được cứu như Cựu Ước đã hứa? Tại sao phần lớn hội thánh đầu tiên lại là người ngoại quốc? Những câu hỏi như vậy xoáy vào chính trọng tâm của tin lành bởi vì nếu tin lành không thực sự được xem như là sự tiếp tục trong chương trình của Đức Chúa Trời từ Cựu Ước, thì nó sẽ không còn là tin lành của Đức Chúa Trời (so sánh 1:2). Phải chăng Đức Chúa Trời đã ý hay là Ngài đã không giữ lời hứa của mình? Trong Rô-ma 9–11, Phao-lô tìm cách giải quyết vấn đề thần học chính yếu này. Ông lập luận rằng tình trạng trong thời của ông là phù hợp với những lời hứa của Đức Chúa Trời trong Cựu Ước nếu những lời hứa đó được giải thích một cách đúng đắn. Đồng thời, ông phát triển một thần học bền vững về những phương cách mà Đức Chúa Trời hành động trên thế giới và một góc nhìn lịch sử khiến chúng ta vừa được thách thức vừa được lôi cuốn.

Vấn đề: Mâu thuẫn giữa lời hứa của Đức Chúa Trời và cảnh ngộ của Y-sơ-ra-ên (9:1–5).

Với sự ca mừng tuyệt diệu về tình yêu không lay chuyển của Đức Chúa Trời dành cho chúng ta trong Đấng Christ (8:31–39), chúng ta có lẽ cho rằng phần dạy giáo lý của sách Rô-ma kết thúc ở đây. Đây là lúc mà Phao-lô cần chuyển sang những bài học áp dụng của giáo lý đó. Tất nhiên, ông đã làm như thế trong chương 12. Nhưng về phần các chương giữa từ 9 đến 11 thì chúng ta phải xem xét chúng như thế nào?

Công trình điêu khắc tưởng niệm thể hiện sự đau đớn mà người Do Thái chịu đựng trong suốt thời Đức Quốc xã *(ảnh: Chris Miller)*

Augustine và rất nhiều người khác sau ông cho rằng Phao-lô sử dụng tài liệu này để miêu tả chi tiết thần học mà ông đã phát triển trước đó trong thư tín: sự tiền định (xem 8:29–30) hay là sự xưng công chính bởi đức tin. Một số nhà giải kinh khác đã cho rằng những đoạn Kinh Thánh này giống như bài đọc thêm cá nhân khi Phao-lô, với tư cách là một người Do Thái, bày tỏ mối bận tâm cho đồng bào mình. Nhưng khi chúng ta nhớ lại mục đích tổng quan của thư Rô-ma, thì những đoạn Kinh Thánh trên phù hợp một cách tự nhiên với lập luận của bức thư. Phao-lô đang trình bày bài giảng tin lành của mình. Đặc biệt, ông muốn bày tỏ làm thế nào tin lành bao gồm cả người ngoại quốc mà lại không phá vỡ sự liên tục với Cựu Ước. Thách thức gay go đối với sự liên tục này là người Do Thái trở thành Cơ Đốc nhân chỉ là một con số tương đối nhỏ. Dường như Đức Chúa Trời đã từ bỏ dân tộc mà Ngài đã chọn và chuyển những lời hứa trong Cựu Ước dành cho những người mới. Nếu đúng là như vậy thì sự kết nối giữa Cựu Ước và Tân Ước đã bị phá vỡ, và nó cho thấy Đức Chúa Trời là Đấng thất thường, không đáng tin cậy. Độc giả của thư Rô-ma đã quen với hình ảnh của Cựu Ước có thể được tha thứ khi đưa ra lời phản đối này bởi vì chính Phao-lô nói về hội thánh bằng những ngôn từ vốn dùng cho Y-sơ-ra-ên trong Cựu Ước. Hội thánh là dòng dõi của Áp-ra-ham (4:16), con cái của Đức Chúa Trời (8:14–17), và đối tượng nhận lãnh vinh quang (8:30). Thế thì, có phải Y-sơ-ra-ên đã bị từ bỏ? Có phải Hội Thánh đã thay thế vào chỗ của Y-sơ-ra-ên và Đức Chúa Trời đã không giữ những lời hứa của Ngài với Y-sơ-ra-ên? Đó là những câu hỏi làm động cơ cho Chương 9–11. Rô-ma 9:1–5 giới thiệu những câu hỏi đó.

Trong phân đoạn Kinh Thánh này, Phao-lô tương phản cảnh ngộ hiện tại của Y-sơ-ra-ên (9:1–3) với những lời của Đức Chúa Trời dành cho họ (9:4–5). Phao-lô không dùng quá nhiều từ ngữ để trình bày cảnh ngộ của Y-sơ-ra-ên. Ông bày tỏ mối bận tâm sâu sắc và chân thành dành cho họ (9:1–2) và thậm chí đề nghị đặt để chính mình ở dưới sự nguyền rủa thay mặt cho họ (9:3). Lời đề nghị của Phao-lô giống như phản ứng của Môi-se khi ông nhìn thấy dân Y-sơ-ra-ên đang làm tượng bò con bằng vàng và thờ lạy nó:

> Ngày hôm sau, Môi-se nói với dân chúng: "Anh em đã phạm một trọng tội. Nhưng bây giờ ta sẽ lên gặp Đức Giê-hô-va, có lẽ ta sẽ chuộc được tội cho anh em." Vậy Môi-se trở lên gặp Đức Giê-hô-va và thưa với Ngài rằng: "Ôi! Dân nầy đã phạm một trọng tội, họ đã làm cho mình tượng thần bằng vàng. Nhưng bây giờ xin Chúa tha tội cho họ! Nếu không, xin Ngài xóa tên con khỏi sách Ngài đã viết." (Xuất 32:30–32)

Nhưng Phao-lô đi xa hơn Môi-se, ông xin gánh thay sự rủa sả mà dân Y-sơ-ra-ên đáng phải nhận để họ được tha thứ. Tất nhiên, Phao-lô biết rằng ông không thể làm như vậy và Chúa sẽ không bao giờ chấp nhận một sự nguyền rủa như thế. Ông nói một cách cảm xúc và cường điệu để nêu lên ý của mình. Tuy nhiên, thực tế về cách ông trình bày chuyện này thể hiện rằng vấn đề của Y-sơ-ra-ên là họ không nhận lấy sự cứu rỗi được ban cho trong Đấng Christ. Khi quay lưng lại với Đấng Christ, dân Y-sơ-ra-ên đã đặt chính họ dưới sự rủa sả xảy đến trên những ai không được cứu.

Như tôi đã nhấn mạnh, việc Y-sơ-ra-ên không chấp nhận Chúa Giê-xu không chỉ đơn giản là chuyện đau khổ cá nhân của Phao-lô. Còn hơn thế nữa. Bảng liệt kê những phước hạnh và lời hứa được Đức Chúa Trời dành cho Y-sơ-ra-ên trong 9:4–5 thể hiện rõ rằng việc Y-sơ-ra-ên khước từ Đấng Christ tạo nên một vấn đề thần học nhạy cảm. Làm thế nào mà những người được Đức Chúa Trời ban cho rất nhiều giờ đây lại bị loại ra khỏi sự cứu rỗi trong lai thế? Y-sơ-ra-ên đã được "hưởng danh phận con nuôi". Khi chọn Y-sơ-ra-ên từ giữa mọi dân tộc trên đất làm dân thuộc riêng cho Ngài, Đức Chúa Trời đã nhận dân tộc này làm con nuôi của chính Ngài. Điều gây ấn tượng là Phao-lô đã sử dụng cách diễn đạt này cho Cơ Đốc nhân trong Rô-ma 8:16, 23), làm gia tăng thêm sự căng thẳng mà Phao-lô đang giải quyết trong những đoạn Kinh Thánh đó. Y-sơ-ra-ên cũng được ban cho vinh quang (sự hiện diện của Đức Chúa Trời ở giữa họ), lời giao ước (chẳng hạn như giao ước với Áp-ra-ham, với Môi-se, với Đa-vít), luật pháp, sự thờ phượng, và lời hứa. Họ cũng có các tộc trưởng, những người được đề cập tự nhiên cùng với lời hứa, bởi vì Phao-lô tin rằng lời hứa của Đức Chúa Trời đối với Áp-ra-ham, Y-sác, và Gia-cốp là nền tảng cho lịch sử cứu rỗi và mang một ý nghĩa liên tục cho tương lai của Y-sơ-ra-ên (xem 11:28). Cuối cùng và là đỉnh điểm, Đấng Mê-si cũng thuộc về Y-sơ-ra-ên, ít nhất là theo cách nhìn "dòng dõi về phần xác" (*sarx*, *"xác thịt"*, *bản NIV diễn giải bằng cụm từ "human ancestry", tức là "theo dòng họ con người" - ND*). Giăng cũng đã viết rằng Đấng Mê-si đã đến trong "đất nước Ngài" (Giăng 1:11). Nhưng dòng dõi con người của Đấng Mê-si không phải là tất cả những điều được nói về Ngài. Với một mô hình khác (đặc biệt, xem Rô 1:3–4), Phao-lô cũng nhắc chúng ta một khía cạnh khác về bản chất của Đấng Mê-si: Ngài là "Đấng trên hết mọi sự, là Đức

Chúa Trời đáng được chúc tụng đời đời". Ở đây, chúng ta nhìn thấy một trong số ít các câu Kinh Thánh trong Tân Ước trình bày trực tiếp Chúa Giê-xu với danh hiệu "Đức Chúa Trời" (*theos*). Hay là không phải vậy? Bản RSV dịch phần kết của câu 5 thế này: "Và từ dòng dõi này, về phần xác, đã sinh ra Đấng Christ. Đấng trên hết mọi sự là Đức Chúa Trời đáng được chúc tụng đời đời. A-men." Như chúng ta thấy, sự khác biệt nằm ở dấu câu. Phải chăng chúng ta nên đặt một dấu phẩy sau chữ Christ/Mê-si (như bản Kinh Thánh tiếng Anh NIV, ESV, HCSB, đối chiếu với NASB *[và hầu hết các bản dịch tiếng Việt - ND]*)? Hay chúng ta nên đặt một dấu chấm ở đó (như bản RSV, NAB) *[tương tự như cách dịch của BDM - ND]*? Những bản Kinh Thánh chép tay tiếng Hy Lạp sớm nhất không hề có dấu chấm câu, do đó quyết định thế nào là vấn đề giải kinh chứ không phải là vấn đề lịch sử bản văn. Mặc dù các học giả có sự phân chia ở điểm này, nhưng ngày càng có nhiều học giả nhất trí xem dấu phẩy là một cách hiểu đúng hơn (xin lưu ý sự thay đổi giữa bản RSV và bản NRSV).[4] Thế thì, cách dịch tổng quan của bản NIV có thể là đúng *[cũng như cách dịch trong bản Truyền Thống Hiệu Đính chúng ta đang sử dụng - ND]*. Ở đây, Phao-lô gọi Chúa Giê-xu là "Đức Chúa Trời".

Hai Y-sơ-ra-ên Trong Rô-ma 9:6

Hai biểu đồ tương phản bên dưới giúp chúng ta hình thành nên những cách hiểu về mối liên hệ giữa hai Y-sơ-ra-ên trong 9:6

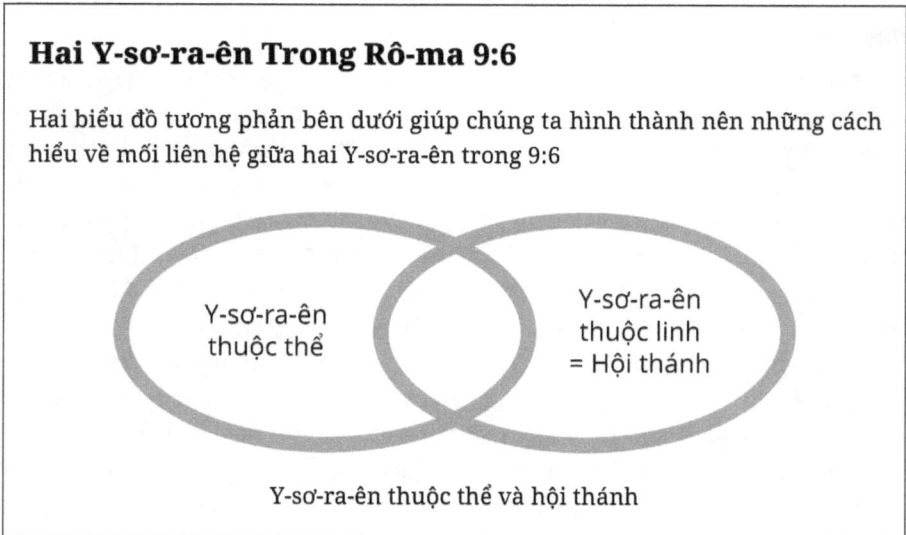

---

[4]Về điều này, xem B. M. Metzger, "The Punctuation of Rm 9:5," trong *Christ and Spirit in the New Testament: In Honour of Charles Francis Digby Moule*, btv. B. Lindars and S. Smalley (Cambridge: Cambridge University Press, 1973), 95–112; M. J. Harris, *Jesus as God: The New Testament Use of Theos in Reference to Jesus* (Grand Rapids: Baker, 1992), 144–72.

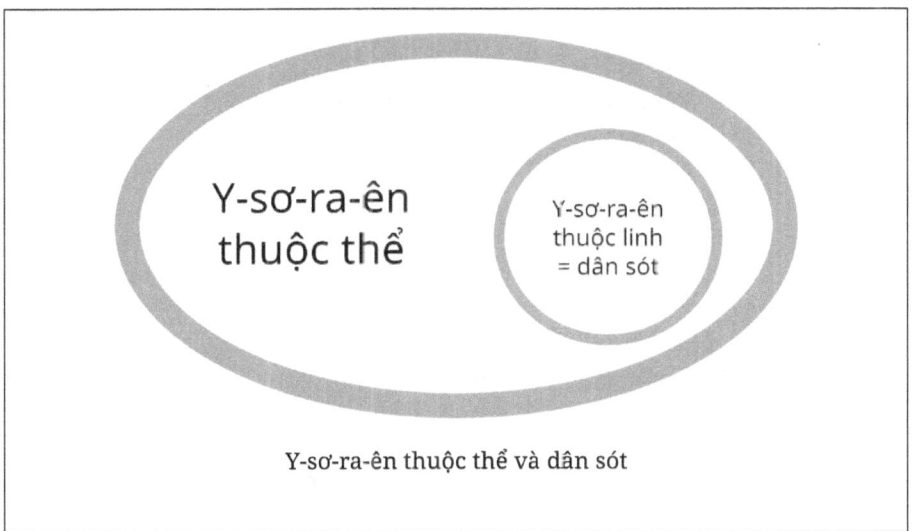

Bản chất lời hứa của Đức Chúa Trời dành cho Y-sơ-ra-ên (9:6–29)

Phao-lô ngụ ý đặt ra cho chúng ta câu hỏi này: Làm thế nào để có thể dung hoà tình trạng hiện tại của hội thánh với lời hứa của Đức Chúa Trời dành cho Y-sơ-ra-ên? Ông trả lời theo bốn bước. Trong 9:6–29, Phao-lô sử dụng chính bản thân Cựu Ước để định nghĩa lời hứa này. Tiếp đến, trong 9:30–10:21, ông nhấn mạnh rằng bản thân dân Y-sơ-ra-ên phải chịu trách nhiệm về sự hư hỏng thuộc linh của mình. Một cách tích cực hơn, Phao-lô lập luận trong 11:1–10 rằng Đức Chúa Trời đang tiếp tục bày tỏ ân điển của Ngài cho Y-sơ-ra-ên bằng việc kêu gọi người Do Thái đến sự cứu rỗi. Cuối cùng, ông nêu lên niềm hy vọng trong tương lai rằng Y-sơ-ra-ên sẽ được ban cho ân điển vĩ đại hơn (11:11–36).

Câu trả lời đầu tiên của Phao-lô tập trung vào bản chất về sự "kêu gọi" của Đức Chúa Trời đối với Y-sơ-ra-ên. Từ ngữ này bao quát trong cả 9:6–13 lẫn 9:24–29 nơi Phao-lô trình bày quan điểm căn bản của mình. Các câu trong 9:14–23 xoay quanh lập luận đó cách nhẹ nhàng khi Phao-lô tạm dừng trả lời những phản đối về việc ông nhấn mạnh sự khởi xướng của Đức Chúa Trời trong lịch sử Y-sơ-ra-ên.

Sự kêu gọi của Đức Chúa Trời và những tộc trưởng (9:6–13)

Rô-ma 9:6a tóm tắt vấn đề thần học căn bản trong Rô-ma 9–11: sự nhất quán trong lời hứa của Đức Chúa Trời. Câu "nói như vậy không có nghĩa là lời Đức Chúa Trời đã thất bại" (9:6) bày tỏ mối bận tâm sâu sắc nhất của Phao-lô đối với tình thế nan giải hiện tại của Y-sơ-ra-ên: chính Đức Chúa Trời sẽ chịu trách nhiệm cho sự thất bại. Có vẻ như là Đức Chúa Trời đã không thực thi những gì Ngài đã hứa. Và do đó, Phao-lô bắt đầu bằng việc chỉ ra điều Đức Chúa Trời đã hứa là gì.

Thật vậy, 9:6b trình bày ý tưởng chủ đạo của các câu trong 9:6–13 về tính toàn vẹn của các câu trong 9:6–29. Ở đây, Phao-lô nêu lên sự phân biệt cơ bản giữa "Y-sơ-ra-ên" và "Y-sơ-ra-ên". Phao-lô tuyên bố rằng không phải tất cả mọi thành viên thuộc thể của dân tộc Y-sơ-ra-ên đều thuộc về "Y-sơ-ra-ên" theo ý nghĩa thuộc linh. Một khái niệm rất quan trọng giờ đây được giới thiệu: Y-sơ-ra-ên thuộc linh. Y-sơ-ra-ên thuộc linh này là gì? Một đội ngũ rất nhiều nhà giải kinh xuất sắc tin rằng các tác giả Tân Ước chuyển danh hiệu "Y-sơ-ra-ên" từ dân tộc sang hội thánh. Các học giả đã tham dự vào trong cuộc tranh luận sôi nổi về vấn đề này trong những năm gần đây. Tôi cho rằng mình đã nói đủ để khẳng định rằng có ít nhất một câu Kinh Thánh trong Tân Ước, Ga-la-ti 6:16 thực sự dùng chữ "Y-sơ-ra-ên" theo cách này.[5] Và do đó, "Y-sơ-ra-ên" thứ hai trong câu 6 cũng có thể là một ám chỉ về hội thánh nói chung, bao gồm cả người Do Thái lẫn dân ngoại (xin lưu ý rằng Phao-lô bao hàm dân ngoại khi ông đề cập trong bối cảnh này: câu 24–26). Nhưng việc áp dụng chữ "Y-sơ-ra-ên" vào hội thánh thì hiếm thấy trong Tân Ước, và bối cảnh văn mạch trực tiếp ở đây không tập trung vào hội thánh nhưng vào cách mà Đức Chúa Trời lựa chọn một hạt nhân thuộc linh từ *bên trong* thực thể quốc gia lớn hơn của Y-sơ-ra-ên. Thế thì, có lẽ ý của Phao-lô ở đây là ở trong Y-sơ-ra-ên thuộc thể có tồn tại một Y-sơ-ra-ên thuộc linh. Hay sử dụng ngôn ngữ mà Phao-lô giới thiệu sau này, đó là "phần dân còn lại" (xem 11:5).

Phao-lô giải thích luận điểm của mình về một Y-sơ-ra-ên ở bên trong một Y-sơ-ra-ên với hai minh hoạ chính yếu từ lịch sử của các tộc trưởng: chọn lựa Y-sác thay vì Ích-ma-ên (9:7–9), chọn lựa Gia-cốp thay vì Ê-sau (9:10–13). Cả hai sự lựa chọn trên chứng minh rằng Đức Chúa Trời đã không chỉ đơn giản đảm bảo dành cho tất cả dòng dõi thuộc thể của Áp-ra-ham những phước hạnh của Ngài. Việc nhận lãnh phước hạnh của lời hứa đó vẫn luôn là chuyện mà chính Đức Chúa Trời lựa chọn. Như N. T. Wright đã nói một cách súc tích, đó là vấn đề của "ân điển chứ không phải giòng giống" (grace, not race). Chúng ta nhớ lại là Áp-ra-ham có hai con trai: Ích-ma-ên là con của A-ga, một nô lệ trong nhà Áp-ra-ham; và Y-sác, con của Sa-ra, vợ của Áp-ra-ham. Đức Chúa Trời xác nhận rõ rằng bởi Y-sác, Áp-ra-ham sẽ có "một dòng dõi được gọi theo tên" ông (9:7, trích dẫn từ Sáng 21:12). Ý nghĩa ở đây là duy chỉ dòng dõi của Y-sác mới được xem là những người nhận lãnh phước hạnh mà Đức Chúa Trời hứa ban. Ích-ma-ên và con cháu của ông không hề có phần nào trong những phước hạnh đặc biệt đó. Họ sẽ không được xem là một phần của dân tộc mà Đức Chúa Trời đang thiết lập. Vậy thì, Phao-lô kết luận, con cái của Đức

---

[5] Xem R. N. Longenecker, *Galatians*, Word Biblical Commentary 41 (Dallas: Word, 1990), 297–99. Đối với quan điểm đối lập, xem "Y-sơ-ra-ên của Đức Chúa Trời" chỉ duy nhất về Cơ Đốc nhân Do Thái, xem P. Richardson, *Israel in the Apostolic Church* (Cambridge: Cambridge University Press, 1969), 74–84.

Chúa Trời không phải là "con cái theo phần xác" nhưng là "con cái của lời hứa" (9:8), những người Đức Chúa Trời chọn để nhận lãnh lời hứa của Ngài.

Tuy nhiên, một vài người có thể phản đối rằng tính phức tạp trong địa vị làm con cái của Áp-ra-ham nằm ở chỗ những người mẹ khác nhau. Y-sác và Ích-ma-ên là anh em khác mẹ, cho nên có lẽ chính sự khác biệt trong nguồn gốc thuộc thể này giải thích cho những tình trạng thuộc linh tương phản của họ. Để đáp trả ý kiến phản đối này, Phao-lô dẫn chúng ta xuống một thế hệ tiếp theo trong gia phả các tộc trưởng. Y-sác cũng có hai con trai nhưng những người con của ông đều được sinh ra bởi một người nữ, là Rê-bê-ca. Và không chỉ có vậy. Hai con trai đó được sinh ra cùng một thời điểm. Họ là anh em sinh đôi (9:10–11). Không có gì trong nguồn gốc thuộc thể của họ phân biệt Gia-cốp với Ê-sau. Thật vậy, nếu chúng ta nhớ lại câu chuyện trong Sáng Thế Ký, Ê-sau là anh lớn trong hai người, nhưng Đức Chúa Trời lại hứa với Rê-bê-ca, "Đứa lớn sẽ phục dịch đứa nhỏ" (9:12, trích dẫn Sáng 25:23). Đó sẽ là Gia-cốp, người sẽ kế thừa lời hứa của Đức Chúa Trời và trở thành cha của dân tộc Y-sơ-ra-ên. Thật ra, tên của ông được đổi thành "Y-sơ-ra-ên". Phao-lô tóm tắt những tình trạng tương phản của Gia-cốp và Ê-sau với lời trích dẫn từ Ma-la-chi 1:2–3, "Ta yêu Gia-cốp nhưng ghét Ê-sau." Cách diễn đạt yêu và ghét bày tỏ ý tưởng sự lựa chọn: Đức Chúa Trời chọn Gia-cốp cho phước hạnh đặc biệt, nhưng Ngài từ bỏ Ê-sau, không cho ông có bất kỳ phần nào trong phước hạnh đó. Phao-lô kết luận rằng ví dụ của Gia-cốp và Ê-sau thể hiện một cách cụ thể rõ ràng rằng sự lựa chọn là chuyện Đức Chúa Trời chọn chứ không phải là quyền lợi giống nòi hay là quyết định của con người. Gia-cốp và Ê-sau không hề làm gì hết khi Đức Chúa Trời hứa với Rê-bê-ca rằng Gia-cốp sẽ trội hơn. Cả hai thậm chí còn chưa được sinh ra.

Những ý nghĩa thần học của phân đoạn Kinh Thánh này được tranh cãi kịch liệt. Từ xưa đến nay, những người theo thuyết Calvin đã nhận thấy những câu Kinh Thánh trên ủng hộ cho ý niệm về sự lựa chọn vô điều kiện. Ý niệm này tin rằng Đức Chúa Trời chọn lựa từ trước đời đời những người được cứu. Sự lựa chọn của Ngài là vô điều kiện trong ý nghĩa rằng nó không tuỳ thuộc vào bất kỳ điều gì ngoài ý chỉ giấu kín của chính Ngài. Ngài không chọn lựa theo bất kỳ điều gì Ngài biết về chúng ta, chẳng hạn như liệu rằng chúng ta sẽ tin hay không. Bởi vì bản thân sự tin nhận của chúng ta cũng là kết quả mà Đức Chúa Trời lựa chọn. Chúng ta tin bởi vì Đức Chúa Trời chọn chúng ta. (Ngược lại, những người theo thuyết Arminius lập luận rằng Đức Chúa Trời chọn những ai Ngài biết trước là họ sẽ tin). Tuy nhiên, nhiều nhà giải kinh không chắc chắn rằng những người theo thuyết Calvin có thể dùng 9:6–13 để chứng minh cho tín lý thần học này hay không. Họ lưu ý rằng Ma-la-chi 1:2–3, phần Kinh Thánh mà Phao-lô trích dẫn trong 9:13, sử dụng "Gia-cốp" và "Ê-sau" để chỉ một cách tương ứng về dân Y-sơ-ra-ên và dân Ê-đôm. Và những phân đoạn Kinh Thánh khác mà Phao-lô trích dẫn từ Sáng Thế Ký không hề nói về số phận thuộc linh của các cá nhân. Chúng chỉ về phương cách Đức Chúa Trời sử dụng những cá nhân đó trong lịch sử cứu rỗi. Do đó, Rô-ma 9:6–13 không phải nói về sự cứu rỗi của cá nhân xét theo bất cứ phương thức nào. Đúng hơn là, nó nói

Phần đầu của Tutankhamen, vị pha-ra-ôn có lẽ cai trị Ai Cập một thời gian ngắn sau sự kiện xuất Ai Cập

về phương cách Đức Chúa Trời, theo sự tể trị của Ngài, đã chọn lựa những dân tộc để thực thi chương trình của Ngài trong lịch sử.[6] Mặc dù những ý kiến phản đối trên cũng hợp lý, tôi không cho rằng chúng có thể thành công trong việc lật đổ cách giải thích thông thường của những người theo thuyết Calvin về những câu Kinh Thánh trên. Dù những phân đoạn Kinh Thánh trong Sáng Thế Ký có thể không chỉ trực tiếp về sự cứu rỗi cá nhân, Phao-lô áp dụng chúng vào câu hỏi ai thuộc về Y-sơ-ra-ên thuộc linh (9:6). Nói cách khác, mối bận tâm cuối cùng là để bày tỏ Đức Chúa Trời đã quyết định như thế nào về việc ai là người thuộc về dân của Ngài. Cuối cùng mà nói, điều đó có nghĩa là chuyện ở đây là về sự cứu rỗi của cá nhân.

Phần bàn thêm: Công Lý của Đức Chúa Trời (9:14–23)

Một lần nữa, Phao-lô thể hiện sự nhạy cảm của mình đối với phương cách mà người ta hiểu những gì ông dạy dỗ. Ông biết rõ rằng những gì ông đã nói về sự tể trị của

---

[6] Xem C. E. B. Cranfield, *A Critical and Exegetical Commentary on the Epistle to the Romans*, International Critical Commentary (Edinburgh: T&T Clark, 1979), 2:480–81; J. A. Fitzmyer, *Romans: A New Translation with Introduction and Commentary*, Anchor Bible 33 (Garden City, NY: Doubleday, 1993), 562–63; và, đối với cái nhìn bao quát hơn về sự lựa chọn, xem W. W. Klein, *The New Chosen People: A Corporate View of Election* (Grand Rapids: Zondervan, 1990).

Đức Chúa Trời trong sự lựa chọn sẽ khiến cho nhiều độc giả nêu lên những câu hỏi về công lý và tính công bằng của Đức Chúa Trời. Thật vậy, một trong những lập luận ủng hộ quan điểm cho rằng Phao-lô đang nói về sự lựa chọn vô điều kiện trong 9:6–13 là chính ông vừa mới nêu lên những ý kiến phản đối mà chúng ta thường thấy khi nghe về giáo lý này: Có phải Đức Chúa Trời bất công không (9:14)? Làm sao Ngài còn quở trách người ta (9:19)? Phao-lô chắc chắn đã nghe những ý kiến phản đối như vậy nhiều lần trong suốt cuộc đời rao giảng tin lành. Ông tạm ngưng lập luận chính của mình để trả lời chúng trước khi từ từ quay trở lại dòng dạy dỗ chính trong 9:24.

Câu hỏi mở đầu "Có phải Đức Chúa Trời bất công không?" trông có vẻ đơn giản nhưng ẩn giấu một vấn đề quan trọng đối với cách chúng ta tiếp cận phần này. Khi hỏi liệu rằng ai đó hoặc cái gì đó là "bất công", chúng ta giả định một tiêu chuẩn công bằng hay là đúng đắn mà chúng ta có thể dùng để phân xử người đó hay hành động đó. Chúng ta áp dụng tiêu chuẩn nào khi chúng ta hỏi liệu rằng Đức Chúa Trời có bất công hay không? Giây phút chúng ta hỏi câu hỏi đó, câu trả lời đã trở nên rõ ràng: chúng ta, những người hữu hạn và tội lỗi có thể đo đường Đức Chúa Trời chỉ bằng những tiêu chuẩn mà chính Ngài đã bày tỏ cho chúng ta. Áp đặt tiêu chuẩn của chính chúng ta về "điều đúng" lên Đức Chúa Trời, Đấng tạo dựng nên chúng ta và đang ở rất xa trên chúng ta sẽ là đạt đến độ cao của sự điên rồ và tự phụ. Vậy nên, chúng ta có thể viết lại câu hỏi: Có phải Đức Chúa Trời đã hành động theo bản tính và ý muốn mà Ngài bày tỏ? Một khi chúng ta thanh lọc câu hỏi theo cách này, chúng ta có thể thấy Phao-lô thực sự trả lời câu hỏi đó trong những câu Kinh Thánh tiếp theo như thế nào.

Câu trả lời của Phao-lô được trình bày theo hình thức hai lập luận tương đồng từ Kinh Thánh (9:15–16 và 9:17–18). Trong mỗi lập luận, Phao-lô trích dẫn Kinh Thánh và rút ra kết luận ("vậy"). Những trích dẫn trên thể hiện hai phương diện trong việc Đức Chúa Trời đưa ra quyết định tối cao. Trong một phương diện, chúng ta thấy sự nhân từ của Đức Chúa Trời. Khi Môi-se xin Đức Chúa Trời bày tỏ vinh quang của Ngài cho ông, Đức Chúa Trời khiến sự tốt lành của Ngài đi qua trước mặt Môi-se, công bố danh của Ngài là Đức Giê-hô-va, và sau đó khẳng định rằng Ngài có quyền tự do khi ban sự nhân từ cho bất cứ người nào Ngài chọn (9:15, Xuất 33:19). Phao-lô cho rằng một nguyên tắc thấy được từ sự trích dẫn này là con người không thể giành được sự nhân từ của Đức Chúa Trời (9:16). Không điều gì chúng ta muốn và không điều gì chúng ta làm có thể bắt buộc Đức Chúa Trời bày tỏ lòng nhân từ đối với chúng ta. Hãy nhớ lại ý nhấn mạnh của Phao-lô trong 4:3–5 về ân điển của Đức Chúa Trời. Bản chất rất tự nhiên của Đức Chúa Trời là ân điển. Điều này có nghĩa là Ngài vẫn phải hoàn toàn tự do để làm như Ngài muốn. Sự nhân từ của Ngài luôn là tặng phẩm để nhận lãnh với lòng biết ơn chứ không bao giờ là tiền công mà chúng ta đáng ra phải được. Một phương diện khác trong việc Đức Chúa Trời đưa ra quyết định tối cao là việc Ngài làm cho cứng lòng (xem 9:18). Mặc dù Phao-lô không dùng chữ này trong 9:17, phân đoạn Kinh Thánh mà ông trích dẫn ở Xuất Ê-díp-tô ký 9:16 nói về ý tưởng này. Sự cứng cỏi của Pha-ra-ôn hay của tấm lòng Pha-ra-ôn được đề cập gần như bốn mươi lần trong Xuất Ê-díp-tô Ký 4–14. Chính bởi sự bất tuân cố chấp của Pha-ra-ôn mà Đức Chúa Trời bày tỏ quyền năng và sự vinh quang của Ngài. Khi từ chối cho dân Y-sơ-ra-ên ra đi theo lời đề nghị của Môi-se, Pha-ra-ôn buộc Đức Chúa Trời phải bày tỏ hết phép lạ này đến phép lạ khác cho đến khi ông đồng ý với mục đích của Đức Chúa Trời. Vậy nên, Phao-lô sử dụng Pha-ra-ôn như một ví dụ về mặt trái của lòng thương xót của Đức Chúa Trời. Cũng như Đức Chúa Trời thương xót người nào Ngài muốn thương xót, Ngài làm cứng lòng người nào Ngài muốn làm (9:18). Đôi khi người ta thắc mắc về việc Đức Chúa Trời khởi xướng trong sự cứng lòng này bởi vì rất nhiều lần trong Xuất Ê-díp-tô ký mô tả là Pha-ra-ôn tự làm cứng lòng chính mình (ví dụ Xuất 8:32; 9:34). Vì vậy, một số nhà giải kinh kết luận rằng việc Đức Chúa Trời làm cho Pha-ra-ôn cứng lòng chỉ đơn giản là đáp ứng với quyết định trước đó của Pha-ra-ôn, tự làm cứng lòng chính mình.[7] Nhưng điều này không hề rõ ràng. Trước khi Pha-ra-ôn được cho là sẽ làm cứng lòng chính mình, Đức Chúa Trời đã nói trước về sự cứng lòng này (Xuất 4:21; 7:3), và có tới năm lần nhắc đến tấm lòng của Pha-ra-ôn bị cứng cỏi (Xuất 7:13, 14, 22; 8:11, 15 trong Bản Bảy Mươi). Vậy nên, có thể việc Pha-ra-ôn làm cứng lòng chính mình là một đáp ứng đối với quyết định trước đó của Đức Chúa Trời làm cứng lòng ông. Thế thì, những câu Kinh Thánh này có dạy về điều mà chúng ta gọi là "tiền định kép" không? Đức Chúa Trời đã tiền định, quyết định từ trước những ai sẽ nhận sự thương xót của Ngài. Có phải Ngài cũng quyết định từ trước những ai sẽ chịu cơn thịnh nộ? Phần Kinh Thánh này cùng với các câu trong 9:22–23, dường như ủng hộ ý tưởng này. Tuy nhiên, chúng ta phải nói lên hai hạn chế trước khi chấp nhận nó. Thứ nhất, Phao-lô dạy trong Rô-ma 11 rằng Đức Chúa Trời có thể thôi làm cho cứng lòng. Thế thì, chúng ta không thể chắc chắn rằng sự cứng lòng mà ông mô tả ở đây có phải là tình trạng vĩnh viễn hay không. Thứ hai, mặc dù việc Đức Chúa Trời làm cho người ta cứng lòng không hề tuỳ thuộc vào quyết định của con người, nhưng đó là một phản ứng đối với điều kiện tổng quan của tội lỗi nhân loại. Đức Chúa Trời ban sự thương xót trên những người không hề làm gì và không thể làm gì để có được sự thương xót đó. Ngài làm cứng lòng những người đã quyết định (trong tội lỗi của A-đam) chống nghịch Ngài và đi theo đường riêng của họ.

Thay vì trả lời mối bận tâm của chúng ta về công lý của Đức Chúa Trời, dường như 9:15–18 làm cho vấn đề càng thêm trầm trọng. Và như vậy, Phao-lô nêu lên vấn đề này một lần nữa, từ một góc nhìn liên quan: Tại sao Đức Chúa Trời lại quở trách con người nếu họ hành động theo những quyết định mà chính Ngài đã đưa ra cho họ (9:19)? Một lần nữa, Phao-lô không cho chúng ta một câu trả lời hợp lý mang tính thuyết phục. Chúng ta muốn biết quyết định tối cao của Đức Chúa Trời phù hợp như thế nào với quyết định có ý nghĩa của con người. Tuy nhiên, Phao-lô chỉ đơn giản xác nhận lại quyền năng tối cao của Đức Chúa Trời. Ám chỉ đến một số

---

[7] Xem Klein, *New Chosen People*, 166–67.

phân đoạn Kinh Thánh Cựu Ước (Ê-sai 29:16; 45:9; Giê 18:6–10, đối chiếu với sách Khôn Ngoan 15:7), Phao-lô so sánh Đức Chúa Trời như một người thợ gốm, nắn đất sét theo bất kỳ hình dáng nào người ấy chọn (9:20–21). Tại sao Phao-lô không cố gắng lý giải tính chính đáng của sự quở trách của Đức Chúa Trời đối với những người làm theo điều mà Ngài đã định họ sẽ làm? Để trả lời câu hỏi này, chúng ta phải nhớ lại điểm bắt đầu của chúng ta trong phần này (9:14). Không phải Phao-lô đang giải thích hành động của Đức Chúa Trời có thể tương xứng như thế nào với cảm nhận của chúng ta về công lý. Thật vậy, tôi cho rằng ông sẽ khước từ bất kỳ ý tưởng nào cho rằng Đức Chúa Trời có thể bị xét đoán theo tiêu chuẩn của chúng ta. Chúng ta phải xem Đức Chúa Trời theo tiêu chuẩn của Ngài. Và Kinh Thánh, nơi chúng ta khám phá ra những tiêu chuẩn đó, bày tỏ rằng Đức Chúa Trời thực sự hành động đúng theo bản tính của Ngài (9:15–18), và rằng Ngài là Đấng có quyền đối với con người về bất cứ điều gì Ngài muốn làm (9:20–21). Việc tìm kiếm những giải thích triết học/thần học cho sự liên hệ giữa quyết định tối cao của Đức Chúa Trời và trách nhiệm của con người là không sai, nhưng chúng ta bắt buộc phải bắt đầu tại điểm mà Phao-lô và Kinh Thánh bắt đầu: với cái nhìn của một Đức Chúa Trời hoàn toàn tự do quyết định bất cứ điều gì Ngài muốn quyết định trên tạo vật của Ngài. Tuy nhiên, Phao-lô hẳn phải là người cuối cùng phản đối tầm quan trọng của quyết định con người. Việc ông liên tục mời gọi người ta tin nhận Đấng Christ và từ bỏ tội lỗi cho thấy ông tin vào trách nhiệm thực tế của con người. Tuy nhiên, mục đích của Phao-lô không phải là nêu lên một lời giải thích về quyền tể trị cao cả của Đức Chúa Trời và trách nhiệm của con người tương thích với nhau như thế nào. Ông khẳng định cả hai mà không giải quyết tính giằng co của chúng. Và có lẽ, có thể điều này đưa ra gợi ý rằng, xét theo bất cứ mức độ nào, hai điều trên cũng không thể được giải quyết một cách ổn thoả cho đến cuối cùng (xem bài viết trong bảng bên dưới "Quyết định của Đức Chúa Trời và của chúng ta")

Quyết Định Của Đức Chúa Trời Và Của Chúng Ta

Rô-ma 9 dạy về quyền tể trị tuyệt đối của Đức Chúa Trời trong những quyết định của Ngài về số phận cuối cùng của nhân loại. Một cách tự nhiên, sự dạy dỗ đó làm dấy lên những câu hỏi trong tâm trí của chúng ta. Như chúng ta đã thấy, Phao-lô không thực sự cố gắng trả lời những câu hỏi trên, ít nhất là từ cái nhìn của chúng ta. Đối với ông, chỉ cần biết rằng Đức Chúa Trời đã bày tỏ chính Ngài là Đấng quyết định những vấn đề trên là đủ rồi. Chúng ta không có quyền đứng vào chỗ xét đoán những gì Đức Chúa Trời làm. Chúng ta chỉ có thể xem xét Ngài dựa theo tiêu chuẩn mà chính Ngài đã mặc khải, và theo tiêu chuẩn đó, chắc chắn Đức Chúa Trời là công bình.

Tuy nhiên, rõ ràng là Phao-lô tin vào tính thực tế trong quyết định của con người. Chúng ta không phải là những con rối hay người máy. Những quyết định của chúng ta có giá trị và chúng ta có trách nhiệm để đưa ra những quyết định đúng: chấp nhận Đấng Christ, sống đời sống thánh khiết, yêu thương lẫn nhau, và tương tự như vậy. Nhưng làm sao quyết định của chúng ta có thể *thực sự* có ý nghĩa nếu Đức Chúa Trời quyết định mọi thứ? Những nhà thần học và triết học đã tranh luận vấn đề này hàng thế kỷ. Họ đã không thể tìm ra câu trả lời rành mạch hợp lý cho vấn đề này. Tại điểm này, chúng ta bắt buộc phải sẵn sàng để sống với điều mình gọi là "nghịch lý" (antinomy), một tình trạng giằng co không được giải quyết giữa hai chân lý. Đức Chúa Trời quyết định những gì diễn ra; tôi phải chịu trách nhiệm cho những gì diễn ra. Kinh Thánh dạy cả hai điều đó, và vì vậy, tôi bắt buộc phải tin cả hai, thậm chí cho đến cuối cùng tôi vẫn không thể lý giải mối liên hệ giữa chúng. Rất nhiều người đã viết về đề tài này sử dụng thuật ngữ "học thuyết khả năng tương thích" (compatibilism) cho quan điểm tổng quan này. Thuật ngữ này chỉ về niềm tin rằng quyền tể trị tuyệt đối và trách nhiệm thực tế không hề trái ngược nhau nhưng "tương thích" lẫn nhau.[a] Tôi cho rằng điều này là phù hợp nhất với sự dạy dỗ của Phao-lô trong sách Rô-ma và với lời chứng của Kinh Thánh nói chung.

[a] Xem J. Feinberg, "God Ordains All Things," trong *Predestination and Free Will*, btv. D. Basinger và R. Basinger (Downers Grove, IL: InterVarsity, 1986), 17–43; D. A. Carson, *Divine Sovereignty and Human Responsibility* (Atlanta: Knox, 1981), 201–22.

Để kết luận phần bàn thêm về quyền của Đức Chúa Trời trong tư cách là Đấng Sáng Tạo để đối xử với tạo vật của Ngài theo bất kỳ cách nào Ngài muốn, Phao-lô quay trở lại vấn đề trung tâm trong phân đoạn Kinh Thánh này: Hành động của Đức Chúa Trời lập nên tuyển dân của chính Ngài bằng việc chấp nhận một số người và từ bỏ một số khác. Rô-ma 9:22 và 9:23–24 nêu lên những câu hỏi mà Phao-lô không trả lời. Hàm ý ở đây là chúng ta phải điền câu trả lời vào các câu trong 9:20–21. "Nếu" Đức Chúa Trời đã hành động theo một cách như thế và như thế, "thì sao"? Điều đó không hề cho chúng ta cơ sở để chỉ trích Đức Chúa Trời, phải vậy không? Rô-ma 9:22 tập trung vào sự kiên nhẫn chịu đựng của Đức Chúa Trời, không đem cơn thịnh nộ của Ngài giáng trên những người bất tuân. Tại sao Đức Chúa Trời lại bày tỏ sự kiên nhẫn như vậy? Phao-lô không trả lời rõ ràng. Một số người cho rằng Đức Chúa Trời chờ đợi để những người bất tuân ăn năn. Một số khác cho rằng Đức Chúa Trời chờ đợi để biểu tộ quyền năng trọn vẹn và vinh quang của Ngài trong ngày cuối cùng phán xét tội nhân. Dù chúng ta trả lời câu hỏi đó như thế nào đi chăng nữa, lý do quan trọng nhất mà Đức Chúa Trời kiên nhẫn chịu đựng đã được thể hiện rõ ràng trong 9:23: Ngài muốn bày tỏ vinh quang Ngài đối với "những chiếc bình đáng thương xót", những người Ngài đã chọn trở nên dân của Ngài. Đức Chúa Trời đang hành động trong lịch sử để lập nên một dân cho chính Ngài. Để làm như vậy, Ngài bắt buộc phải chọn một số người và từ bỏ một số khác. Và những người bị từ bỏ thì cuối cùng sẽ bị đoán xét. Nhưng chúng ta phải nhớ một lần nữa là những người đó cuối cùng bị đoán xét bởi vì trong A-đam, họ đã chọn khước từ Đức Chúa Trời. Chúng ta sẽ không bao giờ hiểu hết một cách trọn vẹn phương cách mà Đức Chúa Trời di chuyển dòng lịch sử cùng với mục tiêu đã được định cho nó, nhưng chúng ta có thể luôn luôn tin cậy Đức Chúa Trời thi hành với sự công chính trọn vẹn khi Ngài làm điều đó.

Lời Kêu Gọi Của Đức Chúa Trời và Các Tiên Tri (9:24–29)

Rô-ma 9:24 là phần mở rộng của 9:23: "những chiếc bình đáng thương xót" của 9:23 được định nghĩa trong 9:24 là những người Đức Chúa Trời đã gọi, cả người Do Thái lẫn người ngoại quốc. Thế thì, có lẽ là 9:24 phải nên được giữ trong cùng một phân đoạn với 9:23. Nhưng rất khó để làm sáng tỏ cú pháp của Phao-lô trong các câu trong 9:22–24; và ít nhất là về chủ đề, 9:24 quay trở lại chủ đề chính của 9:6–13: sự kêu gọi tuyệt đối của Đức Chúa Trời (đặc biệt, xem 9:12). Nhưng nếu 9:6–13 tập trung vào câu chuyện của những tộc trưởng, 9:24–29 xoáy vào những lời dự báo của các tiên tri. Phao-lô muốn chỉ ra rằng các tiên tri cũng đồng thuận với lịch sử của các tộc trưởng, giới hạn dân thật của Đức Chúa Trời cho những người mà Ngài đã kêu gọi đặc biệt mà thôi. Yếu tố mới là sự mở rộng trong lời kêu gọi đó đối với dân ngoại. Trong 9:24, Phao-lô tuyên bố rằng Đức Chúa Trời đã gọi dân của Ngài từ giữa cả những người Do Thái lẫn những người ngoại quốc. Sau đó, trong 9:25–29, ông mô tả chi tiết mỗi nhóm theo thứ tự đảo ngược. Rô-ma 9:25–26 trích dẫn tiên tri Ô-sê để chỉ ra rằng Đức Chúa Trời đã có chương trình mời gọi dân ngoại trở nên một phần trong dân của Ngài (Ô-sê 2:23; 1:10). Thông qua việc rao giảng tin lành, điều Ô-sê tiên báo đã trở thành sự thật: những người không phải là dân của Đức Chúa Trời đã trở thành dân của Ngài, "con cái Đức Chúa Trời hằng sống". Những người quen thuộc với Cựu Ước có thể tự hỏi về việc Phao-lô áp dụng những lời tiên tri từ Ô-sê vào cho dân ngoại liệu có hợp lý không. Đó là vì Ô-sê đang nói tiên tri về sự trở lại của mười chi phái phía bắc Y-sơ-ra-ên, chứ không phải là sự tiếp nhận Chúa của dân ngoại. Đây là một ví dụ trong số rất nhiều chỗ mà Phao-lô dường như không trích dẫn Cựu Ước một cách phù hợp với ý nghĩa ban đầu của nó. Nhiều học giả đã nghiên cứu vấn đề này và đưa ra rất nhiều cách giải quyết khác nhau. Nhưng điều quan trọng cần lưu ý là ngay trước những lời mà Phao-lô trích dẫn từ Ô-sê 1:10, chúng ta thấy câu này: "Nhưng dân số Y-sơ-ra-ên sẽ đông như cát biển, không thể lường, cũng không thể đếm được" (và lưu ý rằng cách diễn đạt tương tự xuất hiện trong phần Kinh Thánh tiếp theo mà Phao-lô trích dẫn từ Ê-sai 10:22 [9:27]). Ngữ vựng này phản ánh lời hứa của Đức Chúa Trời ban cho Áp-ra-ham, bao gồm sự nhấn mạnh rằng Áp-ra-ham sẽ trở thành cha của nhiều dân tộc (Sáng 22:17; đối chiếu Sáng 32:12). Ngữ vựng này dẫn dắt Phao-lô khi đọc Ô-sê 1:10 trong nhận thức về lời hứa phước hạnh dành cho Áp-ra-ham được mở rộng ra cho mọi dân tộc.

Cuối cùng, Phao-lô quay trở lại với Y-sơ-ra-ên. Trong 9:27–28, ông trích dẫn từ một trong những phần Kinh Thánh nền tảng nói về "phần dân còn lại" trong Cựu Ước. Các tiên tri nhìn thấy rõ ràng trong thời của họ rằng không phải tất cả mọi người Y-sơ-ra-ên đều trung tín với giao ước của Đức Chúa Trời. Và do đó, họ bắt đầu quả quyết rằng lời hứa phước hạnh của Đức Chúa Trời cuối cùng sẽ ứng dụng không phải cho tất cả Y-sơ-ra-ên nhưng chỉ cho những người Y-sơ-ra-ên trung tín với Đức Chúa Trời mà thôi. Lời dạy này phù hợp một cách tự nhiên với những mục đích của Phao-lô. Việc rất nhiều người Do Thái trong thời của Phao-lô không chấp nhận Đấng Christ không có nghĩa là lời của Đức Chúa Trời đã thất bại (đối chiếu 9:6). Chính Lời của Đức Chúa Trời mặc khải rằng "chỉ một phần còn sót lại sẽ được cứu mà thôi" (9:27). Những người Y-sơ-ra-ên không trung tín sẽ chịu đoán xét (9:28), nhưng Đức Chúa Trời là thành tín với dân của Ngài trong việc gìn giữ nòi giống, con cháu, những người sẽ thực thi quyền thừa kế về những phước hạnh và sứ mạng dành cho Y-sơ-ra-ên (9:29, trích dẫn Ê-sai 1:9).

Những Thuật Ngữ Chính

Học thuyết hai giao ước (*bicovenantalism*)

Phương cách đặc biệt (tiếng Đức là *Sonderweg*)

Tộc trưởng (patriarchs)

Câu Hỏi Suy Gẫm

1. Mục đích của Phao-lô trong các chương 9–11 là gì? Mục đích đó phù hợp với mục đích và lập luận một cách tổng thể của sách Rô-ma như thế nào?
2. Tại sao Phao-lô gọi Đấng Christ là "Đức Chúa Trời" trong văn cảnh này (9:5)?
3. Hai vấn đề chính khác nhau mà có lẽ Phao-lô nói đến trong Rô-ma 9:6–13 là gì? Xin giải thích ý nghĩa của mỗi cách hiểu và nêu ra một lựa chọn của riêng bạn.
4. Khái niệm công lý nào mà Phao-lô khai triển trong Rô-ma 9:14–23?
5. Việc Phao-lô nói về dân ngoại được kể vào trong dân của Đức Chúa Trời (9:24–26) tương thích như thế nào với mục đích của ông trong phần này của sách Rô-ma?

Chương 14

Y-sơ-ra-ên, Dân Ngoại, Và Sự Công Chính Của Đức Chúa Trời (Rô-ma 9:30–10:21)

> **Dàn ý:**
>
> - Sự công chính của Đức Chúa Trời tương phản với sự công chính "của riêng họ" (9:30–10:13)
> - Sự vô tín của Y-sơ-ra-ên (10:14–21)
>
> **Mục tiêu:**
>
> Sau khi đọc xong chương này, độc giả có thể:
>
> 1. Hiểu rằng sự lựa chọn tối cao của Đức Chúa Trời không hề phủ nhận trách nhiệm có lòng tin của con người.
> 2. Mô tả ít nhất hai cách giải thích về phương cách mà Đấng Christ "chấm dứt" luật pháp Môi-se và những ý nghĩa thần học của nó.
> 3. Giải thích tại sao Y-sơ-ra-ên lại không thể nhận ra sự mặc khải của Đức Chúa Trời trong Đấng Christ.

Chúng ta sẽ không bao giờ có thể dung hoà một cách thoả đáng hai chân lý thánh kinh sau đây với nhau: Đức Chúa Trời quyết định mọi việc xảy ra và con người hoàn toàn chịu trách nhiệm cho các hành động của mình. Mối liên hệ giữa Rô-ma 9 và Rô-ma 10 phản ánh tình trạng giằng co này. Trong Rô-ma 9, Phao-lô dạy rằng vì Đức Chúa Trời chỉ lựa chọn một số người Do Thái nhất định làm thành viên trong dân thuộc linh thật sự của Ngài, nên có sự hiện hữu của nhóm dân sót là tín hữu người Do Thái. Nhưng trong Rô-ma 10, ông dạy rằng chính người Do Thái đã sai lầm khi không chịu công nhận và vâng phục sự công chính của Đức Chúa Trời trong Đấng Christ. Phao-lô không cho biết hai quan điểm trên tương thích với nhau như thế nào. Một số nhà giải kinh cho rằng Rô-ma 10 giải thích Rô-ma 9: Đức Chúa Trời không chọn một số người Do Thái nhất định để làm dân của Ngài bởi vì họ đã khước từ sự cứu rỗi được ban cho trong Đấng Christ. Một số khác thì đảo chiều mối liên hệ trên theo đúng nghĩa của nó: lý do mà rất nhiều người Do Thái đã không chấp nhận Đấng Christ là bởi Đức Chúa Trời đã không chọn họ. Tôi cho rằng cách hiểu thứ hai là gần đúng hơn. Nhưng có lẽ tốt hơn là chỉ nên đơn giản tôn trọng cách mà Phao-lô cho phép hai quan điểm trên song hành với nhau mà không hề giải quyết sự mâu thuẫn giữa chúng. Người Do Thái (và dân ngoại) thuộc về dân của Đức Chúa Trời bởi vì Đức Chúa Trời đã chọn họ; người Do Thái (và dân ngoại) thuộc về dân của Đức Chúa Trời là bởi vì họ đã chọn Đức Chúa Trời.

Sự Công Chính của Đức Chúa Trời tương phản với sự công chính "của riêng họ" (9:30–10:13)

Những người hiệu đính Kinh Thánh ban đầu đã tách đoạn như chúng ta đang có hiện nay là bởi vì nhận định cá nhân của Phao-lô trong 10:1 phù hợp với 9:1–2 và dường như khởi đầu một phần bản văn mới. Nhưng giữa 9:29 và 9:30 có một sự phân tách quan trọng hơn. Câu hỏi mà Phao-lô nêu lên trong 9:30 báo hiệu một sự phân tách về luận cứ. Và với 9:30, Phao-lô giới thiệu một bộ từ khoá mới. Bao trùm trong tất cả nội dung từ 9:30–10:13 là sự tương phản giữa hai loại công chính.

"sự công chính bởi đức tin" (9:30)	"dựa vào luật pháp để tìm kiếm sự công chính" (câu 31)
"sự công chính của Đức Chúa Trời" (10:3)	"sự công chính riêng cho mình" (10:3)
"sự công chính đến từ đức tin" (10:6)	"sự công chính đến từ luật pháp" (10:5)

Phao-lô sử dụng những tương phản trên để giải thích từ một góc khác lý do tại sao lịch sử cứu rỗi đã có một bước ngoặt đáng ngạc nhiên như vậy. Người Do Thái, những người có rất nhiều phước hạnh và rất nhiều lời hứa được dành riêng cho họ, chỉ chiếm tỷ lệ nhỏ trong dân của Đức Chúa Trời trong thời đại phúc âm. Ngược lại, một số lượng đáng kể dân ngoại đã đáp ứng với phúc âm. Mặc dù Phao-lô đề cập dân ngoại, mối bận tâm chính trong 9:30–10:21 là giải thích tại sao Y-sơ-ra-ên nói chung đã bị loại ra khỏi dân được xức dầu của Đức Chúa Trời. Phao-lô trở lại với ngữ vựng căn bản của phúc âm để giúp chúng ta hiểu tình thế đáng ngạc nhiên này. Trong 1:16–17, lời trình bày về chủ đề bức thư, Phao-lô giải thích rằng phúc âm mang đến sự cứu rỗi bởi vì trong đó, "sự công chính của Đức Chúa Trời" được tỏ ra cho mọi người tin. Chúng ta thấy cũng những ý này được lặp lại và áp dụng cho người Do Thái và dân ngoại trong 9:30–10:31. Đỉnh điểm của luật pháp là Đấng Christ đã đến, mở ra khả năng cho mọi tín nhân để được xưng công chính (10:4). Đức Chúa Trời ban phước cho bất kỳ ai, cả Do Thái lẫn dân ngoại, kêu cầu Đấng Christ trong đức tin (10:9–13). Dân ngoại đã được bao gồm vào trong dân mới của Đức Chúa Trời bởi vì họ đã đáp ứng với sứ điệp của phúc âm bằng cách nhận lãnh sự công chính của Đức Chúa Trời trong đức tin (9:30). Tuy nhiên, người Do Thái đã vấp phải Đấng Christ (9:32b-33). Dù Đức Chúa Trời bày tỏ chính Ngài cho họ, và họ nhiệt thành cho Đức Chúa Trời (9:2), họ vẫn không hiểu được rằng Đấng Christ đem lại sự công chính của Đức Chúa Trời (10:3). Mối bận tâm của họ dành cho luật pháp đã khiến họ không thấy được rằng Giê-xu người Na-xa-rét chính là tuyệt đỉnh trong chương trình cứu rỗi của Đức Chúa Trời (9:31–32a; 10:5–8).

Phao-lô bắt đầu phần này bằng cách tương phản một bên là dân ngoại, những người đạt được sự công chính ngay cả khi họ không theo đuổi hay tìm kiếm nó, với một bên là Y-sơ-ra-ên, những người theo đuổi nó nhưng lại không đạt được (9:30–31). Sử dụng thủ pháp nghệ thuật *inclusio*, Phao-lô quay trở lại cùng một điểm căn bản này trong phần cuối của phân đoạn Kinh Thánh lớn hơn (10:20–21): dân ngoại không "theo đuổi" Đức Chúa Trời lại gặp được Ngài, còn Y-sơ-ra-ên, tuyển dân của Đức Chúa Trời lại "bất tuân và ngoan cố". Cách dùng từ "theo đuổi" và "đạt được" trong 9:30–32 mang hình ảnh của cuộc chạy đua và hình ảnh này được tiếp diễn trong suy nghĩ Đấng Christ là hòn đá ngăn trở mà người ta vấp phải (9:32b-33). Y-sơ-ra-ên được mô tả như là vận động viên chạy đua, đang cố gắng bắt kịp sự công chính – một địa vị đúng đắn với Đức Chúa Trời. Tuy nhiên, Y-sơ-ra-ên thất bại, không thể đạt được mục đích là giành lấy sự công chính. Tại sao? Phao-lô đưa ra hai câu trả lời trong 9:31–33.

Thứ nhất, Y-sơ-ra-ên thất bại bởi vì họ dựa vào việc làm để cố gắng đạt lấy mục tiêu đó (9:31–32a). Bởi vì ở tại điểm này, Phao-lô giới thiệu luật pháp nên không hề dễ dàng để nhận ra ý định của ông ở đây. Ông nói rằng Y-sơ-ra-ên đang theo đuổi "luật của sự công chính" (bản dịch của tôi) nhưng không đạt được nó bởi vì Y-sơ-ra-ên "không tìm kiếm bằng đức tin mà bằng việc làm". "Luật của sự công chính" này là gì? Có thể chữ "luật" (*nomos*) chỉ có nghĩa đơn giản là "nguyên tắc".[1] Trong trường hợp đó, chúng ta gần như có thể bỏ qua từ này. Ý chính ở đây có thể là việc Y-sơ-ra-ên theo đuổi và thất bại, không thể có được sự công chính. Nhưng Phao-lô lại nói rất nhiều về luật Môi-se trong văn cảnh này khiến chúng ta không thể bỏ qua chữ này theo cách đó ở đây. Gần như chắc chắn ý của Phao-lô là "luật Môi-se trong mối liên hệ với sự công chính". Và nếu là như vậy, ở đây có thể Phao-lô đang nói một điều gì đó rất có ý nghĩa về luật pháp: sự theo đuổi đích thực luật pháp

---

[1] Xem J. Murray, *The Epistle to the Romans*, New International Commentary on the New Testament (Grand Rapids: Eerdmans, 1965), 2:43.

Người Do Thái ngày nay mang chiếc khăn choàng và hộp bằng da dùng trong sự cầu nguyện khi đọc kinh tại Bức Tường Than Khóc.

Môi-se là bởi đức tin chứ không phải bởi việc làm.² Tuy nhiên, Phao-lô rất ít khi sử dụng mối liên hệ giữa luật pháp và đức tin như vậy. Tất nhiên, ông sẽ không phủ nhận rằng yêu cầu cơ bản của Đức Chúa Trời phải luôn là đức tin và điều này là đúng trong thời đại Môi-se cũng như trong bất kỳ thời đại nào khác. Nhưng nhìn chung, Phao-lô dùng chữ "luật" một cách rất cụ thể: chỉ về những điều răn mà Đức Chúa Trời ban cho dân sự của Ngài thông qua Môi-se. Và theo bản chất tự nhiên của chúng, những điều răn thì không phải để tin nhưng để được thực thi. Chẳng hạn như, lưu ý xem tại sao Phao-lô có thể nói trong Ga-la-ti 3:12 rằng: "Luật pháp không tùy thuộc vào đức tin". Thế thì, việc nhất quán theo cách dùng của Phao-lô khiến chúng ta cảm thấy khó hiểu khi cho rằng ở đây Phao-lô đang chê trách Y-sơ-ra-ên vì cớ họ không chịu tin luật pháp. Tôi cho rằng có sự nhập nhằng ở đây

---

²Xem D. P. Fuller, *Gospel and Law: Contrast or Continuum? The Hermeneutics of Dispensationalism and Covenant Theology* (Grand Rapids: Eerdmans, 1980), 71–79; C. E. B. Cranfield, *A Critical and Exegetical Commentary on the Epistle to the Romans*, International Critical Commentary (Edinburgh: T&T Clark, 1979), 2:507–10.

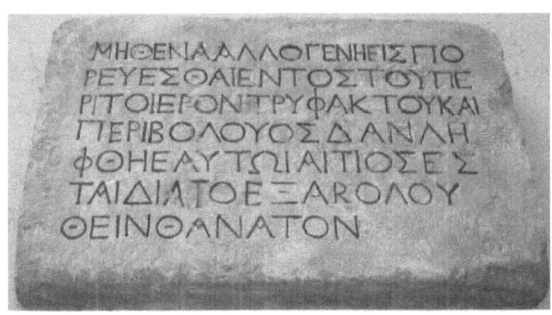

Những câu viết cảnh báo người ngoại quốc không được bước vào đền thờ nếu họ quý trọng cuộc sống mình (*nguồn: Giovanni Dall'Orto/Wikimedia Commons*)

là bởi vì Phao-lô đang cố gắng nêu lên hai điều cùng lúc: (1) Y-sơ-ra-ên thất bại, không đạt được sự công chính bởi vì họ tìm kiếm sự công chính nhờ việc làm; và (2) Y-sơ-ra-ên bị mắc kẹt với việc làm bởi vì họ đã nhấn mạnh quá nhiều vào luật pháp. "Luật của sự công chính" của Phao-lô chính là việc ông cố gắng kết hợp hai ý tưởng trên lại với nhau.³

Lý do thứ hai mà Y-sơ-ra-ên thất bại, không thể đạt được sự công chính là bởi vì họ vấp phải "hòn đá ngăn trở" (9:32b-33). Phao-lô kết hợp hai lời tiên tri của Ê-sai về hòn đá (8:14; 28:16) và áp dụng chúng cho Đấng Christ. Đối với những ai đặt lòng tin nơi Đấng Christ, Ngài trở thành hòn đá nền tảng, hòn đá mà trên đó người ta xây dựng đời sống thuộc linh. Với số khác, những người không nhận ra Ngài thực sự là ai, vấp phải Ngài và bị té ngã. Đây chính là điều xảy ra cho Y-sơ-ra-ên.

Trong 10:1-4, Phao-lô mô tả sự thất bại của Y-sơ-ra-ên từ một góc độ hơi khác một chút. Trong 9:30-33, sự sa ngã của Y-sơ-ra-ên được quy cho lòng vô tín của họ. Trong phân đoạn mới này, chính việc không chịu hiểu dẫn đến sự sa sút của Y-sơ-ra-ên. Sự hiểu biết của Y-sơ-ra-ên về kế hoạch của Đức Chúa Trời không tương xứng với lòng nhiệt huyết của họ (10:2). Người Do Thái không hề thiếu nhiệt tâm cho Đức Chúa Trời. Thật vậy, họ bày tỏ lòng cam kết của mình cho Ngài bằng việc vâng theo mệnh lệnh của kinh tô-ra ở giữa xã hội dân ngoại. Tuy nhiên, nhiệt tâm của họ dành cho Chúa lại bị sai lạc. Sự nhiệt thành quá mức đối với luật pháp khiến họ đui mù, không nhìn thấy kế hoạch lớn hơn của Đức Chúa Trời. Sự cận thị, cái nhìn phiến diện của họ tập trung vào luật pháp và những đòi hỏi của nó làm họ không thể nhìn thấy bức tranh rộng lớn hơn. Vì vậy, họ không thuận phục sự công chính của Đức Chúa Trời mà đã được tỏ ra cho họ trong Đấng Christ. Nhưng thay vào đó, họ tiếp tục cố gắng thiết lập "sự công chính riêng cho mình". Một số nhà giải kinh cho rằng "riêng cho mình" bao hàm ý niệm tập thể. Người Do Thái bám vào địa vị được yêu quý của họ trong tư cách là dân của Đức Chúa Trời, và không

---

³Xem T. Schreiner, *Romans*, Baker Exegetical Commentary on the New Testament (Grand Rapids: Baker, 1998), 536-38; R. Jewett, *Romans*, Hermeneia (Minneapolis: Fortress, 2007), 610.

chịu để cho người ngoại quốc có bất kỳ vị trí nào trong dân đó. "Sự công chính của riêng họ" là sự công chính của một dân tộc, một địa vị đúng đắn với Đức Chúa Trời chỉ dành riêng cho dân Y-sơ-ra-ên mà thôi.[4] Chắc chắn Phao-lô có bận tâm về những vấn đề thuộc về phạm trù dân tộc trong văn cảnh này khi ông nhấn mạnh công việc của Đức Chúa Trời trong Đấng Christ dành cho "mọi người tin" như thế nào (10:4b, đối chiếu với 10:9–13). Tuy nhiên, việc Phao-lô dùng ngữ vựng rất giống với Phi-líp 3 thể hiện sự tập trung vào cá nhân nhiều hơn. Trong đoạn Kinh Thánh đó, Phao-lô cho rằng trước khi tin nhận Chúa, ông đã có "sự công chính của tôi dựa trên luật pháp" (Phil 3:9). Là một người Do Thái, ông nghĩ rằng địa vị đúng của ông với Đức Chúa Trời được hiệu lực hoá bởi sự tuân thủ luật pháp của mình. Đây chính là mối bận tâm về luật pháp mà Phao-lô quy cho toàn bộ Y-sơ-ra-ên trong Rô-ma 10:3.

Rô-ma 10:4 giải thích lý do tại sao Y-sơ-ra-ên đã sai khi rất chăm chú tập trung vào luật pháp. Đức Chúa Trời không bao giờ có ý định lấy luật pháp đưa ra phán quyết cùng của Ngài. Ngay từ đầu, một điều gì đó vĩ đại hơn đã được dự báo sẽ đến. Giờ đây, điều vĩ đại hơn đó đã đến: Đấng Christ. Ngài chính là *telos* của luật pháp. Từ Hy Lạp ngắn ngủi này đã khiến cho một số lượng đáng ngạc nhiên những cuộc thảo luận và tranh cãi nổ ra. Liệu nó có nghĩa là "sự cuối cùng" trong ý nói về sự kết thúc (ví dụ, xem 1 Cô 15:24)? Hay nó có nghĩa là "mục đích" (ví dụ, xem 1 Ti 1:5)? Có phải Đấng Christ đã chấm dứt luật pháp? Hay Ngài là ý nghĩa bên trong của luật pháp? Có lẽ cách tốt nhất để trả lời câu hỏi này là quay trở lại hình ảnh cuộc chạy đua mà Phao-lô đã sử dụng trong bối cảnh này. Chúng ta có thể hình dung tự bản thân luật pháp là một cuộc chạy đua. Đấng Christ là vạch kết thúc. Khi Y-sơ-ra-ên chạy trên cuộc đua của luật pháp, tất nhiên họ phải luôn chăm chú nhìn xem vạch kết thúc. Phao-lô đã cho rằng, thay vào đó, Y-sơ-ra-ên tập chú duy nhất vào cuộc đua đến nỗi họ quên đi vạch kết thúc. Vạch kết thúc đó đã được chạm đến khi Đấng Christ đến nhưng Y-sơ-ra-ên không nhận ra điều đó. Với hình ảnh này, *telos* mang ý nghĩa của "đỉnh điểm" hay "cực đỉnh" (xem NIV). Đấng Christ đã chấm dứt luật pháp theo nghĩa là khi Ngài đến, thời kỳ của kinh tô-ra đã qua đi. Thế nhưng, Đấng Christ cũng là đích đến của luật pháp vì Đức Chúa Trời thiết lập luật pháp cho một thời điểm nhất định và một mục đích nhất định. Nó chuẩn bị Y-sơ-ra-ên cho sự đến của Đấng Mê-si. Giờ đây, Đấng Mê-si đó đã đến, sự công chính được dành cho mọi người tin.[5]

---

[4]Xem J. D. G. Dunn, *Romans*, Word Biblical Commentary 38B (Dallas: Word, 1988), 2:587–88; N. T. Wright, "Romans," trong *New Interpreter's Bible Commentary*, t. 10, Acts–1 Corinthians, ed. L. E. Keck (Nashville: Abingdon, 2002), 610.

[5]Đối với lập luận và miêu tả chi tiết của cách giải thích tổng quan này của Rô-ma 10:4, xem D. J. Moo, *The Epistle to the Romans*, New International Commentary on the New Testament (Grand Rapids: Eerdmans, 1996), 638–41; cũng nên xem Wright, "Romans," 656–58.

Chúa Giê-xu Là Đức Giê-hô-va

Như tôi đã biện luận, trong Rô-ma 9:5, Phao-lô gọi Chúa Giê-xu là "Đức Chúa Trời". Có lẽ ngoài câu Kinh Thánh này, chúng ta nên bổ sung một vài câu khác cho thấy danh xưng "Đức Chúa Trời" được dùng cho Chúa Giê-xu (xem Giăng 1:1, 18; 20:28; Tít 2:13; Hê 1:8; 2 Phi 1:1). Chắc chắn những phần Kinh Thánh trên sẽ cung cấp cho chúng ta chứng cứ rõ ràng nhất về thần tính của Đấng Christ.[a] Tuy nhiên, còn rất nhiều các câu Kinh Thánh khác cũng thuyết phục và rõ ràng như vậy. Chúng mô tả Chúa Giê-xu làm những điều mà chỉ có Đức Chúa Trời mới có thể làm, hoặc là được thờ phượng, hoặc là những chỗ mà từ ngữ Cựu Ước chỉ dùng cho Đức Chúa Trời lại được dùng cho Chúa Giê-xu. Rô-ma 10:13 rơi vào nhóm cuối. Giô-ên 2:32 hứa rằng "mọi người cầu khẩn Danh CHÚA đều sẽ được cứu" (BDM). Chữ "CHÚA" được dịch từ từ *Yahweh* trong tiếng Hê-bơ-rơ, danh xưng phổ biến nhất dùng cho Đức Chúa Trời trong Cựu Ước. Phao-lô trích dẫn câu Kinh Thánh này từ Giô-ên, sử dụng từ *kyrios* trong tiếng Hy Lạp cho từ "Chúa" (những dịch giả của Bản Bảy Mươi – Bản dịch Cựu Ước tiếng Hy Lạp – cũng dùng như vậy). Trong Tân Ước, danh hiệu này có thể chỉ về Đức Chúa Cha hoặc Đức Chúa Giê-xu. Nhưng trong Rô-ma 10:13, "Chúa" phải chỉ về Chúa Giê-xu. Phao-lô xác định Giê-xu là "Chúa" trong câu 9. Sau đó, ông chỉ về Ngài trong câu 9b và 11 với một đại từ nhân xưng ngôi thứ ba "Đức Chúa Trời đã khiến *Ngài*", "người nào tin *Ngài* sẽ không bị hổ thẹn" (trích dẫn Ê-sai 28:16). Trong 10:12, một lần nữa Phao-lô chỉ về Chúa; Ngài là Chúa cho cả người Do Thái lẫn dân ngoại, ban phước cho mọi người kêu cầu Ngài. Một lần nữa, từ 10:9, rõ ràng là "Chúa" này là Chúa Giê-xu. Nhưng Chúa mà người ta "kêu cầu" trong 10:13 bắt buộc phải là cùng một Chúa mà họ "kêu cầu" trong 10:12—Chúa Giê-xu. Vậy nên, Phao-lô gần như liên hợp một cách kín đáo Chúa Giê-xu với *Yahweh* (hay Đức Giê-hô-va) của Cựu Ước. Niềm tin độc thần của Do Thái giáo được xác định là niềm tin độc thần nơi Đấng Christ, trong đó Chúa Giê-xu có thêm thần tính.[b] Do đó, câu Kinh Thánh này chứng thực rằng những Cơ Đốc nhân đầu tiên vào năm 57 SC tin vào thần tính của Chúa Giê-xu. Mặc dù cả Phao-lô lẫn bất kỳ Cơ Đốc nhân tiên khởi nào khác không hề phát triển giáo lý Ba Ngôi, họ đã mang đến những suy nghĩ tiềm ẩn về Đức Chúa Trời Ba Ngôi. (xem nhận định của tôi ở Rô-ma 8:2–4)

[a] Đối với những phần Kinh Thánh trên, xem M. J. Harris, *Jesus as God: The New Testament Use of Theos in Reference to Jesus* (Grand Rapids: Baker, 1992).

[b] Đặc biệt, xem R. Bauckham, *Jesus and the God of Israel: God Crucified and Other Studies on the New Testament's Christology of Divine Identity* (Grand Rapids: Eerdmans, 2008).

Phao-lô đã tương phản sự công chính bởi đức tin mà dân ngoại đã tìm được với "luật của sự công chính" mà Y-sơ-ra-ên theo đuổi (9:30-33). Ông đã tương phản "sự công chính của Đức Chúa Trời" với "sự công chính của riêng họ" (10:1-4). Giờ đây, ông tương phản "sự công chính đến từ luật pháp" (10:5) với "sự công chính đến từ đức tin" (10:6). Phao-lô mô tả mỗi loại công chính bằng cách nói về Cựu Ước. Sự công chính đến từ luật pháp được bày tỏ thông qua Lê-vi Ký 18:5: "Ai làm theo những điều này thì sẽ nhờ đó mà được sống". Câu Kinh Thánh này gần như đã trở thành khẩu hiệu giữa vòng những người Do Thái để mô tả về bản chất của luật pháp. Phao-lô đem nó ra để khẳng định rõ ràng rằng sự công chính hợp pháp bao gồm hành động *làm*. Ông không phải đang dạy rằng Cựu Ước bảo một người có thể có được sự sống đời đời nhờ làm theo luật pháp như một số người đã nghĩ. "Sự sống" trong Lê-vi Ký 18:5 chỉ về những phước hạnh mà dân Y-sơ-ra-ên sẽ kinh nghiệm nếu họ vâng theo luật pháp mà Đức Chúa Trời đã ban cho họ. Nó không có nghĩa rằng một cá nhân Do Thái có thể được cứu dựa trên cơ sở làm theo luật pháp. Đối với Phao-lô, ý của câu Kinh Thánh này đơn giản là bất kỳ sự công chính nào có được từ luật pháp đều dựa trên việc làm của con người; và như Phao-lô đã nói rõ ràng trước đó trong thư tín này, chúng ta không bao giờ có thể nhờ việc làm mà được xưng công chính trước mặt Đức Chúa Trời bởi vì chúng ta đã bị giam ở dưới tội lỗi và không bao giờ có thể tạo ra đủ việc làm để Đức Chúa Trời hài lòng (1:18-3:20). Để giải thích sự công chính ở hình thức đối lập, tức là sự công chính đến bởi đức tin, Phao-lô trích dẫn từ ngữ của Phục Truyền Luật Lệ Ký 30:12-14 (Rô 10:6-8). Ông trích những dòng của phần Kinh Thánh này và sau đó áp dụng chúng cho Đấng Christ hoặc cho phúc âm. Tuy nhiên, trong Phục Truyền Luật Lệ Ký 30, Môi-se đang nói về luật pháp của Đức Chúa Trời. Ông thúc giục dân Y-sơ-ra-ên phải công nhận rằng Đức Chúa Trời đã bày tỏ ý muốn Ngài cho họ. Họ không phải lên tận Thiên Đàng hay xuống dưới vực sâu (biển thẳm) để tìm kiếm nó. Lời của Đức Chúa Trời, luật pháp của Ngài, ở gần bên họ, trong miệng và trong tấm lòng của họ. Việc ứng dụng những lời trên vào Đấng Christ và Tin Lành là rất hợp lý. Người ta không phải tranh đấu để đạt được sự vâng lời ở một mức độ nào đó để làm vui lòng Đức Chúa Trời. Đấng Christ đã từ Thiên Đàng giáng xuống và đã được làm cho sống lại từ cõi chết để cung ứng tất cả những gì chúng ta cần cho sự cứu rỗi. Tất cả những gì chúng ta cần phải làm giờ đây là tin vào lời đã đến gần bên chúng ta trong sự giảng dạy của tin lành.

Một mặt, việc ứng dụng từ ngữ này cho Tin Lành là hợp lý; mặt khác, nó gây ra những điểm khó hiểu. Làm sao Phao-lô có thể dùng những lời từ Cựu Ước vốn chỉ về luật pháp và áp chúng vào Đấng Christ và tin lành? Câu hỏi này đã được thảo luận trong rất nhiều năm khi các học giả cố gắng chứng minh phương pháp giải kinh của Phao-lô là đúng. Một số cho rằng Phao-lô không thực sự trích dẫn Cựu Ước nhưng chỉ vay mượn từ ngữ của nó. Một số khác cho rằng ông chịu ảnh hưởng bởi những truyền thống Do Thái nhất định. Và vẫn còn một số khác lập luận rằng bản thân Phục Truyền Luật Lệ Ký 30:11–14 là lời tiên tri về giao ước mới.[6] Cách giải thích phù hợp nhất là Phao-lô sử dụng cách diễn đạt từ Phục Truyền Luật Lệ Ký bởi vì nó bày tỏ rất đúng ân điển của Đức Chúa Trời trong những mối quan hệ theo giao ước của Ngài. Đức Chúa Trời khiến cho người ta biết đến Lời của Ngài; Ngài là Đấng khởi xướng. Ngài làm như vậy trong giao ước cũ như Môi-se đã chỉ ra. Giờ đây, Phao-lô khẳng định nhất quán rằng, người ta có thể nhận được cùng một ân điển đó của Đức Chúa Trời trong Lời của Đấng Christ.[7] Phục Truyền Luật Lệ Ký 30:14 nói rằng Lời của Đức Chúa Trời ở trong "miệng" và trong "lòng". Trong 10:9–10, Phao-lô ứng dụng cả hai từ trên cho lời của tin lành, theo thứ tự đảo ngược (cấu trúc đối xứng đồng tâm – *chiastic*). Nếu người ta xưng bằng miệng rằng "Giê-xu là Chúa" và tin trong lòng rằng Đức Chúa Trời đã khiến Ngài sống lại từ cõi chết, thì họ sẽ được cứu.

Trong những câu Kinh Thánh cuối cùng của phần này (10:11–13), Phao-lô nhấn mạnh rằng cơ hội để tuyên xưng và tin nhận này dành cho tất cả mọi người. Mối bận tâm chính của Phao-lô trong phần này, như chúng ta đã thấy, là bày tỏ lý do tại sao Y-sơ-ra-ên lại thiếu hụt, không đạt được mục đích về địa vị đúng đắn với Đức Chúa Trời. Mục đích phụ là chỉ ra rằng dân ngoại giờ đây đã có được địa vị đúng đắn đó như thế nào. Đấng Christ đến, luật pháp chấm dứt, mở ra ân điển của Đức Chúa Trời cho dân ngoại theo một phương cách mới. Như Cựu Ước dạy, giờ đây "người nào" tin Đấng Christ "sẽ không bị hổ thẹn" (10:11, trích dẫn Ê-sai 28:16, đối chiếu Rô 9:33). Và những ai kêu cầu danh của Đấng Christ đều có thể được cứu (10:13, trích dẫn Giô-ên 2:32). Trong 10:12, Phao-lô trình bày khá rõ ràng rằng "những ai" này đặc biệt chỉ về người Do Thái và người ngoại quốc. Thời đại mới là thời điểm mà Đức Chúa Trời rộng mở những cánh cửa cứu rỗi cho tất cả mọi người. Chương trình của Ngài không còn tập trung vào một dân tộc Y-sơ-ra-ên nữa.

Sự vô tín của Y-sơ-ra-ên (10:14–21)

Có lẽ rất nhiều người trong chúng ta đã quen thuộc với 10:14–15 của phần Kinh Thánh này vì cớ những bài giảng về truyền giáo. Lời quả quyết của Phao-lô về việc phải có người được sai đi để cho sứ điệp về Đấng Christ có thể được công bố và được tin nhận cung cấp một bệ phóng tự nhiên cho lời kêu gọi hầu việc Đấng Christ qua những sứ mạng truyền giáo. Mặc dù tôi không hề thắc mắc liệu những câu Kinh Thánh này có thể được sử dụng theo cách này, chúng ta cần phải lưu ý rằng mục đích của Phao-lô ở đây không phải là khuyến khích sự quan tâm cho công tác truyền giáo. Tổng thể phân đoạn Kinh Thánh này tập trung vào tình thế của Y-sơ-ra-ên. Phao-lô đã nói trong 10:2 rằng lòng nhiệt tâm của Y-sơ-ra-ên đối với

---
[6]Wright, "Romans," 659–62.
[7]Đối với phương pháp tiếp cận tổng quan này, đặc biệt xem M. A. Seifrid, "Paul's Approach to the Old Testament in Romans 10:6–8," *Trinity Journal* 6 (1985): 35–37; C. S. Keener, Romans, A New Covenant Commentary (Eugene, OR: Cascade, 2009), 127; Cranfield, *Epistle to the Romans*, 2:524–26.

Đức Chúa Trời không được đi kèm với "tri thức". Nhưng liệu Y-sơ-ra-ên có thể bị chê trách bởi họ không nhận biết những gì Đức Chúa Trời đang làm trong Đấng Christ hay không? Họ có được ban cho cơ hội để học biết về những mục đích của Đức Chúa Trời để đáp ứng một cách phù hợp hay không? Có – Phao-lô trả lời trong các câu 14–21. Những câu Kinh Thánh này chỉ ra rằng Y-sơ-ra-ên đã nghe về những mục đích của Đức Chúa Tời và quả thật, họ đã hiểu phần nào về chúng. Vậy nên, khi không đáp ứng, người Do Thái phải chịu tội. Nói một cách ngắn gọn: họ biết nhưng họ không tin.

Cách Dùng Đa Dạng của Trích Dẫn Cựu Ước

Chúng ta đã gặp vài chỗ trong sách Rô-ma mà dường như Phao-lô áp dụng Cựu Ước không theo cách mà bối cảnh nguyên thuỷ của Cựu Ước cho phép. Việc này tạo nên một vấn đề thần học. Làm thế nào mà một tác giả Tân Ước lại dùng Cựu Ước để tuyên bố một điều gì đó là đúng khi Cựu Ước thậm chí không hề dạy những gì mà người đó cho rằng Cựu Ước dạy? Cách làm như vậy chẳng khác gì chúng ta cố gắng chứng minh cho một giáo lý từ phần Kinh Thánh mà mình hiểu sai. Cũng dễ hiểu nếu chỉ có ít người được thuyết phục bởi giáo lý đó. Để trả lời cho vấn đề đã được các nhà thần học thảo luận nhiều năm qua như thế này thật không đơn giản. Thật ra, mỗi một bản văn trích dẫn phải được giải quyết cách riêng lẻ bởi vì chúng trình bày những loại vấn đề khác nhau. Nhưng một trong các phương cách giải quyết là nhận ra rằng những tác giả Tân Ước đôi khi sử dụng Cựu Ước không phải để chứng minh một vấn đề nhưng chỉ vay mượn ngôn từ và nét đặc trưng của nó. Minh hoạ sau sẽ làm sáng tỏ điều này.

Khi tôi còn trẻ và các con trai của tôi còn nhỏ, chúng tôi thường chơi bóng rổ với nhau trên con đường lái xe vào nhà. Sau đó, tôi trở nên già và chúng thì lớn lên. Khi tôi trở nên yếu và chậm hơn; chúng lại trở nên to lớn, mạnh mẽ và nhanh nhẹn hơn. Điều điên rồ là tôi vẫn tiếp tục chơi. Một ngày kia, tôi đang chơi một chọi một với con trai thứ ba của tôi, Lucas. Nó đã cao tới một mét chín mươi tám (*six feet six inches*), nặng tới 109 kg (*240 pounds*), rất cường tráng và chơi bóng rổ rất điêu luyện. Tôi báo cho nó biết, "Coi chừng nhé Luke, bố sẽ lấy bóng và ghi điểm đấy!" Nó bắn lại, "Lên đi Ba, con thách đó!" ("Go ahead, Dad, make my day!"). Nó đang trích một dòng trong lời thoại của nhân vật Dirty Harry do ngôi sao điện ảnh Clint Eastwood thủ vai. Trong vai cảnh sát, Eastwood nói những lời trên để thách tên tội phạm chĩa súng về mình. Luke không có súng và thằng bé cũng không phải đang đe doạ bắn tôi. Nó không hề có ý trích dẫn "ý định nguyên thủy" của tác giả và cả tôi cũng không nghĩ là nó có ý đó. Dùng từ như trên là một cách diễn đạt ấn tượng để nêu rõ vấn đề: nếu tôi dại dột cố gắng giành lấy quả bóng để ném vào rổ về phía Luke, tôi sẽ lãnh đủ sự hung bạo mà gã xấu của Dirty Harry đã lãnh lấy trong phim. Lời trích dẫn này có giá trị vì cả hai chúng tôi đều biết bộ phim. Do đó, nó truyền đạt rõ thông điệp. Tương tự như vậy, Phao-lô và các tác giả Tân Ước khác thường trích dẫn ngôn từ của Cựu Ước. Họ biết rằng những độc giả của mình sẽ hiểu họ, và việc áp dụng những ngôn từ trên thường giúp họ nhận thức được hoàn cảnh trong một ánh sáng mới. Vậy nên, chẳng hạn như trong Rô-ma 10:18, Phao-lô trích Thi Thiên 19:4 không phải là vì ông cho rằng phần Kinh Thánh này nói trực tiếp về việc giảng tin lành cho Y-sơ-ra-ên nhưng vì những lời lẽ đó sẽ đánh thức những tiếng vang trong tâm trí độc giả của ông để thêm lên sức mạnh cho điều mà ông khẳng định. [a]

[a] Về việc sử dụng Cựu Ước theo cách này trong các tác phẩm của Phao-lô, xem R. Hays, *Echoes of Scripture in the Letters of Paul* (New Haven: Yale University Press, 1989).

Điều được gọi là chuỗi các bước truyền giáo trong 10:14–15 là một lời trình bày tổng quan mở ra phần thảo luận của Phao-lô về tình thế của Y-sơ-ra-ên trong 10:16–21. Trong 10:13, trích dẫn Giô-ên 2:32, Phao-lô khẳng định rằng sự cứu rỗi tuỳ thuộc vào việc kêu cầu Chúa. Từ đòi hỏi này, Phao-lô trình bày ngược lại. Để kêu cầu cùng Chúa, người ta bắt buộc phải tin. Để tin, người ta bắt buộc phải nghe về sứ điệp. Để người ta nghe về sứ điệp, bắt buộc phải có ai đó rao giảng. Và việc rao giảng sứ điệp chỉ xảy ra khi có người được sai đi để rao giảng nó. Một lần nữa, điều mà Phao-lô muốn nói ở đây không phải là người ta cần tham dự vào việc rao giảng tin lành – mặc dù có thể điều đó cũng đúng. Ý của ông ở đây là Đức Chúa Trời đã sai những người đi rao giảng rồi. Bước đầu tiên và sống còn này trong tiến trình dẫn dắt đến sự cứu rỗi đã được thực hiện. Phao-lô trích dẫn Ê-sai 52:7 để nêu lên vấn đề này: "Bàn chân của những người truyền rao tin lành thật xinh đẹp biết bao!" Đức Chúa Trời đã sai phái một dòng chảy không ngớt các tiên tri và sứ đồ để rao giảng mục đích của Ngài và mời gọi người ta đáp ứng. Phao-lô và những người truyền giảng tin lành đồng lao của ông đại diện cho giai đoạn sau cùng ở trên trong nhiệm vụ rao truyền vĩ đại này. Tuy nhiên, theo chính Phao-lô, nhiệm vụ này bắt nguồn ít nhất là từ thời Áp-ra-ham (xem Ga 3:8).Như vậy, vấn đề không phải là với Đức Chúa Trời nhưng là với Y-sơ-ra-ên. Như Phao-lô đặt nó trong 10:16, "Nhưng không phải mọi người đều vâng theo Tin Lành đâu" (bản NIV dùng chữ "mọi người Do Thái" để giải thích cho chữ "mọi người" có phần mập mờ trong bản văn tiếng Hy Lạp và cách giải thích này là hợp lý). Tin lành đó, sứ điệp về Đấng Christ, là điều kiện cần thiết cho đức tin (10:17). Nhưng Y-sơ-ra-ên nói chung đã không đáp ứng trong đức tin. Trong bài ca thứ tư và là bài ca vĩ đại nhất về Người Đầy Tớ, Ê-sai tự hỏi liệu rằng có ai đó sẽ tin sứ điệp hay không (Ê-sai 53:1, trích dẫn trong 10:16b). Lẽ ra Y-sơ-ra-ên nên tin bởi vì Y-sơ-ra-ên đã nghe (10:18) và hiểu (10:19). Phao-lô trích dẫn Thi Thiên 19:4 để củng cố thêm điều mình nói trước đó. Điều thú vị về lời trích dẫn này là Thi Thiên 19 nói về mặc khải tự nhiên của Đức Chúa Trời dành cho toàn bộ thế giới. Chúng ta cần nhận ra rằng Phao-lô không phải lúc nào cũng trích dẫn Cựu Ước để chứng minh một luận điểm thần học (xem bài viết ở khung bên trên **"Cách Dùng Đa Dạng của Trích Dẫn Cựu Ước"**). Đôi khi ông sử dụng ngôn từ của Cựu Ước để diễn đạt một chân lý mới. Ở đây, ông mượn ngôn từ về sự mặc khải phổ quát của Đức Chúa Trời trong thiên nhiên để khẳng định rằng Đức Chúa Trời đã bày tỏ mục đích đặc biệt của Ngài trong tin lành dành cho Y-sơ-ra-ên nói chung. Nhưng Đức Chúa Trời đã làm nhiều hơn thế. Phao-lô cho rằng liên tục kể từ thời của Môi-se, Đức Chúa Trời cũng đang bày tỏ một cách rõ ràng ý định cuối cùng của Ngài trong việc đem phước hạnh đến cho những người ở ngoài dân tộc Y-sơ-ra-ên. Phục Truyền Luật Lệ Ký 32:21 nói trước rằng Đức Chúa Trời sẽ dùng dân ngoại để khiến cho người Y-sơ-ra-ên ghen tị và khuấy động sự tức giận của họ (10:19). Ê-sai cũng nói tiên tri rằng những người không tìm kiếm Đức Chúa Trời (dân ngoại, đối chiếu Rô 9:30) sẽ gặp được Ngài (10:20, trích dẫn Ê-sai 65:1). Và Cựu Ước không chỉ nói trước về sự bao gồm dân ngoại này mà còn nói trước việc rất nhiều người Y-sơ-ra-ên sẽ bị loại ra. Vậy nên, Phao-lô kết luận phân đoạn Kinh Thánh này một cách thích đáng với lời trích dẫn (từ Ê-sai 65:2) nghe vừa có vẻ vừa mang tính phán xét, vừa mang tính ân điển. Y-sơ-ra-ên "bất tuân và ngoan cố" nhưng Đức Chúa Trời vẫn giang rộng vòng tay với họ.

Câu Hỏi Suy Gẫm

1. Việc cho rằng Phao-lô có thể đang quở trách Y-sơ-ra-ên vì họ không tìm kiếm luật pháp bởi đức tin (9:31–32) thì có vấn đề gì?
2. Một số nhà giải kinh cho rằng trong Rô-ma 10:4, Phao-lô khẳng định Đấng Christ là sự cuối cùng của luật pháp như là phương cách của sự công chính. Dựa trên lời dạy của Phao-lô ở chỗ khác thì quan điểm này có vấn đề gì?
3. Lời quả quyết của Phao-lô rằng Tin Lành dành cho bất kỳ người nào tin (10:9–13) đóng vai trò như thế nào trong lập luận của ông? Cách diễn đạt của ông cho chúng ta ngày nay bài học gì?
4. Lập luận của Phao-lô trong Rô-ma 10:16–21 nói lên điều gì về tầm quan trọng của việc nghe và hiểu?

Chương 15

Tương Lai Của Y-sơ-ra-ên (Rô-ma 11:1–36)

Dàn ý:

- Sự Thành Tín Liên Tục Của Đức Chúa Trời đối với Y-sơ-ra-ên: Phần Dân Sót (11:1–10)
- Sự Thành Tín Liên Tục Của Đức Chúa Trời đối với Y-sơ-ra-ên: "Cả dân Y-sơ-ra-ên sẽ được cứu" (11:11–32)
- Đáp Ứng: Chương Trình Tuyệt Vời của Đức Chúa Trời (11:33–36)

Mục tiêu:

Sau khi đọc xong chương này, độc giả có thể:

1. Lý giải lời hứa của Đức Chúa Trời đối với Y-sơ-ra-ên đang được thực hiện trong hiện tại như thế nào và sẽ tiếp tục được thực hiện trong tương lai ra sao.
2. Hiểu luận chứng thần học của Rô-ma 11 thể hiện những mục đích của Phao-lô khi viết thư cho Cơ Đốc nhân tại Rô-ma.
3. Liệt kê và phân tích ngắn gọn ít nhất ba cách giải thích nổi bật của lời hứa trong Rô-ma 11:26 rằng "cả dân Y-sơ-ra-ên sẽ được cứu".
4. Lý giải và đánh giá quan điểm thần học giao ước kép.

Ít có vấn đề nào mà lời dạy thánh kinh và những câu chuyện thời sự hiện đại giao nhau trực tiếp như là vấn đề về tình trạng Nhà nước Y-sơ-ra-ên. Việc người Do Thái bền bỉ giữ chặt quê hương mà họ cuối cùng đã giành lại được vào năm 1948

Xe tăng của Y-sơ-ra-ên ở vùng Negev (*ảnh: Chris Miller*)

đã bị thách thức liên tục bởi các quốc gia Ả-rập và phong trào Pa-lét-tin. Dường như bạo lực chính là lối sống ở Trung Đông và Cơ Đốc nhân thường hoàn toàn không biết phải làm gì để hiểu được những điều đúng và điều sai của tình thế này. Kinh Thánh dạy gì về thái độ mà chúng ta cần có đối với quốc gia Y-sơ-ra-ên? Một số Cơ Đốc nhân cho rằng nhà nước Y-sơ-ra-ên hiện tại chính là sự thực thi lời hứa mà Đức Chúa Trời dành cho dân Ngài. Những Cơ Đốc nhân đó có khuynh hướng ủng hộ Y-sơ-ra-ên vô điều kiện và đổ lỗi cho các quốc gia Ả-rập về hầu hết mọi vấn đề của Trung Đông. Tuy nhiên, một số Cơ Đốc nhân khác lại không chắc về mối liên hệ giữa lời tiên tri của Kinh Thánh và nhà nước Y-sơ-ra-ên hiện tại. Hoặc là họ không nghĩ Kinh Thánh có hứa là dân Y-sơ-ra-ên sẽ trở lại quê hương mình, hoặc là họ không không tin chắc rằng nhà nước Y-sơ-ra-ên cụ thể này là hiện thực của lời hứa đó. Nhìn chung, những Cơ Đốc nhân đó không cho rằng Y-sơ-ra-ên là luôn đúng và họ muốn đánh giá xung đột này theo cùng một tiêu chuẩn mà họ đánh giá với bất kỳ xung đột quốc tế nào.

Rô-ma 11 sẽ không nói một cách rõ ràng về chuỗi những vấn đề phức tạp này. Nó cũng không trả lời một cách dứt khoát những câu hỏi khác nhau liên quan đến nhà nước Y-sơ-ra-ên hiện đại mà độc giả hiện nay thường nghĩ đến. Tuy nhiên, vì Kinh Thánh Tân Ước chứa đựng câu trả lời rõ ràng nhất cho câu hỏi về tương lai của Y-sơ-ra-ên, đó phải là điểm xuất phát của mọi điều mà chúng ta thảo luận cho những câu hỏi trên. Trong đoạn này, Phao-lô quay trở lại luận điểm chính của mình. Ông đã hỏi liệu rằng việc Y-sơ-ra-ên thất bại khi đáp ứng với Đấng Christ có làm nguy hại đến sự thành tín của Đức Chúa Trời về những lời hứa Ngài dành cho Y-sơ-ra-ên hay không (11:1; đối chiếu 9:6). Câu trả lời đầu tiên của ông đến từ 9:6–29. Lời hứa của Đức Chúa Trời dành cho Y-sơ-ra-ên không hề bao gồm tất cả con cháu của Áp-ra-ham theo phương diện thuộc thể. Phước hạnh của Ngài luôn chỉ dành cho những ai mà Ngài đã cụ thể chọn lựa ban cho. Vậy nên, tự bản thân sự vô tín của rất nhiều người Do Thái không hề ảnh hưởng đến sự thành tín của Đức Chúa Trời. Sau khi mô tả chi tiết tình thế của Y-sơ-ra-ên và dân ngoại trong chương 10, giờ đây câu trả lời thứ hai và thứ ba của Phao-lô xuất hiện trong chương 11. Phao-lô khẳng định rằng Đức Chúa Trời thành tín với lời hứa mà Ngài dành cho Y-sơ-ra-ên bởi vì (1) Ngài đang gìn giữ phần tín hữu người Do Thái còn sót lại trong hiện tại (11:1–10), và (2) Ngài sẽ đem "cả dân Y-sơ-ra-ên" đến sự cứu rỗi trong tương lai (11:11–32).

Sự Thành Tín Liên Tục Của Đức Chúa Trời đối với Y-sơ-ra-ên: Phần Dân Sót (11:1–10)

Trong đoạn Kinh Thánh ngay trước đó của bức thư, Phao-lô đã quy cho Y-sơ-ra-ên là họ vấp phải "hòn đá ngăn trở" (9:32–33), đã không thuận phục sự công chính của Đức Chúa Trời (10:3), và không chịu tin nhận tin lành (10:16). Nói tóm lại, Y-sơ-ra-ên là "một dân bất tuân và ngoan cố" (10:21). Không có gì ngạc nhiên khi Phao-lô hỏi: "Đức Chúa Trời có từ bỏ dân Ngài không?" Nhưng câu trả lời của ông là rõ ràng: "Chẳng hề như vậy!.. Đức Chúa Trời không hề từ bỏ dân Ngài, là dân mà Ngài đã biết trước" (11:1–2). Phao-lô dành phần còn lại của chương 11 để miêu tả cách chi tiết câu trả lời này. Chúng ta có thể thấy hai quan sát ban đầu theo trình tự về câu trả lời của Phao-lô. Đầu tiên, "dân Ngài" chỉ về dân tộc Y-sơ-ra-ên. Sự liên kết giữa 11:1–2 và 10:21, chỗ mà từ ngữ "dân" được xác định là Y-sơ-ra-ên, đã cho thấy rõ điều này. Thứ hai, như việc đặt dấu câu trong bản NIV đã nhận ra vấn đề một cách đúng đắn,[1] "dân Ngài đã biết trước" là một mệnh đề không giới hạn. Nói cách khác, cụm từ này không hạn chế ý tưởng "dân Ngài" phải là một dân tộc cụ thể nào. Giả sử Phao-lô có ý hạn chế "dân này", thì chúng ta phải nên bỏ đi dấu phẩy trong câu trên, thành như sau: "God did not reject his people whom he foreknew" [*Đức Chúa Trời không hề từ bỏ dân mà Ngài đã biết trước - ND*]. Câu này có nghĩa là Đức Chúa Trời không hề từ bỏ dân hay những người Ngài biết trước. Nó mở ra khả năng rằng Ngài có thể đã từ bỏ những dân mà Ngài *không* biết trước. Vậy nên, 11:2 chỉ đơn giản tuyên bố rằng Đức Chúa Trời không từ bỏ dân Y-sơ-ra-ên bên trong một Y-sơ-ra-ên mà Ngài đã đặc biệt lựa chọn để trở nên dân thuộc linh của Ngài.[2] Cách hiểu này bỏ qua việc Phao-lô tập trung vào tập thể. Ông bắt đầu với toàn thể: Y-sơ-ra-ên, dân mà Đức Chúa Trời đã biết trước, hay là đã lựa chọn từ trước, đã không bị từ bỏ. Ý nghĩa chính xác của điều này là gì thì Phao-lô sẽ giải thích trong phần còn lại của đoạn Kinh Thánh này.

Lời giải thích đầu tiên của Phao-lô tiếp nối ý niệm về dân sót, ý mà ông đã giới thiệu trong 9:27–29. Ê-sai đã nói tiên tri rằng "chỉ một phần còn sót lại sẽ được cứu mà thôi" (9:27, trích dẫn Ê-sai 10:22). Phần tín hữu Do Thái trung tín còn sót lại tiếp tục tồn tại trong thời của Phao-lô: "Ngày nay cũng vậy, có một phần còn sót lại được lựa chọn bởi ân điển" (11:5). Đây là lời tuyên bố trọng tâm của các câu ở 11:1–10. Phao-lô củng cố lời tuyên bố này khi trích dẫn ví dụ về chính mình: "Vì chính tôi là người Y-sơ-ra-ên, dòng dõi Áp-ra-ham, thuộc bộ tộc Bên-gia-min" (1b).

---

[1] Rô-ma 11:2a theo bản NIV: "God did not reject his people, whom he foreknew" ("Đức Chúa Trời đã không từ bỏ dân Ngài, là dân mà Ngài đã biết trước" – ND).

[2] Đối với quan điểm này, xem J. Calvin, *Commentaries on the Epistle of Paul the Apostle to the Romans*, bd. J. Owen (1849; repr., Grand Rapids: Eerdmans, 1947), 410–11.

Nói cách khác, Phao-lô là một người Do Thái hoàn toàn – điều mà chúng ta thường quên – nhưng cũng là một Cơ Đốc nhân. Thế thì, những tín hữu Do Thái, trong đó có Phao-lô, đã chứng minh rằng Đức Chúa Trời không thể từ bỏ dân Ngài. Phao-lô minh hoạ lời tuyên bố của ông về phần dân sót bằng cách nhắc chúng ta một trong những giai đoạn khốc liệt nhất của lịch sử Y-sơ-ra-ên. Vua A-háp đã tiếp nhận việc thờ phượng Ba-anh và bắt đầu bắt bớ những người theo Chúa. Tiên tri Ê-li là một trong số những người tiếp tục kính sợ Chúa nổi bật nhất. Bởi vì Ê-li chống lại A-háp và đặc biệt là vợ của A-háp, Giê-sa-bên, nên ông trở thành đối tượng thù địch đặc biệt của họ. Lo sợ về tính mạng của mình, ông chạy trốn vào hoang mạc. Phao-lô ghi lại lời ca bi ai của Ê-li (11:3, trích dẫn 1 Vua 19:10) trong hoang mạc và việc Chúa bảo đảm rằng ông không hề đứng một mình: Đức Chúa Trời đã để dành cho Ngài bảy ngàn người trung tín với Chúa (11:4, trích dẫn 1 Vua 19:18). Tương tự như vậy, Phao-lô cũng không hề đứng một mình. Cùng với ông là rất nhiều người Do Thái, xuyên suốt vùng Địa Trung Hải, những người đã đến tiếp nhận Chúa Giê-xu là Đấng Mê-si.

Tuy nhiên, Phao-lô nhắc chúng ta rằng những tín hữu Do Thái được như hiện tại là nhờ ân điển của Đức Chúa Trời. Ở đây, một lần nữa, Phao-lô lấy chủ đề nhất quán nổi bật từ 9:6–29. Như trong phần Kinh Thánh phía trước này đã thể hiện, Phao-lô khẳng định rằng những người Do Thái tin nhận Chúa làm như vậy là bởi vì Đức Chúa Trời đã chọn họ. Chính "những người được chọn" là những người đạt được sự công chính của Đức Chúa Trời (câu 7, đối chiếu 9:30–31; và về sự lựa chọn của Đức Chúa Trời: 9:12–13, 22–23). Những người Do Thái không tin đã bị Đức Chúa Trời làm cho cứng lòng (9:18; đối chiếu 9:12–13, 22–23). Một lần nữa, ở đây chúng ta nhìn thấy nguyên tắc quan trọng nhất của ân điển của Đức Chúa Trời, tức là, Ngài có quyền tự do hoàn toàn để hành động như ý muốn mà không bị bất kỳ loài thọ tạo nào thúc ép (xem giải thích của tôi ở 4:4–6). Ân điển của Đức Chúa Trời có nghĩa là những ai trở thành dân của Ngài không hề nhờ vào thành quả hay việc làm của chính họ nhưng nhờ vào mọi điều đến từ Đức Chúa Trời. Những nhà thần học bàn cãi xem chúng ta nên hiểu vấn đề này ở mức độ nào. Rõ ràng Phao-lô loại bỏ việc làm, là điều không có bất kỳ chỗ đứng nào trong đặc ân chọn lựa của Đức Chúa Trời dành cho chúng ta (11:6). Nhưng có phải ông cũng loại trừ luôn cả đức tin? Phân đoạn Kinh Thánh này có mở đường cho chúng ta nghĩ rằng Đức Chúa Trời lựa chọn những ai Ngài thấy trước là sẽ có đức tin hay không? Những người theo thuyết Arminius cho là có nhưng tôi thì không nghĩ như vậy. Trong suốt quá trình viết, Phao-lô lẽ ra có thể dễ dàng bác bỏ lời cáo buộc cho rằng ông đang biến con người thành những rô-bốt nếu ông nhắc chúng ta rằng sự lựa chọn của Đức Chúa Trời tuỳ thuộc vào đức tin của chúng ta (đặc biệt, xem 9:14–23). Nhưng ông không hề nói như vậy. Sự im lặng của ông đã gợi ý điều đó, mặc dù chưa phải là lời xác nhận. Kết hợp với lời quả quyết của Phao-lô trong chương 9 về quyết định vận mệnh của con người là của Đức Chúa Trời, sự im lặng này loại bỏ bất kỳ đóng góp nào của con người làm cơ sở cho quyết định chọn lựa đó.

Có lẽ mặt trái của sự lựa chọn còn gây tranh cãi nhiều hơn, đó là, việc Đức Chúa Trời làm người ta cứng lòng. Chắc chắn là Phao-lô không hề tuyên bố rõ ràng trong phân đoạn này rằng Đức Chúa Trời làm cứng lòng người ta. Ông chỉ đơn giản khẳng định rằng họ "trở nên cứng lòng" (11:7). Nhưng đoạn Kinh Thánh Cựu Ước mà ông tiếp tục trích dẫn lại đặt Đức Chúa Trời vào trong vai trò chủ động: Ngài là Đấng "đã cho họ một tâm linh mê muội" (11:8, trích dẫn Phục 29:4; Ê-sai 29:10). Vậy nên, như trong 9:18, tình trạng cứng lòng, hay không có cảm giác thuộc linh, lại đến từ Đức Chúa Trời. Tuy nhiên, một lần nữa, chúng ta phải lưu ý rằng Phao-lô nói trước về một giới hạn thời gian của việc Đức Chúa Trời làm cứng lòng (11:25; đối chiếu 11:11–12). Làm thế nào để đưa yếu tố này vào kết luận của chúng ta về vấn đề thần học của tiền định kép thì còn chưa rõ ràng. Có lẽ Phao-lô đang nói về tập thể dân tộc Y-sơ-ra-ên trong 11:11–12 và 11:25, trong khi 11:7 chỉ về sự cứng lòng mà Ngài đem đến cho những cá nhân. Trong trường hợp đó, sự làm cho cứng lòng này là bản án kết tội vĩnh viễn. Tuy nhiên, cho dù chúng ta có phải kết luận rằng Phao-lô dạy về tính nhị nguyên trong tiền định, tức là Đức Chúa Trời vừa lựa chọn một số cho sự cứu rỗi, vừa làm cứng lòng số còn lại cho sự định tội, chúng ta buộc phải nhớ sự khác biệt mang tính quyết định này: Đức Chúa Trời làm cứng lòng những ai đã chọn số phận cho riêng mình thông qua tội lỗi của họ trong A-đam. Khi Đức Chúa Trời chọn chúng ta để được cứu, Ngài ban cho chúng ta tặng phẩm mà chúng ta không xứng đáng và không bao giờ có thể xứng đáng với. Khi Ngài làm cứng lòng, Ngài khẳng định bản án mà con người đáng phải chịu và họ đã chọn cho chính mình rồi.

Sự thành tín liên tục của Đức Chúa Trời với Y-sơ-ra-ên: "Cả dân Y-sơ-ra-ên sẽ được cứu" (11:11–32)

Trong các câu ở 11:1–10, Phao-lô dạy rằng việc dân Y-sơ-ra-ên bị từ bỏ không phải là toàn bộ, vì vẫn còn một phần dân sót lại. Giờ đây, trong 11:11–32, ông dạy rằng việc dân Y-sơ-ra-ên bị từ bỏ không phải là điều cuối cùng. Như thường lệ trong sách Rô-ma, Phao-lô khởi đầu chủ đề mới của mình bằng một câu hỏi: "Có phải họ đã bị sẩy chân để rồi ngã nhào xuống không?" (BDM) Chữ "họ" trong câu hỏi này có thể là những người Y-sơ-ra-ên cứng lòng nhưng có lẽ nó chỉ về dân Y-sơ-ra-ên nói chung (câu 7). Y-sơ-ra-ên đã không đạt được điều mà họ cố công tìm kiếm. Có phải tình trạng của Y-sơ-ra-ên là vĩnh viễn không? Có phải dân của Đức Chúa Trời sẽ tiếp tục chỉ có một số lượng nhỏ tín hữu người Do Thái như hiện nay không? Có sự tranh luận giữa vòng các học giả về câu trả lời này của Phao-lô. Tất cả đều đồng ý rằng câu Kinh Thánh then chốt nói về vấn đề này là 11:26: "Cả dân Y-sơ-ra-ên sẽ được cứu". Nhưng "Y-sơ-ra-ên" này là ai và cách thức, thời gian của sự cứu rỗi thì vẫn còn tranh cãi. Tôi cho rằng ở đây Phao-lô nói trước rằng có một số lượng đáng kể người Do Thái sẽ đến với Đấng Christ và được cứu tại thời điểm Đấng Christ trở lại trong vinh quang. Và trong những nhận định tiếp theo, tôi sẽ cố gắng chỉ ra lý

Công trình tưởng niệm ca ngợi chiến thắng của Ê-li trước các tiên tri của Ba-anh

do tại sao tôi cho rằng đó là cách giải thích tốt nhất. Nhưng trước khi chúng ta đi vào một vài chi tiết, chúng ta cần phải nắm được định hướng qua sự miêu tả khái quát về luận điểm này.

Dân Do Thái và Dân Ngoại trong Rô-ma 11

11:11: bởi vì sự phạm tội của họ → sự cứu rỗi đã đến với dân ngoại → để khiến Y-sơ-ra-ên ganh tỵ.

11:12: sự phạm tội của họ → làm giàu cho thế gian

sự thất bại của họ → làm giàu cho dân ngoại

sự sung mãn của họ → càng làm giàu hơn

11:15: việc họ bị loại bỏ → sự hòa giải cho cả thế gian

việc họ được tiếp nhận → sự sống đến từ cõi chết

> 11:17–23: một vài cành bị cắt đi → anh em vốn là cây ô-liu hoang được ghép vào chỗ các cành ấy Đức Chúa Trời có quyền ghép họ lại.
>
> 11:25–26: một phần dân Y-sơ-ra-ên cứ cứng lòng → cho đến khi số dân ngoại gia nhập đầy đủ → như vậy, cả dân Y-sơ-ra-ên sẽ được cứu.
>
> 11:30–31: như nhờ sự không vâng phục của họ → anh em trước kia không vâng phục Đức Chúa Trời, mà bây giờ được thương xót như nhờ sự thương xót tỏ ra cho anh em → thì cũng vậy, bây giờ họ cũng được thương xót.

Toàn bộ phần Kinh Thánh này được xây dựng trên khuôn khổ của một loạt sự kiện trong lịch sử cứu rỗi. Trong những sự kiện đó, Đức Chúa Trời dùng dân Do Thái và dân ngoại để hoàn thành chương trình cứu rỗi của Ngài. Phân đoạn Kinh Thánh này miêu tả đặc trưng về mô hình dao động lặp đi lặp lại giữa hai nhóm dân (xem bài viết "Dân Do Thái và Dân Ngoại trong Rô-ma 11" ở khung bên trên). Đức Chúa Trời đã để Y-sơ-ra-ên riêng ra để cho dân ngoại có thể được cứu, nhưng việc dân ngoại được cứu rỗi khiến cho Y-sơ-ra-ên ghen tị. Phao-lô cho rằng sự ghen tị này mang người Do Thái trở lại vào trong vương quốc, và việc người Do Thái bước vào vương quốc sẽ có nghĩa là "càng làm giàu hơn" (11:12) và là "sự sống đến từ cõi chết" (11:15). Một vấn đề cốt lõi là liệu Phao-lô có hình dung trình tự này như là một mô hình lặp đi lặp lại của lịch sử hay như là một chuyển động đơn lẻ kéo dài xuyên suốt lịch sử cứu rỗi. Tôi cho rằng ý thứ hai phù hợp hơn. Sự cứu rỗi dành cho Y-sơ-ra-ên mà Phao-lô hy vọng là tương lai, một sự kiện lai thế.

Chân lý thần học này có mục đích mục vụ rõ ràng. Trong phần Kinh Thánh này, Phao-lô đặc biệt nói về Cơ Đốc nhân ngoại quốc (11:13). Ông cảnh báo rằng họ không được kiêu căng, ngạo mạn trong mối liên hệ với người Do Thái và Cơ Đốc nhân Do Thái (11:25). Sự cảnh báo này trở nên đặc biệt rõ ràng trong phần Kinh Thánh mô tả đặc trưng về sự so sánh với cây Ô-liu (11:17–24). Cơ Đốc nhân ngoại quốc đừng nên tự lừa dối mình khi cho rằng họ đã được thay vào chỗ của Y-sơ-ra-ên trong chương trình của Đức Chúa Trời. Đức Chúa Trời đã đem sự cứu rỗi đến cho dân ngoại, nhưng họ không có cớ gì để khoe khoang về nó bởi vì điều đó diễn ra là bởi ân điển của Đức Chúa Trời. Và sự cứu rỗi của chính họ đang được Đức Chúa Trời sử dụng để tác động người Do Thái. Một trong những mối bận tâm chính yếu về công tác mục vụ trong thư của Phao-lô gửi cho người Rô-ma xuất hiện ở đây. Ông viết cho một hội thánh đã trải qua sự thay đổi từ người Do Thái chiếm số đông sang người ngoại quốc chiếm số đông. Và sự thay đổi này đã làm cho một số người ngoại quốc nhận lấy quá nhiều công trạng cho địa vị của họ và nhìn những anh chị em Cơ Đốc nhân Do Thái của mình với một thái độ khinh miệt. Tất nhiên, không phải là những Cơ Đốc nhân Do Thái không có lỗi trong chuyện này. Phao-lô sẽ quở trách cả hai phía trong các chương 14–15. Tuy nhiên, lúc này, mối bận tâm của ông là với những người ngoại quốc. Rô-ma 11 có thể làm nên một ví dụ tuyệt vời về một mô hình được thấy xuyên suốt Tân Ước: thần học liên hệ đến mối quan tâm thực tiễn.

Nhưng tôi đã nói, câu hỏi của Phao-lô: "Có phải họ đã bị sẩy chân để rồi ngã nhào xuống không?" (BDM) có lẽ áp dụng cho toàn bộ Y-sơ-ra-ên. Thực ra, Phao-lô nói lại câu hỏi mà ông đã hỏi vào lúc bắt đầu của đoạn này: Đức Chúa Trời có từ bỏ Y-sơ-ra-ên không? Và một lần nữa, Phao-lô trả lời với một sự phủ định mạnh mẽ. Tiếp đến, ông dựa vào sự phủ định đó để chỉ ra rằng "sự phạm tội" của Y-sơ-ra-ên, việc họ thất bại, không đáp ứng với sự cứu rỗi của Đức Chúa Trời trong Đấng Christ là có một mục đích. Đức Chúa Trời đã khởi xướng một tiến trình mà qua tiến trình đó, Ngài đang làm trọn chương trình cứu rỗi của Ngài cho thế giới. Chương trình này đòi hỏi người Do Thái khước từ sự ban cho của Đức Chúa Trời để dân ngoại có thể được ghép vào. Chúng ta khám phá một điều vi mô của chương trình đó trong sách Công Vụ Các Sứ Đồ. Phao-lô và những nhà truyền giảng tin lành đồng lao của ông thường vào một thành và giảng cho người Do Thái ở nhà hội. Một vài người Do Thái tin nhưng đa số họ từ chối sự ban cho của Đức Chúa Trời. Sau đó, Phao-lô chuyển sang người ngoại quốc. Chặng tiếp theo trong mô hình này không được trình bày trong sách Công Vụ Các Sứ Đồ nhưng nó rất quan trọng cho Rô-ma 11. Phao-lô tuyên bố rằng sự cứu rỗi của dân ngoại là để "khiến [Y-sơ-ra-ên] ganh đua". Điều này ám chỉ trực tiếp đến Phục Truyền Luật Lệ Ký 32:21 được Phao-lô trích dẫn trong 10:19: "Ta sẽ làm cho các ngươi ganh tị với những dân không phải là dân; Ta sẽ làm cho các ngươi tức giận với một dân ngu dốt." Việc dân ngoại vui hưởng những phước hạnh được hứa trước nhất cho Y-sơ-ra-ên sẽ khiến cho người Do Thái mong mỏi những phước hạnh đó cho chính họ. Rô-ma 11:12 tái khẳng định và mô tả chi tiết tiến trình này. Y-sơ-ra-ên đã chịu đựng "sự thất bại" ("loss") hay là "sự giảm bớt" (*hettema*) để mở ra một con đường mà qua đó, Đức Chúa Trời ban sự giàu có của Ngài cho thế giới dân ngoại. Và nếu điều đó là vậy, hãy nghĩ đến việc khi Y-sơ-ra-ên được ghép vào cách trọn vẹn sẽ đem đến những phước hạnh tuyệt vời ra sao. Có thể "sự sung mãn" (*pleroma*) này chỉ về một số lượng lớn người Do Thái sẽ đến với sự cứu rỗi. Nhưng theo cách tự nhiên, chữ này mang nghĩa phẩm chất, chỉ về kinh nghiệm trọn vẹn đối với những phước hạnh trong vương quốc mà một ngày nào đó người Do Thái sẽ nhận được.[3] Ở đây, Phao-lô sớm gợi ý về điều mà 11:26 khẳng định rõ ràng hơn: rồi sẽ đến một ngày "cả dân Y-sơ-ra-ên sẽ được cứu".

Như chúng ta đã thấy, Phao-lô có một mục đích mục vụ cụ thể trong những gì mà ông viết ở Rô-ma 11, và ông nêu lên điều đó một cách rõ ràng trong các câu 13–

---

[3] Xem J. Murray, *The Epistle to the Romans*, New International Commentary on the New Testament (Grand Rapids: Eerdmans, 1959, 1965), 2:79.

14. Đức Chúa Trời chọn Phao-lô để làm chiến binh của Ngài ở mặt trận tiền tuyến trong việc đem sự cứu rỗi đến cho dân ngoại. Trong ba hành trình truyền giáo vĩ đại, Phao-lô đã mở toang thế giới dân ngoại cho tin lành. Ông nổi tiếng là vị "sứ đồ dành cho dân ngoại". Có lẽ cả Cơ Đốc nhân người ngoại quốc lẫn người Do Thái đều có nhiều ấn tượng rằng Phao-lô đã từ bỏ mọi lợi ích của chính dân tộc ông để tập trung vào dân ngoại. Giờ đây, Phao-lô bác bỏ những tư tưởng sai lạc như vậy. Dựa trên kế hoạch lịch sử cứu rỗi mà ông vừa mới phác hoạ, chức vụ của ông đối với dân ngoại là để mang phước hạnh đến cho Y-sơ-ra-ên. Bằng việc cứu dân ngoại, Phao-lô hy vọng sẽ khiến cho dân tộc của chính ông phải ghen tị và nhờ đó, họ cũng cứu họ nữa. Cơ Đốc nhân ngoại quốc cần biết rằng họ không thể dùng chức vụ của Phao-lô đối với dân ngoại như là lời bào chữa cho những thái độ thù nghịch Do Thái của chính họ, và Cơ Đốc nhân Do Thái cần biết rằng Phao-lô đã không ruồng bỏ dân Y-sơ-ra-ên. Một lần nữa, Phao-lô nhắc chúng ta về kế hoạch tổng quát của Đức Chúa Trời mà chức vụ của ông là một phần trong đó (11:15). Việc Y-sơ-ra-ên "bị loại bỏ" là để cho sứ điệp về sự hoà giải đến cho cả thế gian; việc Y-sơ-ra-ên "được tiếp nhận" là để cho "sự sống đến từ cõi chết". Cụm từ cuối cùng ở trên đánh dấu một bước ngoặc trong những giải thích về trình tự làm nên kết cấu của đoạn Kinh Thánh này. Nếu nó chỉ về sự sống lại thuộc thể từ cõi chết, thì chúng ta sẽ có bằng chứng rằng bước cuối cùng trong trình tự, việc Y-sơ-ra-ên được tiếp nhận, là một sự kiện của thời tận chung. Việc Y-sơ-ra-ên quay lại với Chúa sẽ đồng nghĩa với việc ngày phục sinh đang mở ra cho chúng ta.⁴ Nhưng cụm từ này cũng có thể chỉ về một đời sống thuộc linh được đổi mới. Có thể Phao-lô chỉ đơn giản nói rằng việc Y-sơ-ra-ên tiếp nhận sự cứu rỗi mà Đức Chúa Trời ban cho đồng nghĩa với việc Y-sơ-ra-ên đã trở nên sống lại về mặt thuộc linh một lần nữa. Mặc dù có một vài bằng chứng trong Tân Ước cho thấy cụm từ này có thể mang ý nghĩa thuộc linh (đặc biệt xem 6:2), phần lớn cách sử dụng trong Tân Ước chỉ về ý nghĩa thuộc thể.

Quân Bình Giữa Sự Cởi Mở Và Sự Kiêu Ngạo Thuộc Linh

Hồi còn ở đại học, chúng tôi đã tranh luận xem tôn giáo nào là chân lý. Giờ đây, các sinh viên thì thảo luận về chân lý của những tôn giáo khác nhau. Cách tiếp cận hậu hiện đại từ chối xem bất kỳ tôn giáo nào là chân lý theo bất cứ ý nghĩa tuyệt đối nào. Vậy nên, việc tranh luận xem tôn giáo nào có thể là tôn giáo đúng đã không còn nữa. Mọi điều mà chúng ta có thể làm là chia sẻ chân lý mà chúng ta đã tìm thấy trong kinh nghiệm tôn giáo của riêng mình. Bối cảnh

---

⁴Xem C. E. B. Cranfield, *A Critical and Exegetical Commentary on the Epistle to the Romans*, International Critical Commentary (Edinburgh: T&T Clark, 1979), 2:562–63; J. D. G. Dunn, *Romans*, Word Biblical Commentary 38B (Dallas: Word, 1988), 2:658; R. Jewett, *Romans*, Hermeneia (Minneapolis: Fortress, 2007), 681.

mới này mở ra những khả năng để Cơ Đốc nhân chứng đạo. Như những đứa con của tôi học tại các trường đại học thế tục đã nhận ra rằng, những sinh viên bạn học và các giáo sư đã cởi mở với những niềm tin của chúng. Tuy nhiên, cùng với sự cởi mở đó là sự kháng cự đối với bất kỳ ý niệm nào về việc cải đạo sang một tôn giáo khác. Tại sao vậy? Vì việc cải đạo hàm ý rằng tôn giáo này có thể là sai và tôn giáo kia là đúng. Chúng ta đang sống trong một nền văn hóa luôn mang đến những mối đe dọa cho tính chính trực trong lối suy nghĩ và lối sống Cơ Đốc. Một trong những mối đe dọa trong thời của chúng ta là chiếc bẫy "cởi mở". Việc trở nên quen thuộc với các tôn giáo trên thế giới khiến Cơ Đốc nhân cảm thấy khó khăn hơn để tin rằng đức tin của họ thật sự là ưu việt hơn đức tin của người khác. Và những cách tiếp cận khác nhau liên quan đến sự cứu rỗi đại đồng càng ngày càng trở nên phổ biến hơn. Có lẽ một vài Cơ Đốc nhân sẽ đi đến chỗ tin rằng tôn giáo của họ cũng không có gì tốt hơn tôn giáo của người khác. Tuy nhiên, khái niệm về sự cởi mở đã ảnh hưởng đến rất nhiều người trong chúng ta, làm chúng ta mất hết đi sự háo hức để làm chứng cho người khác vì có thể tận sâu thẳm bên trong, chúng ta nghĩ rằng, người khác không thật sự cần tin lành.

Điều này trái ngược với thái độ của Phao-lô trong Rô-ma 11. Ông biết rằng dân tộc của ông, người Do Thái, đã được Đức Chúa Trời ban cho rất nhiều phước hạnh. Nhưng ông cũng biết rằng nếu không có đức tin nơi Đấng Christ, những phước hạnh đó sẽ không có ích gì. Vì vậy, ông không hề mệt mỏi, dâng mình cho công tác giảng Tin Lành, cố gắng để đem dân ngoại đến sự cứu rỗi, để cuối cùng, ông cũng có thể chinh phục dân tộc của chính mình. Phao-lô không hề có bất kỳ ảo tưởng nào về "chân lý ngang nhau" của Do Thái giáo và Cơ Đốc giáo. Người Do Thái cần Chúa Giê-xu.

Tuy nhiên, Phao-lô cũng cảnh báo chúng ta về mối nguy hiểm ở chiều ngược lại. Ở thái cực bên kia đối cùng sự cởi mở là sự kiêu ngạo thuộc linh. Phao-lô quở trách những Cơ Đốc nhân ngoại quốc trong thời của ông về việc họ nghĩ cho bản thân mình quá nhiều và xem thường những người khác. Trong khi nỗ lực để tránh sự cởi mở từ bất kỳ góc độ nào, chúng ta phải thật cẩn thận, không được trở nên kiêu ngạo và khoe khoang. Chúng ta cần phải làm chứng cho người khác nhưng phải làm chứng cho họ trong sự khiêm nhường, đến từ việc nhận ra rằng mọi điều mà chúng ta có đều là tặng phẩm của Đức Chúa Trời. Chúng ta muốn thuyết phục người khác về chân lý của Cơ Đốc giáo, nhưng chúng ta cần làm như vậy bằng cách khiến người ta cảm thấy thu hút với lối sống Cơ Đốc. Việc quân bình trong đời sống Cơ Đốc luôn là điều không dễ gì để đạt được. Sa-tan muốn lật chúng ta theo phía này hay phía khác. Nhưng việc làm chứng một cách hiệu quả về tin lành của Đấng Christ đòi hỏi sự quân bình như vậy khi chúng ta kết hợp sự tin quyết không nao núng trong chân lý

> của Đấng Christ với sự khiêm nhường độ lượng khi trình bày về Đấng Christ cho người khác.

Rô-ma 11:16 có hiệu ứng như một sự chuyển tiếp từ lời khẳng định ban đầu của Phao-lô về trình tự của lịch sử cứu rỗi (11:11–15) đến hình ảnh cây ô-liu trong các câu ở 11:17–24. Sự hiện hữu của những tín hữu Do Thái còn sót lại ở thời điểm hiện tại ("bột đầu tiên được dâng") làm nên hy vọng về phước hạnh lớn hơn sẽ đến. "Rễ" có thể đại diện cho dân sót, nhưng những tác giả Do Thái lại nói những tổ phụ là "rễ" (chẳng hạn, *1 Hê-nóc 93.5, 8*; Philo, *Who Is the Heir?* 279), và bản thân Phao-lô đặt để niềm hy vọng của Y-sơ-ra-ên cho tương lai dựa trên những tổ phụ (Rô 9:5; 11:28). Lời hứa của Đức Chúa Trời dành cho các tổ phụ không thể bị lấy lại. Những lời hứa đó sẽ được thực thi trong một Y-sơ-ra-ên được đổi mới. Ý niệm "rễ" trở thành một ẩn dụ được phát triển một cách đầy đủ về cây ô-liu trong 11:17–24. Phao-lô dùng ẩn dụ này để minh họa cho mối liên hệ giữa Cơ Đốc nhân người Do Thái và ngoại quốc. Cơ Đốc nhân Do Thái, theo nguồn gốc dân tộc của mình, là "các cành tự nhiên" (11:21). Họ thuộc về cây ô-liu đó, cây ô-liu đại diện cho dân thật của Đức Chúa Trời theo nguồn gốc. Nhưng Đức Chúa Trời đã ghép những nhánh ô-liu hoang vào cây: Ngài đã gọi dân ngoại, những người về mặt dòng dõi không hề có quyền lợi gì trong Y-sơ-ra-ên, trở thành một phần trong dân của Ngài. Phao-lô nêu lên hai bài học quan trọng từ ẩn dụ này. Đầu tiên, dân ngoại không có cớ để kiêu ngạo hay tự phụ. Sự sống thuộc linh của họ tùy thuộc hoàn toàn vào rễ, tức là lời hứa của Đức Chúa Trời dành cho các tổ phụ của dân Do Thái (11:18). Họ không có gì để khoe khoang. Duy chỉ bởi sự nhân từ và ân điển của Đức Chúa Trời mà dân ngoại mới có thể có phần trong những chương trình dẫn dắt đến sự cứu rỗi của Đức Chúa Trời. Hơn nữa, họ không được lợi dụng ân điển đó. Đức Chúa Trời có thể loại bỏ những nhánh hoang một cách dễ dàng như Ngài đã ghép chúng vào (11:21–22). Thứ hai, người Do Thái có hy vọng cho tương lai. Đức Chúa Trời đã ghép những nhánh ô-liu hoang vào cây theo một biện pháp "trái với tự nhiên" (11:24). Nếu Đức Chúa Trời có thể làm điều đó, thì huống chi Ngài có thể ghép những nhánh tự nhiên trở lại cây là dường nào? Minh họa cây ô-liu không diễn tả một cách trọn vẹn mọi khía cạnh trong phương cách Đức Chúa Trời đã làm để lập nên một dân cho danh Ngài. Không một minh họa nào phản ánh lẽ thật thuộc linh này một cách trọn vẹn. Nhưng minh họa đó thực sự nêu lên bài học rất rõ ràng: cuối cùng chỉ có một dân của Đức Chúa Trời. Tín hữu người ngoại quốc và tín hữu Do Thái đều thuộc về cùng một cây. Một rễ, tức là lời hứa của Đức Chúa Trời dành cho các tổ phụ, nuôi dưỡng tất cả. Sự nhân từ của Đức Chúa Trời trong việc chọn lựa chính là nền tảng để Ngài ghép mọi nhánh vào cây. Và một điều kiện – đức tin – giữ cả người Do Thái lẫn dân ngoại trong cây đó.

Phao-lô ra hiệu rằng những gì ông nói tiếp theo là quan trọng bằng một sự ngắt quãng để thu hút sự chú ý của chúng ta: "Tôi muốn anh em hiểu sự mầu nhiệm này để anh em không tự cho mình là khôn ngoan" (11:25). "Sự mầu nhiệm" (*mysterion*) chỉ về một tập hợp những tư tưởng thần học phức tạp trong các tác phẩm của Phao-lô. Nhìn chung, nó nói về một mục đích của Đức Chúa Trời vẫn chưa được biểu lộ trước đó. Sự mầu nhiệm ở đây là gì? Nó có thể là sự cứng lòng mà Y-sơ-ra-ên đang trải qua.[5] Nó có thể là lời hứa rằng "cả dân Y-sơ-ra-ên sẽ được cứu" (câu 26).[6] Nhưng có lẽ nó chỉ về tiến trình người Do Thái cứng lòng, tiếp theo là sự cứu rỗi cho dân ngoại, tiếp theo là sự cứu rỗi cho người Do Thái vốn đã được nói xuyên suốt trong phần Kinh Thánh này.[7] Phao-lô trình bày một cách súc tích tiến trình này trong 11:25b-26a. "Một phần...cứ cứng lòng" mà Y-sơ-ra-ên đang trải qua lặp lại ý niệm "sự phạm tội" của Y-sơ-ra-ên (11:11-12), "sự thất bại" (11:12), "việc họ bị loại bỏ" (11:15), những nhánh tự nhiên bị cắt đi khỏi cây ô-liu (11:17). Sự cứng lòng này sẽ tồn tại "cho đến khi số dân ngoại gia nhập đầy đủ" (11:25). "Số...đầy đủ" được dịch từ cùng một từ Hy Lạp mà chúng ta đã gặp trong 11:12, *pleroma*. Như tôi đã biện luận ở đó, từ này thường mang nghĩa nói về chất lượng, và vì vậy, bản dịch nghĩa đen sẽ là "sự trọn vẹn". Nhưng vì sự trọn vẹn đó đạt được do bởi số lượng thêm vào, nên cách dịch của bản NIV "số đầy đủ" (full number) có thể là khá đúng. Phao-lô mong đợi rằng việc Y-sơ-ra-ên cứng lòng chỉ kéo dài cho tới khi một số lượng đã định sẵn những người ngoại quốc được cứu bước vào vương quốc. Chính là bởi cách này mà "cả dân Y-sơ-ra-ên sẽ được cứu". Tôi cho rằng điều này chỉ về một số lượng lớn người Do Thái sẽ được cứu vào ngày cuối cùng, sau khi số lượng dân ngoại được cứu đã đủ. Sau thời kỳ mà Đức Chúa Trời cứu rất nhiều người ngoại quốc và người Do Thái, Ngài sẽ quay sang Y-sơ-ra-ên một lần nữa, làm tăng thêm độ lớn của phần dân sót. Cách giải thích 11:26 như thế này khá phổ biến giữa vòng các nhà giải kinh sách Rô-ma gần đây. Nó giải thích từ "cho đến khi" của 11:25b một cách rất phù hợp với trình tự mà Phao-lô đã đề cập vài lần trong đoạn này, và khiến cho lời ám chỉ tiếp theo trong 11:26b về việc Đấng Christ đến trong vinh quang trở nên hợp lý. Nhưng những cách giải thích khác vẫn mang tính khả thi và chúng ta cần lưu ý ba cách giải thích sau:

Theo ý kiến của tôi, cách giải thích đầu tiên khó có thể tồn tại được nhưng nó xứng đáng được nêu ra. Trong phần giới thiệu của Rô-ma 9–11, tôi đã nói về khái niệm mà gần đây đã trở nên phổ biến trong một số nhóm người nhất định: học thuyết giao ước kép (xem chương 13 ở trên). Quan điểm này tin rằng có hai giao ước, hai con đường dẫn đến sự cứu rỗi: Giao ước theo Đấng Christ cho dân ngoại và giao ước theo kinh tô-ra cho người Do Thái. Những người ủng hộ quan điểm này thường trích câu 26 để ủng hộ cho giao ước theo kinh tô-ra. Họ khẳng định rằng "cả dân Y-sơ-ra-ên" buộc phải chỉ về toàn bộ dân Y-sơ-ra-ên trên khắp dòng lịch sử. Ở đây Phao-lô không nói gì đến Đấng Christ, đúng hơn là đặt sự cứu rỗi của cả dân

---

[5]Murray, *Epistle to the Romans*, 2:92–93.
[6]Cranfield, *Epistle to the Romans*, 2:573–74.
[7]J. C. Beker, *Paul the Apostle: The Triumph of God in Life and Thought* (Philadelphia: Fortress, 1980), 333–35.

Y-sơ-ra-ên trên lời hứa của Đức Chúa Trời dành cho các tổ phụ (11:28). Vậy nên, tất cả người Do Thái được cứu nhờ hiệu lực của giao ước mà Đức Chúa Trời đã lập với dân tộc Y-sơ-ra-ên. Nhưng rõ ràng là cách giải thích này không đúng. Phao-lô đã định nghĩa từ "được cứu" mà ông muốn nói trong sách Rô-ma là gì và rút ra kết luận rằng điều này chỉ diễn ra duy chỉ bởi Đấng Christ (đặc biệt, xem 10:8–13). Khi Phao-lô dùng từ "được cứu" trong 11:26, chúng ta phải cho rằng ý nghĩa của nó ở đây cũng phải là ý nghĩa của nó xuyên suốt bức thư. Phao-lô hay bất kỳ một tác giả Tân Ước nào khác đều không hề dạy bất cứ một con đường khác dẫn đến sự cứu rỗi ngoài Chúa Giê-xu. Người Do Thái hay người ngoại quốc, nô lệ hay tự chủ, nam giới hay phụ nữ – tất cả đều phải thông qua Đấng Christ thì mới được cứu.

Đối lập với quan điểm đầu tiên này, các nhà thần học chính thống đã dạy hai quan điểm thay thế khác dựa trên nền tảng Kinh Thánh. Phần lớn những nhà cải chánh và một vài tác giả hiện đại đã dạy rằng "cả dân Y-sơ-ra-ên" chỉ về hội thánh nói chung.[8] Tiến trình mà Phao-lô đã mô tả trong đoạn này – người Do Thái cứng lòng, người ngoại quốc được cứu, người Do Thái ghen tị và được đem tới sự sống thuộc linh mới – là phương cách mà Đức Chúa Trời dự định đem mọi người Ngài đã chọn đến sự cứu rỗi. Vấn đề của quan điểm này là chúng ta phải hiểu từ "Y-sơ-ra-ên" trong 11:26 theo một ý nghĩa khác so với nghĩa của từ này trong phần còn lại của đoạn Kinh Thánh này. Ở những chỗ khác trong chương 11, "Y-sơ-ra-ên" chỉ về dân tộc Y-sơ-ra-ên và chúng ta phải cho rằng nó mang cùng một ý nghĩa trong 11:26. Quan điểm thứ ba tán thành cách giải thích "cả dân Y-sơ-ra-ên" chỉ về dân tộc Y-sơ-ra-ên nhưng những người ủng hộ quan điểm này cho rằng từ này chỉ về tất cả những người Do Thái được lựa chọn xuyên suốt dòng lịch sử hội thánh. Thế thì, trái ngược với quan điểm mà tôi ủng hộ, "cả dân Y-sơ-ra-ên" ở đây không phải chỉ về một số lượng đáng kể người Do Thái sống trong thời điểm cuối cùng. Đúng hơn là, cụm từ này chỉ về những người Do Thái được lựa chọn trong mọi thời đại. Trong một chu kỳ lặp đi lặp lại liên tục, Đức Chúa Trời đem những người Do Thái được lựa chọn đến với sự cứu rỗi bằng cách khiến cho họ ghen tị với sự cứu rỗi mà Ngài đã ban cho dân ngoại. Quan điểm này có rất nhiều ưu điểm nhưng nó lại không giải thích một cách công bằng những điều mà Phao-lô đã bày tỏ rằng ông xem sự cứu rỗi cho cả dân Y-sơ-ra-ên là một sự kiện xảy ra trong thời điểm cuối cùng. "Sự sống đến từ cõi chết" trong 11:15 và hàm ý về sự đến lần thứ hai của trích dẫn Cựu Ước trong 11:26b đã cho thấy như vậy.

Để tóm tắt và kết luận cuộc thảo luận này, tôi cho rằng 11:26a nói trước về sự tiếp nhận Chúa của một số lượng đáng kể người Do Thái vào thời điểm Đấng Christ trở lại trong vinh quang và nói một cách thận trọng, tôi không rõ về thời điểm đó. Khi nào thì sự tiếp nhận Chúa này mà có liên quan đến sự cất lên sẽ diễn ra? Liệu rằng nó có diễn ra khi Đấng Christ xuất hiện vào lúc cuối cùng của kỳ đại nạn hay không? Phao-lô không cho chúng ta biết chi tiết về điều cụ thể này. Có người cũng có thể hỏi rằng làm thế nào tôi có thể giải thích "cả dân Y-sơ-ra-ên" nói về "một

---

[8] Một người ủng hộ trong những năm gần đây là Wright, "Romans," 689–91.

số lượng đáng kể người Do Thái". Khi nhìn vào phương cách mà Cựu Ước sử dụng cụm từ "cả dân Y-sơ-ra-ên", nó bày tỏ rằng cụm từ này hầu như không bao giờ chỉ về mỗi một người Y-sơ-ra-ên riêng lẽ; đúng hơn là, nó chỉ về một tập hợp đại diện của người Y-sơ-ra-ên. Chẳng hạn như, để ý 2 Sa-mu-ên 16:22, "Người ta căng lều cho Áp-sa-lôm trên mái bằng cung điện, rồi Áp-sa-lôm đến nằm cùng các cung phi của cha mình. Mọi người Y-sơ-ra-ên đều biết việc nầy." Có phải là tất cả mỗi một người Y-sơ-ra-ên sống tại thời đó đều chứng kiến tội tà dâm của Áp-sa-lôm? Rõ ràng là không. Phần Kinh Thánh này nói rằng đó là một con số đại diện người Do Thái chứng kiến. Vậy nên, trong những ngày cuối cùng, tôi tin rằng Đức Chúa Trời sẽ một lần nữa, chuyển hướng ân điển của Ngài cho Y-sơ-ra-ên, cứu một số lượng đại diện để thực thi lời hứa của Ngài dành cho dân tộc này.

Những lời hứa đó là trọng tâm của 11:26b–29. Phao-lô trích dẫn Ê-sai 59:20–21 và 27:9 (với một khả năng ám chỉ đến Giê 31:31–34) để cho thấy rằng Cựu Ước hứa về sự tha thứ tội lỗi cho Y-sơ-ra-ên là phù hợp với giao ước khi "Đấng Giải Cứu sẽ đến". Một vài học giả cho rằng Đấng giải cứu này có thể là Đức Chúa Trời, nhưng có lẽ Phao-lô đang chỉ về sự trở lại của Đấng Christ trong vinh quang. Rô-ma 11:28 nắm bắt tình trạng căng thẳng cốt lõi lèo lái lập luận của Rô-ma 9–11. Việc Y-sơ-ra-ên không đáp ứng với tin lành đã khiến họ thành "kẻ thù" của Đức Chúa Trời; họ bị kết án ở dưới cơn thịnh độ của Ngài cho việc khước từ niềm tin vào Đấng Christ. Tuy nhiên, lời phán xét không phải là lời cuối cùng mà Đức Chúa Trời nói về Y-sơ-ra-ên, vì Y-sơ-ra-ên vẫn là dân được Đức Chúa Trời yêu mến dựa trên lời hứa của Ngài dành cho họ trong các tổ phụ. Tặng phẩm và lời kêu gọi của Đức Chúa Trời không thể thu hồi được. Những lời Đức Chúa Trời đã hứa với dân của Ngài có ý nói về sự gia tăng những người Do Thái tiếp nhận Chúa trong những ngày cuối cùng. Một lần cuối, Phao-lô phác hoạ quá trình diễn biến các sự kiện (11:30–31): như dân ngoại giờ đây đã nhận sự thương xót nhờ vào sự bất tuân của người Do Thái, thì cũng vậy, cuối cùng người Do Thái cũng sẽ nhận được sự thương xót bởi sự nhân từ của Đức Chúa Trời đối với dân ngoại. Đức Chúa Trời đã nhốt mọi người trong chỗ không vâng phục, để cuối cùng, Ngài ban ơn thương xót cho mọi người (11:32). Câu Kinh Thánh này không hề dạy về sự cứu rỗi đại đồng, rằng cuối cùng mọi người đều sẽ được cứu. Trong văn cảnh này, như thường thấy trong Kinh Thánh, "mọi" có nghĩa là "mọi hạng". Đức Chúa Trời đang hành động trong lịch sử cứu rỗi để mang mọi hạng người đến sự cứu rỗi – cả người Do Thái cũng như người ngoại quốc.

Đáp Ứng: Chương Trình Tuyệt Vời Của Đức Chúa Trời (11:33–36)

Tương tự như Rô-ma 5–8 được kết thúc bằng sự ngợi khen về tình yêu không lay chuyển của Đức Chúa Trời đối với dân sự của Ngài, thì Rô-ma 9–11 kết lại bằng sự ngợi khen chương trình tuyệt diệu của Đức Chúa Trời dành cho con người. Sự khôn ngoan và hiểu biết của Đức Chúa Trời, kế hoạch và mục đích của Ngài, cuối cùng hoàn toàn vượt trên hết khả năng mà bất kỳ con người nào có thể hình dung được. Làm thế nào mà sự lựa chọn vô điều kiện của Ngài lại phù hợp với đòi hỏi rằng con người phải tin và vâng lời? Làm thế nào mà Đức Chúa Trời vẫn công bằng và không thiên vị ngay cả khi Ngài hứa về sự cứu rỗi trong tương lai dành cho một số lượng đáng kể người Do Thái? Làm thế nào Ngài có thể hành động trong đời sống từng cá nhân để hoàn thành kế hoạch của Ngài? Chúng ta có quyền chính đáng để đặt những câu hỏi như thế, nhưng chúng ta buộc phải thận trọng về việc đòi hỏi những câu trả lời rõ ràng và hợp lý. Chúng ta không thể hiểu thấu tâm trí của Đức Chúa Trời. Ngài không cần phải hỏi ý kiến chúng ta trước khi Ngài quyết định những gì Ngài sẽ làm. Một lúc nào đó, chúng ta phải ngừng việc đặt câu hỏi và yêu cầu những câu trả lời. Chúng ta chỉ đơn giản tin và thờ phượng.

Câu Hỏi Suy Gẫm

1. Lời tuyên bố của Phao-lô về sự tồn tại của một phần dân sót của tín hữu Do Thái (11:1–10) tương thích như thế nào với lập luận chung của ông trong Rô-ma 9–11?
2. Rô-ma 11:7–10 có dạy về tiền định kép hay không? Tại sao có và tại sao không?
3. Hãy phác hoạ bốn bước cơ bản trong tiến trình của lịch sử cứu rỗi mà Phao-lô đã phác thảo trong Rô-ma 11:11–32. Hai cách cơ bản để hiểu trình tự này là gì?
4. "Cả dân Y-sơ-ra-ên…được cứu" (11:26) vào khi nào và như thế nào?
5. Rô-ma 11:32 có dạy rằng mọi người sẽ nhận lãnh sự thương xót không? Nếu không thì nó dạy về điều gì?

Phần VI

Khám Phá Quyền Năng Biến Đổi Của Tin Lành: Rô-ma 12:1–15:13

Chương 16

Tư Duy Cơ Đốc (Rô-ma 12:1–21)

> **Dàn ý:**
>
> - Yêu Cầu Căn Bản: Sự Biến Đổi Toàn Bộ (12:1–2)
> - Tìm Thấy Vị Trí Của Chúng Ta Trong Thân Thể Đấng Christ (12:3–8)
> - Nhiều Biểu Hiện Của Tình Yêu Thương (12:9–21)
>
> **Mục tiêu:**
>
> Sau khi đọc xong chương này, độc giả có thể:
>
> 1. Lý giải lời khuyên thực tiễn trong Rô-ma 12:1–15:13 tương thích như thế nào với luận điểm thần học của sách Rô-ma.
> 2. Lý giải mối liên hệ của điều Phao-lô dạy dỗ trong những đoạn Kinh Thánh trên với những nơi khác trong những thư tín của ông.
> 3. Mô tả vắn tắt về thể loại thờ phượng mà Chúa đẹp lòng.
> 4. Hiểu được mối liên hệ giữa Cơ Đốc nhân với nhau trong thân thể Đấng Christ.
> 5. Trân trọng cách mà tình yêu Cơ Đốc tác động đến mỗi liên hệ của chúng ta với những người ở trong và ở ngoài hội thánh.

Sách Rô-ma nổi tiếng đúng theo tính chất thần học của nó. Nhiều năm qua Cơ Đốc nhân đã dành rất nhiều thì giờ để tranh luận về tầm quan trọng của những vấn đề thần học mà Phao-lô trình bày trong các chương 1–11. Đáng buồn là, không phải lúc nào chúng ta cũng dành đủ thời gian để đọc và áp dụng lời dạy trong các chương 12–16. Những chương Kinh Thánh này không phải là phần được thêm vào, không phải là một ý nghĩ muộn màng của những thứ linh tinh liên quan đến lời khuyên về vấn đề thực hành. Chúng là một phần nguyên vẹn của sách Rô-ma và của thần học mà thư tín này dạy dỗ. Tân Ước không hề đề cập đến một lẽ đạo thần học chỉ dừng lại ở mức độ lý thuyết. Mọi chân lý thần học, mọi sự dạy dỗ về Đức Chúa Trời đều liên quan đến cuộc sống bởi vì khi chúng ta học về Đức Chúa Trời, chúng ta học về một thực tại lớn nhất. Và chúng ta không thể chỉ đơn giản ngồi lại và lặng lẽ nhìn ngắm thực tại đó. Nó thay đổi cách chúng ta nghĩ về bản thân mình, về vị trí của chúng ta trong thế giới, về mục đích mà chúng ta tồn tại trên đời. Nói cách khác, trong bản chất của thần học có lời kêu gọi tuyệt đối để biến đổi đời sống, để điều chỉnh suy nghĩ và hành động của chúng ta cho phù hợp với chân lý của Đức Chúa Trời trong Đấng Christ. Tin lành không chỉ cứu chúng ta khỏi cơn thịnh nộ của Đức Chúa Trời mà còn biến đổi chúng ta nên hình ảnh của Đấng Christ. Phao-lô đã nhấn mạnh điểm này trong lời dạy thần học của ông xuyên suốt thư Rô-ma. Nhưng giờ đây, trong chương 12, ông chuyển hướng sang những ứng dụng của thần học cho đời sống một cách rõ ràng hơn.

Hai câu Kinh Thánh nổi tiếng Rô-ma 12:1–2 kêu gọi một đời sống được biến đổi. Hai câu Kinh Thánh này làm tiêu đề cho cả phân đoạn Kinh Thánh 12:1–15:13. Trong 12:3–13:14, Phao-lô giải quyết một vài khía cạnh tổng quan của đời sống biến đổi đó. Ông nói về việc tín hữu phải liên hệ với thân thể Đấng Christ như thế nào (12:3–8), chúng ta phải bày tỏ tình yêu thương chân thành của mình như thế nào (12:9–21), phải liên hệ với nhà cầm quyền như thế nào (13:1–7), thực thi luật pháp bằng tình yêu dành cho người khác như thế nào (13:8–10), và phải sống trong nhận thức về ngày của Chúa như thế nào (13:11–14). Sau đó, ông chuyển sang một vấn đề cụ thể đang gây tổn hại cho hội thánh Rô-ma: sự tranh cãi giữa tín hữu Do Thái và ngoại quốc về tầm quan trọng của những đòi hỏi cụ thể của luật pháp Cựu Ước (14:1–15:13). Vậy nên, rõ ràng là chúng ta thấy sự tương phản giữa 12:1–13:14, phần Kinh Thánh cho lời khuyên chung chung, với 14:1–15:13, phần Kinh Thánh tập trung trực tiếp vào Cơ Đốc nhân Rô-ma. Thật vậy, vì phần Kinh Thánh đầu tiên này quá chung chung, các học giả cho rằng Phao-lô đang tóm tắt lời dạy cơ bản của ông về các vấn đề đạo đức. Tuy nhiên, các chủ đề được bàn đến trong các chương 12–13 được lựa chọn có liên quan đến hoàn cảnh của Cơ Đốc nhân Rô-ma. Ông chọn những chủ đề của những đoạn Kinh Thánh trên như vậy là bởi vì những chủ đề đó có liên quan cụ thể đến những vấn đề của cộng đồng người Rô-ma, mặc dù Rô-ma 12–13 thực sự dành cho mỗi một Cơ Đốc nhân. Nhưng ngay cả lời dạy nhấn mạnh về "kẻ mạnh" và "kẻ yếu" trong 14:1–15:13 phù hợp cho chúng ta, thì Phao-lô cũng nhân dịp một cuộc tranh cãi cụ thể tại hội thánh Rô-ma để dạy những nguyên tắc bền vững về mối liên hệ Cơ Đốc bất chấp những bất đồng với nhau.

Yêu cầu căn bản: Sự biến đổi toàn bộ (12:1–2)

Nếp sống đạo đức của Cơ Đốc nhân trưởng thành trực tiếp từ thần học của tin lành. Phao-lô trình bày điều này một cách rõ ràng bằng việc kêu gọi tín hữu nhận thấy "sự thương xót của Đức Chúa Trời". Bản NIV không làm nổi bật được rằng từ ngữ được dịch là "sự thương xót" (mercy) vốn được dùng theo dạng số nhiều trong nguyên ngữ Hy Lạp (*oiktirmon*). Phao-lô dùng hình thức số nhiều để nhấn mạnh đến nhiều khía cạnh của sự thương xót của Đức Chúa Trời mà ông đã nêu bật trong sách Rô-ma. Mọi phước hạnh đó phải tạo động lực cho tín hữu dâng mình để tận hiến phục vụ Đức Chúa Trời và ý muốn của Ngài. Yêu cầu trọng tâm của 12:1-2 là chúng ta phải dâng thân thể mình làm sinh tế sống. Khi sử dụng từ "thân thế" (*soma*), tất nhiên Phao-lô không có ý nói rằng chúng ta phải dâng chỉ những khả năng vật lý của chúng ta cho Đức Chúa Trời. Trong lời dạy của Phao-lô, "thân thể" không chỉ về một bộ phận của con người nhưng chỉ về toàn bộ con người trong mối liên hệ với thế giới. Nó bao gồm suy nghĩ, cảm xúc, và những ý muốn của chúng ta. Tất cả phải được dâng lên cho Đức Chúa Trời để phục vụ Ngài. Phao-lô kết luận đây chính là "sự thờ phượng phải lẽ" của chúng ta. Từ ngữ trong tiếng Hy Lạp đằng sau từ "phải lẽ" ("true and proper" trong bản NIV) là *logiken*. Từ này cũng có thể được dịch là "thiêng liêng" ("spiritual" trong bản ESV; HCSB) hoặc là "hợp lý" ("reasonable" trong bản KJV; NET; "rational", đối chiếu với từ "intelligent" của J. B. Phillips). Cả hai cách dùng trong những bản dịch trên đều khả thi và rất hợp lý. Nhưng có thể cách dịch của bản NIV là sát với ý nghĩa của từ này trong văn mạch hơn. Phao-lô đang liên hệ đến một xu hướng thờ phượng của thế giới trong thời của ông, vốn nhấn mạnh rằng con người cần dâng lên Thượng Đế sự thờ phượng thích hợp đối với họ (xem CEB). Trong sự thờ phượng cúng tế, thú vật có thể bị giết. Nhưng con người thờ phượng Đức Chúa Trời bằng khả năng hiểu biết mà Ngài ban cho để tôn kính Ngài. Triết gia Do Thái Philo phát biểu về điều này như sau: "Điều quý báu trước mặt Đức Chúa Trời không phải là số lượng sinh tế dâng lên nhưng là sự thuần khiết chân thật của một tinh thần hiểu biết [*pneuma logikon*] về Ngài, Đấng làm nên sự hiến tế" (Philo, *Special Laws* 1.277; đối chiếu 1.272; xem thêm *Testament of Levi* 3.6).

Sự Thờ Phượng

Giữa vòng Cơ Đốc nhân có sự chia rẽ rõ ràng về vấn đề thờ phượng. Một số kiên quyết khẳng định rằng Đức Chúa Trời chỉ có thể được tôn ngợi qua những bài thánh ca truyền thống hát trong tiếng nhạc đệm của đàn organ. Một số khác không thể thờ phượng Đức Chúa Trời mà không có guitar, âm-li, trống và đội thờ phượng. Kinh Thánh đòi hỏi phong cách thờ phượng nào? Tất nhiên, không phải cả hai điều trên. Hầu như Kinh Thánh không nói gì về phong cách chúng ta thờ phượng. Nhưng Kinh Thánh nói rất thường xuyên về những yếu tố khác trong sự thờ phượng. Rô-ma 12:1-2 nêu lên hai điều quan trọng về vấn đề thờ phượng của chúng ta.

Đầu tiên, thờ phượng không chỉ là, hoặc không phải chỉ tập trung vào những gì chúng ta thực hiện sáng Chúa nhật. Thờ phượng là chuyện 24/7.

> Chúng ta thờ phượng Đức Chúa Trời khi chúng ta dâng chính mình phục vụ Ngài. Chúng ta thờ phượng Chúa khi chúng ta bày tỏ tình yêu đối với người khác, khi chúng ta làm việc một cách trung thực và liêm chính, khi chúng ta chơi đùa với con trẻ của chúng ta và nuôi dưỡng gia đình mình. Đức Chúa Trời luôn muốn chúng ta làm vinh hiển Ngài trong cách mà chúng ta sống. Một buổi lễ thờ phượng thì khá thích hợp, thậm chí đó là điều mà Kinh Thánh yêu cầu. Nhưng chúng ta đang tự đánh lừa mình một cách thậm tệ nếu cho rằng Đức Chúa Trời chỉ vui thích sự thờ phượng của chúng ta trong buổi lễ đó mà thôi.
>
> Thứ hai, sự thờ phượng mà Đức Chúa Trời xem trọng bao gồm tâm trí. Tôi không nghĩ là Đức Chúa Trời quan tâm nhiều đến việc liệu rằng những bài hát chúng ta hát cho Ngài phải có tiếng nhạc đệm của đàn organ hay là của guitar. Nhưng tôi chắc chắn rằng Ngài quan tâm về những lời bài hát mà chúng ta hát tôn vinh Ngài. Những lời mà chúng ta hát không chỉ nên làm lay động cảm xúc của chúng ta mà còn phải nối kết tâm trí của chúng ta nữa. Những bài hát thờ phượng của chúng ta phải được bày tỏ thực tế rằng chúng ta là những tạo vật được Đức Chúa Trời phú cho có lý trí. Ngài muốn chúng ta *nghĩ* đến Ngài là nền tảng của sự thờ phượng chân thật. Những bài hát thờ phượng tốt nhất sẽ nhắc chúng ta những chân lý về Đức Chúa Trời, về Đấng Christ, về Đức Thánh Linh, hoặc là về kế hoạch mà mục đích của Chúa. Khi chúng ta thờ phượng với chính mình và với nhau, chúng ta sẽ được dạy, và sự dạy dỗ đó sẽ là nhân tố kích thích sự ngợi khen, xưng nhận, và tạ ơn.

Rô-ma 12:2 khai triển 12:1 bằng cách cho chúng ta biết phải dâng mình cho Đức Chúa Trời như thế nào. Chúng ta dâng mình khi tránh đi lối suy nghĩ và thói hành động vốn là đặc trưng của thế giới này. Thay vào đó, chúng ta phải điều chỉnh chính mình với những giá trị của thế giới hầu đến. Thế giới đó đã ló dạng trong sự cứu chuộc mà Đấng Christ đã hoàn tất. Tín hữu bước vào trong thế giới đó phải nhận ra rằng thế giới đó chứ không phải thế giới này mới là quê hương thật sự của họ. Thế thì, lời kêu gọi của Phao-lô cho chúng ta là sống bày tỏ thực tế về sự hiện hữu đích thực và thuộc linh này của chúng ta. Nhưng làm thế nào để chúng ta nhận được những giá trị của thời đại mới, thời đại mà chúng ta thuộc về? Bằng cách đổi mới tâm trí. Đây chính là suy nghĩ then chốt trong nhận thức của Phao-lô về đời sống Cơ Đốc (xem thêm Êph 4:21–25). Tâm trí của chúng ta đã bị sa ngã; chúng đã bị hư hoại bởi tội lỗi (xem Rô 5–8). Tuy nhiên, tâm trí của chúng ta không được thay đổi ngay lập tức; chúng ta có xu hướng suy nghĩ theo những lối mòn cũ rích của đời sống cũ. Vậy nên, chúng ta được kêu gọi để bước vào một tiến trình trọn đời trong việc thay đổi cách chúng ta nghĩ và cách chúng ta sống. Như Phao-lô chỉ ra ở cuối 12:2, một người được biến đổi bởi sự đổi mới của tâm trí có thể nhận biết và thực thi ý muốn của Đức Chúa Trời.

Nhận Thấy Vị Trí Của Chúng Ta Trong Thân Thể Đấng Christ (12:3–8)

Trong phân đoạn Kinh Thánh ngắn ngủi này, Phao-lô lướt qua những đề tài mà ông đã khai triển trọn vẹn hơn trong 1 Cô-rinh-tô 12. Phao-lô giải thích rằng hội thánh giống như một thân thể của con người. Mọi Cơ Đốc nhân đều thuộc về thân thể đó (12:4–5). Nhưng giống như thân thể có nhiều chi thể khác nhau với những chức năng khác nhau, thì hội thánh cũng có những con người rất khác nhau và phục vụ hội thánh theo những cách khác nhau (12:6–8). Điều này có nghĩa là mỗi một chúng ta cần phải thận trọng, hiểu biết nhiệm vụ của mình trong hội thánh và không được nghĩ quá nhiều về bản thân mình hơn là những gì mà chúng ta nên nghĩ (12:3–4). Điều Phao-lô nói trong những câu Kinh Thánh trên đều rất phù hợp với bất kỳ hội thánh nào bởi vì chúng ta luôn bị cám dỗ, lên mình kiêu ngạo và quên đi vị trí của mình trong cộng đồng này. Nhưng có thể Phao-lô đề cập vấn đề này trong sách Rô-ma là vì ông biết rằng Cơ Đốc nhân tại Rô-ma đang vật lộn với nan đề này (đối chiếu 11:25; 14:1–15:13).

Phao-lô nhắc chúng ta rằng ông nói như một người đã nhận được ân điển đặc biệt từ Đức Chúa Trời: ông là một sứ đồ, có thẩm quyền để nói với chúng ta theo thẩm quyền của chính Đức Chúa Trời. Mạng lệnh trọng tâm của ông được xác nhận ở phần cuối 12:3, dùng lối chơi chữ trong từ "nghĩ" (có gốc từ *phron-* trong tiếng Hy Lạp). Chúng ta không được "nghĩ" quá cao về mình nhưng phải "nghĩ" một cách thực tế (một cố gắng để làm nổi bật từ Hy Lạp được nhấn mạnh). Phao-lô thúc giục chúng ta phải đúng mực, thận trọng nhận ra chúng ta như thế nào – chúng ta đã được ban cho những ân tứ nào, chúng ta có những yếu đuối nào. Ông nói rằng chúng ta phải làm điều này tuỳ theo "lượng đức tin" (cách dịch của tôi). Cách dịch của bản NIV "đức tin mà Đức Chúa Trời đã ban cho từng anh chị em" ("the faith God has distributed to each of you") cho thấy rằng "lượng đức tin" này là vấn đề cá nhân, rằng chúng ta phải cân nhắc lượng đức tin Chúa ban cho từng người chúng ta là bao nhiêu để chúng ta đánh giá chính mình một cách thích đáng.[1] Nhưng "lượng đức tin" cũng có thể là một tiêu chuẩn khách quan mà mọi Cơ Đốc nhân đều có giống nhau, tức là chính đức tin, là chân lý Cơ Đốc. Đây chính là thước đo mà tất cả chúng ta dựa vào đó để đánh giá chính mình.[2] Cả hai cách giải thích trên đều hợp lý, nhưng cách giải thích thứ hai có phần thích hợp hơn bởi vì nó đưa ra một tiêu chuẩn khách quan, rõ ràng.

Chúng ta không rõ tại sao Phao-lô lại sử dụng hình ảnh của thân thể để mô tả hội thánh. Có thể đó chỉ đơn giản là sự so sánh thích hợp và Phao-lô không phải là

---

[1] Xem R. Jewett, *Romans*, Hermeneia (Minneapolis: Fortress, 2007), 742.
[2] Xem C. E. B. Cranfield, *A Critical and Exegetical Commentary on the Epistle to the Romans*, *International Critical Commentary* (Edinburgh: T&T Clark, 1979), 2:613–16; Wright, "Romans," 709.

người đầu tiên có cách dùng này.³ Tuy nhiên, đôi khi Phao-lô mở rộng cụm từ này thành "thân thể Đấng Christ" (ví dụ 1 Cô 12:27; Êph 4:12), cho thấy rằng có thể ông xem hội thánh như là phần nối thêm vào của chính Đấng Christ, Đấng phó thân thể mình cho sự chết để hội thánh được thành hình. Dù đó có thể là gì đi nữa, trong văn cảnh này, Phao-lô nhấn mạnh về thực tế rằng Cơ Đốc nhân không thể tránh khỏi việc ràng buộc vào nhau trong một thân thể, tức là hội thánh. Chúng ta phải xem bản thân mình không phải là những cá nhân tách biệt nhưng là những phần của một cơ thể. Nếu chúng ta nhận thức về chính mình theo cách đó và thực sự ưu tiên cho sự lành mạnh của cơ thể đó, thì chúng ta sẽ cảm thấy rất khó để nghĩ quá cao về mình. Thay vào đó, chúng ta sẽ suy nghĩ làm thế nào để mình tương thích nhất với những thành viên khác trong thân thể đó và thực hiện một cách hiệu quả chức năng của mình trong thân thể đó. Trong các câu ở 12:6–8, Phao-lô đề cập vắn tắt đến một vài chức năng đó. Như đã trình bày ở những chỗ khác (đặc biệt xem 1 Cô 12–14; đối chiếu Êph 4:11–12), ở đây ông sử dụng từ ngữ "ân tứ" (*charismata*). Phao-lô ngụ ý rằng mọi tín hữu đều đã được ban cho ít nhất một ân tứ từ Đức Chúa Trời mà họ phải dùng để phục vụ thân thể Đấng Christ. Tất nhiên, tín hữu có thể có nhiều hơn một ân tứ, và Phao-lô không bao giờ đưa ra một bảng liệt kê toàn diện về mọi ân tứ sẵn có. Tại đây, trong Rô-ma 12, Phao-lô chỉ minh hoạ quan điểm của mình bằng một vài ân tứ được lựa chọn. Việc Phao-lô bắt đầu với "ân tứ nói tiên tri" là tự nhiên bởi vì ông rất xem trọng ân tứ này (xem 1 Cô 14). Người nói tiên tri trong Tân Ước không có cùng một thẩm quyền như tiên tri Cựu Ước bởi vì những lời trình bày của Tân Ước phải chịu thẩm tra và đánh giá (1 Cô 14:29). Nhưng, giống như những tiên tri Cựu Ước, người nói tiên tri trong Tân Ước đem đến cho cộng đồng dân Chúa "sự mặc khải" từ Đức Chúa Trời (1 Cô 14:30–31). Tiên tri nói cho hội thánh những thông điệp mà nếu người đó không nói thì sẽ không ai biết được. Đôi khi những thông tin này nói về tương lai (Công 11:27–28; 21:10–11) nhưng có lẽ thường xuyên hơn là trong hình thức của sự kêu gọi và khích lệ. Cho dù người nói tiên tri mang đến những lời gì đi nữa, người đó phải đảm bảo "nói theo lượng đức tin". Một lần nữa, cũng như cụm từ tương tự trong 12:3, cụm từ này có thể chỉ về mức độ đức tin của chính người nói tiên tri đó, nhưng khả năng cao hơn là nó chỉ về đức tin nói chung theo nghĩa tiêu chuẩn mà qua đó lời nói tiên tri phải được đánh giá.

"Ân tứ phục vụ" (12:7) dĩ nhiên là điều gì đó mà mọi Cơ Đốc nhân phải làm. Nhưng có lẽ ở đây Phao-lô đang nghĩ nhiều hơn đến một ân tứ cụ thể – có lẽ là chức vụ chấp sự, những người phục vụ hội thánh trong công tác điều hành sự vụ của cộng đồng dân Chúa, thăm viếng người bệnh và những công việc khác (xem 1 Ti 3:8–13; Rô 16:1; Phil 1:1; đối chiếu Công 6:1–6). Những người có ân tứ và được kêu gọi vào trong chức vụ này phải dâng mình để làm công tác đó. Thật vậy, đây

---

³Một vài nhà văn ngày xưa dùng thân thể con người để rút ra kết luận rằng mặc dù gồm có rất nhiều hạng người khác nhau nhưng nhà nước là một thực thể đơn lẻ. Một vài người còn thậm chí gọi nhà nước là "thân thể" của hoàng đế.

chính là điều mà Phao-lô nhấn mạnh xuyên suốt 12:7–8. Ông thúc giục Cơ Đốc nhân phải sử dụng những ân tứ mà họ đã được ban cho. Ân tứ dạy dỗ là truyền đạt chân lý Cơ Đốc đến cho cộng đồng dân Chúa. Ở một mức độ nào đó, mọi Cơ Đốc nhân đều dạy dỗ lẫn nhau (xem Côl 3:16), nhưng một số tín hữu nhất định thì được ban cho ân tứ đặc biệt trong lĩnh vực này. Họ là những người làm công tác giảng đạo, dạy đạo thời nay. Từ được dịch là "khích lệ" (*parakaleo*) trong câu 8 cũng có thể được dịch là "thúc giục". Có thể Phao-lô đang nghĩ đến những Cơ Đốc nhân khích lệ người khác sống bày tỏ tin lành. Có thể nhiều người trong chúng ta không nghĩ "ban phát" là một ân tứ, nhưng Phao-lô liệt kê điều đó ở đây. Một lần nữa, dù tất nhiên mọi Cơ Đốc nhân đều được kêu gọi để chia sẻ những gì họ có cho cộng đồng, nhưng có một số tín hữu lại có khả năng ban cho một cách đặc biệt hơn có lẽ bởi vì họ giàu có hơn người khác. Những người như vậy phải ban phát "rộng rãi", hay là "với sự bằng lòng nhất quán" (vì chữ *haploteti* có thể mang nghĩa này). Những người được kêu gọi làm lãnh đạo trong cộng đồng phải lãnh đạo một cách "siêng năng"; những người làm tốt trong việc từ thiện thì phải nên làm điều đó cách "vui vẻ". Khi chúng ta xem xét bảng liệt kê này thật kỹ lưỡng, chúng ta sẽ nhận thấy rằng mặc dù một số ân tứ, như ân tứ nói tiên tri là một khả năng đặc biệt đến từ Đức Chúa Trời, hầu hết các ân tứ còn lại đều không đòi hỏi phải liên quan đến yếu tố siêu nhiên. Có thể ân tứ phục vụ, lãnh đạo, dạy dỗ, khích lệ và làm việc thiện là những trách nhiệm phản ánh khả năng mà chúng ta tự nhiên có. Vậy nên, "ân tứ" có thể ở trong hình thức của những khả năng tự nhiên mà một người đã có trước khi đến với Đấng Christ, sau đó Đức Chúa Trời sử dụng khả năng đó trong việc phục vụ hội thánh.

Nhiều Biểu Hiện Của Tình Yêu Thương (12:9–21)

Những câu Kinh Thánh trên trông có vẻ như là một sự trộn lẫn của những lời dạy khác nhau. Hầu như chúng ta không nhận ra cấu trúc hay trình tự suy nghĩ nào. Đừng nên để điều này gây phiền toái cho chúng ta. Đôi khi một bảng liệt kê các mạng lệnh có phần ngẫu nhiên bắn ra liên hồi lại có tác dụng khiến cho chúng ta tập trung. Tuy nhiên, Phao-lô thực sự theo đuổi một đề tài nhất quán trong những câu Kinh Thánh trên: nhu cầu về một thái độ khiêm nhường, hoà thuận đối với người khác, dù là Cơ Đốc nhân cùng đức tin (12:10, 13, 16) hay những người chưa tin Chúa (12:14, 17–21). Nhưng chủ đề nhất quán này lại phụ thuộc vào một chủ đề khác mà Phao-lô cho biết ở phần mở đầu của phân đoạn Kinh Thánh: tình yêu chân thành (12:9a). Các bản dịch tiếng Anh thường xuyên chèn thêm vào một động từ trong câu này (chẳng hạn, bản NIV: "Tình yêu thương phải là thành thật" [Love must be sincere]). Tuy nhiên, nguyên ngữ Hy Lạp không có động từ ở đây. Vậy nên, có thể Phao-lô có ý định dùng những chữ này để làm đề mục hay tiêu đề cho những gì theo sau: có thể là một cụm từ gì đó như "Tình yêu chân thành". Từ "chân thành" được dịch từ một từ có nghĩa là "không phải đóng một vai diễn" (*anypokritos*). Tình yêu thương của chúng ta đối với người khác không được giả tạo hay chỉ là bề ngoài. Nó phải nên phản ảnh thái độ của tấm lòng chúng ta.

Phao-lô cho rằng trước hết, tình yêu thương mang khía cạnh đạo đức (12:9b). Chúng ta thường có xu hướng cho rằng tình yêu là cảm xúc mà chúng ta ít có thể kiểm soát được. Chúng ta "sa" vào nó; bị nó "cuốn" đi. Nhưng trong Kinh Thánh, tình yêu là chuyện của ý chí. Chúng ta quyết định yêu. Và một tình yêu chân thật sẽ dẫn tới điều tốt và lánh xa điều dữ. Chúng ta có quyền kiểm soát. Chúng ta phải chọn yêu những gì mà Đức Chúa Trời xem trọng, những gì Ngài yêu. Chúng không được yêu những điều sai trật. Quan hệ trước hôn nhân không phải là một ví dụ của tình yêu mà Kinh Thánh bày tỏ. Tình yêu theo Kinh Thánh không dẫn dắt chúng ta làm bất kỳ điều gì trái với ý muốn của Đức Chúa Trời. Mạng lệnh ngay tại phần mở đầu của 12:10 dùng hai từ đều có gốc *phil-* trong tiếng Hy Lạp. Những từ xuất phát từ gốc từ này được sử dụng đặc biệt để diễn tả tình cảm của các thành viên trong gia đình dành cho nhau. Phao-lô ngụ ý rằng hội thánh chính là một gia đình nối dài, nơi mà tín hữu dành cho nhau những tình cảm tự nhiên. Và kết quả của một thái độ đó sẽ là chúng ta mong muốn điều tốt nhất đến cho người khác, xem trọng họ hơn chính bản thân mình. Ở đây, Phao-lô đụng đến khía cạnh tích cực của của lời cảnh báo của ông trong 12:3. Thay vì nghĩ quá cao về chính mình, chúng ta phải nghĩ cho lợi ích của người khác.

Dường như những lời hướng dẫn trong 12:11–12 không liên quan nhiều đến nhau. Tuy nhiên, cần lưu ý rằng tất cả chúng đều sử dụng cùng một cấu trúc ngữ pháp trong tiếng Hy Lạp. Hầu hết đều khá rõ ràng, nhưng có hai lời hướng dẫn cần phải bàn luận thêm. "Phải có tinh thần sốt sắng" (12:11b) được dịch từ cụm từ mà cũng có thể được dịch là "phải được hun đốt bởi Thánh Linh". Bởi vì Phao-lô nói về "Chúa" trong mạng lệnh tiếp theo, và mạng lệnh đó cũng tương đồng với mạng lệnh này nên rất có thể ở đây, ông đang nói về Đức Thánh Linh. Phao-lô xem Thánh Linh là tác nhân làm nên trong chúng ta lòng nhiệt thành cho công việc Chúa. Nhưng cách dùng câu mệnh lệnh ở đây chỉ ra rằng Thánh Linh không hề làm việc này một cách tự động. Chúng ta cần phải để cho Thánh Linh đốt cháy lòng nhiệt huyết của chúng ta cho Đấng Christ, cho ý muốn của Ngài và cho dân sự của Ngài. Mạng lệnh kế tiếp đòi hỏi một chú giải vắn tắt. Hầu hết các bản dịch tiếng Anh đều trình bày điều mà chúng ta thấy ở bản NIV: "phục vụ Chúa" ("serving the Lord"). Một biến thể đáng chú ý của bản văn có thêm chữ "thì giờ" (*kairos*) ở trước chữ "Chúa" (*kyrios*). "Phục vụ thì giờ" sẽ có giá trị tương đương với mạng lệnh của Phao-lô ở một chỗ khác là phải tận dụng thì giờ (Êph 5:16, Côl 4:5 KJV). Nói cách khác, Phao-lô có thể đang thúc giục chúng ta sử dụng thì giờ mà Đức Chúa Trời ban cho một cách hiệu quả trong việc phục vụ Ngài.[4] Tuy nhiên, rất có thể biến thể đó không phải là nguyên bản, và chúng ta nên tiếp tục theo bản NIV (cũng như bản TTHĐ của chúng ta - ND).

[4] F. L. Godet, *Commentary on Romans*, bd. A. Cusin (1883; bản in lại, Grand Rapids: Kregel, 1977), 435.

Rô-ma 12:13 quay trở lại đề tài của 12:10a. Tình cảm gia đình dành cho anh chị em tín hữu của chúng ta trong Đấng Christ phải thúc đẩy chúng ta chia sẻ với những ai đang thiếu thốn và bày tỏ lòng mến khách đối với những ai cần đến nó. Việc sắp xếp cho những lữ khách nghỉ ngơi qua đêm và cung ứng cho họ một bữa ăn là sự phục vụ quan trọng trong nền văn hoá không có khách sạn. Nếu như có những chỗ trọ như vậy thì thường đó là những ổ tội phạm. Do đó, những tín hữu sẽ phải nương dựa nơi những anh em Cơ Đốc, gia đình thuộc linh mở rộng của mình, để được tiếp đãi.

Với câu 14, Phao-lô giới thiệu một khía cạnh rất khác biệt của tình yêu Cơ Đốc chân thành. Chúng ta không chỉ đối đãi với anh chị em trong Đấng Christ bằng tình cảm nhưng chúng ta cũng phải mở rộng tình yêu đó đối với những người ở ngoài cộng đồng dân Chúa. Để phản ánh của tình yêu đó, chúng ta phải chúc phước những người bắt bớ mình và đừng rủa sả họ. Bất kỳ ai quen thuộc với lời dạy của Chúa Giê-xu không thể không để ý đến sự giống nhau giữa câu 14 với sự răn dạy của chính Chúa Giê-xu trong Ma-thi-ơ 5:44 và Lu-ca 6:27-28. Thật vậy, Phao-lô ám chỉ đến lời dạy của Chúa Giê-xu trong phần này của sách Rô-ma thường xuyên hơn so với bất kỳ chỗ nào khác trong các thư tín của ông. Chúng ta không rõ tại sao ông làm như vậy nhưng có lẽ một lần nữa, ông lưu tâm đến việc thiết lập điểm chung với một hội thánh Cơ Đốc mà ông chưa bao giờ thăm viếng khi dạy điều mà ông biết là họ sẽ quen thuộc. Mặc dù các sách Phúc Âm chưa được viết ra (ngoại trừ khả năng là sách Mác đã được viết), lời dạy của Chúa Giê-xu đã được truyền khẩu trong hội thánh thông qua các sứ đồ.

Trong 12:17-21, Phao-lô sẽ khai triển cách tình yêu chân thành của chúng ta nên được biểu lộ cho những người ở ngoài cộng đồng đức tin, nhưng trước hết, ông quay trở lại một lần cuối đối với cộng đồng Cơ Đốc (12:15-16). Một lần nữa, ông thúc giục chúng ta phải đồng cảm với nhu cầu của người khác và đừng quá tập trung vào chính mình. Chúng ta phải sẵn lòng để vui một cách chân thật khi người khác được thuận lợi, may mắn. Phản ứng ích kỷ, tội lỗi là ghen tỵ với sự thành công mà người khác có. Chúng ta thường xuyên cảm thấy sự cám dỗ này dường nào! Tình yêu phải dẫn dắt chúng ta có cái nhìn vượt qua bản thân mình để chung vui với niềm vui của người khác. Cùng một cách đó, chúng ta nên chia sẻ nỗi buồn của những ai đang than khóc. Cách mà chúng ta thương cảm với người khác như thế này có thể là khó khăn và đau đớn. Khi mở lòng mình đối với người khác, chúng ta chấp nhận rủi ro của việc phải vắt kiệt cảm xúc cùng với những cam kết dành trọn thời gian của chính mình, nhưng dù sao đi nữa, đây chính là bản chất tự nhiên của đời sống gia đình. Câu Kinh Thánh "hãy sống hòa hợp với nhau" (12:16a) tóm lược trọng tâm của những mạng lệnh của Phao-lô khi áp dụng chúng cho những anh chị em Cơ Đốc của chúng ta. Bởi vì chướng ngại lớn nhất đối với sự hiệp một đó chính là sự kiêu ngạo của chính chúng ta nên không có gì ngạc nhiên khi Phao-lô tiếp tục với một lời cảnh báo về sự kiêu ngạo (xem trình tự tương đương trong Phil 2:1-4). Trái ngược với sự kiêu ngạo, Phao-lô khuyên chúng ta phải "hòa mình với những người thấp kém". "Những người thấp kém" cũng có thể được dịch là "những nhiệm vụ của tôi tớ" (xem ghi chú của bản NIV). Nếu là như vậy, Phao-lô có thể đang khích lệ chúng ta sẵn lòng nhận lấy những công việc trong hội thánh vốn không có tiếng tăm và ít được công nhận.

Phao-lô và Chúa Giê-xu đối với vấn đề kẻ thù

Rô-ma 12:14	**Ma-thi-ơ 5:44**	**Lu-ca 6:27–28**
"Hãy chúc phước cho kẻ bắt bớ anh em; hãy chúc phước, đừng nguyền rủa."	"Nhưng Ta bảo các con: Hãy thương yêu kẻ thù nghịch và cầu nguyện cho kẻ bắt bớ các con."	"Nhưng Ta phán với các con là người nghe Ta: Hãy yêu kẻ thù mình, làm ơn cho kẻ ghét mình, chúc phước cho kẻ rủa sả mình, và cầu nguyện cho kẻ sỉ nhục mình."

Sự khai triển cuối cùng về tình yêu chân thành quay trở lại vấn đề chúng ta nên phản ứng như thế nào với những ai bắt bớ mình. Tất nhiên, những Cơ Đốc nhân đầu tiên đã chịu rất nhiều đau khổ vì sự bắt bớ, mặc dù tại thời điểm thư Rô-ma được viết ra, sự bắt bớ chủ yếu là vấn đề bị xã hội tẩy chay và tước đoạt kinh tế hơn là hành hạ thân thể hay là những chính sách pháp lý. Vậy nên, sự bắt bớ mà họ gánh chịu có phần nào đó tương tự với những gì rất nhiều người ở xã hội Tây phương hiện đại đang đối diện: bị khinh bỉ bởi những người không cùng đức tin và không thể (hoặc sẽ không) hiểu về đức tin; mất việc làm bởi vì chúng ta không chấp nhận làm việc với những người chủ xấu xa; bị những người chướng tai gai mắt với đức tin của chúng ta nhỏ nhặt xem thường, coi khinh. Sự đòi hỏi của tình yêu chân thành trong những hoàn cảnh đó là rõ ràng: chúng ta phải tránh sự trả thù, thay vào đó phải cố gắng lấy điều thiện để thắng hơn điều ác mà chúng ta chịu đựng. Một lần nữa, Phao-lô suy gẫm những chủ đề cốt lõi từ lời dạy của Chúa Giê-xu (đặc biệt xem Mat 5:38, 43; đối chiếu Lu 6:27, 29–30). Và có lẽ ông cũng ám chỉ đến gương mẫu của Chúa Giê-xu bởi vì Chúa Giê-xu không chỉ dạy dỗ về việc cần phải lấy thiện thắng ác mà Ngài còn sống bày tỏ điều đó. Như Phi-e-rơ nhắc nhở chúng ta, "Khi bị nguyền rủa, Ngài không nguyền rủa lại; lúc chịu đau khổ, Ngài không hề hăm dọa, nhưng phó thác chính mình cho Đấng phán xét công minh" (1 Phi 2:23). Lặp lại một đề tài khác của thư 1 Phi-e-rơ, Phao-lô kêu gọi chúng ta tiếp tục làm việc thiện ngay cả khi ở dưới áp lực của sự bắt bớ. Thật vậy, chúng ta phải cố gắng sống hoà thuận với mọi người (12:18). Tuy nhiên, sự dè dặt của Phao-lô "nếu có thể được" nhắc nhở chúng ta rằng sự hoà thuận với người khác đôi khi là điều không thể. Phao-lô không muốn chúng ta sẽ phải thoả hiệp phẩm chất đạo đức hay là sự chính trực của mình để được hoà thuận. Đôi khi những người không tin Chúa sẽ đơn giản là không chấp nhận giảng hoà hoặc thoả mãn nếu chúng ta không nhún nhường, từ bỏ một điều kiện đạo đức của mình. Phao-lô trích dẫn Phục Truyền Luật Lệ Ký 32:35 để ủng hộ cho lời ngăn cấm của ông về việc báo thù (12:19). Cách tốt nhất để ngăn chặn sự thôi thúc báo thù trong chúng ta là nhớ rằng Đức Chúa Trời công chính vẹn toàn sẽ chỉnh đốn mọi điều sai trái vào một ngày nào đó. Chúng ta có thể giao phó cho Đức Chúa Trời để Ngài trừng phạt những ai phạm tội và chống lại Ngài, bắt bớ dân của Ngài. Tương phản với sự báo thù, Phao-lô thúc giục chúng ta hãy cho kẻ thù mình ăn và uống bởi vì làm như vậy chúng ta "đặt than lửa hồng trên đầu họ" (12:20). Những lời trên đến từ Châm Ngôn 25:21–22, phần Kinh Thánh mà Phao-lô đang trích dẫn. Chúng ta thường xem những lời đó có nghĩa rằng những hành động tử tế của chúng ta sẽ khiến cho kẻ thù mình phải xấu hổ, có lẽ khiến cho người đó ăn năn và chạy đến với Đấng Christ. Có lẽ đó là một cách giải thích đúng. Trong khi phần Kinh Thánh ở đây không rõ nghĩa, đoạn Kinh Thánh trong Châm Ngôn có lẽ ám chỉ đến một thói quen của người Ai Cập ngày xưa mà qua đó, một người muốn sám hối sẽ mang một khay than lửa hồng trên đầu làm dấu chỉ cho sự ăn năn.

Câu Hỏi Suy Gẫm

1. Yêu cầu của Phao-lô trong Rô-ma 12 rằng chúng ta phải sống một cuộc đời biến đổi tương thích như thế nào với sự dạy dỗ của ông về đời sống Cơ Đốc trong Rô-ma 6?
2. Chúng ta dựa trên tiêu chuẩn nào để đánh giá tầm quan trọng của mình trong hội thánh?
3. Tư tưởng thống nhất đằng sau Rô-ma 12:9–21 là gì?

Chương 17

Công Dân Thế Gian và Công Dân Thiên Đàng (Rô-ma 13:1–14)

> **Dàn ý:**
>
> - Phục Tùng Nhà Cầm Quyền (13:1–7)
> - Làm Trọn Luật Pháp bằng Tình Yêu Thương (13:8–10)
> - Sống trong Ánh Sáng Ban Ngày (13:11–14)
>
> **Mục tiêu:**
>
> Sau khi đọc xong chương này, độc giả có thể:
>
> 1. Lý giải ý nghĩa của việc phục tùng nhà cầm quyền.
> 2. Lý giải tại sao Cơ Đốc nhân cần phải phục tùng nhà cầm quyền.
> 3. Lý giải làm thế nào mà yêu người lân cận làm trọn luật pháp Cựu Ước.
> 4. Quí trọng thời đại mà Cơ Đốc nhân đang sống và cách mà thời đại đó tác động đến lối sống của chúng ta.

"Ở thế gian nhưng không thuộc về thế gian" là một cách nói phổ biến tóm lược đời sống Cơ Đốc. Dù chúng ta sống trong thế giới này, chúng ta không được để cho thế giới này uốn nắn chúng ta vào trong khuôn khổ của chính nó (lặp lại lời diễn giải Rô 12:2 của J. B. Phillips). Sự cám dỗ mà hầu hết chúng ta đối diện là để cho những giá trị của thế giới xung quanh chúng ta ảnh hưởng mình một cách nặng nề. Nhưng cũng có sự cám dỗ ở chiều ngược lại: suy nghĩ "không thuộc về thế gian" khiến chúng ta rút lui hay phớt lờ thế giới này. Dù Đức Chúa Trời kêu gọi chúng ta sống theo những giá trị thiên thượng của Ngài giữa thế gian này, chúng ta cũng

Những chữ chép lại câu Kinh Thánh Rô-ma 13:3 từ Caesarea

phải nhận ra rằng Đức Chúa Trời đã không từ bỏ thế giới. Ngài tiếp tục hành động trong nó bởi ân điển phổ thông của Ngài. Quay lưng với mọi điều liên quan đến thế giới này có thể sẽ là quay lưng với những điều mà Đức Chúa Trời dự định sử dụng cho lợi ích của chúng ta.

Chính quyền là một trong số những điều đó. Phao-lô biết rằng lời dạy của mình rằng đừng rập khuôn theo đời này trong 12:2 có thể sẽ được một số Cơ Đốc nhân xem như là lời kêu gọi từ bỏ mọi định chế của thế gian này. Bằng chứng từ những chỗ khác trong Tân Ước cho thấy rằng một vài Cơ Đốc nhân đầu tiên đã có thái độ như vậy, chẳng hạn như họ chê trách hôn nhân (xem 1 Ti 4:3, đối chiếu 1 Cô 7). Vậy nên, một trong những lý do mà Phao-lô nêu lên nhu cầu về việc Cơ Đốc nhân phải phục tùng nhà cầm quyền là để chấm dứt chủ nghĩa cực đoan chống lại thế giới. Nhưng ông cũng có ít nhất hai lý do khác khi giới thiệu chủ đề này ở đây. Thứ nhất, Rô-ma tại thời điểm Phao-lô viết thư đang thịnh hành trào lưu chống thuế rất sôi nổi. Có thể Phao-lô lo ngại rằng Cơ Đốc nhân sẽ tham gia phong trào này, và vì vậy, ông nhắc họ về những bổn phận của họ đối với chính quyền và về nhu cầu phải nộp thuế (xem 13:7). Thứ hai, Phao-lô vừa mới khích lệ tín hữu không được báo thù, hãy để Chúa lo liệu những chuyện đó (12:19). Giờ đây, ông dạy rằng chính quyền là một phương tiện mà Đức Chúa Trời dùng để chỉnh đốn những điều sai trật và để trừng phạt những kẻ gian ác (13:3–4). Vậy nên, Cơ Đốc nhân cần phải công nhận chính quyền là một phần của thế gian này mà họ phải nên ủng hộ. Thế nhưng, sau một phân đoạn Kinh Thánh ngắn gọn về tình yêu và luật pháp, Phao-lô nhắc chúng ta một lần nữa về mặt trái của vấn đề này, tức là nhu cầu phải tránh xa những giá trị và lối sống của thế gian (13:11–14).

Phục Tùng Nhà Cầm Quyền (13:1–7)

Tư tưởng của phân đoạn Kinh Thánh này đã đủ rõ ràng: Mọi người phải "phục tùng" nhà cầm quyền (13:1a, lặp lại trong 13:5a). Phao-lô đưa ra hai lý do tại sao chúng ta phải phục tùng: chính Đức Chúa Trời chỉ định nhà cầm quyền (13:1b-2), và họ có quyền để trừng phạt những người làm điều gian ác, hay những người không chịu phục tùng (13:3–4). Sau khi lặp lại mạng lệnh căn bản của mình, Phao-lô lướt qua cả hai lý do trên một lần nữa theo trình tự đảo ngược (chiastic – đối xứng). Chúng ta phục tùng "vì sợ bị trừng phạt" (13:5b, đối chiếu 13:3–4) và "cũng vì lương tâm nữa" (13:5c; đối chiếu 13:1b-2). Phao-lô giúp độc giả của mình hiểu lời dạy của phân đoạn Kinh Thánh này với một ứng dụng thực tế: chúng ta phải bày tỏ sự phục tùng đối với chính quyền bằng việc nộp thuế (13:6–7).

A Phải phục tục chính quyền! (13:1a)

  B Bởi vì Đức Chúa Trời chỉ định nó (13:1b-2)

    C Và bởi vì chính quyền có thể trừng phạt anh em (13:3–4)

A' Phải phục tùng chính quyền (13:5a)

    C' Bởi vì sợ bị trừng phạt (13:5b)

  B' Và vì cớ lương tâm (13:5c)

      D Vậy nên: hãy nộp thuế (13:6–7)

Trong 13:1 có hai từ rất quan trọng để chúng ta hiểu phân đoạn Kinh Thánh này: "phục tùng" và "(thẩm) quyền" (authorities). Từ "(thẩm) quyền" được dịch từ chữ *exousia* mà Phao-lô thường dùng ở những chỗ khác để chỉ về những quyền lực thuộc linh (xem 1 Cô 15:24; Êph 1:21; 2:2; 3:10; 6:12; Côl 1:16; 2:10, 15). Do đó, một vài nhà giải kinh – đáng chú ý nhất là thần học gia Karl Barth – đã cho rằng ở đây Phao-lô có thể đang gợi ý về những hữu thể thần linh đứng phía sau những nhà chức trách là con người. Trong trường hợp ấy, cách giải thích này cho rằng chúng ta phải nên vâng phục những nhà chức trách của thế gian này chỉ bởi vì họ tuân theo những bản sao thuộc linh của mình, phục tùng sự cai trị của Đấng Christ.[1] Chỉ rất ít những nhà giải kinh hiện nay theo quan điểm này và đúng là phải ít như vậy. Dù Phao-lô có thể dùng chữ *exousia* để chỉ về những hữu thể thần linh, chúng ta không có bằng chứng nào để cho rằng ông có ý đó ở đây. Ông dùng từ này thay thế lẫn nhau với những từ khác trong văn cảnh này rõ ràng là để chỉ về nhà chức trách (chẳng hạn *archontes* trong 13:3). Như thế thì, "thẩm quyền" nói đến những người đang nắm giữ những vị trí trong chính quyền của con người, từ hoàng đế hoặc tổng thống trở xuống đến những viên chức địa phương.

---

[1] Luận cứ bảo vệ tốt nhất cho quan điểm này là ở trong O. Cullmann, *The State in the New Testament* (New York: Harper & Row, 1956), 55–70; đối chiếu K. Barth, Church and State (London: SCM, 1939), 23–36.

Bục trong Nghị viện Rô-ma, một dấu chỉ về thẩm quyền của Rô-ma

"Phục tùng" những nhà cầm quyền đó có nghĩa là gì? (Bản NIV dùng chữ "subject" trong 13:1 và "submit" trong 13:5, cả hai đều được dịch từ cùng một động từ *hypotasso* trong tiếng Hy Lạp). Theo cách dùng trong Tân Ước của từ này, nó thường buộc Cơ Đốc nhân phải công nhận rằng họ đứng trong một hệ thống thứ bậc nhất định đối với người khác. Những người vợ Cơ Đốc được kêu gọi phải phục tùng chồng mình (Êph 5:24; Côl 3:18; Tít 2:5; đối chiếu 1 Cô 14:35), những Cơ Đốc nhân làm tôi tớ phải phục tùng chủ mình (Tít 2:9; đối chiếu Êph 6:5; Côl 3:22), những Cơ Đốc nhân nói tiên tri phải phục tùng các tiên tri khác (1 Cô 14:32), Cơ Đốc nhân nói chung phải phục tùng những lãnh đạo thuộc linh của mình (1 Cô 16:16), và Cơ Đốc nhân nói chung phải phục tùng lẫn nhau (Êph 5:21 [được giải thích trong 5:22–6:9]). Trong mỗi trường hợp, tín hữu phải công nhận mình cần phải đứng dưới một ai đó. Vậy thì, khi áp dụng cho nhà chức trách (như ở đây và trong Tít 3:1), "phục tùng" nói về việc công nhận rằng có một hệ thống thứ bậc và chúng ta đứng dưới nhà chức trách trong hệ thống thứ bậc đó. Vậy nên, phục tùng nhà cầm quyền thường có nghĩa là chúng ta vâng theo những gì họ nói. Tuy nhiên, trong mọi cấu trúc thứ bậc của Phao-lô, thì nhà cầm quyền cao nhất là Đức Chúa Trời, mặc dù không phải lúc nào ý này cũng được đề cập. Ngài đứng ở vị trí cao nhất trong mọi hệ thống thứ bậc của chúng ta. Những gì điều này muốn nói là chúng ta phải luôn phục tùng những ai ở trên chúng ta trong nhận thức rằng đối tượng chúng ta phục tùng tối cao là Đức Chúa Trời. Trong một số trường hợp nhất định, điều này có nghĩa là chúng ta sẽ không vâng theo nhà cầm truyền trực tiếp trên chúng ta (người chủ, người chồng, nhà chức trách) để chúng ta vâng theo nhà cầm quyền tối cao ấy của mình. Tất nhiên, Phao-lô không phát biểu rõ điều này trong phân đoạn Kinh Thánh này. Mối quan tâm của ông chính là sự phục tùng của chúng ta. Và ông mong đợi cách rõ ràng rằng sự phục tùng của chúng ta thông thường sẽ đưa đến sự vâng lời. Tuy nhiên, dựa trên lời dạy Thánh Kinh ở những chỗ khác (chẳng hạn Công 5:9, sách Khải Huyền), chúng ta có lý do để cho rằng Phao-lô sẽ cho phép những ngoại lệ đối với đòi hỏi của ông về việc vâng lời khi nhà chức trách nhất quyết đòi hỏi chúng ta làm điều gì đó trái ngược với ý muốn của Đức Chúa Trời.

Rô-ma 13:4 và Hình Phạt Tử Hình

Các cuộc tranh luận về tính chính đáng của hình phạt tử hình không phải là một chuyện mới. Tuy nhiên, các cuộc tranh luận này trở nên nóng sốt hơn kể từ khi bắt đầu sử dụng chứng cứ DNA trong giám định pháp y. Rất nhiều phạm nhân chịu án tử hình đã được chứng minh vô tội nhờ loại chứng cứ này. Càng ngày người ta càng công nhận rằng chất lượng của sự bào chữa pháp lý đóng vai trò quyết định trong việc liệu rằng tội phạm có bị kết án tử hay không. Điều này đã đổ thêm dầu vào lửa cho cuộc tranh luận. Những người có khả năng thuê một luật sư giỏi sẽ có nhiều cơ hội tránh bị hành hình hơn là những người không thể. Kết quả của những yếu tố trên và cả những yếu tố khác khiến cho người ta ít có thiện cảm hơn đối với hình phạt tử hình so với trước đây. Và thật vậy, những vấn đề trên phải khiến chúng ta ngừng lại và suy ngẫm. Chúng nêu lên những câu hỏi căn bản về tính công bằng và phải được giải đáp.

Đối với Cơ Đốc nhân, câu hỏi quan trọng nhất phải là Kinh Thánh có chấp thuận hình phạt tử hình hay không? Câu hỏi này thường được trả lời dựa trên Cựu Ước, nơi chính Đức Chúa Trời thiết lập án tử hình trong dân tộc Y-sơ-ra-ên. Điều quan trọng hơn vẫn là nguyên tắc mà Đức Chúa Trời truyền cho Nô-ê: "Kẻ nào làm đổ máu người, sẽ bị người khác làm đổ máu lại; vì Đức Chúa Trời tạo nên loài người theo hình ảnh của Ngài" (Sáng 9:6). Tuy nhiên, nhiều Cơ Đốc nhân thắc mắc liệu Tân Ước có lật đổ nguyên tắc này của Cựu Ước hay không. Vậy nên, sự tập trung hướng vào Rô-ma 13:4. Khi khẳng định nhà chức trách có quyền trừng phạt những người làm điều gian ác, Phao-lô nhắc chúng ta rằng nhà cầm quyền "mang gươm không phải là vô cớ đâu". Gươm có thể là hình ảnh của sự chết bằng biện pháp hành hình. Nếu là như vậy thì Phao-lô hoàn toàn tán thành quyền của chính quyền trong việc dùng hình phạt tử hình. Tuy nhiên, chúng ta không không thể bảo đảm hình ảnh trên truyền đạt điều này. Phao-lô có thể chỉ đơn giản đang nói về những lực lượng cảnh sát của nhà nước, về quyền của nhà nước thi hành luật lệ và trật tự. Một số tác giả ngày xưa nói về cảnh sát là "những người mang gươm". Kết quả cuối cùng là có lẽ Rô-ma 13:4 không thể giải quyết được vấn đề theo hướng này hay hướng kia.

Lý do đầu tiên và chính yếu mà Phao-lô khẳng định rằng chúng ta phải phục tùng nhà cầm quyền là bởi vì chính Đức Chúa Trời đã chỉ định nhà cầm quyền. Vai trò của Đức Chúa Trời trong việc dấy lên những nhà chức trách và hạ họ xuống một lần nữa được dạy xuyên suốt Kinh Thánh (chẳng hạn Đa 4:17 [đối chiếu 4:25, 32; 5:21]; 2 Sa 12:8; Giê 27:5–6; Châm 8:15–16; Ê-sai 41:2–4; 45:1–7). Phao-lô không cho phép bất kỳ ngoại lệ nào: "chẳng có thẩm quyền nào mà không đến từ Đức Chúa

Trời; các nhà cầm quyền hiện có đều do Đức Chúa Trời chỉ định" (Rô 13:1). Thế thì, lương tâm của chúng ta, hay là lương tâm chúng ta về Đức Chúa Trời, đòi hỏi chúng ta phải thuận phục những người Đức Chúa Trời đã chỉ định (13:5). Nhưng còn một lý do khác mà chúng ta phải nên phục tùng. Đức Chúa Trời đã chỉ định nhà chức trách để thực thi một mục đích rõ ràng. Họ phải ban thưởng những người lương thiện và trừng phạt những người gian ác (câu 3). Đức Chúa Trời dùng nhà cầm quyền như là "kẻ thừa hành để giáng cơn thịnh nộ" ("agents of wrath" trong bản NIV - ND), đem sự phán xét của Đức Chúa Trời đến trên những kẻ chống nghịch Ngài và làm điều gian ác (13:4). Vậy nên, Cơ Đốc nhân cũng nên phục tùng nhà chức trách để tránh bị hình phạt mà họ đáng phải chịu nếu họ bất tuân. Một lần nữa, khi đọc những câu Kinh Thánh trên, chúng ta thắc mắc về những trường hợp ngoại lệ. Phao-lô nói về nhà chức trách ban thưởng cho người làm lành và trừng phạt người gian ác. Nhưng chuyện gì xảy ra nếu chúng ta ở dưới quyền của nhà chức trách ban thưởng người làm ác và trừng phạt người làm lành? Giả sử chúng ta ở dưới sự cai trị của Hitler thì sao? Chắc chắn Phao-lô không phải quá ngây thơ cho rằng những trường hợp như thế không bao giờ xảy ra. Ông biết về lịch sử của dân tộc ông và ông hầu việc Chúa, Đấng đã bị nhà cầm quyền đóng đinh một cách bất công. Do đó, có lẽ chúng ta suy ra kết luận một cách chính đáng rằng Phao-lô sẽ cho phép chúng ta không vâng theo nhà chức trách khi họ không thực thi chỉ thị của Đức Chúa Trời trong việc ban thưởng người làm lành và trừng phạt người gian ác. Tuy nhiên, chúng ta phải hết sức cẩn thận để không đi quá xa theo cách nghĩ đó. Nhiều nhà giải kinh Rô-ma 13:1–7 kết luận với lời giải thích về những gì mà phần Kinh Thánh này không nói thay vì những gì nó nói đến. Thậm chí Phao-lô còn không đề cập đến các ngoại lệ. Mối bận tâm của ông là giúp chúng ta nhận ra vai trò của nhà cầm quyền một cách đúng đắn mà Đức Chúa Trời đặt để họ trên chúng ta. Đó là điều mà chúng ta nên tập trung khi đọc và áp dụng phần Kinh Thánh này.

Như chúng ta đã lưu ý, có thể Phao-lô kết luận bằng cách kêu gọi chúng ta nộp thuế (13:6–7) bởi vì tại thời điểm Phao-lô viết thư, Rô-ma bị cuốn vào sự xáo trộn của phong trào chống lại chính quyền trong việc nộp thuế (sử gia La Mã Tacitus đề cập đến những bạo loạn đó [*Annals* 13]). Nhưng có thể Phao-lô còn có lý do khác khi đề cập chủ đề về thuế ở đây. Như chúng ta đã thấy cụ thể trong 12:9–21, Phao-lô thường nói về sự dạy dỗ của Chúa Giê-xu trong văn cảnh này, và khi Chúa Giê-xu dạy về trách nhiệm của môn đồ đối với chính quyền, Ngài dạy họ trong bối cảnh của cuộc tranh luận về thuế (Mat 22:15–22). Thật ra, một số nhà giải kinh cho rằng Phao-lô có thể đang ám chỉ trực tiếp đến lời dạy của Chúa Giê-xu trong 13:7 khi ông yêu cầu chúng ta phải "tôn trọng" đối với người đáng tôn trọng bởi vì chữ "tôn trọng" được dịch từ chữ *phobos* nghĩa là "sợ/kính sợ", một chữ thường được dùng để diễn tả thái độ chúng ta phải có đối với Đức Chúa Trời. Thế thì, giống như Chúa Giê-xu, có thể Phao-lô đang kêu gọi tín đồ "hãy trả cho Sê-sa những gì của Sê-sa" (tức là thuế, Mat 22:21) và trả cho Đức Chúa Trời những gì của Đức Chúa Trời ("kính sợ" và "tôn kính").² Chỉ dựa vào mỗi một từ thì sẽ không chắc về sự ám chỉ trực tiếp ở đây; có lẽ đúng hơn là nên dựa vào lời dạy tổng quan của Chúa Giê-xu.

Làm trọn luật pháp bằng tình yêu thương (13:8–10)

Rô-ma 13:1–7 có vẻ chệch hướng so với dàn ý mà Phao-lô phác hoạ về đời sống Cơ Đốc được biến đổi. Không phải phân đoạn Kinh Thánh này không quan trọng hay là không liên quan gì đến toàn bộ chủ đề, nhưng sự tập trung tổng quan của 12:9–21 là tình yêu Cơ Đốc, và 13:8–10 quay trở lại chủ đề này. Phần Kinh Thánh ở 13:1–7 được chuyển tiếp sang 13:8–10 thông qua ý niệm về "nợ". Trong 13:7, Phao-lô thúc giục chúng ta, "Hãy trả cho mọi người điều mình mắc nợ". Giờ đây, trong 13:8, ông lặp lại ý đó, "Đừng mắc nợ ai điều gì". Nhưng sau đó ông bổ sung, "ngoại trừ món nợ yêu thương nhau". Bổn phận yêu thương lẫn nhau của chúng ta là một món nợ không bao giờ có thể được trả lại. Nó vẫn luôn luôn là một món nợ chưa giải quyết xong. Chúng ta không bao giờ có thể yêu thương đủ. Đức Chúa Trời sẽ luôn đem vào cuộc đời của chúng ta những người mới, những người mà chúng ta được kêu gọi phải yêu thương. Và có những người chúng ta đã biết khá lâu, những người chúng ta được kêu gọi để yêu thương theo những phương cách mới khi họ trải qua những thăng trầm của cuộc sống. Nhưng phần lớn nội dung của phân đoạn Kinh Thánh ngắn ngủi này tập trung vào lý do mà chúng ta phải nên yêu thương lẫn nhau: yêu thương lẫn nhau làm trọn luật pháp. Cho dù chúng ta có muốn nêu ra bất kỳ điều răn nào của luật pháp đi nữa, chúng đều được "tổng kết" trong điều răn yêu người lân cận như chính mình (13:9, trích dẫn Lê 19:18). Khi chúng ta yêu người lân cận, chúng ta không làm tổn hại đến người đó, và như vậy tình yêu thương làm trọn luật pháp (13:10).

Nhưng chính xác Phao-lô muốn nói điều gì khi ông cho rằng yêu thương người khác là làm trọn luật pháp? Điều răn mà ông trích dẫn trong 13:9 thể hiện rằng ông đang suy nghĩ về luật pháp Môi-se, kinh tô-ra như điều ông thường hay làm khi dùng chữ "luật pháp" (*nomos*). Nếu là như vậy, có lẽ ông muốn chúng ta hiểu rằng chúng ta thực sự chưa vâng theo điều răn của luật pháp Môi-se cho tới khi chúng ta thêm vào đó tình yêu thương. Chúng ta có thể kiềm chế không giết một ai đó, nhưng thái độ chúng ta đối với người đó có thể vẫn còn lâu mới có thể đạt đến những gì mà Đức Chúa Trời đòi hỏi. Như Chúa Giê-xu đã nhắc nhở, chúng ta phải vượt trổi hơn hành động bên ngoài và xem xét thái độ bên trong. Không những phải cự tuyệt việc giết người mà chúng ta còn phải chấm dứt sự nóng giận đối với họ (Mat 5:21–22). Thật vậy, chúng ta phải yêu thương họ (Mat 5:44; đối chiếu Rô 12:14). Do đó, yêu thương người khác có thể làm trọn luật pháp bằng cách làm cho

---

²Xem C. E. B. Cranfield, *A Critical and Exegetical Commentary on the Epistle to the Romans*, International Critical Commentary (Edinburgh: T&T Clark, 1979), 2:672.

nó đầy trọn ý nghĩa tối hậu.³ Nhưng vẫn còn một cách giải thích khác. Chúng ta có thể xem xét công bằng hơn về cách sử dụng thông thường của Phao-lô đối với chữ "làm trọn". Trong các tác phẩm của Phao-lô và trong cả Tân Ước nói chung, cách diễn đạt này thường chỉ về một hoàn cảnh hay một lời dạy mới mà Chúa Giê-xu đem đến trong thời đại mới của sự cứu rỗi. Vậy nên, sự làm trọn luật pháp của tình yêu thương có thể là vấn đề điều răn về tình yêu thương thay thế những điều răn khác của luật pháp Môi-se. Chính Chúa Giê-xu đã lựa chọn điều răn về tình yêu thương làm bản chất cốt lõi của luật pháp (tất nhiên, cùng với tình yêu đối với Đức Chúa Trời, đối chiếu Mat 22:34–40 và những phần Kinh Thánh tương đồng). Có lẽ điều Chúa Giê-xu muốn dạy là sự vâng lời trọn vẹn đối với điều răn về tình yêu thương khiến cho mọi điều răn khác về mối liên hệ của chúng ta với người khác trở nên không cần thiết. Nếu chúng ta thực sự yêu người lân cận mình, thì chúng ta sẽ không bao giờ có thể nghĩ đến những chuyện giết họ, trộm cắp của họ, ngoại tình với người phối ngẫu của họ, hay những điều tương tự. Có lẽ Phao-lô cũng muốn nói điều tương tự. Tình yêu là bản chất cốt lõi của đạo đức Cơ Đốc. Nó rất quan trọng, rất căn bản đến nỗi có thể thay thế mọi điều răn khác trong luật pháp về mối liên hệ của chúng ta với người khác.⁴

Sống Trong Ánh Sáng Ban Ngày (13:11–14)

Phân đoạn cuối của chương 13 đưa chúng ta trở lại ngay phần mở đầu của đoạn này. Cả hai phần Kinh Thánh nói trên đều nhấn mạnh đến bản chất của thời đại mà chúng ta đang sống như là cơ sở nền tảng cho đời sống Cơ Đốc vâng phục của chúng ta. Những phần Kinh Thánh trên nhắc chúng ta rằng giá trị đạo đức của Tân Ước không phải chỉ đơn giản là thêm một quy tắc đạo đức mới vào trong bảng liệt kê của những triết lý và tôn giáo khác. Tân Ước đòi hỏi một hành vi đạo đức gắn liền với lời dạy của Tân Ước về thời đại cứu rỗi mà Đức Chúa Trời đã hiện thực hoá bởi Đức Chúa Giê-xu Christ. Trong 12:1–2, Phao-lô dùng cấu trúc của thời đại cũ/thời đại mới để trình bày lời dạy của mình. Tín hữu đừng nên rập khuôn những hành vi của mình theo thời đại cũ, tức là thời đại đã qua rồi. Họ cần phải sống bày tỏ những giá trị của thời đại mới, thời đại mà Đức Chúa Trời mang đến cho họ bởi Đấng Christ. Rô-ma 13:11–14 dùng từ "đêm" và "ngày" để trình bày ý kiến tương tự một cách rõ ràng. Nhưng vấn đề ở đây khá phức tạp vì Phao-lô đã khéo léo dùng từ "đêm" và "ngày" theo hai mức độ rất khác nhau.

Ở một mức độ, "đêm" và "ngày" đơn giản nói về thì giờ ban đêm và ban ngày thông thường. Cách biểu đạt này đặc biệt rõ ràng trong 13:12b-13. (Lưu ý rằng sự phân biệt giữa "ngày" ["day"—13:12a] và "ban ngày" ["daytime"—13:13a] trong

---

³Xem T. Schreiner, *Romans*, Baker Exegetical Commentary on the New Testament (Grand Rapids: Baker, 1998), 692–95.

⁴Đối với quan điểm này, xem S. Westerholm, *Israel's Law and the Church's Faith* (Grand Rapids: Eerdmans, 1988), 201–2.

bản dịch NIV [và cả trong bản TTHĐ – ND] là một cách giải thích bởi vì trong tiếng Hy Lạp, cả hai chỗ trên đều dùng cùng một chữ *hemera*, tức là "ngày" [đối chiếu bản NRSV]). Khi không có điện thắp sáng thành phố vào ban đêm, thế giới ngày xưa xem bóng tối là thời điểm của xấu xa và băng hoại. Những tên tội phạm có thể thực hiện việc xấu của chúng dưới sự che đậy của màn đêm để tránh bị phát hiện. Những người lương thiện không dám mạo hiểm ra ngoài khi mặt trời lặn. Vậy nên, không có gì ngạc nhiên khi người ta liên tưởng điều xấu xa với ban đêm. Do đó, có thể Phao-lô kêu gọi chúng ta hãy loại bỏ đi những "việc tối tăm" và hãy "sống một cách đàng hoàng như đi giữa ban ngày" (13:12b-13). Tín hữu không được làm bất kỳ việc gì ở dưới sự điều khiển của bóng tối – chè chén, say sưa, và trụy lạc Thay vì làm những việc đó, chúng ta phải "mặc lấy áo giáp sáng láng". Thật ấn tượng khi Phao-lô giới thiệu một hình ảnh ẩn dụ về quân đội ở đây. Có lẽ như Calvin giải thích, Phao-lô muốn nói rằng tín hữu không chỉ đặc trưng bởi những việc lành, những việc được làm trong ban ngày, nhưng cũng phải "chiến đấu cho Chúa".[5]

"Ngày Của Chúa" Trong Cựu Ước và trong Do Thái Giáo

Ở một vài phân đoạn Kinh Thánh, cụm từ "ngày của Chúa" được dùng để minh họa cho khái niệm:

Vì ngày của Đức Giê-hô-va đã gần trên tất cả các nước. Bấy giờ, người ta sẽ làm cho ngươi như điều chính ngươi đã làm; những việc làm của ngươi sẽ đổ lại trên đầu ngươi. Phải, như các ngươi đã uống trên núi thánh Ta thể nào thì tất cả các nước cũng sẽ cứ uống thể ấy; phải, chúng sẽ uống và nuốt đi rồi chúng sẽ như vốn không hề có! Chiến thắng cuối cùng của Y-sơ-ra-ên nhưng trên núi Si-ôn sẽ còn lại những người trốn thoát; núi ấy sẽ là thánh và nhà Gia-cốp sẽ được sản nghiệp mình (Áp-đia 15–17)

Đức Giê-hô-va vạn quân phán: 'Trong ngày ấy, Ta sẽ bẻ ách khỏi cổ con; bứt dây trói cho con, dân ngoại sẽ không bắt con phục dịch nữa. Nhưng chúng sẽ phục vụ Giê-hô-va Đức Chúa Trời mình, và vua mình là Đa-vít mà Ta sẽ dấy lên cho chúng' (Giê 30:8–9).

Điều đặc biệt thú vị là một đoạn kinh văn của Do Thái giáo vào thời kỳ giữa hai giao ước kết hợp cả hai mức độ ý nghĩa mà chúng ta thấy trong Rô-ma 13:11–14:

Những người công chính sẽ ở trong ánh sáng mặt trời mà những người được chọn trong ánh sáng của sự sống đời đời không có hồi kết... Mặt trời đã

---

[5] J. Calvin, *Commentaries on the Epistle of Paul the Apostle to the Romans*, bd. J. Owen (1849; bản in lại, Grand Rapids: Eerdmans, 1947), 489.

> chiếu rọi trên trái đất và bóng tối đã qua đi. Sẽ có ánh sáng không bao giờ tắt...Vì bóng tối đã bị tiêu diệt, ánh sáng sẽ là vĩnh cửu trước mặt Chúa của các thần và ánh sáng của sự công chính sẽ đứng vững mãi mãi trước mặt Chúa của các thần (*1 Hê-nóc 58:2–6*).

Nhưng "đêm" và "ngày" còn có một mức độ ý nghĩa nữa. Trong Cựu Ước, các tiên tri nói trước rằng Đức Chúa Trời sẽ làm trọn những mục đích của Ngài trên dân Ngài và mang sự cứu rỗi đến cho trái đất vào "ngày của Chúa". Những nhà văn Do Thái đã sử dụng ngữ vựng này và nó cũng xuất hiện thường xuyên trong Tân Ước, được Cơ Đốc hóa với sự ám chỉ về Đấng Christ (chẳng hạn, 1 Cô 1:8; Phil 1:10; 2:16). Vậy nên, chúng ta phải nhận biết sự liên tưởng đến ý này khi Phao-lô nói rằng "ngày gần đến" (13:12) và chúng ta phải sống một cách ngay thẳng, như sống trong "ban ngày" ("the day" trong bản NRSV, 13:13). Phản ánh một quan điểm đặc trưng của Tân Ước, Phao-lô ngụ ý rằng "ngày" vừa là hiện tại (13:13), vừa là tương lai (13:12). Trong sự đến lần thứ nhất, Đấng Christ đã mở ra ngày của Chúa, nhưng tuyệt đỉnh của ngày đó, khi mà sự cứu rỗi trọn vẹn của chúng ta được thành toàn (13:11), thì vẫn chưa đến. Những gì Phao-lô muốn chúng ta làm là sống theo nhận thức về thời đại này. Chúng ta có năng lực mới để làm vui lòng Đức Chúa Trời bởi vì chúng ta có thể tìm thấy năng lực và phước hạnh đã được ban cho chúng ta từ khi ngày của Đấng Christ đó đã lộ ra. Nhưng đồng thời, chúng ta háo hức mong đợi về sự thành toàn của ngày đó khi cuối cùng tội lỗi bị đánh bại và sự công chính sẽ được thiết lập trên khắp cả trái đất.

Câu Hỏi Suy Gẫm

1. Làm thế nào chúng ta có thể dung hoà mạng lệnh của Phao-lô rằng chúng ta phải phục tùng nhà cầm quyền với lời dạy dỗ của Khải Huyền khen ngợi những tín hữu không vâng theo "con thú"?
2. Tình yêu làm trọn luật pháp như thế nào? Điều này hàm ý tín hữu phải hiểu các điều răn của Cựu Ước như thế nào?
3. Tại sao Phao-lô lại cho rằng "hiện nay sự cứu rỗi đã gần với chúng ta hơn lúc chúng ta mới tin" (13:11)? Điều này cho thấy gì về sự cứu rỗi trong Tân Ước?

Chương 18

Lời Kêu Gọi Cho Sự Hiệp Một Trong Hội Thánh (Rô-ma 14:1–15:13)

Dàn ý:

- Lên án nhau là vi phạm đặc quyền của Đức Chúa Trời (14:1–12)
- Giới hạn thực hành sự tự do bằng tình yêu thương (14:13–23)
- Tiếp nhận nhau vì vinh quang của Đức Chúa Trời (15:1–13)

Mục tiêu:

Sau khi đọc xong chương này, độc giả có thể:

1. Giải thích tại sao Cơ Đốc nhân ở hội thánh Rô-ma lại lên án nhau.
2. Xác định các loại vấn đề trong thời đại của chúng ta mà tương tự với vấn đề của hội thánh Rô-ma ở thế kỷ đầu tiên.
3. Xác định những nền tảng thần học cho lời kêu gọi hoà thuận của Phao-lô.
4. Liên hệ vấn đề mà Phao-lô xử lý trong phần này với lý luận lớn hơn của cả bức thư.

Tân Ước liên tục nhấn mạnh tầm quan trọng của sự hiệp một trong hội thánh. Đức Chúa Trời kêu gọi mọi tín đồ phải thuộc về một thân thể, và thân thể đó mạnh mẽ, có được sự chính trực trong mắt của thế gian, tới một mức độ là nó hoạt động một cách rập ràng với mỗi một thành viên thực hiện chức năng cần thiết của mình

Đại hý trường La Mã cổ đại ngày nay

(đối chiếu 12:3–8). Thế nhưng, hội thánh Cơ Đốc nói chung cũng như các hội thánh cơ đốc riêng lẻ lại ghi dấu bởi sự chia rẽ và ngờ vực hơn là bởi sự hiệp nhất và duy chỉ một một mục đích. Chắc chắn chia rẽ đôi khi là điều cần thiết vì Tân Ước cũng yêu cầu Cơ Đốc nhân phải trung thành với sự dạy dỗ của các sứ đồ. Khi có những sai lạc so với sự dạy dỗ đó, thì sự trung tín đòi hỏi họ phải phản ứng và phê bình. Và nếu không thể phục hồi sự dạy dỗ trung thành với Kinh Thánh, thì đôi khi Cơ Đốc nhân phải đưa ra một quyết định đau lòng đó là phân rẽ khỏi hội thánh hay là hệ phái đó. Hoà thuận và hiệp một không phải là phẩm chất duy nhất của hội thánh; việc duy trì lẽ thật cũng quan trọng không kém. Chắc chắn sẽ có một lúc nào đó, chúng ta phải hy sinh sự hiệp một để bảo vệ lẽ thật.

Nhưng có lẽ là hầu hết sự chia rẽ trong hội thánh diễn ra không phải vì những vấn đề giáo lý quan trọng. Nhiều hội thánh bị chia rẽ về những việc như nên sử dụng những loại nhạc cụ gì trong sự thờ phượng, tính cách cá nhân của mục sư có phù hợp với chức vụ hay không, nên chọn tấm thảm màu gì cho ngôi thánh đường mới, và những điều tương tự. Nhiều cuộc tranh cãi và những nguyên nhân của sự chia rẽ mà chúng ta thấy trong hội thánh đều khá vô cớ. Phao-lô bàn đến những tình huống như thế này trong Rô-ma 14:1–15:13. Cơ Đốc nhân tại Rô-ma đã bị chia rẽ thành hai nhóm. Một nhóm Phao-lô gọi là "người yếu" đức tin (14:1, 2; 15:1), đang chỉ trích nhóm còn lại, lên án họ làm những hành vi khiến cho địa vị Cơ Đốc nhân của họ phải bị nghi ngờ. Nhóm kia cũng đang phản ứng lại một cách tương tự, lên án người yếu tại sao lại giữ định kiến ngớ ngẩn làm tổn hại đức tin của họ. Phao-lô chưa bao giờ gán cho nhóm này một loại gì đó cách dứt khoát, mặc dầu trong 15:1, cụm từ "chúng ta là người mạnh" cho thấy rằng họ có thể được gọi là "người mạnh". Tất nhiên, Phao-lô tập trung lời dạy của ông vào tình huống cụ thể này. Nhưng, như chúng ta sẽ thấy trong những nhận định tiếp theo, hoàn cảnh này cũng tương tự với nhiều tình huống khác mà chúng ta gặp phải trong hội thánh ở mọi thời đại. Vậy nên, những gì Phao-lô viết về sự hiệp một dành cho Cơ Đốc nhân tại Rô-ma vừa thiết thực, vừa quan trọng cho Cơ Đốc nhân ngày nay.

Phao-lô có phần lặp lại vấn đề trong phần này của bức thư, và chúng ta chỉ có thể hiểu sự dạy dỗ của ông trong những câu Kinh Thánh cụ thể này chỉ khi nào chúng ta biết thêm về vấn đề lớn hơn. Do vậy, tôi bắt đầu bằng việc xem xét toàn

Bức điêu khắc mô tả một người đàn ông La Mã đang cúng tế *(ảnh: Bibi Saint-Pol/Wikimedia Commons)*

bộ phần Kinh Thánh để có bằng chứng cho vấn đề cụ thể gây nên tình trạng chia rẽ của Cơ Đốc nhân tại Rô-ma. Sau đó, tôi sẽ đối chiếu bằng chứng này với bối cảnh thế giới ở thế kỷ đầu tiên trong nỗ lực xác định vấn đề ở đây. Chỉ khi ấy, chúng ta mới có thể thực hiện việc giải thích lời khuyên cụ thể của Phao-lô và ứng dụng lời khuyên đó một cách đúng đắn trong thời đại của chính chúng ta.

Phao-lô đề cập hai, hoặc có lẽ là ba, vấn đề cụ thể mà Cơ Đốc nhân tại Rô-ma đang tranh cãi. Dường như vấn đề lớn nhất là liệu rằng Cơ Đốc nhân có thể ăn bất cứ thứ gì họ muốn hay họ phải kiêng ăn thịt (14:2–3, 14–15, 17, 20–21, 23). Người yếu rõ ràng là những người kiêng ăn mọi loại thịt. Ngược lại, người mạnh cho rằng họ có quyền ăn bất cứ thứ gì họ muốn (đặc biệt xem 14:1–3). Nhưng Phao-lô cũng nói rõ ràng đến điểm thứ hai của cuộc tranh cãi: việc dành riêng ra một số ngày đặc biệt cho những mục đích tôn giáo. Một lần nữa, chúng ta có thể phỏng đoán rằng chính người yếu là người nghĩ rằng "ngày nầy tốt hơn ngày kia" còn người mạnh thì cho rằng "mọi ngày đều như nhau" (14:5). Cũng có thể đã có một cơ sở thứ ba gây nên việc chia rẽ. Trong 14:21, Phao-lô đề cập đến việc uống rượu cùng với việc ăn thịt như là những hành vi mà Cơ Đốc nhân nên tránh nếu họ cho rằng việc làm đó có thể khiến anh chị em khác cùng đức tin sa ngã. Dù không hoàn toàn rõ ràng, có vẻ là người yếu khước từ việc uống rượu còn người mạnh thì xem việc đó chẳng có gì sai.

Câu hỏi quyết định ở đây là: lý do căn bản khiến cho người yếu không ăn thịt và uống rượu và xem một số ngày quan trọng hơn những ngày khác về ý nghĩa tôn giáo là gì? Các học giả đã đưa ra một danh mục những câu trả lời cho câu hỏi này. Một số cho rằng có thể người yếu là những người theo chủ nghĩa luật pháp như những người mà Phao-lô đã gặp ở Ga-la-ti, những người cho rằng phải vâng theo một số điều luật nhất định thì mới được cứu. Một số khác cho rằng có những sự ảnh hưởng của ngoại giáo đang diễn ra. Chúng ta đều biết một vài ngoại giáo dạy chủ nghĩa khổ hạnh - phải tránh xa những thú vui, ăn uống, tình dục, và những điều khác - và xem một số ngày nhất định là may mắn (có chút gì đó tương đồng theo chiều ngược lại với quan điểm "Thứ Sáu Ngày Mười Ba" của chúng ta [tức người phương Tây - ND]). Có vẻ như cả hai cách giải thích trên đều không đúng. Chắc chắn là Phao-lô sẽ phải làm việc một cách nghiêm khắc hơn với người yếu nếu họ thật sự cố gắng dựa vào việc tuân theo luật lệ để được cứu rỗi. Và Phao-lô dùng những lời lẽ và lập luận mà phần lớn chỉ về Do Thái hơn là nền tảng ngoại giáo để nói về vấn đề. Khả năng thú vị hơn đó là vấn đề cơ bản ở đây có liên quan đến việc ăn thịt đã cúng cho thần tượng. Chúng ta nhận thấy nhiều sự tương đồng giữa Rô-ma 14:1–15:13 và phân đoạn Kinh Thánh trong 1 Cô-rinh-tô 8–10 nơi Phao-lô xử lý vấn đề này. Nhưng bối cảnh này, dù có thể giải thích sự chia rẽ về việc ăn thịt nhưng lại không giải thích tại sao Cơ Đốc nhân ở Rô-ma lại đang tranh chiến về việc giữ ngày, và có thể là việc uống rượu nữa. Chúng ta cần tìm ra một mối bận tâm lớn hơn để giải thích cả ba điều cụ thể trên về mâu thuẫn ở Rô-ma.

Cách giải quyết tốt nhất là cho rằng người yếu chịu ảnh hưởng bởi truyền thống Do Thái theo chủ nghĩa khổ hạnh dựa trên kinh tô-ra. Kinh tô-ra, luật pháp Môi-se, không hề ngăn cấm việc ăn thịt hay uống rượu. Tuy nhiên, nhiều người Do Thái sống giữa văn hoá ngoại giáo đã quyết định không ăn thịt bởi vì họ có thể không chắc rằng thịt bán ngoài chợ có được giết mổ và xử lý đúng theo đòi hỏi của luật pháp Môi-se hay không. Với những lý do tương tự, họ thường tránh uống rượu vì rượu liên quan đến những rượu cúng cho các thần và được làm ra theo những cách thức không đúng theo những quy tắc kiêng cữ của người Do Thái. Ví dụ phù hợp nhất trong Kinh Thánh về truyền thống này là ở trong sách Đa-ni-ên. Hòa mình vào văn hoá ngoại giáo của thủ đô Ba-by-lôn, Đa-ni-ên "quyết định trong lòng không để cho mình ô uế bởi thức ngon vua ăn và rượu vua uống" (Đa 1:8; đối chiếu 10:3; và từ văn chương Jewish Second Temple Tob 1:10–11; Jdt 12:1–2, 19; ngoài ra còn có Esth 14:17; *Joseph and Aseneth* 7.2). Và tất nhiên, người Do Thái vâng theo luật pháp giữ ngày Sa-bát hằng tuần và những ngày lễ truyền khẩu.[1]

Viễn cảnh lý giải thỏa đáng nhất mọi bằng chứng của phần Kinh Thánh này trong bối cảnh thế kỷ đầu tiên của nó sẽ là: Cơ Đốc nhân người Do Thái ở Rô-ma tin rằng kinh tô-ra vẫn có hiệu lực đối với Cơ Đốc nhân. Họ cho rằng một Cơ Đốc nhân thật sự phải tránh ăn thịt, uống rượu và phải nên giữ ngày Sa-bát và những ngày lễ Do Thái khác. Chỉ khi nào vâng giữ những tập tục trên thì Cơ Đốc nhân mới tránh được sự ô nhiễm về nghi lễ và mới làm vui lòng Đức Chúa Trời. Tuy nhiên,

---

[1] Cách giải thích này được phần lớn đa số các nhà giải kinh hiện đại ủng hộ, chẳng hạn xem C. E. B. Cranfield, *A Critical and Exegetical Commentary on the Epistle to the Romans*, International Critical Commentary (Edinburgh: T&T Clark, 1979), 2:694–97; J. D. G. Dunn, *Romans*, Word Biblical Commentary 38B (Dallas: Word, 1988), 2:799–802; D. J. Moo, *The Epistle to the Romans*, New International Commentary on the New Testament (Grand Rapids: Eerdmans, 1996), 826–33.

những Cơ Đốc nhân người Do Thái đó cuối cùng chỉ là thiểu số trong hội thánh ở Rô-ma và phần đa số người ngoại quốc chiếm ưu thế nghĩ rằng những đòi hỏi như thế là lố bịch, là tàn dư của Do Thái giáo. Cơ Đốc nhân không còn có bổn phận phải vâng theo kinh tô-ra và một Cơ Đốc nhân được tự do thật sự sẽ hiểu điều đó. Chắc chắn là những Cơ Đốc nhân ngoại quốc này đã gán cho nhóm kia trong hội thánh với một từ tiêu cực là "yếu". Về phần mình, họ tự hào rằng họ là "mạnh". Phao-lô thể hiện rõ ràng sự đồng ý của ông với người mạnh (đối chiếu 14:14; 15:1). Ông đã dạy trong chính thư Rô-ma rằng Cơ Đốc nhân không "ở dưới luật pháp" (6:14), và chính ông không phải lúc nào cũng vâng theo những tập tục của luật pháp Do Thái (xem 1 Cô 9:19–23). Tuy nhiên, mối bận tâm quan trọng bậc nhất của Phao-lô trong phân đoạn Kinh Thánh này không phải là bên nào đúng, bên nào sai. Ông đang quan tâm đến sự hiệp một. Ông không cho rằng những vấn đề cụ thể đó là đáng để tranh chiến. Hơn nữa, ông đặc biệt khó chịu với người mạnh về thái độ của họ xem thường người yếu và sự thiếu tình yêu thương mà họ bày tỏ với người yếu. Vậy nên, dù ông quở trách người yếu về chủ nghĩa đoán xét của họ, ông dành hầu hết thời gian để quở trách người mạnh về việc họ ích kỷ khi sử dụng (lạm dụng) sự tự do của mình trong Đấng Christ. Như R. Jewett phát biểu, "Sự nghiêm nghị của những người duy luật pháp không thích hợp trong thế giới của Đấng Christ ngang bằng với nụ cười miệt thị của những người theo chủ nghĩa tự do".

Chưa từng có ai lột tả được trọng tâm mà Phao-lô muốn nói ở đây về những người kiêu ngạo vì thấy mình có đức tin mạnh mẽ như là Martin Luther đã mô tả. Luther nói: "Cơ Đốc nhân là một người chủ tự do nhất, không phục tùng bất kỳ ai. Cơ Đốc nhân là một tôi tớ vâng phục nhất, phục tùng mọi người."

Lên án nhau là vi phạm đặc quyền của Đức Chúa Trời (14:1–12)

Trong phân đoạn Kinh Thánh này, Phao-lô đạt được hai mục đích. Trước hết, ông trình bày lên vấn đề để mọi người hiểu: Cơ Đốc nhân tại Rô-ma phải chấp dứt việc phán xét lẫn nhau (14:1–3). Thứ hai, ông giải thích tại sao họ phải ngưng phán xét lẫn nhau: tất cả họ đều cùng là tôi tớ của Đấng Christ và họ phải trả lời một mình Ngài (14:4–9). Những sự thay đổi trong lập luận được đánh dấu bằng đại từ nhân xưng ở ngôi thứ hai số ít xưng là "bạn" (sy [tiếng Hy Lạp nó những từ khác nhau cho "bạn" ở số nhiều và số ít]) xuất hiện ở đầu câu 4 và câu 10.

Một đánh giá đúng đắn về vấn đề mà Phao-lô đang nói tới phải ghi nhận ý nghĩa chính xác của cụm từ "người yếu đức tin". Cách dịch nghĩa đen cụm từ này sẽ là "người yếu về việc đức tin". Gần như chắc chắn cụm từ này không có ý nói là "một Cơ Đốc nhân không có nhiều đức tin". Trong 14:2, Phao-lô nói về người "tin có thể ăn được mọi thứ" như là người đối lập với "người yếu đức tin", chỉ ăn rau thôi. Nói cách khác, vấn đề không phải là ai có đức tin nhiều nhất. Vấn đề nằm ở chỗ ai nghĩ là đức tin cho phép mình làm điều này hay điều kia. Người yếu đức tin không nhất thiết là Cơ Đốc nhân ít trưởng thành hơn so với người mạnh đức tin; họ là những Cơ Đốc nhân không công nhận rằng đức tin của họ có thể cho phép họ làm một số điều nhất định. Ngược lại, người mạnh cho rằng đức tin của họ thực sự cho phép họ, chẳng hạn như, có quyền ăn thịt và uống rượu. Dù không phải là yếu tố quyết định nhưng yếu tố quan trọng dẫn dắt Cơ Đốc nhân vào hai nhóm trên chính là phương cách mà họ được dạy dỗ. Chắc chắn những người yếu đức tin phần lớn là người có xuất thân Do Thái. Họ đã được dạy từ lúc mới sinh rằng họ phải tránh không làm một số điều nhất định để duy trì địa vị tôn giáo của mình, đặc biệt là khi địa vị đó bị thách thức nghiêm trọng bởi môi trường họ sống với tình trạng ngoại giáo áp đảo. Không có gì ngạc nhiên khi họ cảm thấy thật sự khó khăn để bỏ đi một vài lễ nghi khi trở thành Cơ Đốc nhân. Phao-lô ngụ ý rằng thật ra họ không cần phải làm như vậy. Ông không thấy có gì sai nếu Cơ Đốc nhân người Do Thái muốn tiếp tục bày tỏ lòng nhiệt thành của mình khi vâng theo mọi quy luật của kinh tô-ra và của truyền thống Do Thái. Điều mà ông phản đối là xu hướng của người yếu đức tin hay chỉ trích những Cơ Đốc nhân khác khi họ không làm theo những tập tục trên. Phao-lô nhất quyết khẳng định rằng Cơ Đốc nhân không còn cần phải vâng theo những đòi hỏi lễ nghi của luật pháp (14:14). Vậy nên, Cơ Đốc nhân Do Thái không được phép lên án Cơ Đốc nhân người ngoại quốc, những người từ chối làm theo những yêu cầu đó (14:3). Tuy nhiên, Cơ Đốc nhân ngoại quốc cũng không nên khinh thường Cơ Đốc nhân Do Thái, những người muốn vâng theo những đòi hỏi đó (cũng ở 14:3). Làm theo kinh tô-ra như là phương cách bày tỏ lòng nhiệt thành cá nhân (chứ không phải là phương cách để được cứu) thì thuộc về phạm trù mà chúng ta gọi là *"những việc vô thưởng vô phạt"*, những điều mà đức tin Cơ Đốc không cấm nhưng cũng không đòi hỏi.

Cơ Đốc nhân và ngày Sa-bát

Cơ Đốc nhân nên giữ điều răn thứ tư trong Mười Điều Răn, "Phải nhớ ngày Sa-bát và giữ làm ngày thánh" (Xuất 20:8 BDM) như thế nào? Cơ Đốc nhân trải qua nhiều thế kỷ đã không chắc chắn về ý nghĩa chính xác của điều răn này trong bối cảnh Đấng Christ đã đến. Một số đã khẳng định rằng ý nghĩa điều răn này chính là những gì nó nói. Là một trong Mười Điều Răn, một phần của luật pháp đời đời của Đức Chúa Trời về đạo đức, điều răn về ngày Sa-bát phải được vâng giữ ngày nay cũng như nó đã được vâng giữ vào thời của Môi-se. Vì vậy, Cơ Đốc nhân phải thờ phượng và nghỉ ngơi vào ngày Sa-bát, ngày "thứ Bảy" mà chính Đức Chúa Trời đã làm nên thánh. Nhóm tán đồng quan điểm này trong thời hiện đại là giáo phái Cơ Đốc Phục Lâm (Seventh Day Adventists). Tuy nhiên, hầu hết Cơ Đốc nhân đã lý luận rằng sự phục sinh của Đấng Christ vào ngày Chúa nhật chứng minh cho việc chuyển ngày thờ phượng từ ngày thứ Bảy sang ngày thứ nhất trong tuần là phù hợp. Chính Tân Ước gợi ý rằng hội thánh đầu tiên cũng làm như vậy (chẳng hạn, 1 Cô 16:2; Khải 1:10). Nhưng còn đòi hỏi rằng con dân của Đức Chúa Trời không được làm việc trong ngày Sa-bát thì sao? Một lần nữa, Cơ Đốc nhân đã bất đồng. Một số cho rằng yêu cầu đó vẫn phải được thực hiện. Nhưng phần lớn thì không cho là như vậy, bao gồm hầu hết Cơ Đốc nhân thời hiện đại. Có lẽ phần lớn chúng ta không giữ điều răn cấm làm việc trong ngày Sa-bát, nhưng điều này đến từ sự thuận tiện hơn là sự tin quyết về lẽ đạo thần học. Rô-ma 14 có bất kỳ đóng góp nào cho sự tranh luận này không? Tôi nghĩ là có. Khi Phao-lô nói về sự tranh cãi liên quan đến những ngày "thánh" (14:5-6) trong bối cảnh niềm tin quyết tương phản của Do Thái và ngoại quốc, gần như chắc chắn là Phao-lô có gộp ngày Sa-bat trong số những ngày đó. Điều này được xác nhận bởi kết luận rõ ràng của ông về ngày Sa-bát khi giải quyết vấn đề tương tự ở Cô-lô-se (Col 2:16). Điều này có nghĩa là Phao-lô cho phép Cơ Đốc nhân giữ hoặc không giữ ngày Sa-bát miễn là họ thấy phù hợp: "mỗi người hãy tin chắc ở trí mình" (14:5c). Bởi vì Cơ Đốc nhân không ở dưới luật pháp (6:14), việc giữ ngày Sa-bát không còn là một đòi hỏi dành cho dân của Đức Chúa Trời. Như sách Hê-bơ-rơ nói, điều răn về ngày Sa-bát đã tìm thấy được sự trọn vẹn của nó trong Đấng Christ, để cho tất cả chúng ta, những người đến với Đức Chúa Trời bởi đức tin được sống trong sự "an nghỉ Sa-bát" đời đời (Hê 4:6-11).

Tuy nhiên, điều răn về ngày Sa-bát nêu lên một nguyên tắc mà Cơ Đốc nhân có thể học hỏi. Một trong những mục đích của ngày Sa-bát là để thiết lập một nhịp điệu sống mà tín hữu sẽ dành thời gian nghỉ ngơi khỏi những công việc thường nhật để thờ phượng Đức Chúa Trời và phục hồi thân thể cũng như tâm hồn. Có nhiều điều cần phải nói khi tạo nên nhịp điệu này như một phần trong cuộc sống chúng ta. Chẳng hạn, vào ngày Chúa nhật, tôi chọn tránh làm những công việc thường lệ nhiều nhất có thể. Không một chữ nào của quyển sách này được viết vào ngày Chúa nhật! Tôi nhận thấy rằng một thời gian nghỉ ngơi hằng tuần là cần thiết cho lợi ích tâm linh và thể chất của chính tôi. Nhưng, như Phao-lô đã trình bày rõ ràng trong những câu Kinh Thánh, mỗi chúng ta cần phải tự quyết định cho mình về chuyện này.

Tại sao người yếu và người mạnh lên án lẫn nhau là điều sai trật? Phao-lô nhắc nhở họ rằng, bởi vì mọi Cơ Đốc nhân đều cùng là tôi tớ (*oiketes*, "nô lệ trong nhà"). Tất cả chúng ta đều phục vụ một người chủ, một "Chúa", là Đức Chúa Giê-xu Christ (14:4).[2] Việc chúng ta "đứng" (được chứng minh vô tội trong ngày đoán xét) hay "ngã" (bị kết tội trong ngày đoán xét) là tùy thuộc vào Đấng Christ chứ không phải

---

[2] "Chúa" có thể chỉ về Đức Chúa Trời, nhưng có thể nêu ra một lập luận thích đáng để tin rằng "Chúa" ở đây chỉ về Đức Chúa Giê-xu Christ (xem J. Murray, *The Epistle to the Romans*, New International Commentary on the New Testament [Grand Rapids: Eerdmans, 1965], 2:177).

là anh em Cơ Đốc nhân của chúng ta. Vậy nên, điều quan trọng là mỗi tín hữu phải sống chính trực. Mỗi người phải nên tin chắc ở trí mình (14:5) và phải làm bất cứ điều gì mà người đó quyết định làm trong việc tôn kính Chúa và đúng theo ý muốn Ngài (14:6). Mọi việc chúng ta làm đều diễn ra trước mặt Chúa. Cuộc đời không có những lĩnh vực trung lập; không có điều gì mà chúng ta làm hay nói hay nghĩ mà Chúa không quan tâm. Bản thân sự chết xảy ra cũng là vì Chúa (14:7–8). Đấng Christ chết và được làm cho sống lại một cách chính xác để Ngài có thể "làm Chúa của cả kẻ chết lẫn người sống" (14:9). Trở lại với điểm mà Phao-lô bắt đầu phân đoạn này, mọi điều này có nghĩa rằng Cơ Đốc nhân không nên lên án nhau về việc giữ những ngày thánh hay liệu rằng họ có ăn thịt hay không (14:5–6).

Phao-lô thêm vào lý do thứ hai, lý do liên quan mật thiết hơn đối với việc ông lên án sự tranh đấu nội bộ của Cơ Đốc nhân ở Rô-ma: Đức Chúa Trời và chỉ một mình Đức Chúa Trời, là Đấng có quyền phán xét hành vi của chúng ta và quyết định xem liệu nó có phù hợp với tiêu chuẩn của Ngài hay không. Vậy nên, Cơ Đốc nhân "yếu" phải ngừng phán xét Cơ Đốc nhân "mạnh", và Cơ Đốc nhân "mạnh" phải ngừng khinh bỉ Cơ Đốc nhân "yếu" (14:10) bởi vì cả người yếu lẫn người mạnh sẽ phải tường trình trước Đức Chúa Trời trong ngày cuối cùng (đối chiếu Phi 2:11).

Cấu Trúc Đối Xứng (Chiasm) Của Rô-ma 14:13–23

A Cảnh báo về việc gây cớ vấp phạm (14:13b)

   B Chẳng có vật gì là ô uế (14:14a)

      C Đừng làm hư mất người mà Đấng Christ đã chết thay (14:15b)

         D *Cơ sở lý luận thần học* (14:17–18)

      C' Đừng hủy hoại công việc của Đức Chúa Trời (14:20a)

   B' Mọi vật đều thanh sạch (14:20b)

A' Đừng làm điều gì gây vấp phạm cho anh em mình (14:21).

Giới hạn thực hành sự tự do bằng tình yêu thương (14:13–23)

Phao-lô mở đầu lời yêu cầu của ông cho sự hiệp một trong hội thánh tại Rô-ma bằng việc kêu gọi cả người yếu lẫn người mạnh hãy từ bỏ thái độ lên án của mình. Trong 14:1–12, ông đã tập trung vào người yếu, nhưng giờ đây ông chuyển hướng tập trung. Hầu như toàn bộ 14:13–23 xoay quanh người mạnh. Ông quở trách thái độ ích kỷ của người mạnh về cách họ sử dụng sự tự do của mình trong Đấng Christ. Phao-lô khẳng định sự tự do đó là thực hữu (14:14); ông ngụ ý rằng không ai có thể lấy điều đó ra khỏi chúng ta. Nhưng sự tự do đó phải được sử dụng trong sự cân nhắc về điều quan trọng hơn: tình yêu thương Người mạnh ở Rô-ma đang phớt lờ những vấn đề thuộc linh của anh chị em mình khi họ khoe khoang sự tự do của mình ở trước mặt anh chị em cùng đức tin. Thái độ vô tâm của họ có tiềm năng gây nên những tổn hại về mặt thuộc linh một cách thực sự và lâu dài đối với anh chị em của họ là những người yếu. Sự tự do của chúng ta trong Đấng Christ, phước hạnh quý báu đó, đáng lẽ phải được dùng để phục vụ anh chị em mình. Chúng ta phải tập trung không chỉ về những gì chúng ta có thể làm nhưng còn phải về những gì mà chúng ta nên làm để làm mạnh mẽ tâm linh của tín hữu và gây dựng thân thể của Đấng Christ. Phao-lô nêu ra lời yêu cầu trong 14:13–16 và 14:19–23; ở phần giữa (14:17–18), ông cung cấp một cơ sở lý luận thần học cho lời yêu cầu đó (xem bảng bên trên "Cấu Trúc Đối Xứng Của Rô-ma 14:13–23").

Rô-ma 14:13a dường như dành cho cả người yếu lẫn người mạnh; nhưng sự thật sáng tỏ khi phân đoạn Kinh Thánh bày tỏ rằng Phao-lô thực sự đang nghĩ đến người mạnh. Họ là những người tự hào về chính mình trong việc có được sự sáng suốt nhìn thấy rằng đức tin của họ cho phép họ có thể ăn thịt, bỏ qua những ngày thánh và được uống rượu. Và Phao-lô không tranh cãi với quan điểm thần học căn bản của họ. Ông đồng ý: "chẳng có vật gì tự nó là ô uế" (14:14). Về khía cạnh thần học, ông đứng về phía người mạnh (xem 15:1). Vấn đề của ông chính là cách mà người mạnh sử dụng hiểu biết thần học của họ. Sự hiểu biết thần học đúng đắn phải được kết hợp với sự nhận thức sâu sắc về nhu cầu của những tín hữu khác, nhưng người mạnh lại đang phớt lờ thực tế rằng có những Cơ Đốc nhân khác không có cùng quan điểm với họ. Các Cơ Đốc nhân khác không thể tự mình nhận ra rằng đức tin của họ cho phép họ ăn mọi thứ, và vì vậy đối với họ, đồ ăn đó vẫn là "ô uế" (14:14b). Dù Phao-lô không sử dụng chữ "lương tâm" trong văn cảnh này, đó chính là điều ông nghĩ đến ở đây (Phao-lô có dùng chữ này khi ông bàn về vấn đề tương tự ở 1 Cô 8–10). Về mặt lý thuyết, mọi Cơ Đốc nhân nên biết rằng việc Cơ Đốc nhân có thể ăn mọi thứ là đúng. Tuy nhiên, không phải mọi Cơ Đốc nhân đều có thể tiếp thu sự thật này. Lương tâm của một số Cơ Đốc nhân vẫn nói với họ rằng ăn một số loại đồ ăn nhất định là không đúng, và Phao-lô lo lắng rằng hành vi của người mạnh trong đức tin sẽ tạo nên cho người yếu một áp lực mà họ sẽ bị đổ sụp, đi ngược lại lương tâm của họ, và ăn thịt. Dường như đây là điều Phao-lô muốn nói qua cách dùng từ "hòn đá làm vấp chân" (14:13b; đối chiếu 14:20) và khiến cho người yếu bị tổn thương (14:15a). Người mạnh có thể gây nên mối nguy hại thuộc linh cho người yếu khi thực hiện sự tự do của họ, ăn thịt, uống rượu trước sự hiện diện của người yếu. Bởi vì người mạnh đang chiếm đa số, có thể người yếu thường sẽ chiều theo đám đông và cũng ăn, cũng uống. Và khi làm trái với lương tâm của họ, người yếu đang làm tổn hại thuộc linh cho chính mình. Thật vậy, Phao-lô cho rằng tình thế có thể trở nên trầm trọng đến nỗi anh chị em là những người yếu có thể bị hư mất (14:15b, đối chiếu 14:20). Từ "hư mất" (cũng có thể được dịch là "huỷ diệt" ở một số chỗ khác trong các thư tín của Phao-lô), được sử dụng trong ý nghĩa thuộc linh, thường chỉ về sự kết án đời đời (xem Rô 2:12; 1 Cô 1:18; 8:11; 2

Cô 2:15; 4:3, 9; 2 Tê 2:10). Có phải điều này có nghĩa là Phao-lô cho rằng hành động của người mạnh có thể khiến tín hữu yếu mất sự cứu rỗi? Một số người nghĩ vậy. Nhưng có thể nó có nghĩa là Phao-lô chỉ đơn giản răn đe về số phận cuối cùng của những ai tiếp tục làm trái với lương tâm họ, và có lẽ ông tin rằng một tín hữu thật sự sẽ được giữ khỏi hậu quả cuối cùng đó.

> ### Người Anh Em Yếu Hơn
>
> Trong những sách vở Cơ Đốc và từ những toà giảng Cơ Đốc, đôi khi chúng ta nghe Rô-ma 14 được áp dụng đại loại thế này: tín hữu nên tránh uống rượu vì cớ sẽ nuông chiều những Cơ Đốc nhân khác, những người có thể có khuynh hướng uống nhiều và lạm dụng rượu. Những Cơ Đốc nhân khác đó là những "anh chị em yếu hơn" - yếu là bởi vì họ dễ say rượu. Tất nhiên, nguyên tắc trên có căn cứ đầy đủ. Cơ Đốc nhân phải nên nhận ra những sự yếu đuối của những anh em Cơ Đốc nhân và làm những gì có thể để giữ họ khỏi bị sa vào những sự yếu đuối đó. Nhưng chúng ta phải chỉ ra rằng suy nghĩ về sự yếu đuối này không phải là những gì mà Phao-lô đang nói đến trong Rô-ma 14. Anh chị em yếu trong đoạn Kinh Thánh này là người yếu đức tin. Họ tin rằng đức tin của họ không cho phép mình làm một số việc nhất định. Sự yếu đuối này không liên quan gì đến độ nhạy cảm về cảm xúc hay thể chất. Nó là sự yếu đuối về mặt thần học. Thật vậy, thay vì chỉ về một Cơ Đốc nhân thích rượu quá mức, anh chị em yếu là người tin quyết rằng uống rượu là sai xét theo bất phương diện nào và đó là người lên án người khác nếu họ làm điều này.

Cùng với vấn đề thiết thực rằng hành vi của những Cơ Đốc nhân mạnh có thể đem đến mối nguy hại thuộc linh nghiêm trọng cho những Cơ Đốc nhân khác, Phao-lô thêm vào ba lý do khác nữa để giải thích tại sao Cơ Đốc nhân mạnh phải nên cẩn thận về cách mà họ thực hành sự tự do của mình. Thứ nhất, họ không cư xử theo tình yêu thương (14:15a). Như Phao-lô đã nhắc nhở Cơ Đốc nhân tại Rô-ma (12:9–21; 13:8–10), tình yêu thương là phẩm chất Cơ Đốc cao quý nhất. Nó phải hướng dẫn mọi hành vi Cơ Đốc. Người mạnh quả thực có sự tự do để ăn thịt và uống rượu. Về lý thuyết, Phao-lô không thấy có gì sai trật khi họ làm như vậy. Nhưng sự tự do thì không quan trọng bằng tình yêu thương. Phương cách và thời điểm thực hành sự tự do phải được dẫn dắt bởi tình yêu thương. Và khi một tín hữu ăn và uống trong hoàn cảnh đem lại mối nguy hại thuộc linh cho Cơ Đốc nhân khác, thì rõ ràng là tín hữu đó không cư xử trong tình yêu thương. Lý do thứ hai mà người mạnh cần phải kiêng cữ liên quan đến chính sự tự do. Sự tự do đó là "việc tốt" (14:16), nhưng nếu chúng ta lạm dụng nó và khiến cho những tín hữu khác gặp nguy hại, khiến cho hội thánh bị chia rẽ, thì nó sẽ bắt đầu được xem như là một việc xấu. Thứ ba, tín hữu phải sẵn lòng kiềm chế thực hành sự tự do của mình vì họ phải quan tâm nhiều hơn cho ích lợi của hội thánh. Phao-lô nhắc chúng ta rằng vương quốc của Đức Chúa Trời không phải chỉ tập trung vào "chuyện ăn uống", nhưng là "sự công chính, bình an, vui mừng trong Đức Thánh Linh" (14:17). Vậy nên, chúng ta phải quan tâm cư xử theo phương cách đề cao những phẩm hạnh đó. Chúng ta phải làm những gì "đem lại sự hòa thuận và xây dựng cho nhau" (14:19). Nhưng khi cứ khăng khăng về chuyện ăn uống mọi thứ mình thích, người mạnh đang phá vỡ sự hoà thuận của hội thánh. Họ "hủy hoại công việc của Đức Chúa Trời" (14:20; có thể "công việc của Đức Chúa Trời" nói về hội thánh). Đó thật là những ưu tiên trái ngược!

Phao-lô kết luận với yêu cầu cuối cùng dành cho người mạnh (14:22–23). Thay vì cố gắng bắt người yếu phải theo quan điểm của mình, họ phải sẵn lòng giữ những quan điểm đó cho chính họ. Thật là xấu hổ nếu chính họ phải chịu tội cho việc làm tổn hại đến tín hữu và hội thánh khi làm theo điều họ tán thành. Và, một lần cuối cùng, Phao-lô nhắc người mạnh cách họ có thể làm tổn hại người yếu như thế nào (14:23): nếu người yếu làm ngược lại những gì họ tin thì họ đang phạm tội. Không phải là tự bản thân hành động của họ là sai. Phao-lô đã trình bày điều này rõ ràng là không phải như vậy. Tội của họ sẽ nổi lên từ thực tế rằng những việc họ làm không đến bởi đức tin, vì Phao-lô cho biết bất cứ điều gì không làm bởi đức tin đều là tội lỗi. Khi chúng ta đi đến phần cuối của đoạn Kinh Thánh này, chúng ta phải quay lại nơi chúng ta bắt đầu. Có lẽ đức tin mà Phao-lô nói đến ở đây là cùng một loại đức tin mà ông nói đến ở 14:1-2: đức tin cho phép Cơ Đốc nhân làm một số điều nhất định. Vậy nên, có lẽ 14:23 không phải là một nguyên tắc chung về tội lỗi và đức tin. Trong bối cảnh của nó, nó chỉ đơn giản nêu lên vấn đề rằng tín hữu yếu phạm tội nếu họ cư xử ngược lại những gì họ tin rằng họ được phép hoặc không được phép làm.

Lời kêu gọi hiệp một của Phao-lô có một chút chuyển hướng ở 15:1, vậy nên chúng ta tạm ngừng trong giây lát để ghi chú về nguyên tắc tổng quan mà Phao-lô đã thiết lập trong chương 14. Nguyên tắc đó rõ ràng: Cơ Đốc nhân phải nhất trí sẽ bất đồng về một số chuyện thuộc về "những điều vô thưởng vô phạt". Nếu một điều rõ ràng là bị ngăn cấm trong Kinh Thánh hoặc bị ngăn cấm bởi vì lý lẽ thần học, thì tín hữu không nên để điều đó gây nên sự chỉ trích lẫn nhau và phá vỡ mối thông công. Tất nhiên, sự chấp nhận có thể bị hiểu quá xa. Một vài nhà thần học cho rằng bất kỳ người nào xưng mình là Cơ Đốc nhân đều nên có quyền theo niềm tin của mình dù cho chúng là gì đi nữa. Tuy nhiên, Kinh Thánh Tân Ước nêu lên những giới hạn rõ ràng, đánh dấu một số việc là những lẽ thật rõ ràng của tin lành. Không một Cơ Đốc nhân nào có thể đi lệch ra khỏi những ranh giới đó hoặc chấp nhận những ai có quan điểm khác biệt về những lẽ thật đó. Nhưng những gì Phao-lô yêu cầu trong đoạn Kinh Thánh này là chấp nhận những vấn đề thứ yếu. Nhiều vấn đề khiến Cơ Đốc nhân chia rẽ ngày nay rơi vào phạm trù này, và Phao-lô sẽ tiếc thương cho sự chia rẽ mà chúng ta đã gây nên vì một vài trong số những vấn đề trên.

Tiếp nhận nhau vì vinh quang của Đức Chúa Trời (15:1–13)

Trong 15:1–6, Phao-lô đưa ra lời kêu gọi cuối cùng, chung chung dành cho người mạnh. Sau đó, trong 15:7–13, ông mở rộng bằng việc kêu gọi mọi Cơ Đốc nhân ở Rô-ma "tiếp nhận nhau". Lý lẽ thần học mà ông dùng để củng cố lời kêu gọi này trong câu 8–13 thậm chí còn đụng đến những vấn đề rộng lớn hơn. Lời nhắc nhở của ông về phương cách mà Đức Chúa Trời đã hành động trong lịch sử cứu rỗi để mang sự cứu rỗi của Ngài đến cho cả người Do Thái lẫn người ngoại quốc tóm lược đề tài then chốt của toàn bộ bức thư (chẳng hạn 1:16, "mọi người tin, trước là người Do Thái, sau là người Hi Lạp"; các chương 9–11).

Phao-lô đồng cảm với người mạnh và kêu gọi họ dự phần với ông trong việc gánh vác "những khiếm khuyết của người yếu" (15:1). Cách dùng ngôn từ trong câu Kinh Thánh này tương tự với Ga-la-ti 6:2, nơi Phao-lô thúc giục, "Hãy mang gánh nặng cho nhau; như vậy, anh em sẽ làm trọn luật pháp của Đấng Christ". Phao-lô không nêu ra rõ ràng luật pháp của Đấng Christ trong Ga-la-ti 6 là gì, nhưng chắc chắn rất dễ dàng để thấy là nó bao gồm điều răn về tình yêu thương, điều mà Phao-lô đã nhấn mạnh như là sự làm trọn luật pháp trong Ga-la-ti 5:13–15. Điều răn từ Lê-vi Ký 19:18 đó giục giã tín đồ "hãy yêu thương người lân cận như chính mình". Như vậy thì, với sự thiết lập của bối cảnh này, chúng ta có thể hiểu tại sao Phao-lô lại giới thiệu từ "người lân cận" trong 15:2. Khi cố gắng nghĩ đến lợi ích của người yếu chứ không phải chỉ làm vừa lòng chính mình qua việc dùng sự tự do mình có theo bất cứ cách nào mình thích, người mạnh sẽ yêu thương người lân cận của họ và như vậy, họ làm trọn luật pháp của Đấng Christ. Đấng Christ không phải chỉ đơn giản đưa ra luật yêu thương; Ngài cũng sống theo điều đó nữa. Phao-lô nhắc chúng ta trong 15:3 rằng Đấng Christ "cũng không làm vừa lòng chính mình". Đúng hơn là, đặc biệt như câu chuyện về việc Ngài chịu đóng đinh đã bày tỏ, Ngài gánh chịu lời nhục mạ của những kẻ chống nghịch Đức Chúa Trời. Phao-lô trích dẫn Thi Thiên 69:9 để nhấn mạnh điều này. Những lời mô tả đặc biệt trong Thi Thiên này chính là nguồn dữ liệu từ ngữ để các tác giả Phúc Âm sử dụng khi mô tả sự chết của Đấng Christ (xem Mat 27:34; Giăng 2:17; 15:25; đối chiếu Công 1:20; Rô 11:9). Vì vậy, không có gì ngạc nhiên khi Phao-lô hướng về nó ở đây. Nhưng tại sao lại là câu Kinh Thánh cụ thể này? Có lẽ Phao-lô đang suy nghĩ về những lời nhục mạ mà người yếu đang chất chồng trên người mạnh vì họ không vâng theo những sự nghiêm ngặt của luật pháp. Thay vì ăn miếng trả miếng qua lại, chỉ trích và nhạo báng, thì người mạnh phải noi gương Đấng Chrisrt. Họ phải kìm giữ khỏi những sự nhục mạ và bất kỳ lời nhạo báng nào, phải bằng lòng với quan điểm của chính mình và cư xử nhẹ nhàng với người yếu.

Trong những thư tín của mình, Phao-lô thường dạy chúng ta bằng việc để cho chúng ta nghe thấy lời cầu nguyện của ông. Trong 15:5–6, ông ghi lại một lời cầu nguyện với ước mong cho lợi ích của chúng ta. Phao-lô nói với Đức Chúa Trời và cầu xin Ngài hành động trong cuộc đời của những người mà ông đang viết cho. Bằng cách ấy, Phao-lô vừa cầu xin sự giúp đỡ của Chúa cho độc giả của ông để họ có thể thực hành những gì ông hướng dẫn, vừa nhắc họ về cách hành xử mà họ cần có. Phao-lô kêu cầu "Đức Chúa Trời của sự kiên định và khích lệ" giúp đỡ. Rô-ma 15:4 (câu giải thích) nhắc chúng ta rằng Kinh Thánh Cựu Ước được viết để chúng ta có được sự "kiên định" và "khích lệ". Chúng ta cần những phẩm chất đó nếu chúng ta muốn có sự hiệp một vốn là trọng tâm trong lời cầu nguyện của Phao-lô ở đây. Chúng ta cần phải là những người "đồng tâm nhất trí với nhau" [15:5 - BDM]. Phao-lô thích dùng ngôn từ "đồng tâm nhất trí" hoặc "suy nghĩ" (*phroneo*) trong những bối cảnh như thế này (đặc biệt xem Phil 2:1–5; Rô 12:3–4). Ngôn từ này nói lên tư duy, cách nhìn vào cuộc đời lèo lái hướng đi của chúng ta một cách thích đáng. Phao-lô không đòi hỏi lối suy nghĩ đồng bộ tuyệt đối như thế Cơ Đốc nhân cần phải rập khuôn, không bao giờ được bất đồng với nhau về bất cứ điều gì. Đúng hơn là, ông nói về sự hiệp nhất trong tinh thần và thái độ, một ý nghĩa nền tảng của sự thuộc về nhau, yêu thương nhau, tạo nên một khung cảnh yêu thương cho những khác biệt chắc chắn tồn tại giữa vòng tín hữu. Chính khi chúng ta bày tỏ tinh thần hiệp nhất như thế ấy, hội thánh có thể ngợi khen Đức Chúa Trời như cách Ngài muốn được ngợi khen (câu 6). Đức Chúa Trời đặc biệt được tôn vinh khi dân sự của Ngài hiệp một, "đồng một lòng, một miệng" khi thờ phượng Ngài. Sự thờ phượng tập thể phải nên có nhiều hơn một nhóm những cá nhân tách biệt ngẫu nhiên đến dưới cùng một mái nhà cùng một lúc trong tuần. Nó phải là sự hiệp nhất của những người đồng tâm tình, tận hiến cho Đức Chúa Trời và cho nhau.

Rô-ma 15:7 tóm tắt một cách súc tích cả phần Kinh Thánh 14:1–15:13: "anh em hãy vì vinh quang của Đức Chúa Trời mà tiếp nhận nhau, cũng như Đấng Christ đã tiếp nhận anh em". "Tiếp nhận" Cơ Đốc nhân khác nghĩa là công nhận người đó là một anh chị em thật trong Đấng Christ. Nó có nghĩa là chào đón những Cơ Đốc nhân khác vào trong chương trình thờ phượng của chúng ta và cho họ một nơi trọn vẹn cùng với những người khác thờ phượng Chúa. Sự tiếp nhận đó không nên là một điều miễn cưỡng (đối chiếu 14:1); không nên xuất phát từ một thái độ của người ở trên, như thể chúng ta đang ban cho những anh chị em đó một ân huệ khi cho phép họ được thờ phượng với chúng ta. Có thể chúng ta có những khác biệt về những tín lý thần học thứ yếu hoặc về cách chúng ta áp dụng thần học vào thực tế, nhưng đừng nên để những khác biệt đó làm giảm đi sự chào đón toàn tâm toàn ý của chúng ta. Bởi vì điều quan trọng nhất là chính Đấng Christ đã chấp nhận chúng ta. Khi nghĩ về con người của chúng ta lúc còn là tội nhân, việc Ngài chấp nhận chúng ta là chuyện ân điển hoàn toàn. Làm sao chúng ta có thể giấu ân điển đó khỏi người khác khi chính chúng ta đã kinh nghiệm nó?

Trong 15:8–12, Phao-lô dựa vào lời kêu gọi mà ông đã nêu ra trong 15:7 và ông làm vậy khi nhắc lại một cách rất dứt khoát lời lưu ý vốn là chủ đề nhất quán xuyên suốt sách Rô-ma: Đức Chúa Trời đã hành động trong lịch sử cứu rỗi để tạo nên một dân gồm cả người Do Thái lẫn người ngoại quốc. Vậy nên, Phao-lô ngụ ý khá rõ ràng rằng toàn bộ vấn đề gây chia rẽ người yếu và người mạnh liên quan đến tình trạng căng thẳng giữa người Do Thái và người ngoại quốc. Như chúng ta đã thấy, dường như vấn đề chi tiết là cuộc tranh cãi gay gắt liệu Cơ Đốc nhân có cần phải giữ luật Môi-se hay không. Không phải toàn bộ người mạnh đều là người ngoại quốc như lập tường của Phao-lô đã thể hiện rõ ràng (15:1), nhưng phần lớn họ là dân ngoại. Và có thể dù có một số người ngoại quốc đứng về phía người yếu, chúng ta có thể kết luận rằng phần lớn người yếu là người Do Thái. Vì vậy, có lẽ lời nhắc nhở của Phao-lô ở đây về chủ đề thần học then chốt trong bức thư - sự hiệp nhất của người Do Thái và người ngoại quốc trong Đấng Christ - cung cấp nền tảng thần học quan trọng nhất cho lời kêu gọi hiệp một của ông.

Có sự tranh luận về cấu trúc chính xác của câu 8–9a, nhưng bản NIV phản ánh một lựa chọn thay thế tốt hơn:

> For I tell you that Christ has become a servant of the Jews on behalf of God's truth,
>
> so that the promises made to the patriarchs might be confirmed and, moreover, that the Gentiles might glorify God for his mercy.
>
> Tôi xin nói, Đấng Christ đã vì chân lý của Đức Chúa Trời mà trở thành đầy tớ của những người được cắt bì,
>
> *để khẳng định những lời hứa đã ban cho các tổ phụ, và khiến dân ngoại tôn vinh Đức Chúa Trời vì sự thương xót của Ngài* (bản TTHĐ)

Chức vụ của Đấng Christ đối với người Do Thái trước hết dẫn đến sự làm trọn lời Đức Chúa Trời hứa với các tổ phụ. Và bởi sự làm trọn lời hứa đó, Đấng Christ có thể khiến cho dân ngoại cùng chung dự với dân Do Thái tôn vinh Đức Chúa Trời. Xuyên suốt sách Rô-ma, Phao-lô đã nhấn mạnh rằng tin lành, như ông đã nêu lên trong 1:16, trước hết dành cho người Do Thái. Danh hiệu "Đấng Christ" có nghĩa là "Đấng Mê-si". Chúa Giê-xu trước hết là Đấng mà Đức Chúa Trời đã hứa ban cho người Do Thái để dẫn dắt họ đến với thời đại cứu rỗi. Và như vậy, Chúa Giê-xu đã xác nhận lời hứa của Đức Chúa Trời dành cho Áp-ra-ham, Y-sác và Gia-cốp. Như Phao-lô chỉ ra trong 9:4–5 và 11:28, sự thành tín liên tục của Đức Chúa Trời đối với lời hứa của Ngài có nghĩa là người Do Thái vẫn có hy vọng chắc chắn nơi lòng thương xót của Đức Chúa Trời. Tuy nhiên, trong một chủ đề cũng quan trọng như không kém trong sách Rô-ma, Phao-lô cũng đã trình bày rõ ràng rằng sự làm trọn lời hứa của Đức Chúa Trời được ban cho trong Cựu Ước cũng báo hiệu phước hạnh dành cho dân ngoại. Nếu tin lành trước nhất là cho người Do Thái, thì sau đó nó cũng dành cho dân ngoại (xem 1:16). Vì "mọi người" đều đã phạm tội, thì giờ đây, "mọi người" đều đã có cơ hội để tin và nhận sự tha thứ của Đức Chúa Trời (3:22–24).

Phao-lô cũng đã bày tỏ rằng sự thương xót này của Đức Chúa Trời được mở rộng cho dân ngoại tự thân nó là phù hợp với Cựu Ước (đặc biệt xem đoạn 4; 9:24–25;

10:19–20). Giờ đây, ông bênh vực ý đó, trích dẫn một chuỗi bốn phần Kinh Thánh trong Cựu Ước nói về dân ngoại cùng chung dự với dân Do Thái ngợi khen Chúa với tư cách là một phần của dân Ngài. Phao-lô nêu lên lập luận của mình một cách toàn diện nhất có thể, trích dẫn mỗi một phần trong ba nội dung chính của Cựu Ước: Luật pháp (Phục 32:43 trong 15:10); các sách Tiên tri (Ê-sai 11:10 trong 15:12) và các sách Văn thơ (Thi 18:49 trong 15:9b; Thi 117:1 trong 15:11).

Phao-lô kết luận lời kêu gọi về sự hiệp một trong hội thánh tại Rô-ma với một lời cầu nguyện chúc phước khác (15:13). Lời cầu nguyện nhắc đến một số chủ đề lớn của lời khích lệ trước đó. "Đức Chúa Trời là nguồn hi vọng" nhắc chúng ta về cơ hội mà giờ đây dân ngoại đã có được niềm hi vọng trong Ngài (15:12). Khi Phao-lô cầu nguyện xin Đức Chúa Trời làm cho Cơ Đốc nhân tại Rô-ma "ngập tràn niềm vui và bình an", chắc chắn ông đang chỉ ngược về 14:7: "Vì vương quốc Đức Chúa Trời không phải là chuyện ăn uống, nhưng là sự công chính, bình an, vui mừng trong Đức Thánh Linh". Khi tin cậy Đức Chúa Trời, Cơ Đốc nhân ở Rô-ma sẽ nhận thấy rằng Đức Thánh Linh sẽ làm cho ngập tràn hy vọng. Cả người Do Thái lẫn người ngoại quốc đều có thể nhìn về phía trước trong sự háo hức thấy trước về thời điểm khi họ cùng nhau được tự do khỏi mọi vết tích còn lại của tội lỗi và trọn vẹn thoả vui trong sự hiện diện của Đức Chúa Trời (đối chiếu 8:19–25).

Những Thuật Ngữ Chính

Việc vô thưởng vô phạt (adiaphora)

Câu Hỏi Suy Gẫm

1. Cơ sở tin quyết nào khiến cho người yếu đức tin thực hiện những việc họ làm?
2. Những loại tình huống nào trong hội thánh ngày nay có thể tương đồng với tình huống mà Phao-lô nêu lên trong Rô-ma 14:1–15:13? Xin trình bày một cách cụ thể nhất có thể.
3. Lời dạy trong những đoạn Kinh Thánh trên có liên quan gì đối với phong trào Đại Kết của Cơ Đốc giáo? Lập luận của Phao-lô có ủng hộ điều này hay không? Theo những phương cách nào và trong những giới hạn nào?
4. Sự nhấn mạnh của Phao-lô về sự hiệp nhất của người Do Thái và người ngoại quốc trong Đấng Christ (15:8–12) có liên quan như thế nào đến lời kêu gọi của ông cho sự hiệp một?

5. Với nền tảng thần học của nó, lời kêu gọi cho sự hiệp một này phù hợp như thế nào với lập luận tổng quan của thư tín Rô-ma?

Phần VII

Khám Phá Phần Kết Bức Thư: Rô-ma 15:14–16:27

Chương 19

Những Nhận Xét Bổ Sung về Nội Dung Kết Luận (Rô-ma 15:14–16:27)

> **Dàn ý:**
>
> - Phao-lô, Sứ Đồ Của Dân Ngoại (15:14–33)
> - Một Cộng Đồng Đa Dạng (16:1–23)
> - Vinh Quang Thuộc Về Đức Chúa Trời! (16:25–27)
>
> **Mục tiêu:**
>
> Sau khi đọc xong chương này, độc giả có thể:
>
> 1. Mô tả nhận thức đặc biệt của Phao-lô về sự kêu gọi và chức vụ sứ đồ của và liên hệ chúng với mục đích của thư Rô-ma.
> 2. Hiểu mục đích và ý nghĩa của những lời chào trong Rô-ma 16:1–16.
> 3. Trân trọng giá trị của những lời Phao-lô nói về phụ nữ trong Rô-ma 16 đối với tranh luận hiện nay về vai trò của nữ giới trong công tác hầu việc Chúa.

Độc giả thường bị mất tập trung khi đến với Rô-ma 15:14. Ở đây, Phao-lô bắt đầu nói về những điều cụ thể của bức thư: tại sao ông lại viết thư này, kế hoạch cho những hành trình của ông ra sao, những lời chào thăm cho nhiều cá nhân khác nhau. Dường như không có điều nào trông có vẻ phù hợp đối với Cơ Đốc nhân hiện nay. Chúng ta đã bàn nhiều đến những chuyện này trong hai đoạn giới thiệu. Chúng ta đã thấy rằng những chi tiết mà Phao-lô nêu ra trong phần kết của bức thư là quý giá để chúng ta hiểu được nguyên do và mục đích mà thư Rô-ma được viết ra. Như vậy thì mục đích của chúng ta ở đây là chỉ đơn giản nhắc đến một vài phân đoạn Kinh Thánh và một số vấn đề mà chúng ta đã ít quan tâm trong những chương Kinh Thánh trước đó. Trong quá trình đó, tôi hy vọng chỉ ra rằng chúng ta thực sự có thể học được điều gì đó từ nội dung trong phần này của sách Rô-ma.

Phao-Lô, Sứ Đồ Của Dân Ngoại (15:14–33)

Lời bàn luận của Phao-lô về chức vụ và những hành trình của mình rơi vào hai phạm trù thời gian: chức vụ của ông trong quá khứ (15:14–22) và những kế hoạch của ông trong tương lai (15:23–33). Trong chương 2, chúng ta đã xem xét những kế hoạch đó và đánh giá ý nghĩa của chúng đối với nguyên nhân ông viết thư, nhưng chúng ta không nhìn vào những gì Phao-lô nói về chức vụ của chính ông. Phao-lô đang quan tâm xây dựng uy tín cá nhân của mình, ít nhất là một cách sơ lược. Chắc chắn là ông phải có một lý do chính đáng khi nói với Cơ Đốc nhân ở Rô-ma "hơi mạnh" như vậy (theo lời tự nhận định của ông), và ông nêu rõ là bởi vì sự biểu lộ đặc biệt của ân điển Đức Chúa Trời mà ông có thể làm như vậy (15:15). Như Phao-lô nhấn mạnh trong Ga-la-ti 1:1–7, chức vụ của ông không phải do con người bổ nhiệm hay do tự ông đề bạt. Chính Đức Chúa Trời, bởi Con Ngài, đã chọn Phao-lô làm **sứ đồ** - và là một sứ đồ đặc biệt. Đức Chúa Trời chuẩn bị và chọn lựa Phao-lô trở nên người đem tin lành đến cho dân ngoại. Phần lớn sách Rô-ma tập trung vào phương cách Đức Chúa Trời hoạch định lịch sử cứu rỗi để cuối cùng, dân ngoại được ghép vào trong dân của Đức Chúa Trời. Phao-lô là người phù hợp nhất để viết về điều này bởi vì ông là người được Đức Chúa Trời sử dụng để hoàn thành phần lớn ý định của Ngài đối với dân ngoại. Như Phao-lô trình bày trong câu 16, ông được "thi hành chức tế lễ cho Tin Lành của Đức Chúa Trời, để dân ngoại trở thành lễ vật đẹp lòng Chúa, được thánh hóa bởi Đức Thánh Linh". Sự ám chỉ về chức tế lễ trong câu này là điều đáng quan tâm. Tất nhiên, Phao-lô không nói mình là một thầy tế lễ. Ông chỉ đơn giản là đang dùng cách diễn đạt của chức vụ tế lễ để nêu lên suy nghĩ của mình. Ông mô tả chính mình như là người dâng dân ngoại làm lễ vật lên cho Đức Chúa Trời. Và ông tin rằng mình đang làm ứng nghiệm những lời tiên tri của Kinh Thánh trong công tác này. Rô-ma 15:16 ám chỉ đến hai phần Kinh Thánh trong Cựu Ước. Cụm từ cuối "được thánh hóa bởi Đức Thánh Linh" ám chỉ đến lời tiên tri của Ê-xê-chi-ên rằng Đức Chúa Trời sẽ thánh hóa danh của Ngài giữa vòng các dân trong những ngày cuối cùng (Êxê 36:22–28). Và lời ám chỉ dân ngoại là lễ vật gợi nhớ lại Ê-sai 66:20, "Các dân ngoại sẽ đem tất cả anh em các ngươi về từ mọi nước....đến núi thánh Ta là Giê-ru-sa-lem, để dâng họ như một lễ vật lên Đức Giê-hô-va". Vậy nên, Phao-lô xem chức vụ của chính ông như là sự ứng nghiệm của lời tiên tri về những ngày cuối cùng. Việc Phao-lô ám chỉ "dấu lạ phép mầu" kèm theo trong chức vụ của ông đối với dân ngoại góp phần nhấn mạnh về

Bản đồ Giê-ru-sa-lem bằng tranh khảm (mosaic), bản vẽ cổ xưa nhất về thành phố

ý nghĩa độc nhất của chức vụ của chính ông (15:19). Ngôn từ này đặc biệt nổi bật trong những mô tả của Cựu Ước về những sự kiện xuất hành khỏi Ai-cập (chẳng hạn, Xuất 7:3, 9; 11:9–10; Phục 4:34; Thi 78:43) và trong sách Công Vụ Các Sứ Đồ (chẳng hạn, 2:22, 43; 4:30; 5:12; 14:3; 15:12). Một lần nữa, nó nhấn mạnh một vị trí đặc biệt mà chức vụ của Phao-lô chiếm giữ trong lịch sử cứu rỗi.

Vì vậy, khi Phao-lô viết cho Cơ Đốc nhân ở Rô-ma, ông viết từ nhận thức của một thẩm quyền mà một số ít người khác có thể tuyên bố. Ông không chỉ đơn giản là một sứ đồ nhưng là "vị sứ đồ của dân ngoại". Cho dù trên thực tế, ông không thành lập hội thánh Rô-ma và cũng chưa từng thăm viếng (đối chiếu 15:20–22), nhưng Phao-lô hoàn toàn có quyền nói với Cơ Đốc nhân tại Rô-ma "hơi mạnh" (15:15). Và tất nhiên, cũng chính cùng một thẩm quyền này, dưới sự soi dẫn của Đức Chúa Trời, khiến cho sách Rô-ma có ý nghĩa quan trọng đặc biệt cho đến ngày nay.

Trong 15:19b-22, Phao-lô mô tả sơ lược thẩm quyền sứ đồ của ông, được thực thi trong năng quyền của Thánh Linh, đã khiến ông có thể mở mang hội thánh khắp miền Đông Địa Trung Hải ra sao. Nhưng tại đây, ông chuyển hướng tập trung sang phía Tây. Sau khi phân phát đồ dùng quyên góp cho các thánh đồ ở Giê-ru-sa-lem, Phao-lô dự định bắt đầu công tác truyền giáo mới ở Tây Ban Nha. Trên đường đi Tây Ban Nha, Phao-lô dự định ghé qua Rô-ma để tranh thủ sự giúp đỡ của Cơ Đốc nhân ở Rô-ma cho công tác mới này (15:23–29). Như chúng ta đã lưu ý trong chương 2, Phao-lô xem đồ dùng quyên góp cho Cơ Đốc nhân ở Giê-ru-sa-lem là một bước tiến có ý nghĩa đối với sự hiệp nhất Cơ Đốc. Vậy nên, ông kêu gọi người Rô-ma cầu nguyện để cho ông và đồ dùng ông quyên góp có thể được thiện tình chấp nhận ở Giê-ru-sa-lem (15:30–33).

Một Cộng Đồng Đa Dạng (16:1–23)

Hầu hết những vấn đề Phao-lô nói đến ở đây là những chuyện Phao-lô đề cập một cách đặc trưng trong phần cuối của những lá thư ông viết.

Giới thiệu Cơ Đốc nhân cùng làm việc (16:1–2)

Lời chào thăm Cơ Đốc nhân ở Rô-ma (16:3–15)

Lời khích lệ chào thăm nhau (16:16a)

Chuyển tải lời chào thăm từ những Cơ Đốc nhân khác (16:16b)

Cảnh báo về các giáo sư giả (16:17–19)

Lời hứa về ngày tận chung và lời cầu xin ân điển (16:20)

Lời chào thăm từ những người cùng làm việc (16:21–23)

Nhưng hai trong số những điều trên hơi bất thường. Thứ nhất, thông thường Phao-lô không nêu ra một diễn văn đả kích giáo sư giả ở giữa nội dung kết luận của mình (câu 17–19). Chúng ta không thể hiểu rõ tại sao ông lại làm như thế ở đây. Có lẽ ông có sự băn khoăn vào giây phút cuối về những giáo sư giả và muốn chắc chắn là mình có lời cảnh báo trước khi kết thúc. Chúng ta không thể biết những giáo sư giả đó là ai hay thậm chí kế hoạch của họ là gì. Nhưng Phao-lô nêu rõ rằng họ là những giáo sư giả đặc trưng trong việc gây nên sự chia rẽ và khiến Cơ Đốc nhân bị xao lãng khỏi mục đích đúng đắn của mình. Thứ hai, dù Phao-lô thường chào thăm người khác trong phần kết trong những thư tín của mình, ở những tác phẩm khác, ông không hề cố gắng chào thăm thật nhiều người giống như lời chào thăm của ông trong sách Rô-ma này. Điều gì khiến ông làm như thế trong bức thư này? Có lẽ ông có hai lý do. Thứ nhất, Phao-lô chưa bao giờ đến Rô-ma. Ông không biết hết tất cả Cơ Đốc nhân ở đó nhưng chỉ biết một vài người trong số họ, những người ông đã gặp khi thực hiện chức vụ ở miền Đông Địa Trung Hải. Vì vậy, ông có thể chọn lựa những tín hữu để nói đến một cách đặc biệt. Và lý do ông đã gặp gỡ rất nhiều tín hữu là vì hoàng đế Rô-ma Claudius đã trục xuất tất cả người Do Thái, bao gồm cả những Cơ Đốc nhân người Do Thái ra khỏi Rô-ma vào năm 49 (xem đoạn 1 ở trên). Thứ hai, Phao-lô chào thật nhiều Cơ Đốc nhân nhất có thể khi nghĩ về Rô-ma để thiết lập điểm chung với hội thánh. Viết cho một hội thánh không do mình thành lập và cũng chưa từng thăm viếng, ông muốn nêu lên rõ rằng có rất nhiều tín hữu ở đó đã biết và tin tưởng ông.

Cơ Đốc nhân ngày nay đọc thư Rô-ma nên học điều gì từ những quy ước và lời chào thăm có vẻ không liên quan gì đến chúng ta trong bức thư này? Phần Kinh Thánh này trong Lời Đức Chúa Trời có ích lợi như thế nào cho tín hữu? Tôi không nêu ra câu trả lời dứt khoát cho câu hỏi này. Nhưng một trong những điều chúng ta gián tiếp học từ những câu Kinh Thánh này là cộng đồng Cơ Đốc nhân đầu tiên rất là đa dạng. Trong thời của Phao-lô cũng như thời của chúng ta, người ta có xu hướng nhóm hiệp với những người giống mình. Những người nam Hy Lạp đi cùng với những người nam Hy Lạp đến nhà thi đấu; những người Do Thái thì nhóm hiệp lại tại nhà hội, nam với nhau và nữ với nhau. Nhưng hội thánh, theo mức độ mà chúng ta có thể nói từ những phân đoạn Kinh Thánh như thế này, là một sự trộn

Sự đổ nát của đền thờ ở nơi hội họp tại Rô-ma

lẫn của những người nam, người nữ từ những dân tộc khác nhau. Hai khía cạnh của sự đa dạng này được nói đến trong Rô-ma 16.

Thứ nhất, dường như hội thánh ở Rô-ma có sự khác nhau về chủng tộc và địa vị xã hội. Chúng ta có thể phỏng đoán điều này từ nhiều tên gọi mà Phao-lô kể đến trong Rô-ma 16. Mặc dù điều này không có gì là thú vị đối với độc giả hiện đại, những cái tên đó là một nguồn tư liệu quý báu cho những sử gia nghiên cứu xã hội bởi vì trong thế giới ngày xưa, tên gọi có ý nghĩa đặc biệt. Trong văn hóa của chúng ta, người ta thường chọn tên đơn giản vì nó hay hoặc là nhắc người ta nhớ đến một nhân vật ngôi sao điện ảnh hay vận động viên. Nhưng trong văn hóa của Phao-lô, tên mà người ta được đặt cho thường nói lên điều gì đó về gốc tích, nghề nghiệp, và/hoặc địa vị xã hội. Peter Done đã làm một nghiên cứu kỹ lưỡng về các tên gọi trong Rô-ma 16. Tất nhiên, có một vài cái tên Do Thái: Pê-rít-sin và A-qui-la (16:3), An-trô-ni-cơ và Giu-ni-a (16:7), Hê-rô-đi-ôn (16:11a). Nhưng hầu hết là những tên dành cho dân ngoại, chẳng hạn Hẹt-me và Ô-lim là những cái tên chỉ về thần thoại Hy Lạp (16:14, 15). Hơn nữa, dường như nhiều người trong số những người ngoại quốc đó là những người nô lệ được giải phóng, một tầng lớp xã hội được hình thành bởi những người đã được thoát khỏi cảnh nô lệ. Và một số vẫn còn là nô lệ. Thuộc về "gia đình" của một người nhất định có nghĩa là nô lệ của người đó. Vậy nên, những ai thuộc về gia đình A-rích-tô-bu (16:10) và Nạt-xít (16:11) là những người nô lệ. Như vậy thì, những cái tên ở Rô-ma 16 chỉ về một cộng đồng được làm nên bởi phần lớn là dân ngoại, và dân ngoại từ tầng lớp dưới của xã hội Hy Lạp-La Mã. Tất nhiên, những cái tên đó không nhất thiết phải đại diện cho toàn bộ hội thánh ở Rô-ma. Chúng ta cũng không thể cho rằng họ là đại diện của hội thánh đầu tiên nói chung. Tuy nhiên, những nghiên cứu khác về hội thánh đầu tiên đã có khuynh hướng xác thực những khám phá trên.

Thứ hai, phụ nữ đóng vai trò quan trọng trong hội thánh Rô-ma, không phải chỉ trong vai trò tham dự nhưng còn là những người làm việc nữa. Mười trong số hai mươi bảy Cơ Đốc nhân mà Phao-lô chào thăm là phụ nữ (nhiều hơn một phần ba).

Sáu người trong số họ (Phê-bê [16:1–2], Pê-rít-sin [16:3], Giu-ni-a [16:7], Try-phe-nơ [16:12], Try-phô-sơ [16:12], Pẹt-si-đơ [16:12]) là những người được khen ngợi đặc biệt về công lao của họ trong Chúa. Sự hiện diện của những phụ nữ đó phù hợp với những gì chúng ta biết về hội thánh đầu tiên nói chung: nó khuyến khích một môi trường mà ở đó, nữ giới dự phần cùng với nam giới. Đây không phải là điều phổ biến ở thế giới ngày xưa. Cả Do Thái giáo và hầu hết tôn giáo Hy Lạp-La Mã tập trung vào nam giới và thường có sự tách biệt nghiêm ngặt giữa nam giới và nữ giới. Nhưng nữ giới trong hội thánh ngày xưa giữ mức độ quan trọng đến đâu? Câu trả lời cho câu hỏi này thực sự quan trọng vì nó liên quan đến cuộc tranh cãi vẫn đang tiếp diễn và thường mang tính bất ổn hiện nay về vai trò của nữ giới trong mục vụ. Chúng ta có thể chỉ học được rất ít từ hầu hết những điều nói về nữ giới trong Rô-ma 16. Cụm từ "đã làm việc nhọc nhằn cho Chúa" (16:12) có thể gần như chỉ về muôn hình vạn trạng của những hình thức phục vụ nhất định. Tuy nhiên, có hai phân đoạn Kinh Thánh cụ thể hơn và vì thế, chúng đã được thảo luận khá nhiều.

Trong 16:1–2, Phao-lô khen ngợi một Cơ Đốc nhân ở Sen-cơ-rê, một thành phố hải cảng sát bên Cô-rinh-tô. Người này chuẩn bị đi Rô-ma. Ông gọi bà là "chấp sự của hội thánh" (16:1) và xác nhận rằng bà "từng giúp nhiều người, và cả tôi nữa" (16:2). Chữ "chấp sự" (deacon) trong bản NIV tương ứng với từ Hy Lạp *diakonos* cũng có thể nói về "người đầy tớ" (xem ghi chú của bản NIV và một số bản khác, chẳng hạn ESV). Mọi Cơ Đốc nhân đều là đầy tớ, và đây có thể là ý Phao-lô muốn nói ở đây.[1] Nhưng phần thêm vào "của hội thánh" trong cụm từ này khiến cho từ *diakonos* ở đây có vẻ đúng hơn là một danh hiệu chính thức, chỉ định Phê-bê là một "chấp sự".[2] Chấp sự trong hội thánh Tân Ước là một nhân vật không được rõ nét; đơn giản là chúng ta không có nhiều thông tin về những gì mà người nắm giữ chức vụ này thực hiện (xem 1 Ti 3:8–12; Phil 1:1). Có lẽ họ có liên quan đặc biệt trong công tác tài chính của cộng đồng dân Chúa và tích cực trong việc thăm viếng người bệnh và coi sóc những công việc từ thiện của hội thánh. Ý tưởng này nhận được sự ủng hộ ở đây từ lời xác nhận của Phao-lô rằng Phê-bê là người giúp đỡ (*protatis* [bản NIV dịch là "benefactor" – "ân nhân" – ND]). Trái với lời giải thích của một số học giả, từ này không có nghĩa là "lãnh đạo" nhưng chỉ về một tập quán quan trọng ngày xưa về sự bảo trợ. Những người mong muốn thăng tiến trong thế giới Hy Lạp-La Mã thường cần người đỡ đầu – người nào đó có thể chu cấp sự giúp đỡ về hậu cần và tài chính. Có vẻ như Phê-bê là một phụ nữ giàu có. Bà là người dùng nguồn lực và sự ảnh hưởng của mình để bảo vệ và trợ giúp những giáo sĩ Cơ Đốc. Phần Kinh Thánh tranh cãi thứ hai là 16:7 nơi Phao-lô gửi lời chào thăm đến "An-

---

[1] Xem J. Murray, *The Epistle to the Romans*, New International Commentary on the New Testament (Grand Rapids: Eerdmans, 1965), 2:226.

[2] Hầu hết các nhà giải kinh đều nghĩ như vậy, trong số đó có N. T. Wright, "Romans," trong *New Interpreter's Bible Commentary*, t. 10, Acts–1 Corinthians, btv. L. E. Keck (Nashville: Abingdon, 2002), 761–62; J. D. G. Dunn, *Romans*, Word Biblical Commentary 38B (Dallas: Word, 1988), 2:888–89; Jewett, Romans, 962–63.

trô-ni-cơ và Giu-ni-a". "Giu-ni-a" mà phần lớn các bản dịch tiếng Anh hiện đại trình bày như ở đây ("Junia" trong NIV) là tên dùng cho nữ giới. Nhưng một vài bản dịch lại trình bày là "Giu-ni-as", là dạng tên gọi dùng cho nam giới ("Junias" trong RSV; NASB; NJB). Vấn đề là chữ *Iounian* trong tiếng Hy Lạp có thể được viết ra trong hình thức của cả hai tên gọi trên. Nhưng mà tên dùng cho nam giới thì hiếm gặp hơn nhiều so với tên dùng cho nữ giới, vậy nên có vẻ như là "Giu-ni-a" (Junia) là cách dịch đúng.³ Có lẽ An-trô-ni-cơ và Giu-ni-a là một cặp vợ chồng làm việc theo đội, tương tự như Pê-rít-sin và A-qui-la (16:3). Điều làm cho việc tranh luận về tên gọi ở trên quan trọng chính là Phao-lô tiếp tục xác nhận trong 16:7 rằng An-trô-ni-cơ và Giu-ni-a là "hai người nổi bật trong số các sứ đồ." Cách dịch này ngụ ý rằng cả hai người họ đều là sứ đồ. Tuy nhiên, có một cách giải thích khác dựa theo cú pháp là "được các sứ đồ biết đến rộng rãi" ("well known to the apostles" – bản NET; đối chiếu ghi chú ở bản NIV). Tuy nhiên, cách đầu tiên có vẻ là cách dịch đúng hơn. Nếu như vậy thì Phao-lô có ý gì khi gọi Giu-ni-a là "sứ đồ"? Một lần nữa, một số nhà giải kinh xem điều này như là bằng chứng cho rằng nữ giới đã được đạt tới chức vụ cao nhất trong hội thánh đầu tiên – sứ đồ của Đấng Christ. Tuy nhiên, có vẻ không đúng cho lắm khi hai người, chưa bao giờ được đề cập ở những chỗ khác trong Tân Ước, là "sứ đồ" trong ý nghĩa như là chức vụ sứ đồ của Phao-lô, Phi-e-rơ và Giăng. Chữ Hy Lạp *apostolos* có những ý nghĩa khác nhau trong Tân Ước; ý nghĩa thích hợp nhất trong câu Kinh Thánh này là "giáo sỹ được sai phái".⁴

Vậy nên, cả Phê-bê lẫn Giu-ni-a đều là những gương mẫu rõ ràng về vai trò nổi bật mà nữ giới đã nắm giữ trong hội thánh đầu tiên và trong những mục vụ của hội thánh. Tuy nhiên, không một gương mẫu nào có thể chứng minh rằng nữ giới trong hội thánh đầu tiên đã giữ những vị trí khiến họ có "thẩm quyền vượt trên" nam giới trong cộng đồng dân Chúa đầu tiên (đối chiếu 1 Ti 2:12). Cuộc tranh luận liệu rằng có phù hợp hay không khi phụ nữ ngày nay nắm giữ những vai trò như vậy vẫn không thể được giải quyết dựa trên những phần Kinh Thánh này.

---

³Thật vậy, một số cho rằng "Giu-ni-as" (Junias), các viết rút gọn của "Giu-ni-a-nus" ("Junianus") là một tên gọi chưa từng biết tới. Xem Richard S. Cervin, "A Note Regarding the Name 'Junia(s)' in Romans 16.7," *New Testament Studies* 40 (1994): 464–70.

⁴Những nhà giải kinh gần đây nhất cũng giải thích như vậy, trong số đó có T. Schreiner, *Romans*, Baker Exegetical Commentary on the New Testament (Grand Rapids: Baker, 1998), 796; A. J. Hultgren, *Paul's Letter to the Romans: A Commentary* (Grand Rapids: Eerdmans, 2011), 582–83.

Vinh Quang Thuộc Về Đức Chúa Trời! (16:25–27)[5]

Nhiều học giả tin quyết rằng Phao-lô không viết những câu Kinh Thánh này, rằng chúng được thêm vào phần cuối của sách Rô-ma ở một thời điểm nào đó sau khi Phao-lô viết xong thư này. Tuy nhiên, việc phủ nhận tính xác thực của những câu Kinh Thánh trên là không thuyết phục. Hầu hết các bản thảo Kinh Thánh sách Rô-ma đều chứa những câu Kinh Thánh này. Chúng hình thành nên một phần kết luận phù hợp và tự nhiên cho bức thư. Dường như Phao-lô đã cân nhắc cẩn thận khi đã ám chỉ đến các chủ đề của bức thư nhiều nhất có thể trong lời chúc tạ ngắn ngủi này (xem bài viết trong khung "Một Kết Luận Hợp Lý: Lời Chúc Tạ và Phần Còn Lại của sách Rô-ma"). Điều đặc biệt đáng chú ý là việc nhắc đến "tin lành của tôi" (16:25) và lời trình bày về "hai thời đại" tương phản giữa "điều mầu nhiệm vốn đã được giấu kín từ nghìn xưa" và "bây giờ... qua các sách tiên tri, điều mầu nhiệm đã được tỏ bày" (16:25–26). Lịch sử cứu rỗi cung cấp cấu trúc thần học của sách Rô-ma. Phao-lô xem Đấng Christ là Đấng khởi xướng thời đại mới mang tính quyết định trong lịch sử về cách Đức Chúa Trời đối đãi với dân của Ngài. Điểm đặc trưng nữa là Phao-lô nhấn mạnh về tầm quan trọng của sự mặc khải này dành cho dân ngoại. Phao-lô nói mục đích của sự mặc khải này là để "mọi dân tộc đều...đến đức tin vâng phục" (16:26). Cụm từ này trực tiếp đưa chúng ta trở lại với chính phần mở đầu của bức thư nơi Phao-lô nói rằng sứ mạng của ông là "đem mọi dân tộc đến sự vâng phục do đức tin" (1:5).

Lời dạy thần học sâu sắc và lời khuyên thiết thực trong sách Rô-ma có mục đích cuối cùng là vinh quang của Đức Chúa Trời. Đức Chúa Trời được vinh hiển khi độc giả của sách Rô-ma cố gắng tìm kiếm để hiểu được lời dạy thần học đó và sống bày tỏ những kết quả của nó. Ước ao mỗi chúng ta suy gẫm lời chúc tạ này khi chúng ta đọc và sống bày tỏ sứ điệp của quyển sách tuyệt vời này của Kinh Thánh.

---

[5]Một vài bản thảo Kinh Thánh ít có giá trị hơn thêm lời chúc phước gần như là giống với 16:20 vào sau 16:23 (xem ghi chú trong bản NIV [Kinh Thánh tiếng Việt Bản Hiện Đại 16:24 "Cầu chúc tất cả anh em hằng hưởng được ân phúc của Đấng Cứu Thế Giê-xu, Chúa chúng ta". Bản Truyền Thống và Bản Truyền Thống Hiệu Đính chuyển 16:23b thành 16:24 – ND]). Gần như chắc chắn là phần thêm vào này không phải là nguyên bản, hầu hết bản dịch tiếng Anh không đưa vào 16:24. Xem D. J. Moo, *The Epistle to the Romans*, New International Commentary on the New Testament (Grand Rapids: Eerdmans, 1996), 933.

Một Kết Luận Hợp Lý: Lời Chúc Tạ và Phần Còn Lại của sách Rô-ma

Lời Chúc Tạ (Rô 16:25-27)	Phần còn lại của sách Rô-ma
Đấng có quyền	1:4, 16
làm vững mạnh anh em	1:11
Tin Lành của tôi	1:1, 9, 16; 2:16
sự mặc khải	1:17; đối chiếu 3:21
các sách tiên tri	1:2; đối chiếu 3:21
mọi dân tộc (dân ngoại)	1:5
tin và vâng phục	1:5
Đức Chúa Trời là Đấng duy nhất	3:29-30
Đức Chúa Trời là Đấng khôn ngoan	11:33-36

Thuật ngữ

Sứ đồ (apostle)

Câu Hỏi Suy Gẫm

1. Phao-lô dựa trên cơ sở nào để tuyên bố mình có quyền nói với Cơ Đốc nhân ở Rô-ma với "thẩm quyền"?
2. Hội thánh hiện nay có thể học được bài học gì từ những thành phần của hội thánh Cơ Đốc ở Rô-ma?
3. Phê-bê (16:1-2) và Giu-ni-a (16:7) đóng vai trò gì trong hội thánh?
4. Tại sao Lời chúc tạ (16:25-27) lại là một kết luận hợp lý của bức thư?

Bảng Chú Giải Thuật Ngữ

adiaphora - **việc vô thưởng vô phạt:** việc mà đức tin Cơ Đốc không ngăn cấm nhưng cũng không đòi hỏi phải làm.

apocalyptic - **mạc khải:** một phong trào giữa vòng những người Do Thái thuộc về thời kỳ giữa hai giao ước, nhấn mạnh rằng Đức Chúa Trời sẽ bào chữa cho dân sự của Ngài vào ngày tận chung của lịch sử. Những tác giả theo phong trào mạc khải có khuynh hướng chia lịch sử thành hai giai đoạn tương phản nhau, "thời kỳ cũ" và "thời kỳ mới".

apostle - **sứ đồ:** bắt nguồn từ chữ Hy Lạp *apostolos*, nó có thể chỉ về những người nam được Đấng Christ lựa chọn đặc biệt để thành lập hội thánh (chẳng hạn, Phao-lô) nhưng cũng có thể chỉ về những sứ giả hay những giáo sỹ được sai phái.

Arminianism - **thuyết Arminius:** khuynh hướng thần học khởi phát từ giáo sư Jacob Arminius ở thế kỷ XVII. Thuyết này đề cao sự liên quan của con người trong tiến trình cứu rỗi, đặt sự lựa chọn của Đức Chúa Trời dựa trên đức tin của con người và cho phép khả năng Cơ Đốc nhân có thể đánh mất sự cứu rỗi.

atonement - **sự chuộc tội:** tên của một lẽ đạo thần học nói về những gì Đức Chúa Trời làm cho chúng ta trong Đấng Christ trên thập tự giá.

bicovenantalism - **học thuyết hai giao ước:** quan điểm về sự cứu rỗi cho rằng có hai giao ước con người có thể dựa nhờ đó mà được cứu: giao ước theo kinh tô-ra dành cho người Do Thái và giao ước theo Đấng Christ dành cho dân ngoại. Xem thêm *Sonderweg*

Calvinism - **thuyết Calvin:** khuynh hướng thần học khởi phát từ sự dạy dỗ của nhà cải chánh John Calvin. Thuyết này nhấn mạnh vào sự tể trị của Đức Chúa Trời trong sự cứu rỗi, bao gồm những quan niệm về sự chọn lựa vô điều kiện (Đức Chúa Trời chọn những ai sẽ tin) và sự an ninh đời đời (Đức Chúa Trời bảo đảm tuyệt đối rằng tín hữu sẽ được cứu cho đến lúc cuối cùng).

chiasm - **phép giao thoa:** từ này bắt nguồn từ chữ cái *chi* trong tiếng Hy Lạp, hình dạng giống như chữ X của chúng ta. Nó chỉ về một biện pháp văn chương mà trong đó những mục được sắp xếp theo mô hình a-b-b'-a'.

corporate solidarity - **liên kết đoàn thể:** lối suy nghĩ về cách mà nhân loại được gắn kết với nhau xuyên suốt Kinh Thánh. Ý niệm này giải thích tại sao Phao-lô có thể xem A-đam và Đấng Christ là những nhân vật mà hành động của họ đồng thời cũng là hành động của người khác.

covenant - **giao ước:** một sự đồng thuận do Đức Chúa Trời khởi xướng mà qua đó, Ngài ban phước hạnh cho dân sự của Ngài và đòi hỏi họ phải đáp ứng.

diatribe - **(lối) công kích:** phong cách văn chương với đặc trưng là những câu hỏi và trả lời được Phao-lô sử dụng phổ quát trong sách Rô-ma.

election - **sự lựa chọn:** lẽ đạo thần học liên quan đến phương cách Đức Chúa Trời gọi hay chọn những người bước vào mối liên hệ với Ngài.

inclusio: một biện pháp văn chương, trong đó một lập luận hoặc là một phân đoạn bắt đầu và kết thúc với cùng từ ngữ hoặc ý tưởng.

justification - **sự xưng công chính:** lời phán quyết mang tính pháp lý Đức Chúa Trời tuyên bố tội nhân được trắng án khỏi tội lỗi của họ trong mắt Đức Chúa Trời.

mercy seat - **nắp thi ân:** tên gọi truyền thống của nắp hòm giao ước nơi mà máu của con sinh tế được rải lên vào ngày Đại Lễ Chuộc Tội.

natural revelation - **sự mạc khải thiên nhiên:** những gì Đức Chúa Trời khải tỏ về chính Ngài trong bản thân thế giới. Điều này khác với sự mạc khải đặc biệt, tức là những hành động mang tính bày tỏ cụ thể của Đức Chúa Trời (Kinh Thánh, những sự kiện trong lịch sử như xuất hành khỏi Ai-cập, v...v...). *Xem thêm* special revelation (sự mạc khải đặc biệt).

new age - **thời kỳ mới:** biểu thị một thời đại mới được bắt đầu với sự đến của Đấng Christ và sự tuôn đổ Đức Thánh Linh. Đây là một giai đoạn trong chương trình lịch sử cứu rỗi.

new perspective - **cái nhìn mới:** phương pháp tiếp cận trong việc giải thích thần học của sứ đồ Phao-lô đã trở nên phổ biến trong ba mươi năm vừa qua. Nó nhấn mạnh đến mối bận tâm của Phao-lô về "vấn đề dân tộc" (mối liên hệ giữa dân Do Thái và dân ngoại) và hạ thấp giá trị về mối bận tâm đến sự cứu rỗi cá nhân theo quan điểm truyền thống.

old age - **thời kỳ cũ:** biểu thị thời đại cũ mà tội lỗi và sự chết cai trị. Dù thời đại cũ bị đoán xét trong sự đến của Đấng Christ, nó tiếp tục cố gắng tác động trên tín hữu.

patriarchs - **tổ phụ:** các tổ phụ của dân tộc Y-sơ-ra-ên, đặc biệt là Áp-ra-ham, Y-sắc, và Gia-cốp. Lời hứa mà Đức Chúa Trời ban cho họ thiết lập nền tảng dân sự của Đức Chúa Trời.

reconciliation - **sự giải hoà:** mang hai phía đến với một mối liên hệ hoà thuận. Đây là một hình ảnh ẩn dụ cho những gì Đấng Christ đã thành toàn khi đem tội nhân và một Đức Chúa Trời thịnh nộ bước vào mối liên hệ.

***righteousness* - sự công chính**: một thuật ngữ thần học quan trọng được mô tả từ trong Cựu Ước. Nó có thể chỉ về sự công chính của chính Đức Chúa Trời, về hành vi đúng đắn mà Ngài đòi hỏi dân sự của Ngài, về sự can thiệp của Ngài để mang dân sự trở lại với mối liên hệ đúng đắn với chính Ngài.

***salvation history* - lịch sử cứu rỗi**: cụm từ được sử dụng để mô tả phương pháp tiếp cận trong việc giải thích phúc âm, nhấn mạnh đến phương cách Đức Chúa Trời đã bày tỏ chính Ngài qua những giai đoạn. *Xem thêm* new age (thời kỳ mới), old age (thời kỳ cũ).

***Sonderweg* - phương cách đặc biệt**: thuật ngữ tiếng Đức, nghĩa là "cách thức đặc biệt", thường được sử dụng để mô tả về phương cách cứu rỗi dành cho người Do Thái giữa vòng phương pháp tiếp cận theo học thuyết hai giao ước. Xem thêm bicovenantalism (học thuyết hai giao ước).

***special revelation* - sự mạc khải đặc biệt**: mạc khải của Đức Chúa Trời về chính Ngài và những mục đích của Ngài đến cho chúng ta bằng hình thức lời nói (chẳng hạn, các tiên tri) và chữ viết (lời của Đức Chúa Trời). *Xem thêm* natural revelation (sự mạc khải thiên nhiên).

***torah* - kinh tô-ra**: từ phiên âm của chữ "luật pháp" trong tiếng Hê-bơ-rơ, được sử dụng trong sách giải kinh này để chỉ về luật pháp Đức Chúa Trời ban cho Y-sơ-ra-ên qua Môi-se.

Tài Liệu Tham Khảo Chọn Lọc Có Chú Thích

Barrett, C. K. *A Commentary on the Epistle to the Romans*. Harper's New Testament Commentaries. New York: Harper & Row, 1957. Một cuốn giải kinh ngắn gọn nhưng rõ ràng của một học giả danh tiếng người Anh.

Bray, G., ed. *Romans*. New Testament vol. 6 of *Ancient Christian Commentary on Scripture*. Downers Grove, IL: InterVarsity, 1998. Một bảng tóm lược những giải thích về sách Rô-ma từ những thế kỷ đầu tiên của hội thánh Cơ Đốc.

Bruce, F. F. *The Letter of Paul to the Romans*. Tyndale New Testament Commentaries. Grand Rapids: Eerdmans, 1985. Một cuốn giải kinh tổng quan về sách Rô-ma từ một học giả Tin Lành thuần túy nổi tiếng nhất về các thư tín Phao-lô.

Calvin, J. *Commentaries on the Epistle of Paul the Apostle to the Romans*. Translated by J. Owen. 1849. Reprint, Grand Rapids: Eerdmans, 1947. Những giải thích súc tích và sâu sắc về thần học từ một trong những lãnh đạo của phong trào Cải Chánh.

Cranfield, C. E. B. *A Critical and Exegetical Commentary on the Epistle to the Romans*. 2 vols. International Critical Commentary. Edinburgh: T&T Clark, 1975, 1979. Một trong những cuốn giải kinh chi tiết nhất trong đương thời về bản Hy Lạp của sách Rô-ma. Có ý nghĩa quan trọng cho sự phân tích kỹ lưỡng về những cách giải thích thay thế và mang tính đặc trưng của lập trường thần học theo Karl Barth.

Deidun, T. J. *New Covenant Morality in Paul*. Rome: Pontifical Biblical Institute, 1981. Một nghiên cứu thú vị về phương cách Phao-lô truyền đạt lẽ đạo thần học cơ bản của sự dạy dỗ luân lý của ông.

Donfried, K., ed. *The Romans Debate*. Rev. ed. Peabody, MA: Hendrickson, 1991. Tập hợp các bài luận xuất sắc về vấn đề liên quan tới bản chất và mục đích của sách Rô-ma.

Dunn, J. D. G. *Romans*. 2 vols. Word Biblical Commentary 38A, 38B. Dallas: Word, 1988. Đặc biệt mạnh về bối cảnh Do Thái, cùng với sự tương tác liên tục với những lập trường của các học giả khác. Đại diện tốt nhất của phong trào cái nhìn mới về Phao-lô trong sách Rô-ma. .

Fee, G. D. *God's Empowering Presence: The Holy Spirit in the Letters of Paul*. Peabody, MA: Hendrickson, 1994. Một nghiên cứu toàn diện và thú vị về sự dạy dỗ của Phao-lô trên một yếu tố quan trọng của thần học của Phao-lô của sách Rô-ma.

Fitzmyer, J. A. *Romans: A New Translation with Introduction and Commentary*. Anchor Bible 33. New York: Doubleday, 1993. Cực kỳ đầy đủ tài liệu tham khảo, đúng đắn và kỹ lưỡng trong sự giải thích. Thần học Công giáo La Mã nhưng cũng không mang tính công kích.

Godet, F. L. *Commentary on Romans*. Translated by A. Cusin. 1883. Reprint, Grand Rapids: Kregel, 1977. Một chú giải kinh điển về bản Hy Lạp từ một nhà giải kinh lỗi lạc của thế kỷ mười chín. Có giá trị theo hướng tiếp cận thần học Phao-lô từ lập trường của thuyết Arminius.

Haacker, K. *The Theology of Paul's Letter to the Romans*. New Testament Theology. Cambridge: Cambridge University Press, 2003. Một nghiên cứu tổng quan hữu ích về một số chủ đề thần học chính yếu.

Hays, R. B. *Echoes of Scripture in the Letters of Paul*. New Haven: Yale University Press, 1989. Một nghiên cứu cách tân về những phương cách đa dạng mà Phao-lô sử dụng Cựu Ước để trình bày quan điểm của mình.

Holland, T. Romans: *The Divine Marriage*. A Biblical Theological Commentary. Eugene, OR: Pickwick, 2011. Một giải thích thú vị về sách Rô-ma ở trong câu chuyện bày tỏ những mục đích cứu rỗi của Đức Chúa Trời.

Hultgren, A. J. *Paul's Letter to the Romans: A Commentary*. Grand Rapids: Eerdmans, 2011. Một cuốn giải kinh mang tính hàn lâm nhưng cũng có thể tiếp cận được với những phụ lục quý giá về những vấn đề mang tính quyết định và thần học.

Jewett, R. *Romans*. Hermeneia. Minneapolis: Fortress, 2007. Một cuốn giải kinh đồ sộ, mang tính kỹ thuật gần đây nhất, đặc biệt hữu ích trong việc giải thích những sự tương đồng trong thế giới Hy Lạp-La Mã.

Käsemann, E. *Commentary on Romans*. Translated by G. Bromiley. Grand Rapids: Eerdmans, 1980. Bản dịch của cuốn giải kinh kinh điển bằng tiếng Đức, trình bày quan điểm thần học hậu Bultmann. Rất kỹ thuật, nắm được những hiểu biết to lớn về tiếng Hy Lạp và lịch sử giải kinh.

Keener, C. S. *Romans*. A New Covenant Commentary. Eugene, OR: Cascade, 2009. Cuốn giải kinh ở mức trung cấp trong sự nhạy bén với phương pháp tu từ ngày xưa và theo khuynh hướng cái nhìn mới về Phao-lô.

Kruse, C. G. *Paul's Letter to the Romans*. Pillar New Testament Commentary. Grand Rapids: Eerdmans, 2012. Cuốn giải kinh với nhiều thông tin thần học theo quan điểm có chút gì đó hoài nghi đối với phong trào cái nhìn mới về Phao-lô.

Laato, T. *Paul and Judaism: An Anthropological Approach*. Atlanta: Scholars Press, 1995. Một trả lời quan trọng đối với nhiều vấn đề mà phong trào cái nhìn mới về Phao-lô trong sách Rô-ma nêu lên.

Lloyd-Jones, D. M. *Romans: An Exposition of Chapter 5; Assurance*. Grand Rapids: Zondervan, 1971. Tập này và ba tập khác được liệt kê bên dưới nêu ra sự giải thích với định hướng mang tính sâu sắc và thần học từ một diễn giả tin lành lỗi lạc người Anh. Những tập khác trong tuyển tập này được viết bởi Lloyd-Jones (không được liệt kê ở đây) bàn luận những phần khác của sách Rô-ma.

———. *Romans: An Exposition of Chapter 6; The New Man*. Grand Rapids: Zondervan, 1973.

———. *Romans: An Exposition of Chapters 7:1–8:4; The Law, Its Functions and Limits*. Grand Rapids: Zondervan, 1974.

———. *Romans: An Exposition of Chapter 8:5–17; The Sons of God*. Grand Rapids: Zondervan, 1975.

Longenecker, R. N. *Introducing Romans: Critical Issues in Paul's Most Famous Letter*. Grand Rapids: Eerdmans, 2011. Một miêu tả khái quát hữu ích về những vấn đề chính trong sự giải thích sách Rô-ma từ học giả dày dạn về các tác phẩm của Phao-lô.

Moo, D. J. *The Epistle to the Romans*. New International Commentary on the New Testament. Grand Rapids: Eerdmans, 1996. Một cuốn giải kinh toàn diện với những chú thích đề cập tới bản Hy Lạp.

———. *Romans*. NIV Application Commentary. Grand Rapids: Zondervan, 2000. Một cuốn giải kinh tổng quan với nhận định bao quát cho việc áp dụng.

Morris, L. *The Epistle to the Romans*. Pillar New Testament Commentaries. Grand Rapids: Eerdmans, 1988. Một cuốn giải kinh đáng tin cậy từ quan điểm tin lành rộng rãi.

Munck, J. *Paul and the Salvation of Mankind*. London: SCM, 1959. Một nghiên cứu rất có ý nghĩa về tầm quan trọng của lịch sử cứu rỗi trong cuộc đời và thư tín của Phao-lô.

Murray, J. *The Epistle to the Romans*. 2 vols. New International Commentary on the New Testament. Grand Rapids: Eerdmans, 1959, 1965. Một cuốn giải kinh đáng tin cậy về sách Rô-ma từ quan điểm Cải Chánh nói chung.

Nygren, A. *Commentary on Romans.* Philadelphia: Fortress, 1949. Một suy gẫm thần học về những chủ đề chính yếu của sách Rô-ma nhiều hơn là giải nghĩa về sách Rô-ma. Theo quan điểm thần học Luther.

Piper, J. *The Justification of God: An Exegetical and Theological Study of Romans 9:1– 23.* Grand Rapids: Baker, 1983. Một tác phẩm đậm tính giải kinh - thần học bảo vệ cho cách hiểu theo quan điểm Calvin về Rô-ma 9 cùng với những ý tưởng quan trọng về "sự công chính" trong sách Rô-ma.

Reasoner, M. *Romans in Full Circle: A History of Interpretation.* Louisville: Westminster John Knox, 2005. Lịch sử giải kinh được sắp xếp theo những phân đoạn chính trong sách Rô-ma.

Ridderbos, H. N. *Paul: An Outline of His Theology.* Grand Rapids: Eerdmans, 1974. Một cuốn giải kinh quan trọng, dầu có phần nào thiên về kỹ thuật, tổng quan về thần học Phao-lô từ cái nhìn lịch sử cứu rỗi.

Sanday, W., and A. C. Headlam. *A Critical and Exegetical Commentary on the Epistle to the Romans.* International Critical Commentary. Edinburgh: T&T Clark, 1902. Một cuốn giải kinh kinh điển với sự nhấn mạnh về những vấn đề giải thích Kinh Thánh và bản văn.

Schreiner, T. *Romans.* Baker Exegetical Commentary on the New Testament. Grand Rapids: Baker, 1998. Một quyển giải kinh tốt và quân bình, kết hợp giữa giải thích Kinh Thánh với nhận thức thần học đáng tin cậy. Đây là một trả lời quan trọng đối với phong trào cái nhìn mới về Phao-lô trong sách Rô-ma.

Stott, J. Romans: *God's Good News for the World.* Downers Grove, IL: InterVarsity, 1994. Một cuốn giải kinh xuất sắc với phần áp dụng rõ ràng và có giá trị.

Strickland, W. G., ed. *The Law, the Gospel, and the Modern Christian: Five Views.* Grand Rapids: Zondervan, 1993. Một thảo luận về sự dạy dỗ của Tân Ước về luật pháp của Đức Chúa Trời từ vài quan điểm thần học .

Stuhlmacher, P. *Paul's Letter to the Romans.* Louisville: Westminster John Knox, 1994. Bản dịch của một cuốn giải kinh ngắn gọn bởi một học giả đương đại nổi bật người Đức nghiên cứu thư tín Phao-lô.

Westerholm, S. *Israel's Law and the Church's Faith.* Grand Rapids: Eerdmans, 1988. Một nghiên cứu tổng quan tốt dầu có lỗi thời về những tiến bộ gần đây giữa vòng các học giả trong những cách giải thích của họ về luật pháp trong tác phẩm của Phao-lô. Một trả lời quan trọng đối với phong trào cái nhìn mới về Phao-lô trong sách Rô-ma.

———. *Preface to the Study of Paul.* Grand Rapids: Eerdmans, 1997. Một nỗ lực thú vị áp dụng những nhận thức thần học căn bản của sách Rô-ma vào trong lối suy nghĩ hậu hiện đại đương thời.

Witherington, B., III, with D. Hyatt. *Paul's Letter to the Romans: A Socio-rhetorical Commentary*. Grand Rapids: Eerdmans, 2004. Cuốn giải kinh ở mức độ trung cấp tập trung vào hoàn cảnh xã hội và bản chất tu từ của bức thư.

Wright, N. T. "*Romans.*" In *Acts–1 Corinthians, vol. 10 of New Interpreter's Bible Commentary*, edited by L. E. Keck, 393–770. Nashville Abingdon, 2002. Cuốn giải kinh được định hướng theo mức trung bình đối với phong trào cái nhìn mới về Phao-lô bởi một trong các học giả lỗi lạc nhất của thời đại hiện nay về các tác phẩm của Phao-lô.

Phụ lục theo Câu Kinh Thánh

Sáng Thế Ký
    1–3, 115
    15, 98
    17, 98
    22, 96
    1:20, 52
    1:24, 52
    1:28, 165
    2:17, 116
    3:17–18, 162
    9:6, 237
    12:1–3, 95
    15:5, 96
    15:6, 90, 9698, 102
    15:16, 95
    17:1–4, 98
    17:5, 100
    17:17, 102
    18:25, 72
    19:1–28, 54
    21:12, 182
    22:17, 189
    25:23, 183
    32:12, 189
Xuất Ê-díp-tô Ký
    4–14, 186
    4:21, 186
    4:22, 160
    7:3, 186, 263
    7:9, 263
    7:13, 186
    7:14, 186
    7:22, 186
    8:11, 186
    8:15, 186
    8:32, 186
    9:34, 186
    11:9, 263
    15:13, 85
    20:8, 248
    32:30–32, 179
    33:19, 185
Lê-vi Ký
    16, 87
    11:45, 134
    18:5, 198
    18:22, 54
    19:18, 239, 254
    20:13, 54
Phục Truyền Luật Lệ Ký
    4:34, 263
    9:26, 85
    10:16, 67
    14:1, 160
    23:17–18, 54
    29:4, 207
    30:11–14, 199
    30:12–14, 198
    30:14, 199
    32:21, 202, 210
    32:35, 231
    32:43, 257
    33:9, 72
Giô-suê

    7:11, 117
    7:12, 117
    14:7, 18

2 Sa-mu-ên
    12:8, 237
    16:22, 216
    7:14, 28, 29

1 Các Vua
    10:8, 132
    19:10, 206
    19:18, 206

Thi Thiên
    19, 202
    119, 72
    2:7, 28
    5:9, 75
    10:7, 75
    14:1–3, 75
    18:49, 257
    19:4, 201
    25:3, 112
    32:1–2, 97
    32:2, 98
    51:4, 72
    65:12–13, 162
    69:9, 254
    78:43, 263
    106:20, 52
    117:1, 257
    140:3, 75

Châm Ngôn
    8:15–16, 237
    25:21–22, 231

Ê-sai
    1:9, 190
    8:14, 195
    10:22, 189, 205
    11:10, 257
    24:1–6, 162
    27:9, 216
    28:16, 112, 195, 197, 199
    29:10, 207
    29:16, 187
    41:2–4, 237
    42:6–7, 66
    43:6, 160
    43:13, 36
    45:1–7, 237
    45:9, 187
    50:8–9, 169
    51:1–2, 96
    52:7, 27, 201
    53:1, 201
    54:4, 112
    59:7–8, 75
    59:20–21, 216
    65:1, 202
    65:2, 202
    66:20, 262

Giê-rê-mi
    1, 27
    7, 61
    2:11, 52
    3:19, 160
    4:4, 67
    18:6–10, 187
    27:5–6, 237
    30:8–9, 241
    31:31–34, 216
    31:33, 64

Ê-xê-chi-ên
    36:22–28, 262

Đa-ni-ên
    1:8, 246
    4:17, 237
    4:25, 237
    4:32, 237
    5:21, 237

Ô-sê
    1:10, 160, 189
    2:23, 189
    11:1, 160

Giô-ên
    2:32, 197, 199, 201

A-mốt
  3:2, 168
Áp-đia
  15–17, 241
Ha-ba-cúc
  2:4, 32, 38
Ma-la-chi
  1:2–3, 183
Ma-thi-ơ
  5:21–22, 239
  5:38, 230
  5:43, 230
  5:44, 229, 230, 239
  12:37, 110
  16:18, 21
  22:15–22, 238
  22:21, 238
  22:34–40, 240
  27:34, 254
Mác
  13:8, 163
  14:36, 161
Lu-ca
  6:27, 230
  6:27–28, 229, 230
  6:29, 230
  22:22, 30
Giăng
  1:1, 197
  1:11, 179
  1:17, 133
  1:18, 197
  2:17, 254
  15:25, 254
  16:20–22, 163
  20:28, 197
Công Vụ Các Sứ Đồ
  10, 11
  15, 11, 21, 31
  1:8, 11
  1:20, 254
  2:22, 263

  2:23, 30, 167
  4:30, 263
  5:9, 236
  5:12, 263
  6:1–6, 226
  9:15, 11
  10:42, 30
  11:27–28, 226
  11:29, 30
  12:1–19, 21
  12:17, 21
  14:3, 263
  15:3, 22
  15:12, 263
  15:30–33, 39
  17:26, 30
  17:31, 30
  18:2, 12
  20:2, 19
  20:2–3, 22
  20:38, 22
  21:5, 22
  21:10–11, 226
Rô-ma
  1, 53, 57
  1–4, 111
  1–8, 111
  2, 70
  3–4, 76
  5, 115, 124, 131, 154
  5–8, 108, 109, 111, 113, 121, 126,
    131, 139, 157, 168170, 216,
    224
  6, 37, 124, 125, 133, 141, 143,
    146, 150, 159, 231
  7, 137141, 146, 147, 152, 155
  8, 143, 153, 171
  9, 187, 191, 278
  9–11, 12, 70, 161, 175177, 181,
    214, 216, 217
  10, 191, 192
  11, 177, 186, 203, 204, 210, 212

12, 231
12–13, 222
14, 249, 252
14–15, 12
16, 261, 265, 266
1:1, 7, 12, 18, 27, 269
1:1–5, 25, 26
1:1–6, 18
1:1–7, 41
1:1–17, 41
1:2, 27, 34, 95, 177, 269
1:3, 28, 31, 32
1:3–4, 28, 29, 179
1:4, 31, 32, 68, 153, 269
1:5, 18, 19, 31, 268
1:6, 18, 70
1:7, 5, 18, 23
1:8, 31
1:8–15, 18, 41
1:10, 19, 21
1:11, 208
1:12, 208
1:13, 23
1:13–15, 18
1:15, 208
1:16, 5, 12, 3234, 254, 256
1:16–17, 13, 25, 26, 41, 47, 192
1:17, 32, 34, 35, 48, 82, 111, 269
1:18, 4750, 58, 86
1:18–32, 41, 53, 56, 61, 116
1:18–3:20, 41, 48, 65, 73, 74, 82, 84, 198
1:18–4:25, 41
1:19, 49
1:19–20, 58
1:19–21, 47
1:20, 49
1:21, 49, 50
1:21–32, 58
1:22–24, 52
1:22–32, 47
1:23, 51, 52

1:23–24, 51
1:24, 51
1:25–26, 51
1:25–27, 53
1:26, 51, 54
1:27, 54
1:28, 51, 54, 55
1:29–31, 55, 61
1:32, 51, 55, 100
2:1, 59, 60
2:1–5, 57, 58, 65
2:1–11, 57
2:1–16, 41
2:1–3:8, 41
2:2, 61
2:5, 48, 61, 86
2:6, 62
2:6–11, 57, 58, 63
2:7, 62, 68
2:8, 62
2:8–9, 62
2:9, 62
2:10, 59, 60, 62
2:11, 62, 250
2:12, 63, 65, 76, 251
2:12–16, 14, 57
2:13, 60, 6365
2:14, 64, 65, 100
2:14–15, 55, 64, 65
2:15, 64, 65
2:16, 65
2:17, 66
2:17–20, 66
2:17–24, 66, 67
2:17–29, 41, 57, 65
2:18, 66
2:19–20, 66
2:23, 66, 100
2:25, 67
2:25–27, 67
2:25–29, 67
2:26, 67

2:27, 67
2:28–29, 142, 143, 155
2:29, 153
3:1, 70
3:1–2, 77
3:1–8, 41, 69, 70
3:2, 70, 71, 76
3:3, 72, 116
3:4, 72
3:5, 34, 71, 72, 74, 76
3:6–8, 72, 96
3:8, 33, 50, 72
3:8–10, 90
3:9, 49, 60, 70, 73, 74, 77, 85
3:9–20, 41, 69, 70
3:10, 75, 76
3:10–18, 73, 75, 76
3:13, 75
3:14, 75
3:18, 75
3:19, 76
3:19–20, 74, 75
3:20, 9, 16, 60, 62, 70, 76, 77, 89, 139, 145
3:21, 28, 34, 36, 37, 82, 84, 91, 109
3:21–26, 41, 74, 81, 82, 84
3:21–4:25, 41, 75
3:22, 34, 37, 83, 84, 89, 91
3:22-23, 84
3:22–24, 256
3:23, 84, 111, 161
3:24, 74, 84
3:25, 34, 35, 8588, 91
3:26, 34, 87, 88, 91
3:27, 89, 95, 96
3:27–28, 89
3:27–31, 42, 81, 95
3:27–4:25, 42, 82, 89
3:28, 76, 89, 95, 139
3:28–29, 89
3:29–30, 89, 95

3:31, 89, 90
4:1, 23, 96, 99
4:1–2, 95
4:1–8, 93
4:1–17, 95
4:1–25, 42
4:2–3, 62
4:3, 84, 90, 9597
4:3–5, 185
4:3–8, 95, 99
4:4–5, 99
4:4–6, 206
4:4–8, 96
4:5, 103
4:7, 110
4:7–8, 97
4:9, 95, 98
4:9–12, 93, 99
4:9–17, 95
4:11, 99
4:11–12, 100
4:12, 99
4:13, 99
4:13–17, 93
4:14, 99, 100
4:15, 77, 100, 117, 121, 139, 142, 145
4:16, 83, 100, 178
4:17, 101
4:18, 102
4:18–21, 101
4:18–25, 93
4:19, 101
4:21, 102
4:22, 95
4:24, 102
4:25, 102, 109
5:1, 110, 113
5:1–11, 42, 107, 108, 162
5:1–21, 42
5:1–8:39, 42

5:2, 110, 112, 113, 123, 133, 161, 168
5:3, 112, 113
5:3–4, 112, 121, 162
5:5, 113, 153
5:6–8, 112
5:9, 33, 113
5:9–10, 110, 121, 165, 169
5:10, 28, 33, 110, 113
5:11, 113
5:12, 114–117
5:12–14, 117
5:12–21, 42, 107–109, 113, 114, 116, 121, 131, 154
5:13, 117
5:13–14, 14, 121, 142, 145
5:13–15, 145
5:14, 100, 117
5:15, 117, 120
5:15–17, 117
5:16, 155
5:17, 120
5:18, 114, 116, 120, 155
5:18–19, 116
5:19, 114, 120
5:20, 77, 121, 124, 133, 139, 145
5:21, 114, 121, 133
6:1, 124, 133
6:1–10, 132
6:1–14, 42, 123, 133
6:1–23, 42, 109
6:2, 125, 132, 211
6:3, 125, 127
6:3–4, 127, 135
6:3–5, 127
6:3–10, 127
6:4, 125–128, 143
6:5, 127, 128
6:6, 126, 130, 148
6:6–7, 127, 130
6:7, 126
6:8, 125, 128

6:8–10, 127, 128
6:10, 125, 126, 128
6:11, 132
6:12, 125, 132
6:13, 129, 132, 134
6:14, 77, 126, 131–133, 139, 247, 249
6:15, 77, 133
6:15–22, 134
6:15–23, 42, 123, 133–135
6:16, 133
6:17, 131
6:17–18, 133, 134
6:18, 131, 148
6:19, 134
6:20, 134
6:22, 134, 142
6:23, 134
7:1, 23, 140
7:1–6, 42, 77, 137, 139
7:1–25, 42, 109
7:2–3, 141
7:4, 139–143
7:5, 131, 142, 143, 145, 148, 155
7:5–6, 140
7:6, 68, 131, 139, 142, 143, 152–155
7:7, 142, 143, 145
7:7–12, 42, 121, 137, 142, 144, 145, 148, 151, 152
7:7–25, 42, 131, 137, 139, 154, 155
7:8, 145
7:8–9, 144
7:11, 145
7:12, 143, 149
7:13, 145, 148, 150
7:13–25, 42, 137
7:14, 131, 146, 148, 150
7:14–25, 145, 146, 148, 150
7:15–20, 148, 150, 151
7:16, 150

7:17, 150
7:18, 143, 148150
7:20, 150
7:21, 151
7:21–25, 151
7:22, 143, 151
7:22–23, 151, 155
7:23, 146, 151, 155
7:24–25, 152
7:25, 149, 152
8:1, 154, 155
8:1–4, 154, 157
8:1–11, 154, 159
8:1–13, 42, 131, 153, 154, 159, 160
8:1–17, 108, 109
8:1–30, 42, 154
8:1–39, 131
8:2, 146, 148, 152, 154, 155
8:2–4, 197
8:3, 28, 30, 148, 155
8:4, 64, 90, 156
8:4–9, 157
8:5, 156
8:5–8, 154
8:8–9, 156
8:9, 156, 157
8:9–11, 154
8:10, 157
8:10–11, 157
8:11, 157
8:12–13, 154, 158, 159
8:13, 131, 160
8:14, 160, 161
8:14–17, 42, 153, 154, 160, 171, 178
8:15–16, 161
8:16, 179
8:17, 161, 162, 168
8:18, 161, 167
8:18–25, 162
8:18–30, 42, 153, 154, 159, 161

8:18–39, 108, 109, 162
8:19, 163
8:19–20, 171
8:19–21, 162, 164
8:19–22, 162
8:19–25, 257
8:20, 162, 163
8:21, 163
8:21–22, 163
8:22, 163, 165
8:22–23, 165
8:23, 163, 165, 171, 179
8:24, 33
8:24–25, 165, 166
8:26, 165
8:26–27, 165
8:26–30, 162, 165
8:27, 166
8:28, 165, 166, 168
8:29–30, 165, 167, 171, 178
8:30, 161, 167169, 178
8:31–34, 169
8:31–39, 42, 153, 168, 177
8:32, 28, 169
8:33, 169
8:34, 169
8:35, 170
8:35–39, 169, 170
8:37, 170
8:38, 170
8:39, 109, 170
9:1–2, 177, 178, 192
9:1–3, 178
9:1–5, 42, 175, 178
9:1–11:36, 42
9:2, 193
9:3, 178
9:4–5, 72, 178, 179, 256
9:5, 180, 190, 197, 213
9:6, 180182, 184, 190, 204
9:6–13, 175, 181183, 185, 189, 190

9:6–29, 42, 175, 181, 182, 204, 206
9:7, 182, 206
9:7–9, 182
9:8, 183
9:9, 197
9:10–11, 183
9:10–13, 182
9:12, 183, 189
9:12–13, 206
9:13, 183
9:14, 185, 187
9:14–23, 42, 175, 181, 190, 206
9:15, 185
9:15–16, 185
9:15–18, 186, 187
9:16, 185, 186
9:17, 185
9:17–18, 185
9:18, 185, 186, 206, 207
9:19, 185, 186
9:20–21, 187, 188
9:22, 188
9:22–23, 186, 206
9:22–24, 189
9:23, 188, 189
9:23–24, 188
9:24, 185, 189
9:24–25, 256
9:24–26, 190
9:24–29, 42, 175, 181, 189
9:25–26, 189
9:25–29, 189
9:27, 189, 190, 205
9:27–28, 190
9:27–29, 205
9:28, 190
9:29, 190, 192
9:30, 192, 193, 202
9:30–31, 193, 206
9:30–32, 193
9:30–33, 195, 198
9:30–10:13, 43, 191, 192
9:30–10:21, 42, 181, 192
9:31, 192
9:31–32, 193, 202
9:31–33, 193
9:32, 193, 195
9:32–33, 205
9:33, 199
10:1, 177, 192
10:1–4, 195, 198
10:2, 195, 199
10:3, 34, 35, 37, 192, 193, 196, 205, 246
10:4, 193, 196, 202
10:5, 192, 198
10:5–8, 193
10:6, 192, 198
10:6–8, 198, 199
10:8–13, 215
10:9, 197
10:9–10, 199
10:9–13, 193, 196, 202
10:11, 199
10:11–13, 199
10:12, 197, 199
10:13, 197, 199, 201
10:14–15, 199, 201
10:14–21, 43, 191, 200
10:15, 27
10:16, 31, 201, 205
10:16–21, 201, 202
10:17, 201
10:18, 201
10:19, 201, 202, 210
10:19–20, 257
10:20, 202
10:20–21, 193
10:21, 205
11:1, 167, 204
11:1–2, 205
11:1–10, 43, 181, 203, 205, 207, 217

11:2, 167, 205
11:3, 206
11:4, 206
11:5, 182, 205
11:6, 206
11:7, 207
11:7–10, 217
11:8, 207
11:9, 254
11:11–12, 207, 214
11:11–15, 43, 213
11:11–32, 43, 203, 205, 207, 217
11:11–36, 181
11:12, 209, 210, 214
11:13, 209
11:13–14, 177
11:13–32, 24
11:15, 209, 211, 214, 215
11:16, 213
11:16–24, 43
11:17, 214
11:17–24, 209, 213
11:18, 213
11:21, 213
11:21–22, 213
11:23, 31
11:24, 213
11:25, 207, 209, 214, 225
11:25–32, 43
11:26, 203, 207, 210, 214, 215, 217
11:26–29, 216
11:28, 179, 213, 215, 216, 256
11:30, 31
11:30–31, 216
11:32, 216, 217
11:33–36, 43, 203
12:1, 224
12:1–2, 43, 157, 221223, 240
12:1–13:14, 222
12:1–15:13, 43, 221, 222
12:2, 224, 233, 234

12:3, 225, 226, 228
12:3–4, 225, 255
12:3–8, 43, 221, 222, 244
12:3–13:14, 222
12:4–5, 225
12:6–8, 225, 226
12:7, 226
12:7–8, 227
12:8, 227
12:9, 227, 228
12:9–21, 43, 221, 222, 231, 238, 239, 252
12:10, 227229
12:11, 228
12:11–12, 228
12:12, ix
12:13, 229
12:14, 227, 229, 230, 239
12:15–16, 229
12:16, 229
12:17–21, 227
12:17–21, 229
12:18, 230
12:19, 231, 234
12:20, 231
12:24, 53
13:1, 235, 236, 238
13:1–2, 235
13:1–5, 53
13:1–7, 43, 222, 233, 238, 239
13:3, 234, 235, 238
13:3–4, 234, 235
13:4, 237, 238
13:5, 235, 236, 238
13:6–7, 235, 238
13:7, 234, 238, 239
13:8, 53, 239
13:8–10, 43, 222, 233, 239, 252
13:9, 239
13:10, 239
13:11, 33, 113, 242
13:11–14, 43, 222, 233, 234, 240

13:12, 240242
13:12–13, 240
13:13, 240, 242
14:1, 23, 39, 244, 255
14:1–3, 245, 247
14:1–12, 43, 243, 250
14:1–15:13, 43, 222, 225, 244, 246, 255, 257
14:2, 244, 247
14:2–3, 245
14:3, 248
14:4, 247, 249
14:4–9, 247
14:5, 245, 249, 250
14:5–6, 249, 250
14:6, 250
14:7, 257
14:7–8, 250
14:9, 250
14:10, 247, 250
14:12, 53
14:13, 250, 251
14:13–16, 251
14:13–23, 43, 243, 250, 251
14:14, 247, 248, 250, 251
14:15, 250252
14:16, 252
14:17, 253
14:17–18, 250, 251
14:19, 253
14:19–23, 251
14:20, 250, 251, 253
14:21, 245, 250
14:22–23, 253
14:22–26, 53
14:23, 253
15:1, 244, 247, 251, 253, 254, 256
15:1–6, 43, 254
15:1–13, 243
15:2, 254
15:3, 254
15:4, 255

15:5, 255
15:5–6, 254
15:6, 255
15:7, 12, 255
15:7–13, 43, 254
15:8–12, 255, 257
15:9, 257
15:10, 257
15:11, 257
15:12, 257
15:13, 23, 39, 257
15:14, 261
15:14–16, 18
15:14–22, 262
15:14–29, 18, 19
15:14–33, 43, 261
15:14–16:27, 18, 43
15:15, 262, 263
15:16, 12, 262
15:19, 19, 263
15:19–20, 39
15:20, 21, 24
15:20–22, 263
15:22, 19
15:23–24, 19
15:23–29, 263
15:23–33, 262
15:24, 20, 22, 38
15:25, 19, 20
15:28, 21
15:30–32, 18, 21
15:30–33, 263
15:33, 18
16:1, 226, 266
16:1–2, 18, 22, 264, 266, 269
16:1–16, 43, 261
16:1–23, 261
16:2, 266
16:3, 23, 265267
16:3–15, 18, 264
16:3–16, 23
16:5, 23

16:7, 23, 265267, 269
16:10, 265
16:11, 23, 265
16:12, 266
16:14, 23, 265
16:15, 23
16:16, 18, 264
16:17–19, 264
16:17–27, 43
16:19, 31
16:20, 18, 264, 268
16:21–23, 264
16:23, 268
16:24, 268
16:25, 268
16:25–26, 268
16:25–27, 18, 261, 268, 269
16:26, 31, 268
3:27–28, 89

1 Cô-rinh-tô
7, 234
8–10, 246, 251
12, 225
12–14, 226
14, 226
1:2, 23
1:8, 242
1:12, 21
1:18, 251
1:23, 11
3:15, 113
5:5, 113
7:19, 140
7:19–21, 140
8:11, 251
9:5, 21
9:19–21, 139
9:19–23, 247
12:27, 226
14:29, 226
14:30–31, 226
14:32, 236

14:35, 236
15:3–4, 125
15:24, 196, 235
16:1–4, 20
16:2, 249
16:6, 22
16:11, 22
16:16, 236

2 Cô-rinh-tô
3, 11
8–9, 20
1:16, 22
2:15, 252
3:6–7, 68
4:3, 252
4:9, 252
5:10, 62, 113
5:17, 130
5:21, 34
11:23–27, 170
12:10, 170

Ga-la-ti
6, 254
1:1–7, 262
2:16, 76
3:8, 201
3:12, 89, 194
3:17, 14, 99
3:19, 100
4:3–7, 159
4:4, 132
5:13–15, 254
6:2, 140, 254
6:16, 182

Ê-phê-sô
1:21, 235
2:2, 235
2:6, 129
2:11–3:13, 12
2:20, 18
3:10, 235
3:18, 170

  4:11–12, 226
  4:12, 226
  4:19, 52
  4:21–25, 224
  4:22, 130
  4:22–24, 130
  5:16, 228
  5:21, 236
  5:22–6:9, 236
  5:24, 236
  6:5, 236
  6:12, 170, 235
Phi-líp
  3, 196
  1:1, 226, 266
  1:10, 242
  2:1–4, 229
  2:1–5, 255
  2:12, 113
  2:16, 242
  3:7–11, 12
  3:9, 196
  3:20–21, 164
  3:21, 129
Cô-lô-se
  1:16, 235
  2:6–23, 170
  2:10, 235
  2:12, 129
  2:15, 170, 235
  2:16, 249
  2:16–23, 12
  3:9–11, 130
  3:11, 130
  3:16, 227
  3:18, 236
  3:22, 236
  4:5, 228
1 Tê-sa-lô-ni-ca
  1:1, 23

2 Tê-sa-lô-ni-ca
  2:10, 252
1 Ti-mô-thê
  1:5, 196
  2:12, 267
  2:14, 100
  3:8–12, 266
  3:8–13, 226
  3:16, 102
  4:3, 234
Tít
  2:5, 236
  2:9, 236
  2:13, 197
  3:1, 236
  3:3, 22
  3:13, 22
Hê-bơ-rơ
  1:8, 197
  4:6–11, 249
  4:7, 30
  7:10, 119
  8:8–12, 64
  9:5, 87
Gia-cơ
  2:14–26, 59, 62, 158
  2:21, 96
1 Phi-e-rơ
  1:2, 167
  1:16, 134
  1:20, 167
  2:23, 230
  5:13, 21
2 Phi-e-rơ
  1:1, 197
3 Giăng
  6, 22
Khải Huyền
  1:10, 249

Phụ lục theo Chủ Đề

A

A-đam, 14, 107, 108, 113-121, 124, 128, 130-132, 144, 145, 154, 162, 163, 168, 186, 189, 207, 272

AIDS, 54

An-trô-ni-cơ, 23, 265, 267

Áp-ra-ham, 14, 23, 42, 67, 76, 82, 83, 89, 90, 93-103, 178, 179, 182, 183, 189, 201, 204, 205, 256, 272

Augustine, 15, 162, 178

Â

ân điển, 5, 7, 8, 13, 14, 18, 23, 42, 48, 50, 58, 60, 62, 72, 82, 84, 89, 97-99, 110, 113-115, 118, 120, 121, 125, 127, 131-134, 139, 158, 163, 164, 181, 182, 185, 199, 202, 205, 206, 209, 213, 216, 225, 234, 255, 262, 264

ân tứ, 128, 225-227

B

bản chất tội lỗi, 148, 149, 151, 154

ban đêm, 240, 241

báp-têm, 123, 127-129, 135

Blaise Pascal, 119

C

cái nhìn mới, 9-16, 76, 272, 276-279

cái tôi cũ/con người cũ, 129, 130, 141

cầu nguyện, 130, 165, 166, 194, 230, 254, 255, 257, 263

cầu thay, 18, 21, 166, 169, 170

chấp sự, 22, 226, 266

chịu khổ, 161, 162

Chrysostom, 169

chủ nghĩa bài Do Thái (anti-Semitism), 176

chủ nghĩa khổ hạnh, 246

chủ nghĩa luật pháp, 14, 245

Claudius, 12, 264

Cơ Đốc nhân, 3, 4, 11, 12, 17, 19, 22-24, 26, 28, 29, 31-33, 38, 40, 43, 44, 48, 56-60, 62, 64, 65, 67, 68, 73, 77, 82, 90, 93, 95, 100, 102, 110, 113-115, 123, 125, 126, 129-131, 138-141, 143, 146-148, 150-152, 154, 156-160, 163-167, 170, 176-179, 182, 197, 203, 204, 206, 209-213, 221-223, 225-227, 230, 233, 234, 236-238, 243-257, 261-266, 269, 271

cơn thịnh nộ của Đức Chúa Trời, 33, 47, 48, 55, 58, 62, 70, 85, 86, 109, 113, 115, 124, 222

Cựu Ước, 11, 12, 18, 27, 28, 31, 34-36, 40, 52, 54, 63, 66-68, 72-76, 82, 83, 85-87, 95, 98, 112, 132, 134, 146, 147, 155, 160, 162, 177, 178, 181, 187, 189,

190, 197–202, 207, 215, 216, 222, 226, 233, 237, 241, 242, 255–257, 262, 263, 273, 276

D

dân ngoại/người ngoại quốc, 7, 9–14, 18–21, 23, 24, 26, 30–34, 38–40, 42, 43, 49, 51–53, 57, 58, 61–67, 70, 74, 84, 85, 89, 90, 99, 100, 147, 176–178, 182, 189, 190, 192, 193, 195–199, 202, 204, 208–216, 241, 247, 248, 254–257, 262, 263, 265, 268, 269, 271, 272

diakonos (chấp sự/tôi tớ), 266

Do Thái giáo, 9–15, 67, 90, 197, 212, 241, 247, 266

Đ

độc thần (chủ nghĩa/thuyết), 90, 197

đồng tính luyến ái, 54

Đức Giê-hô-va, 94, 95, 169, 179, 185, 197, 241, 262

đức tin, 3, 5, 6, 8, 13, 16, 19, 22–24, 31, 32, 34–38, 41, 42, 59, 73, 76, 82–84, 88–91, 93–103, 107–112, 115, 123, 124, 127, 128, 133, 142, 158, 176, 178, 192–194, 198, 201, 202, 206, 212, 213, 225–227, 229, 230, 244, 245, 247–249, 251–253, 257, 268, 271

E

E. P. Sanders, 8

exousia (nhà cầm quyền), 235

Ê

Ê-li, 206, 208

Ê-sau, 182, 183

G

Gia-cốp, 179, 182, 183, 241, 256, 272

giáo sư giả, 264

giao ước, 8–10, 13, 14, 35, 41, 53, 57, 58, 61, 62, 64–68, 71, 74, 76, 85–90, 94, 96, 98, 110, 117, 138, 139, 142, 147, 176, 179, 190, 199, 203, 214–216, 241, 271–273

Giê-ru-sa-lem, 19–21, 38–40, 66, 87, 262, 263

Giê-xu Christ, 13, 19, 23, 26, 35, 47, 83, 84, 88, 91, 102, 114, 133, 135, 151, 152, 154, 169, 240, 249

Giu-ni-a (Giu-ni-as), 23, 265–267, 269

gramma (chữ viết/chữ nghĩa), 68, 142

H

hình phạt tử hình/án tử hình, 237

học thuyết hai giao ước (bicovenantalism), 271

học thuyết hai giao ước (bicovenantalism), 176, 273

Hội thánh, 13, 177, 178, 269

hữu thể thần linh, 170, 235

hy vọng, 13, 19, 22, 38, 40, 42, 47, 107–110, 112, 113, 123, 139, 154, 159, 162, 163, 165, 166, 168, 177, 181, 209, 211, 213, 256, 257

I

Ích-ma-ên, 182, 183

I-ly-ri, 19

inclusio, 161, 193, 272

J

James D. G. Dunn, 9

K

khoe khoang, 55, 89, 91, 95, 209, 212, 213, 251

kiêu ngạo, 5, 55, 59, 65, 66, 89, 94, 212, 225, 229
kinh tô-ra (luật pháp), 15, 133, 139, 140, 146, 150, 195, 196, 214, 239, 246-248, 271, 273
Krister Stendahl, 7

L

lịch sử cứu rỗi, 30, 31, 33, 40, 42, 44, 68, 70, 71, 74, 81-83, 96, 99, 117, 125, 131, 133, 139, 144, 157, 183, 192, 209, 211, 213, 216, 217, 254, 255, 262, 263, 272, 273, 277, 278
liên kết đoàn thể (corporate solidarity), 272
lòng mến khách, 229
lời tiên tri, 28, 64, 72, 189, 195, 199, 204, 262
luật pháp, 8-11, 13-15, 23, 28, 31, 33, 35-37, 39, 42, 43, 49, 57-60, 62-70, 74-77, 82, 83, 89, 90, 93, 95, 99, 100, 103, 108-110, 117, 121, 131-133, 137, 139-152, 154-156, 159, 169, 176, 179, 191-196, 198, 199, 202, 222, 233, 234, 239, 240, 242, 245-249, 254, 273, 278
Ludwig Wittgenstein, 4
Luther, 4-8, 14, 35, 81, 140, 247, 278

M

Mê-si, 7, 11, 22, 24, 28-30, 176, 177, 179, 180, 196, 206, 256
Môi-se, 14, 18, 39, 62, 64, 65, 75-77, 82, 83, 89, 90, 117, 132, 133, 137, 139, 140, 142, 144, 145, 147, 151, 155, 179, 185, 186, 191, 193, 194, 198, 199, 202, 239, 240, 246, 248, 256, 273

N

N. T. Wright, 9, 76, 83, 102, 182, 196, 266
nắp thi ân, 86, 87, 272
nắp xá tội, 85
ngày của Chúa, 222, 241, 242
ngôn ngữ học, 4, 85
nguyên tội, 107, 113, 114, 118, 119
người Do Thái, 4, 6-14, 16, 18, 22-24, 30-34, 38-40, 42, 49, 51-54, 57, 58, 60-63, 65-77, 83-85, 87, 89, 90, 93, 95-100, 103, 110, 112, 116, 117, 141, 143-148, 150, 161, 176-178, 181, 182, 189-193, 196-201, 203, 204, 206, 207, 209-217, 246-248, 254-257, 264, 271, 273
nhà cầm quyền/chính quyền, 12, 222, 233-238, 242
nomos (luật pháp), 9, 14, 82, 89, 140, 151, 193, 239
nô lệ, 82, 85, 109, 123, 126, 131-134, 143, 146, 147, 150, 152, 161, 163, 164, 182, 215, 249, 265
nữ giới/phụ nữ, 141, 163, 215, 261, 265-267

Ô

Ô-sê, 160, 189, 282

P

Pê-rít-sin và A-qui-la, 23, 265, 267
Pha-ra-ôn, 186
phép cắt bì, 65-68, 71, 93, 98, 99, 103
phép giao thoa (chiasm), 271
Phê-bê, 22, 266, 267, 269
Phi-e-rơ, 21, 230, 267, 292
phong trào mạc khải, 271
pneuma (tâm linh/tinh thần). Xem thêm Thánh Linh, 68, 154, 223

Q

quyền tể trị tuyệt đối của Đức Chúa Trời, 187

S

Sa-bát, 98, 140, 246, 248, 249
sarx (xác thịt), 148, 149, 151, 179
sự bắt bớ, 98, 176, 230
sự biến đổi, 43, 68
sự chuộc tội, 10, 85, 86, 102, 271
sự chuyển dời thế giới (realm transfer), 133, 135
sự công chính, 5, 8, 25, 32, 34-38, 42-44, 47, 48, 65, 66, 72, 74, 81-84, 87, 88, 91, 96, 99, 108, 111, 114, 115, 121, 131, 133, 134, 143, 156, 157, 168, 189, 191-193, 195, 196, 198, 202, 205, 206, 242, 253, 257, 273, 278
sự cứu chuộc, 8, 9, 68, 85, 88, 159, 162, 224
sự cứu rỗi, 6-11, 13, 27, 30-34, 36, 37, 42, 47, 49, 50, 59, 65, 68, 70, 74, 81, 82, 84, 89, 109, 113, 115, 120, 158, 163, 165, 167-169, 175-177, 179, 181, 183, 184, 192, 198, 201, 205, 207-217, 240, 242, 252, 254, 271, 272
sự đảm bảo, 109, 168
sứ đồ, 7, 9, 11, 14, 18, 22, 23, 27, 31, 32, 57, 140, 170, 201, 211, 225, 229, 244, 261-263, 267, 271, 272
sự giải hoà, 272
sự làm nguôi cơn giận, 85, 86
sự lựa chọn, 8, 11, 13, 109, 165, 168, 182-185, 191, 206, 207, 217, 271, 272
sự mạc khải đặc biệt, 272, 273
sự mạc khải thiên nhiên, 272, 273
sự nhận làm con nuôi, 153, 160
Sự sống đời đời, 107
sự vâng giữ luật pháp để làm trọn giao ước ("covenantal nomism"), 9, 10
sự vâng lời/vâng phục, 5, 19, 23, 31, 32, 34, 35, 61, 90, 95, 99, 114, 118, 120, 127, 133, 134, 140, 150, 158, 192, 198, 209, 216, 217, 235, 236, 240, 268, 269
Sự xưng công chính, 5, 6, 8, 9, 35, 37, 41, 42, 59, 60, 64, 70, 76, 84, 88-91, 93, 95-99, 102, 103, 107, 109-114, 118, 120, 123, 132, 139, 160, 161, 168, 169, 178, 193, 198, 272

T

tạo vật/sự sáng tạo, 49, 53, 54, 82, 84, 109, 130, 162, 163, 187, 188, 224
Tây Ban Nha, 19-22, 38, 39, 263
telos (kết thúc/chấm dứt), 196
tên gọi, 47, 265, 267, 272
than thở, 162, 163, 165
Thánh Linh, 29-31, 42, 62, 64, 68, 108, 109, 112, 127-129, 131, 142, 143, 148, 153-163, 165-167, 171, 224, 228, 253, 257, 262, 263, 272
thiên nhiên, 47, 49-52, 55, 56, 58, 65, 100, 162-165, 171, 202, 272, 273
thờ phượng, 23, 39, 51, 52, 54, 82, 170, 179, 197, 206, 217, 221, 223, 224, 244, 248, 249, 255
thời đại cũ (của sự cứu rỗi), 240, 272
thời đại mới (của sự cứu rỗi), 224, 240, 268, 272
thuế, 66, 234, 235, 238

thuyết Arminius, 158, 183, 206, 271, 276
thuyết Calvin, 158, 159, 168, 171, 183, 184, 271
tiền định, 165, 167, 168, 178, 186, 207, 217
tiên tri, 27, 28, 35-37, 64, 72, 83, 189, 190, 195, 199, 201, 202, 204, 205, 208, 226, 227, 236, 242, 262, 268, 269, 273
tin lành, 58, 11-14, 19, 21, 25-28, 31-38, 40-43, 47, 48, 50, 56, 58, 70, 74, 75, 88, 95, 124, 131, 134, 139, 177, 178, 185, 189, 198, 199, 201, 202, 205, 210-212, 216, 222, 227, 253, 256, 262, 268, 277
tình thế nan giải của con người, 47, 73, 75, 86
tình yêu thương, 43, 90, 107-109, 112, 113, 170, 222, 228, 239, 240, 243, 247, 250-252, 254
tổ phụ, 23, 95, 96, 99-101, 114, 119, 165, 213, 215, 216, 256-272
tội lỗi, 5, 7, 26, 30, 33, 35, 37, 41, 42, 47, 48, 50-55, 58, 60-62, 65, 66, 69-75, 77, 81, 82, 85-88, 97, 98, 100, 108, 109, 113-119, 121, 123-135, 137-152, 154-159, 161, 162, 165, 168, 185-187, 198, 207, 216, 224, 229, 242, 253, 257, 272
tự do, 5, 31, 38, 42, 84, 85, 123, 126, 127, 133-135, 141, 142, 150, 155, 164, 185, 187, 206, 243, 247, 250-252, 254, 257

V

việc làm/công việc, 6, 8, 9, 12, 19, 20, 30, 39, 48, 55, 59, 60, 62-64, 69, 72, 75-77, 89, 90, 93-99, 102, 115, 116, 118, 120, 131, 134, 137, 139, 142, 146, 150, 154, 156-158, 162, 164, 166, 167, 169, 193-196, 198, 206, 212, 226, 228, 230, 241, 245, 249, 250, 253, 266
việc vô thưởng vô phạt (adiaphora), 271
vinh quang, 36, 42, 52, 59, 62, 84, 107-112, 123, 154, 161-165, 167-169, 178, 179, 185, 186, 188, 207, 214-216, 243, 254, 255, 268

X

xác thịt, 29-31, 131, 146, 149-152, 155-157, 179
xấu hổ, 112, 134, 231, 253

Y

Y-sắc, 94-97, 272
Y-sơ-ra-ên, 7, 9-11, 13, 14, 30, 35, 36, 38, 42, 43, 52, 57, 62, 66, 71, 75-85, 90, 100, 117, 125, 144-147, 160, 161, 175-184, 186, 189-196, 198-211, 213-217, 237, 241, 272, 273

www.ingramcontent.com/pod-product-compliance
Lightning Source LLC
Chambersburg PA
CBHW032018230426
43671CB00005B/131